# கற்றாழை

(நாவல்)

## சு. தமிழ்ச்செல்வி

**நியூ செஞ்சுரி புக் ஹவுஸ் (பி) லிட்.,**
41- பி. சிட்கோ இண்டஸ்டிரியல் எஸ்டேட்,
அம்பத்தூர், சென்னை- 600 050.
☎ : 044 - 26251968, 26258410, 48601884

Language: Tamil
## Kattrazhai
(Novel)
Author: S. Tamilselvi
N.C.B.H. First Edition : January, 2014
Second Edition : November, 2021
Third Edition : January, 2025
Copyright: Author
No. of Pages: vi + 438 = 444
Publisher:
New Century Book House Pvt. Ltd.,
41-B, SIDCO Industrial Estate,
Ambattur, Chennai - 600 050.
Tamilnadu State, India.
Email: info@ncbh.in
Online: www.ncbhpublisher.in

ISBN: 978-81-2342-557-3
Code No. A 2918
₹ 300/-

**Branches**
**Ambattur** 044 - 26359906 **Spenzer Plaza (Chennai)** 044-28490027
**Trichy** 0431-2700885 **Pudukkottai** 04322- 227773 **Thanjavur** 04362-231371
**Tirunelveli** 0462-4210990, 2323990 **Madurai** 0452-4374106
**Dindigul** 0451-2432172 **Coimbatore** 0422-2380554 **Erode** 0424-2256667
**Salem** 0427-2450817 **Hosur** 04344-245726 **Krishnagiri** 04343-234387
**Ooty** 0423 2441743 **Vellore** 0416-2234495 **Villupuram** 04146-227800
**Pondicherry** 0413-2280101 **Nagercoil** 04652-234990

கற்றாழை
(நாவல்)
ஆசிரியர்: சு. தமிழ்ச்செல்வி
என்.சி.பி.எச். முதல் பதிப்பு: ஜனவரி, 2014
இரண்டாம் பதிப்பு: நவம்பர், 2021
மூன்றாம் பதிப்பு: ஜனவரி, 2025

அச்சிட்டோர்: **பாவை பிரிண்டர்ஸ் (பி) லிட்.,**
16 (142), ஜானி ஜான் கான் சாலை, இராயப்பேட்டை, சென்னை - 14
☎: 044-28482441

All rights reserved. No part of this book may be reprinted or reproduced or utilised in any form or by any electronic, mechanical, or other means, now known or hereafter invented, including photocopying and recording, or in any information storage or retrieval system, without permission in writing from the publishers.

தமிழில் பெண் எழுத்தை
சாத்தியப்படுத்திய
அம்பை அவர்களுக்கு...

## நாவலாசிரியை

## சு. தமிழ்ச்செல்வி

சு. தமிழ்ச்செல்வி திருவாரூர் மாவட்டம் கற்பகநாதர் குளத்தில் 04.05.1971இல் பிறந்தவர். பெற்றோர்- சுப்பிரமணியன், முத்துலட்சுமி. கணவர் கரிகாலன், குழந்தைகள் சிந்து, சுடர், கார்க்கி இவர்களுடன் தற்போது கடலூர் மாவட்டம், விருத்தாசலம், பெரியார் நகரில் வசிக்கிறார். தமிழில் முதுகலைப் பட்டம் பெற்றிருக்கும் இவர் ஆசிரியராகப் பணியாற்றுகிறார்.

'மாணிக்கம்', 'அளம்', 'கீதாரி' என மூன்று நாவல்கள் எழுதியுள்ளார். இலக்கிய இதழ்களில் சிறுகதைகள் எழுதி வருகிறார். இவரது முதல் புதினமான 'மாணிக்கம்' நாவலுக்கு தமிழ் வளர்ச்சித்துறையின் சிறந்த நாவல் விருது கிடைத்தது. இவரது 'கீதாரி' நாவல் ஏ. வெ. ரா. கல்லூரியின் பாடத் திட்டத்தில் இடம்பெற்றுள்ளது. இவரது படைப்புகளை தமிழகத்தின் பல்வேறு பல்கலைக்கழகங்களைச் சேர்ந்த மாணவர்கள் ஆய்வு மேற்கொண்டுள்ளனர். **'கற்றாழை'** என்னும் இந்நாவல் இவரது நான்காவது நாவலாகும்.

## கற்றாழை குறித்து....

கற்றாழை எனது நான்காவது நாவல். மீண்டும் பெண்ணின், பெண்களின் போராட்டமே புதினத்தின் களனாய் அமைந்திருக்கிறது. எத்தகைய வறட்சியிலும் தன்னைத் தகவமைத்துக்கொண்டு உயிர்வாழும் இயல்புடையது கற்றாழை. இந்நாவலில் இயங்கும் மணிமேகலையும் கற்றாழை போன்றவள் தான். இங்கு நாவல் குறித்து நான் பேச விரும்பவில்லை. நாவலே என் உள்ளுணர்வைப் பேசும்போது அநாவசியக் குறுக்கீடு தேவையில்லை.

சமகால நாவல் கலை பல்வித பரிசோதனை முயற்சிகளால் செழித்து வளர்ந்திருக்கிறது. இதில் என்னுடைய பாணி எளிமையானது. நான் கடந்துவந்த உலகின் அனுபவத்தையும் கடக்க விரும்பும் உலகு பற்றிய கற்பனையையும் இணைத்து உருவாகியிருக்கிறது இப்படைப்பு. பெண் தொடர்ந்து போராடுவாள், அவள் ஒருபோதும் சோர்ந்துவிட மாட்டாள். தம் தேவைகளை தாமே நிறைவு செய்துகொண்டு பெண்ணினம் ஒரு தொகுப்பாக வாழ முடியும் என்பவை என் நம்பிக்கை, விருப்பம். இவ்வடிப்படையில் ஒரு கதைசொல்லியைக் கடந்து புனைவை உருவாக்குவது என்னுடைய வேலை. எனது படைப்புகள் குறித்த நம்பிக்கைகளின் ஊடேதான் என் காரியங்களை தொடர்ந்து செய்துவருகிறேன்.

ஆக்கபூர்வமான விமர்சனங்களுக்கு திறந்த மனத்துடன் இருக்கிறேன்.

நட்புடன்
சு. தமிழ்ச்செல்வி

## நன்றி...

நேர்காணல், விமர்சனம், அரங்கக்கூட்டம்,
உரையாடல் இவற்றின் வழி என் படைப்புகளை
மதிப்பிட்டு என்னை ஊக்கப்படுத்திய கீழ்க்கண்ட
நண்பர்களை நன்றியோடு நினைவு கொள்கிறேன்.

தி. க. சி., ஜெயமோகன், ரமேஷ் - பிரேம், முனைவர்
அனந்தகுமார், பிரம்மராஜன், தமிழினி வசந்த குமார்,
மாலதி மைத்ரி, தபசி, இலக்குமிகுமாரன்
ஞானதிரவியம், ரவி சுப்ரமணியன், ஹெச். ஜி. ரசூல்,
கவிஞர் தேவதேவன், கவிஞர் கலாப்ரியா,
கவிஞர் குட்டிரேவதி.

**இலக்கிய இதழ்கள்**

தீராநதி, புதிய பார்வை, புத்தகம் பேசுது, நடவு,
ஆனந்த விகடன், தமிழ்ச்சிறகு, காளான்,
பன்முகம், புதியகாற்று.

**அமைப்புகள்**

கலை இலக்கிய பெருமன்றம் - தூத்துக்குடி,
இலக்கியம் - புதுவை, தமிழ்ப் பல்கலைக்கழகம்-
தஞ்சை, ஈ. வெ. ரா. கல்லூரி - திருச்சி,
நியூ செஞ்சுரி புக் ஹவுஸ் - பன்மை,
திருத்துறைப்பூண்டி.

# 1

தெற்கு வடக்காக வளைந்து நெளிந்து நீண்டு கிடந்தது மணிமுத்தா நதி. கோடையில் வரத்துத் தண்ணீர் நின்று போயிருந்த போதிலும் ஊருணித் தண்ணீரால் மண்ணோடு வேர் பற்றி செழித்துப் படர்ந்து பச்சைப் பசேலென்று கிடந்தது வெங்காயத் தாமரை. கருநீல பஞ்சு மிட்டாய்களைப் போல இதழ் விரித்திருந்த அவற்றின் பூக்கள், பச்சைப் பரப்பிற்கும் மேலே பூச் செண்டாய் உயர்ந்து நின்றன. கரையிலும்கூட குட்டைத் தண்டுடன் பூத்திருக்கும் அல்லிப் பூக்கள். மணிமுத்தா நதிக்கரையின் கருங்களி நிறத்தையோ, நதியின் அடியில் கிடக்கும் வெண்குறுத்து மணலையோ, கொஞ்சமும் வெளிக்காட்டி விடாமல் மூடிக்கிடந்தது பசுமை. கற்பக நாதர் குளத்தையும் வாடியக் காட்டையும் பிரிப்பது போல குறுக்குக் கோடாய் கிடக்கும் மணி முத்தா நதியின் பாலத்தில் உட்கார்ந்திருந்தாள் மணிமேகலை.

மனது நிலைகொள்ளாது தவித்துக்கொண்டிருந்தது. அவளுடைய வாழ்க்கையின் அத்தனை நிகழ்வுகளிலும்

முக்கிய சாட்சியாக இருந்துகொண்டிருந்த மணிமுத்தா நதி, எந்தவித பதற்றமுமின்றி அப்படியே கிடந்தது. மணிமுத்தா நதிக்கு கிழக்காலுள்ள ஊரில் பிறந்து மேற்காலுள்ள ஊரில் வாழ்க்கைப் பட்டவள் மணிமேகலை. இன்பமென்றாலும் துன்பமென்றாலும் இந்த நதியைக் கடந்துதான் அவள் அதை சுமந்து செல்லவேண்டும். எத்தனையோ முறை இதேபோல் இந்த மதகிலே அவளுடைய தலைச் சுமைகளையும் மனச்சுமைகளையும் இறக்கி வைத்துவிட்டு இளைப்பாறிச் சென்றிருக்கிறாள். அப்போதெல்லாம் அவளுக்கு ஆறுதலைத் தந்த இந்த நதி, இன்று எந்தவித அமைதியையும் தராமல் அப்படியே கிடக்கிறது.

அவளுடைய கணவன் செல்வராசு குடித்துவிட்டு வந்து அடித்து உதைத்துத் துன்புறுத்தும் போதெல்லாம் அவள் கோபித்துக்கொண்டு தாய்வீட்டிற்குக் கிளம்பிவிடுவாள். இரவானாலும் பகலானாலும் இதுதான் வழி. கணவன் வீட்டிலிருந்து கோபத்துடன் 'விறுவிறு' வென்று நடக்கும் அவளுடைய கால்கள், இந்த நதியைத் தாண்டிப் போவதில் வேகம் காட்டாது. அப்படியே மதகில் உட்கார்ந்துவிடுவாள். தெற்கிலும் வடக்கிலுமாக நீண்டு தெரியும் நதியைப் பார்த்தபடி நேரம் போவதுகூட தெரியாமல் உட்கார்ந்திருப்பாள். பார்வையாலேயே தன் சோகங்களை எல்லாம் நதியோடு பேசி கொட்டித் தீர்ப்பாள், கண்ணீர் விடுவாள். மதகை விட்டு எழும்பும்போது அவளுடைய கோப மெல்லாம் குறைந்து போய் மனத்தெளிவு அடைந்தவளைப்போல் ஆகி விடுவாள். அம்மா வீடு செல்லும் எண்ணத்தை கைவிட்டு திரும்பவும் கணவனின் வீட்டிற்கே சென்றுவிடுவாள். அப்போதெல்லாம் வார்த்தை களில் விவரிக்க முடியாத ஆறுதலை இந்த நதி அவளுக்குத் தந்திருக்கிறது. ஒரு தாயைப்போல அது அவளைச் சமாதானப்படுத்தி யிருக்கிறது. ஆனால் இன்று இந்த நதி எந்த வகையிலும் அவளை அமைதிப்படுத்த விரும்பாததுபோல தன்போக்கில் அப்படியே கிடக்கிறது.

சற்று கிழக்காய் நதிக்கு முதுகைக் காட்டியபடி அமைந்திருந்த கற்பக மாரியம்மன் கோயிலின் கல்யாண மண்டபத்திலிருந்து பாடல்கள் ஒலித்துக்கொண்டிருந்தன. பக்திப்பாடல்களில் ஆரம்பித்து பின் சினிமாப்பாடல்களை ஓடவிட்டவர்கள், முகூர்த்த நேரம் நெருங்க நெருங்க மங்கள வாத்தியங்கள் ஒலிப்பது போன்ற பாடல்களையும் மணமக்களை வாழ்த்துவது போன்ற பாடல்களையும் போட்டுக் கொண்டிருந்தார்கள். இதுபோல கல்யாணத்திற்கும், குடிபுகும் விழாக்களுக்கும் மைக்செட் கட்டுபவர்கள் எந்தெந்த பாடல்களைப்

போடவேண்டும் என்பது சம்பிரதாயமாகி இருந்தது. சில குறிப்பிட்ட பாடல்களை வரிசையாக அடுக்கி வைத்துக்கொள்வார்கள். கிடைக்கும் நேரத்திற்கு தகுந்தபடி பாடல்களை போடுவார்கள். வீட்டில் ரேடியோ கேட்க வசதி இல்லாத பெண்கள் கல்யாண வீடுகளில் பாடும் பாடல்களைக் கேட்டு, அதோடு சேர்ந்து பாடி சந்தோஷப்படுவார்கள். அடுத்தடுத்து என்ன பாடல் ஒலிக்கும் என்பதுகூட அவர்களுக்குத் தெரியும். விருப்பமான பாடல்களைக் கேட்க தம் தோழியருடன் அவர்கள் காத்திருப்பதுமுண்டு. ஆனால் இந்தச் சம்பிரதாயம் எதுவும் தெரியாமல் புதிதாய் மைக்செட் கட்ட வந்த ஆளொருவன் தத்துவப்பாடல்களை பெரிதும் விரும்புபவன். புதிதாய் குடிபுகும் வீட்டிற்கு மைக்செட் கட்டினான். அவன் போட்ட முதல் பாட்டே அவனுக்கு உதை வாங்கிக் கொடுத்தது. "இந்த வீடு நமக்குச் சொந்தமில்ல பாடுறா சின்னத்தம்பி" என்ற பாடலைப் போட்டால் யார்தான் சும்மா விடுவார்கள். கடனை உடனை வாங்கி வீடு கட்டியவனுக்கு இந்தப் பாடலைக் கேட்டால் எப்படியிருக்கும்.

"கடவுள் அமைத்து வைத்த மேடை இணைக்கும் கல்யாண...." என்று ஓடிக்கொண்டிருந்த பாடல் இடையிலேயே நிறுத்தப்பட்டது.

"மணமகளே மணமகளே வா.... வா. உன் வலது காலை எடுத்து வைத்து வா... வா..." கணீரென்று ஒலித்தது பாடல்.

"பொண்ணு வந்திச்சி போலருக்கு... வரட்டும் வரட்டும். இன்னும் கொஞ்ச நேரத்துல மணயில ஒக்கார வச்சி தாலி கட்டிருவாவொ". நீண்ட பெருமூச்சொன்று அவளிடமிருந்து வெளியானது.

"இதுக்கா இவ்வளவு கஷ்டப்பட்டடன். யாங் நெனப்பெல்லாம் ஒண்ணுக்கும் ஒதவாமப் பெயிட்டே. இனிமே என்ன இருக்கு நம்மளுக்கு". மணிமேகலையின் நெஞ்சில் பாறாங்கல்லை தூக்கி வைத்தது மாதிரி கனத்தது. மணிமுத்தா நதியையே வெறித்துப் பார்த்தபடி உட்கார்ந்து இருந்தாள்.

"என்ன சின்னக்கா. நீ இஞ்ச என்ன செய்யிற? ஒன்னய எங்க எங்கயெல்லாம் தேடுறது". கேட்டுக்கொண்டே வந்த தன் தங்கை வளர்மதியை திரும்பிப் பார்த்தாள். பார்வை மட்டும் தான் அவள்மீது பதிந்தது. மனம் எங்கோ சிக்குண்டு இருந்தது.

தத்துத் திருப்புனாத்தான் தாலிகட்ட முடியுமுங்குறாவொ, மறந்துட்டியா. இஞ்சவந்து ஒக்காந்துட்ட?"

"ம்...."

"வாக்கா. நேரம் ஆவுதுல்ல. வந்து தத்தத் திருப்பிக் குடு".

"யாம் பொண்ண என்னால பாதுகாக்க முடியுமான்னுதான் அந்த மகமாயிகிட்ட தத்துக் குடுத்தன். அந்த மகமாயியும் காப்பாத்தாம வுட்டுட்டாளே".

"இப்ப என்ன நடந்து போச்சின்னு இப்புடிப் பேசுற நீ?"

"தத்தத் திருப்பி தானம் பண்ணச் சொல்லுறாவொ. இனிமே யாம் பொண்ணு கெதி என்னாவுமோத் தெரியலையே".

"யாங்க்கா இப்புடியெல்லாம் பேசுற? பொண்ணா பொறந்த பொண்ணக் கட்டிக்குடுக்காம காலம் முச்சூடும் நம்மளேவா வச்சிக்கிட முடியும்?"

"கட்டிக்குடுக்க வேண்டாமுங்கல. போயிம் போயிம் என்னாட்டமே அதுவும் வாடியக்காட்டுக்கா வாக்கப்பட்டுப் போவணும்".

"வாடியக்காடுன்னா என்னக்கா. யாம் இப்புடி பேசுற?"

"குடிகாரப் பய ஊரு தங்கச்சி அது. நாதியத்த பய ஊரு".

"......"

"அந்த ஊருல நாம்பட்ட சிறுப்பாணி எனக்குத்தான் தெரியும். இனிமே செத்தாக்கொட வாடியக்காட்டு வாசம் யாம்மேல வீசக் கொடான்னு இருந்தனே. இப்புடி ஆயிட்டே".

"ஒரு கையில அஞ்சுவெரலும் ஒரே மாதிரியாவா இருக்கு. வாடியக்காட்டுல பொறந்தவ்வொ எல்லாருமே சத்தியா அப்பா மேரியே இருப்பாவொன்னு யாங் நெனக்கிற?"

"சாதிப் பழக்கமும் சதக்குப்ப நாத்தமும்பாவோ. ஊரு பழக்கம் யார வுடும். என்னயிருந்தாலும் எங்ககொண்ட வச்சி வளத்தாலும் அந்த வூரு பொண்ணுங்குறத்தாலதான கலா இந்த புத்தியெடுத்திச்சி. நம்மவூரு பொண்ணுன்னா இப்புடியெல்லாம் நடந்துகிடுமா. நம்மளுந்தான் மூணு பேரு வளந்தம். அம்மா அப்பா வார்த்தக்கி மறுவார்த்த பேசிருக்குறமா".

“அப்படியெல்லாம் சொல்லாதக்கா. நம்ம காலம் வேற, இந்தக் காலம் வேற”.

“காலம் வேறயா இருந்தான்ன. தாயிபுள்ள சொந்தஞ் சோலியெல்லாம் அப்புடி அப்புடியேத்தான இருக்கு. காலம் மாறிப் பெயிட்டுங்குறத்துக்காவ அம்மாவ அத்தன்னா கூப்புடுறம். பெத்தவ மனசு எப்பயும் ஒரேமேரித்தான் இருக்கும். அதப் புரிஞ்சிக்கிடாத புள்ளயெல்லாம் ஒரு புள்ளயா?”

“கலா இப்ப என்ன பண்ணிப்புட்டுன்னு இப்புடி வேகப்படுற?”

“வாடியக்காட்டு சம்மந்தம் நம்மளுக்கு வேண்டாமுன்னு நான் தலயால அடிச்சிக்கிட்டு இருக்கக்குள்ளயே அதுக்கு எவ்வள கல்லு மனசாயிருந்தா, ‘நாங் கட்டிக்கிட்டா குமாரத் தான் கட்டிக்கிடுவன், இல்லாட்டிச் செத்துப்பெயிருவன்னு’ சொல்லும்”.

மணிமேகலையால் தன் மகள் கூறிய அந்த வார்த்தைகளை ஜீரணிக்க முடியவில்லை. கண்களிலிருந்து நீர் வழிந்தோடியது.

“பெத்து வளத்ததுக்கு அர்த்தமில்லாம பெயிட்டு பாத்தியா. இவ்வள நாளும் நாம்பட்ட கஷ்டத்துக்கு கண்ட பலன் இதுதான். ஒரு நிமிசத்துல தூசிமேரி என்னயத் தூக்கி வீசிப்புட்டு அதோட சொந்தஞ் சோலிய தேடிக்கிட்டு. நாந் தேவயில்லாம பெயிட்டன். இனிமே நான் என்னத்துக்காவ இருக்கணும் சொல்லு”.

“அதையெல்லாம் நெனக்காதக்கா. சின்னஞ்செறுசுதான பேசத் தெரியாமப் பேசிப்புட்டு. நம்ம பெத்த புள்ளதான. கலாவுக்கு மட்டும் ஓம்மேல பாசமில்லாமயா பெயிரும். என்னக்கிருந்தாலும் அது ஓம் மவதான். அது இல்லன்னு ஆயிருமா”.

“மவளாவுது மண்ணாங்கட்டியாவுது. எனக்கு யாரும் வேண்டாம்”. பொங்கி வந்த அழுகையை மணிமேகலையால் அடக்க முடியவில்லை. தேம்பித் தேம்பி அழுதாள்.

“வாடியாட்டு சனம் யாராவுது பாத்துட்டா என்ன நெனப்பாவோ. அழிச்சாட்டியம் பண்ணாம எளும்பி வாக்கா. இந்தமேரி சம்மந்தத்த எந்த லோகத்துலயும் நீ தேடிப் புடிக்க முடியா. வூடு கட்டிக்குடுத்து பொண்ணெடுக்குற அளவுக்கு இந்தக் காலத்துல யாரு இருக்குறா சொல்லு”.

“......”

"ஊரு ஒலகத்து நெலவரத்த நீனும் பாத்துக்கிட்டுத்தான இருக்குற? பொண்ண ஒரு தட்டுலயும் பவுன ஒரு தட்டுலயுமா வச்சி நெறுத்துக் கேக்குறானுவொ. ஒண்ணுமே வேண்டாம் பொண்ண குடுத்தாப் போருமுன்னு வந்து நிக்கிறவ்வொள புடிக்கலங்குறியே".

"பொன்னு, பொருளு, காசு, பணத்தவிட வாழ்க்க முக்கிய மில்லயா தங்கச்சி?"

திங்கிறதும் பேலுறதும் தூங்கியெழும்புறதும் மட்டுமா வாழ்க்க. பட்டினியாக் கெடந்தாக்கொட புருசன் பொண்டாட்டி சிரிச்சிப் பேசிக்கிட்டு புள்ளகுட்டிவொளோட ஒத்து இருக்கணும். அப்புடி யில்லாத வாழ்க்கயெல்லாம் ஒரு வாழ்க்கயா".

"......"

"யாங் வாழ்க்கைக்குத்தான் எல்லாரும் எமனா இருந்துட்டாவொ. யாம் பொண்ணு வாழ்க்கயாவுது நல்லாருக்கணுமுன்னு ஆசப்பட்டன்".

"நீ நெனக்கிற மேரியா எல்லாம் நடக்குது வுடு. அதுவொளா ஆசப்பட்டு ஏத்துக்கிடுறது. நல்லதோ கெட்டதோ எதுன்னாலும் அதுவொளே அனுபவிச்சிக்கிடட்டும்".

"நீ சொல்லுறமேரி என்னால சொல்ல முடியல தங்கச்சி. யாம் பொண்ணும் நின்னு என்னாட்டுமே கண்ணு கலங்கு மோன்னு நெனக்க நெனக்க யாங் ஈரக்கொலயெல்லாம் நடுங்குது தங்கச்சி".

"என்ன சின்னக்கா நீ இப்புடி பயப்புடுற? மாப்புள்ள வூட்டுல யாரு காதுலயாவது வுழுந்துட்டா என்னாவும் நெனச்சிப் பாரு".

"செப்புச் செலமேரி இருக்குன்னு யாம் பொண்ண பொத்திப் பொத்தி வளத்தனே. நான் என்ன கொற வச்சன் அதுக்கு".

"நீ வளத்ததுலயும் கொறயில்ல, அது வாக்கப்பட்டு போறதுலயும் கொறயில்ல. அரண்டவன் கண்ணுக்கு இருண்டதெல்லாம் பேயிங்குற மேரி கண்டங்கத்தரிக்காய கடிச்ச ஒனக்கு தொண்ட வர கசக்குந்தான். எழும்பி வா, நேரம் ஆவுது" என்றவள் மணிமேகலையின் கையைப் பிடித்து இழுத்து எழுப்பிவிட்டாள். மணிமேகலையின் நடை தளர்ந்து போயிருந்தது. அவளைத் தேற்ற வேண்டும் என்ற எண்ணத்தில், "ஒம்மவ நல்லாருக்கும் பாருக்கா. ஒன்னோட நல்ல மனசுக்கு ஒரு கொறயும் வராது" என்றாள்.

"இதுமேரி எத்துனபேரு சொல்லிருக்குறாவொ தெரியுமா? ஆயிரஞ் சொல்லு ஒரு ஆளக் கொல்லும்பாவொ. பத்தாயிரம் பேரு என்னய நல்லாருப்ப நல்லாருப்பன்னு பல்லுமேல நாக்கப் போட்டு சொன்னாவொளே. ஒருத்த சொல்லுகொட எனக்கு ஒதவாம பெயிட்டே...."

மனம் பேதலித்தவளைப்போல புலம்பிக்கொண்டே வந்தாள் மணிமேகலை. அவளைப் பார்க்க வளர்மதிக்கு பாவமாக இருந்தது. "என்னமாய் இருந்த அக்கா இன்று இப்படியாகி விட்டதே. தலையில் இடியே விழுந்தாலும் அதைத் தூசியைப் போல தட்டிவிட்டு வரும் திடமும் துணிச்சலும் உள்ள அக்கா இன்று இப்படி பலவீனப்பட்டுப் போயிருக்கிறதே. இந்த சிறிய விஷயத்திற்காக இப்படி மனமொடிந்து போய்விட்டதே" என்று நினைத்துக்கொண்டாள் வளர்மதி.

கலா பிறந்த இருபத்தி இரண்டாம் நாளே இந்த கோவிலுக்குத் தூக்கிவந்து எள், தவிடு இவற்றை மாரியம்மனிடமிருந்து பெற்றுக் கொண்டு அவளை மாரியம்மனுக்கு 'தெத்தம்' பண்ணிக் கொடுத்து விட்டுப் போயிருந்தாள். தத்துக் கொடுத்து பத்தொன்பது வருடங்களாகி விட்டன. தன்னோடு இருந்தாலும் கலா இத்தனை நாட்களும் மாரியம்மனின் பிள்ளையாகவேதான் வளர்ந்தாள். மாரியம்மன் தத்து எடுத்திருக்கும் பெண்ணை யாருடைய விருப்பம் போலவும் யாரும் தாலி கட்டி சொந்தமாக்கிக்கொள்ள முடியாது என்பதால் தத்துத் திருப்பும் சடங்குக்கு கோயில் பூசாரி மணிமேகலையைக் கூப்பிட்டார். வளர்மதி தன் பிடிக்குள்ளேயே மணிமேகலையை வைத்திருப்பவளைப் போல மாரியம்மனுக்கு முன்னால் கொண்டுபோய் நிறுத்தினாள். தவிட்டையும் எள்ளையும் வாங்கிக்கொண்டு ஏதேதோ மந்திரங்களைச் சொல்லி கலாவை மணிமேகலையின் கையில் திருப்பிக் கொடுத்தார் பூசாரி.

அலங்கரிக்கப்பட்டிருந்த மணமேடையில் குமாருக்குப் பக்கத்தில் உட்கார வைக்கப்பட்டாள் கலா. குமார் பார்ப்பதற்கு நன்றாகத்தான் இருந்தான். கலாவை விடவும் நான்கு வயது மூத்தவன். பார்ப்பதற்கு படித்த, நாகரிகம் தெரிந்த பையனைப்போல இருந்தாலும் உண்மையில் ஐந்தாம் வகுப்புகூட படிக்கவில்லை. மூன்றாம் வகுப்பு படிக்கும் போதே பாடம் நடத்திக்கொண்டிருந்த ஆசிரியை குச்சியை ஓங்கிக் காண்பித்தார் என்பதற்காக குச்சியைப் பிடுங்கி அவரையே அடித்து விட்டு வீட்டுக்கு ஓடி வந்துவிட்டானாம். வீட்டிலும் முரட்டுப் பிள்ளையாகத்தான் வளர்ந்திருக்கிறான். சிறிய வயதிலிருந்தே கலாவைக் கட்டிக்கொள்ள வேண்டுமென்று நினைத்துக் கொண்டிருந்தவன் தொடர்ந்து கலா பள்ளிக்கூடம் போய் படிப்பதைப் பார்த்து அவளுக்கு

பொருத்தமானவனாய்தான் இருக்க வேண்டுமென்பதற்காக எழுதப் படிக்கவும் மற்ற நாகரிக பழக்கவழக்கங்களையும் கற்றுக் கொண்டிருக்கிறான். அவனுடைய முரட்டுக்குணம்தான் மணி மேகலையை அதிகமாய் பயப்பட வைத்துள்ளது. பதினோரு வயதாகும்போதே தண்ணீர் குடத்துடன் வந்துகொண்டிருந்த மணி மேகலையை வழிமறைத்து 'எனக்கு பொண்ணு தாறியளா?' என்று கேட்டிருக்கிறான். விளையாட்டிற்குக் கேட்கிறானென்று நினைத்தவள், 'உள்ளூருக்குள்ள பொண்ணு குடுக்குறல்ல' என்று சொல்லியதுதான் தாமதம் தலையிலிருந்த மண்குடத்தை தடியால் ஒரே அடியாய் அடித்து உடைத்துவிட்டு ஓடியிருக்கிறான். அதுவே மணிமேகலைக்கு பெரும் அதிர்ச்சியாயிருந்தது. அதன் பிறகு அதிக நாட்கள் கலாவை வாடியக்காட்டில் அவள் வைத்திருக்கவில்லை. ஐந்தாம் வகுப்புவரை கற்பகநாதர் குளத்தில் தன் அம்மா வீட்டில் விட்டுப் படிக்க வைத்தாள். பிறகு கும்பகோணத்தில் வாழ்க்கைப்பட்டுப் போயிருந்த தன் தங்கை வளர்மதியின் வீட்டில் கொண்டுபோய் விட்டுவிட்டு வந்து விட்டாள். பன்னிரெண்டாம் வகுப்பு முடிய கலா கும்பகோணத்தில் தான் படித்தாள். பத்தாம் வகுப்பு விடுமுறைக்கு ஊருக்குப் போயிருந்தபோது இருவருக்கும் பழக்கம் உண்டாகிவிட்டது. இது இரண்டு வருடங்களுக்குப் பிறகுதான் மணிமேகலைக்கே தெரிய வந்திருக்கிறது. 'படிக்கிற பொண்ணு ஒன்னய மதிக்காதுடா, அந்த பொண்ணு வேண்டான்டா' என்று குமாரிடம் ஒருமுறை அவனுடைய அம்மா சொல்லி விட்டாள் என்று வீட்டிலுள்ள பாத்திர பண்டங்களை யெல்லாம் உடைத்து நொறுக்கி குவித்துப் போட்டுவிட்டானாம். அன்றைக்கு இருந்த அதே முரட்டுக்குணம்தான் இன்றைக்கும் அவனிடம் இருக்கிறது. அயோக்கியத்தனம் செய்பவனையும் ரௌடித் தனம் செய்பவனையும் கதாநாயகனாய் சினிமாவில் பார்த்துப் பழகிய கலா குமாரின் முரட்டுத்தனத்தை ரசிக்கத் தொடங்கியிருக்கிறாள். ஆனால் இதை எல்லாம் நினைக்க நினைக்க மணிமேகலைக்குத்தான் அடிவயிற்றில் புளியைக் கரைத்தது போலிருந்தது. இந்தக் கல்யாணத்தை நடக்கவிடாமல் செய்ய எவ்வளவோ பிரயாசைப்பட்டாள். ஆனால் அவள் நினைத்தது எதுவுமே நடக்காமல் போய்விட்டது.

"அக்கா.... பொண்ணு மாப்புள்ள பொருத்தத்தப் பாரேன். இதுக்கு இதுதான்னு சொல்லிவச்சிக்கிட்டு வளத்தமேரி இருக்குறத்த" என்றாள் வளர்மதி.

மணிமேகலை பார்க்க விரும்பாதவளைப்போல அங்கு மிங்குமாய் தன் பார்வையை திசைமாற்றி அலையவிட்டாள்.

“பெத்த புள்ளய மாலையும் கழுத்துமா பாக்கக் குடுத்து வச்சிருக்கணும். நீ என்னடான்னா மூஞ்சத் திருப்பிக்கிட்டு இருக்குற. கோவதாவத்தயெல்லாம் ஒதுக்கி வச்சிட்டுப் பாரு அதுவொள” என்று வலுக்கட்டாயமாய் பிடித்து இழுத்து பார்க்க வைத்தாள் வளர்மதி.

மணிமேகலை நிமிர்ந்து பார்த்தாள். ஜோடிப் பொருத்தம் பாந்தமாக இருந்தது. பூவாலும் நகையாலும் அலங்காரம் செய்யப் பட்டிருந்த கலா ஒரு தேவதையைப்போல தெரிந்தாள். ‘பக்கத்தில் உட்கார்ந்திருப்பவன் நம் மகளுக்கேற்ற தேவகுமாரன் தான்’ என்று நினைக்கத் தோன்றியது அவளுக்கு. பார்வையை மறைப்பதுபோல திடீரென்று இரண்டு கண்களிலும் குளம் கட்டி நின்றது கண்ணீர். பக்கத்திலிருந்த வளர்மதி தன் அக்காவையே பார்த்துக்கொண்டு நின்றாள். ‘இது நிச்சயமாக வேதனையால் தளும்பும் கண்ணீராக இருக்க முடியாது’ என்று நினைக்கத் தோன்றியது அவளுக்கு.

மணவறையையே வைத்த கண் வாங்காமல் பார்த்துக் கொண்டிருந்தாள் மணிமேகலை. வெகுதூரம் ஓடிக் களைத்தவள், தன் ஓட்டம் முடிந்து உட்கார்ந்து ஓய்வெடுத்துக்கொள்ளும் ஆசுவாசத்துடன் மெதுவாய் வளர்மதியின் தோளில் சாய்ந்தாள். இதுவரை மூச்சிரைக்க அவள் ஓடிவந்த பாதை பின்னால் நீண்டு கிடந்தது. தங்கை வளர்மதியின் கையைப் பிடித்தபடி பழைய நினைவுகளுக்குள் மூழ்கினாள் மணிமேகலை.

# 2

தெற்கு நோக்கி தொண்டியக்காடு வரை செல்லும் நேர்ரோடு. இரண்டு பக்கமும் பச்சைப்பசேலென்று வயல்களும் வாய்க்கால்களுமாக நீர் தேங்கிக் கிடக்கும் கோட்டகம். ஆங்காங்கே திக்குக்கு ஒன்றாய் வளர்ந்து நிற்கும் கருவை மரங்கள். அவற்றில் அடைந்திருக்கும் சதுப்புநிலப் பறவைகள். இவையெதுவும் கண்ணுக்குத் தெரியாவண்ணம் இன்னும் விலகாமல் சூழ்ந்திருக்கும் விடியற்காலை இருட்டு. மார்கழி பனி, மழையைப் போல கொட்டிக்கொண்டிருந்தது. இரண்டு நாட்களுக்கு முன் பெய்த மழையால் ரோட்டில் கற்கள் எடுபட்டு நின்றன. கப்பிமண் கரைந்து ரோட்டின் இரண்டு பக்கப் படுகையிலும் வழிந்தோடிக் கிடந்தது. இரண்டு பக்க தாழ்வான பகுதிகளுக்கு நடுவே வகிடு எடுத்ததுபோல உயர்ந்து காணப் பட்ட ரோடு, மண் கரைந்துபோனதால் மேலும் குறுகிப் போய் இளைத்த எலும்புக்கூட்டைப் போல துறுத்திக்கொண்டு சென்றது.

"சின்னக்கா.... சின்னக்கா.... சின்னக்கா...." இருட்டைப் பார்த்து கத்திக்கொண்டே ஓடினாள் வளர்மதி. கூரான

கற்கள் காலில் குத்தின. அவளால் வேகமாக ஓட முடியவில்லை. சின்னக்கா மணிமேகலை அவளுக்கும் முன்னால் எங்கே போய்க் கொண்டிருக்கிறாள், என்பதும் தெரியவில்லை. மணிமேகலை புல்லறுக்கும் அரிவாளையும் ஆக்கைகளையும் எடுத்துக்கொண்டு வீட்டைவிட்டு கிளம்பிய அடுத்த வினாடியே அவளுடைய அம்மா பாக்கியம் 'ஏ சின்னமொட்ட.... சின்ன மொட்ட, எழும்பு. ஒஞ் சின்னக்கா ஒண்டியாக் கெளம்பி பில்லறுக்கப் போவுது. நீனும் ஓடு சீக்கிரமா' என்று தட்டி எழுப்பிவிட்டாள்.

தூக்கம் கலையாமல் எழுந்த வளர்மதி கண்ணைக் கசக்கிக் கொண்டே வெளியே வந்து பார்த்தபோது மணி மேகலையைக் காண வில்லை. புதுவாய்க்கால் தாண்டி ஆவட வாய்க்காலையும் தாண்டி விட்டாள். ஆனால் இன்னும் வளர்மதியால் மணிமேகலையைப் பிடிக்க முடியவில்லை. முன்னால் எவ்வளவு தூரத்தில் போய்க் கொண்டிருக்கிறாள் என்பதுகூட வளர்மதிக்குத் தெரியவில்லை.

சில நிமிடம் நின்று சுற்றிலும் பார்த்தாள். எங்கும் ஒரே அமைதியாயிருந்தது. வயல்களிலும் வாய்க்கால்களிலும் மீன்கள் துள்ளி விழும் சத்தமும் தவளைகள் குதிக்கும் சத்தமும் சன்னமாய்க் கேட்டது. வளர்மதிக்கு பயமேற்பட்டது. இன்னும் கொஞ்சம் பலமாக சத்தம் போட்டுக் கூப்பிட்டாள். தானே சத்தம் எழுப்பிக்கொள்வதால் தனக்குள் ஏற்பட்ட பயம் கொஞ்சம் குறைவது போலிருந்தது. அவள் போட்ட சத்தம் வாய்க்கால் மதகுகளில் பட்டு கோட்டகமெங்கும் எதிரொலித்தது.

'இவ்வள சத்தம் போடுறம். காதுல வுழுவாமயாயிருக்கும். இந்தக்கா நின்னு என்னன்னு கேட்டான்ன?' என்று நினைத்த மாத்திரத்திலேயே வளர்மதிக்கு அழுகை வருவது போலிருந்தது.

'நல்லாத் தூங்கிக்கிட்டு கனவு கண்டுக்கிட்டருந்தம். இந்த அம்மா எளுப்பிவுட்டு இப்படி அலக்கழிச்சுட்டுதே. எவ்வள நல்ல கனவு. மடிநெறயா லட்டுப் பழத்த பறிச்சிவச்சிக்கிட்டு என்னமா தின்னுக்கிட்டுருந்தம். அத முழுசா திங்கவுடாம பண்ணிப்புட்டுதே. இதுமேரி கனவு இனிமே வருமா?' அம்மாவின் மீது வெறுப்பாக வந்தது வளர்மதிக்கு.

வளர்மதி படிக்கும் பள்ளிக்கூடத்திற்கு சற்று அருகேயுள்ள கூட்டையர் வீட்டு ஊத்தாங்கரை மரத்தில் நாவல் பழம் லட்டுபோல் பழுத்திருக்கும். சுற்றிலும் கள்ளி வேலியுள்ள அந்த தோப்பிற்குள் யாரும் போக முடியாது. ஒரே ஒருபக்க வழிதான். வீட்டையொட்டிய

அந்த வழியோரமாக பெரிய மாமரமொன்று இருக்கும். அந்த மாமர நிழலில் கயிற்றுக் கட்டிலைப் போட்டு எப்போதும் கட்டையர் படுத்திருப்பார். அவருக்குத் தெரியாமல் ஒரு ஈ, காக்காய் கூட தோப்பிற்குள் போக முடியாது. பொல்லாத கோபக்காரர் கட்டையர். அவருக்குக் கோபம் வந்துவிட்டால் யார், எவர் என்று பார்க்க மாட்டார். தான் வைத்திருக்கும் தடியால் அடித்து நொறுக்கிவிடுவார். அவருடைய முரட்டுத்தனத்தை வளர்மதி ஒருமுறை நேரில் பார்த்திருக்கிறாள். அதை இப்போது நினைத்தாலும் ஈரக்குலை நடுங்குவது போலிருக்கும்.

அது நாவல் பழக்காலம். ஊரெங்கும் நிறைய மரங்களில் நாவல் பழுத்திருந்தது. கட்டையர் வீட்டு லட்டுப்பழ மரத்திலும் நிறைய பழுத்துக் குலுங்கியிருந்தது. மற்ற மரத்துப் பழங்களெல்லாம் பெரும்பாலும் கொட்டை பெரிதாகவும் அதிக சதைப் பற்றில்லாமலும் தான் இருக்கும். ஆனால் கட்டையர் வீட்டு பழம் மட்டும் சிறிய கொட்டையுடன், பெரிய பழமாகவும் சதைப்பற்று அதிகமாகவும் ருசியாகவும் இருக்கும். கட்டையர் வீட்டுப் பழங்கள் காசுக்கு மட்டுமே கிடைக்கும். வேலிக்கு வெளியே நின்றுதான் வாங்கவேண்டும். பிள்ளைகள் எல்லோராலும் காசு கொடுத்து வாங்கித் தின்ன முடிகிறதா? எப்போது திருட்டுப்பழம் பறித்துத் தின்ன வாய்ப்பு கிடைக்குமென்று காத்துக்கொண்டுதான் இருப்பார்கள். ஒருநாள் பள்ளிக்கூடத்தில் சாப்பாட்டு மணியடித்த நேரம் பக்கத்துக் குட்டைக்கு தட்டுக் கழுவ வந்த வளர்மதியும் இன்னும் இரண்டு சிறுமிகளும் பார்த்தபோது கட்டையர் படுத்திருக்கும் மாமரத்தடி கட்டில் காலியாக இருந்தது.

“அவரு சுருட்டு வாங்க சின்னம்பி கடக்கிப் போயிருப்பாரு. வர்றதுக்கு செத்த நேரம் ஆவும். அதுக்குள்ள நம்ம உள்ளபோயி பழம் பறிச்சிக்கிட்டு வந்துருவமா” என்ற ஒருத்தியின் யோசனை மூவருக்கும் பிடித்துப் போனது. ஒருத்தியை வேலியோரமாக காவலுக்கு நிற்க வைத்துவிட்டு வளர்மதியும் இன்னொரு பெண்ணும் பதுங்கிப் பதுங்கி தோப்பிற்குள் நுழைந்தார்கள். வளர்மதி பாவாடையை சுருட்டிக் கட்டிக்கொண்டு தாவி ஏறினாள். மரம் நிறைய பழங்கள். குண்டு குண்டாய் பார்க்க வெகு அழகாயிருந்தன. நிறையப் பழங்களை உருவி உருவி குட்டைக்குள் விழுந்துவிடாமல் கரைமீது போட்டாள். கீழே நின்றவள் தாங்கமுடியாத சந்தோஷத்துடன் பொறுக்க ஆரம்பித்தாள். நாலா பக்கமும் கைகளை வீசி வீசி அசுரகதியில் பறித்துக் கொண்டிருந்தவளின் பார்வை தற்செயலாக தோப்பின் வடக்கு ஓரம் போனது. அங்கேயிருந்து கட்டையர் ஒரு கையால் ஆடு ஒன்றின் ஒரு காலைப் பிடித்துத் ‘தரதர’ வென்று இழுத்துக்கொண்டு வந்தார்.

அவருடைய இன்னொரு கையில் தடியிருந்தது. மேலேயிருந்த வளர்மதிக்கு 'பக்'கென்றது. மெதுவாக கீழே நிற்பவளிடம் அதைச் சொல்ல, அந்தப் பெண் தன் மடியிலிருந்த பழங்களுடன் விழுந்தடித்து ஒரே ஓட்டமாய் ஓட ஆரம்பித்துவிட்டாள். மரத்திலிருந்த வளர்மதியால் அவ்வளவு சுலபமாக இறங்க முடியவில்லை. அதற்குள் அவள் ஓடுவதைப் பார்த்துவிட்டார் கட்டையர். ஆட்டை அப்படியே விட்டுவிட்டு அவளைத் துரத்திக்கொண்டு ஓடினார். 'கட்டையரின் கையில் மாட்டினால் செத்துவிடுவோம்' என்று பயந்த வளர்மதி தழைகளுக்குள் மறைந்துகொண்டு ஒடுங்கிப் போய் அப்படியே உட்கார்ந்திருந்தாள். துரத்திக்கொண்டு ஓடிய கட்டையர், அவள் பிடிபடாமல் போகவே ஏதேதோ கோபமாக பேசியபடி மறுபடியும் திரும்பி வந்தார். இப்போது அவர் ஒரு மண்வெட்டியையும் எடுத்துக் கொண்டு வந்தார். மண்வெட்டியைப் பார்த்தவுடன் இன்னும் பயமாயிருந்தது வளர்மதிக்கு. மூச்சு விடாமல் அப்படியே உட்கார்ந்திருந்தாள். வடக்கு ஊத்தாங்கரை ஓரமாக மண்வெட்டியை வைத்தார். பின்பு, ஆட்டை இழுத்து வந்து போட்டார். ஆடு உயிரோடுதான் இருந்தது. மெதுவாக கத்தியபடி கால்களை உதைத்துக்கொண்டு கிடந்தது. இரண்டு கண்களையும் உருட்டி உருட்டிப் பரிதாபமாக விழித்தது. காதுகள் படபடத்தன. ஆடு மெல்லக் கத்திக்கொண்டே இருந்தது. கட்டையர் அவசர அவசரமாக குழி ஒன்றை வெட்டினார். மணற்பாங்கான நிலமென்பதால் 'சரசர'வென்று மண் வெளியேறியது. ஆட்டிற்குப் போதுமான குழியை வெட்டியவுடன் மண்வெட்டியை வைத்துவிட்டு உயிரோடு கிடந்த அந்த ஆட்டின் நான்கு கால்களையும் பிடித்துத் தூக்கி அதே நிலையில் குழிக்குள் போட்டார். ஆடு கத்திக் கொண்டிருக்கும்போதே குழிக்குள் மண்ணைத் தள்ளினார். வளர்மதியால் அதற்குமேல் பார்த்துக்கொண்டிருக்க முடியவில்லை. கிளைகளும் இலைகளும் அசைந்துவிடாதவாறு மெதுவாக மரத்தில் நகர்ந்தாள். தாழ்ந்த, வாகான ஒரு கிளையில் உட்கார்ந்தாள். 'கடவுளே மாடய்யா என்னைக் காப்பாத்து' என்று வேண்டிக்கொண்டு தொபீரென்று குதித்தாள். கட்டையர் என்ன ஏதென்று புரிந்து கொள்வதற்குள் ஓட்டமெடுத்தாள். 'வக்காள ஒழி பயமவளே' என்று தடியைத் தூக்கிக்கொண்டு பின்னால் கட்டையர் ஓடிவந்தார். அவர் கையில் மாட்டிவிடக் கூடாதென்று தலைதெறிக்க ஓடிவந்து எப்படியோ தப்பி விட்டாள். அன்று ஏற்பட்ட பயத்தால் இரண்டு மூன்று நாட்கள் வரை உடல் கொதித்தது. காய்ச்சல் நிற்கவேயில்லை.

அப்படிப்பட்ட கட்டையர் வீட்டு மரத்தில்தான் ஏறி உட்கார்ந்து கொண்டு மடிநிறைய பழம் பறித்துத் தின்று கொண்டிருந்தாள் கனவில்

வளர்மதி. இப்போது கட்டையர் விரட்டினால்கூட பயமில்லை அவளுக்கு. அவளால் இரண்டு கைகளையும் பக்கவாட்டில் இறக்கை போல விரித்து பறக்க முடிந்தது. கட்டிலில் கட்டையர் படுத்திருந்தும் வேலிக்கு வெளியே இருந்து பறந்துவந்துதான் மரத்தில் உட்கார்ந்திருந்தாள். பறப்பது எவ்வளவு ஆனந்தமாயிருந்தது. 'இன்னும் நிறைய பழங்களை தின்றிருக்கலாம். இன்னும் நீண்ட தூரம் பறந்திருக்கலாம். எல்லாவற்றையும் கெடுத்துவிட்டதே இந்த அம்மா' என்று நினைத்து வருத்தப்பட்டாள். 'இன்னும் எவ்வளவோ நீண்டிருக்க வேண்டிய கனவு, அநியாயமாக கலைக்கப்பட்டுவிட்டதே'. கனவின் தொடர்ச்சிக்காக அவளுடைய மனம் ஏங்கியது. பயம் வேறு பதைபதைக்கச் செய்தது. பெரும் குரலெடுத்து அழுதால் தேவலாம் போலிருந்தது வளர்மதிக்கு.

"சின்னக்கா... கா... சின்னக்கா..." இருட்டு, பயம் பற்றிய எண்ணம் எழாதபடி பெரும் குரலெடுத்துச் சத்தமாய் அழுது கொண்டே நடந்தாள்.

மணிமேகலைக்கும் அவளுடைய அம்மாவுக்கும் ஏதோ வருத்தம். அம்மாவின்மீது கோபித்துக்கொண்டு நேற்றுமுதல் மணிமேகலை எதுவும் சாப்பிடாமல் கிடந்தாள். எப்போது கோபமென்றாலும் சோறு திங்காமல் கிடப்பாளே தவிர ஒருபோதும் வேலை செய்யாமல் இருக்க மாட்டாள். வீட்டில் மணிமேகலைக்கும் பாக்கியத்திற்கும் இது போல் ஏதாவது அடிக்கடி பிரச்சினை வந்துவிடும். நாள் கணக்காய் சாப்பிடாமலே கிடப்பாள். கோபமாய் இருக்கும்போதுதான் அவள் இன்னும் கொஞ்சம் வேலை அதிகமாய் செய்வதுபோல் தோன்றும். வீட்டில் ஏழெட்டு எருமை மாடுகள் இருந்தன. ஆனால் அவற்றுக்கு அள்ளிப் போட ஒருபிடி வைக்கோல்கூட கிடையாது. மேய்ச்சல் நேரம் போக காலையானாலும் இரவானாலும் அள்ளிப்போட்டு தண்ணி காட்டுவதற்கு அவள்தான் தினமும் புல்லறுத்துக்கொண்டு வர வேண்டும்.

பின்னால் சத்தம் போட்டுக்கொண்டு தன் தங்கை வருவது தெரிந்தும் நிற்காமல் நடந்து கொண்டேயிருந்தாள் மணிமேகலை. அந்த இருட்டிலும் ரோட்டை கூர்மையாக உற்றுப் பார்த்தவாறே மெதுவாக நடந்தாள். கல்லுக்கு பதிலாய் காலில் மிருதுவாக தட்டுப்படும் இடங்களிலெல்லாம் குனிந்து எடுத்து துடைத்து மடியில் போட்டுக் கொண்டாள். பொங்கல் நெருங்கி விட்டாலே இப்படித்தான் ரோட்டு நெடுகிலும் வாழைப்பழம் பொறுக்கலாம். சில இடங்களில் விடியற்காலை பனியிருட்டையும் மீறி கருநிற கற்களுக்கிடையே மஞ்சள் நிற வாழைப்பழங்கள் கிடப்பது ஓரளவு கண்ணுக்கும் தெரிந்தது. பொங்கலுக்கு இன்னும் ஒரு வாரமேயிருந்தது.

தொண்டியக்காட்டு சனங்கள் யாரும் தீபாவளியைக் கொண்டாட மாட்டார்கள். அதற்கு மாறாக பொங்கலென்றால் வெகு விமரிசையாகக் கொண்டாடுவார்கள். ஒவ்வொரு வீட்டிலும் இரண்டு மூன்று வாழைத்தார்கள் எடுப்பார்கள். வாழைத்தார்களை மாட்டு வண்டியிலும் சைக்கிள்களிலும் வைத்துக் கட்டிக்கொண்டு போவார்கள். மாட்டு வண்டி யானாலும் சரி சைக்கிளானாலும் சரி இந்தக் குண்டும் குழியும் கற்களுமாயிருக்கும் ரோட்டில் சீராக ஓட்ட முடியாது. 'கடமுட கடமுட' என்றுதான் போகும். அப்படிப் போகும்போது சற்று கனிந்த பழங்கள் வண்டி ஆட்டத்தில் பிய்த்துக்கொண்டு ரோடு நெடுகிலும் விழுந்து கிடக்கும். பொங்கல் வந்துவிட்டால் பதினைந்து நாட்களுக்கு முன்பிருந்தே ரோட்டில் வாழைப் பழங்களை பொறுக்கலாம்.

மணிமேகலையின் மடியில் நான்கைந்து வாழைப்பழங்கள் சேர்ந்திருந்தன. பின்னால் வரும் தன் தங்கையின் அழுகுரல் முன்பை விட சற்று உயர்ந்திருந்தது. அவளை நினைக்க பாவமாக இருந்தது. 'ஆத்துமேல கோச்சிக்கிட்டு சூத்துக்கழுவாம போற மேரி இல்ல இருக்கு நம்ம கத. அம்மாமேல உள்ள கோவத்த இதுகிட்ட எதுக்குக் காட்டணும். அது பாவமில்லையா' என்று நினைத்தவுடன் அவள் மனம் இளகிவிட்டது.

'பாவம் அது வரட்டும் நின்னு அழச்சிக்கிட்டே போவம்' என்று நினைத்தவளாக ரோட்டோரமிருந்த மதகின் மீது உட்கார்ந்து விட்டாள். வளர்மதியின் குரல் மட்டும் கேட்டதே தவிர பனி மூட்டத்தில் அவள் வருவது தெரியவில்லை. அழுகுரல் கொஞ்சம் கொஞ்சமாக நெருங்கி வந்தது. கிட்டே வந்தவுடன் எழுந்து அவளின் எதிரே போய் நின்றாள்.

"இப்ப எதுக்கு சின்னமொட்ட அளுவுற?"

எதுவும் சொல்லாமல் அழுதுகொண்டே நின்றாள் வளர்மதி. அவளது கையைப் பிடித்து இழுத்துவந்து மதகில் படிந்திருந்த பனியீரத்தை துடைத்துவிட்டு தன்னோரமாக உட்கார வைத்துக் கொண்டாள்.

"அழுவாத சின்னமொட்ட".

"நீ யான் நிக்காம வந்த?"

"சும்மாதான். நீ வாறியா திரும்பிப் பெயர்றியான்னு பாத்தன்".

வளர்மதியின் அழுகை நின்றும்கூட தேம்பல் நிற்கவில்லை. அவளுடைய கண்களைத் துடைத்துவிட்டாள் மணிமேகலை. தன் மடியிலிருந்த பழங்களை எடுத்து, "இஞ்ச பாரு சின்ன மொட்ட ஒனக்கு வாழப்பழம் வச்சிருக்குறன். இந்தா தின்னு" என்று கொடுத்தாள்.

"நா இன்னம் வாயி கொப்புளிக்கலக்கா".

"பரவால்ல.. சின்னப்புள்ள வாயிதான, நாறாது. தின்னு" என்றாள்.

வளர்மதி பழத்தை வாங்கி கையில் வைத்துக்கொண்டு தயக்கமாக தன் அக்காவைப் பார்த்தாள். வளர்மதியை பல் துலக்க வைப்பது, குளிக்க வைப்பது இவற்றிலெல்லாம் வழக்கமாய் கண்டிப்பு காட்டுபவள் மணிமேகலைதான். அதனால்தான் வளர்மதிக்கு தன் அக்கா முன்பாக வாய்கொப்புளிக்காமல் தின்பதற்குத் தயக்கமாயிருந்தது.

"நா ஒண்ணும் சொல்லமாட்டன். நம்ம மாடெல்லாம் பல்லு வெளக்கிப்புட்டா பில்லுத்திங்கிது. நீ தின்னு" என்றாள் மணிமேகலை.

நேற்றுமுதல் சாப்பிடாமல் கிடந்ததால் மணிமேகலைக்கு வயிற்றைச் சுருட்டுவது போலிருந்தது. தானும் இரண்டு பழங்களை உரித்துத் தின்றாள். பனியில் நனைந்த வாழைப்பழம் மேலும் சில்லிப்பாயிருந்தது. வெறும் வயிற்றில் சில்லென்று இறங்கியது.

"நீனும் பல்லுவெளக்காம திங்கிறியேக்கா?" என்றாள் ஆச்சர்யமாக வளர்மதி.

"நல்ல கதய கெடுத்த போ. நா பல்லு வெள்க்கலன்னு ஒனக்கு யாரு சொன்னா? நா எப்ப எழுந்திருச்சவ தெரியுமா?"

"....."

"நா எழும்பி பல்லு வெளக்கி மூஞ்சியெல்லாம் கழுவிப் புட்டு மாட்டுக்கு பருத்திக்கொட்ட அரச்சி வச்சிட்டுத்தான் வாறன் தெரியுமுல்ல".

"எனக்குத் தெரியாதுக்கா".

"நீதான் நல்லா தூங்கிக்கிட்டு கெடந்தியே, ஒனக்கு எப்புடித் தெரியப் போவுது. ஆமாஞ் சின்னமொட்ட, நீ எப்புடி யாம் பின்னாடி வந்த?"

"அம்மாதான் எளுப்பி வெரட்டி வுட்டுச்சி".

"......"

"நீ யாங் தொணக்கி யாரயும் கூப்புடாம தனியா வந்த?"

"நா அறுக்கப்போறன். நா அறுத்தத நானே தூக்கியாறப் போறன். அதுக்கு என்னத்துக்கு தொண தேடணும்'.

"தனியா வர ஒனக்கு பயமால்லயாக்கா?"

"இஞ்ச என்ன பயம்?"

"கொள்ளிவாப் பிசாசு அலயிற நேரந்தான இதுவும். ஒனக்கு பயமில்ல?"

"நீதான் பின்னாலயே கூப்புட்டுக்கிட்டு வாறியே. பெறவு எனக்கென்ன பயம்?"

"நா வராட்டி என்ன செஞ்சிருப்ப?"

"நீ வராட்டியும் நா பயப்புட மாட்டன். பிசாசெல்லாம் என்ன ஒண்ணும் செய்யாது. கொள்ளிவாய்ப் பிசாசு இந்த நாளுல வராது. மாசி பங்குனியிலதான் கோட்டாவத்துல அலயும்".

"நீ பாத்திருக்குறியாக்கா?"

"நாம் பாத்ததில்ல. நம்ம ஊருல நெறயாப் பேரு பாத்துருக்குறாவொளாம்".

"அது என்னக்கா செய்யுமாம்?"

"கொள்ளிவாய்ப் பிசாசு வாயால ஊதிஊதி நெருப்பக் கக்கிக்கிட்டே வருமாம். ஆம்புளெவொளக் கண்டா அதுக்கு கோவம் வந்துடுமாம். நெருப்ப துப்பிச் சுட்டுப்புடுமாம். ஆனா பொம்புளை வொளக் கண்டா ஒண்ணுமே செய்யாதாம். அக்கா வர்ரா... அக்கா வர்ரான்னு சொல்லிக்கிட்டே ஓடிப்பெயிருமாம். அதுக்கு ஆம்புளைங்கன்னாவே ஆவாது".

"நெசமாவாக்கா?"

"அட ஆமாஞ் சின்னமொட்ட".

# 3

மாட்டு மூத்திரக் கசுவால் புல் முளைக்காமல் கிடக்கும் அந்த கட்டாந்தரையின் மேல்மண்ணை விளக்குமாற்றால் படியப் போட்டு கூட்டித் தள்ளினாள் மணிமேகலை. கசுவுமண் விளக்குமாற்றின் நுனியில் ஒட்டிக்கொண்டது. திரும்பத்திரும்ப கூட்டியதில் அவை விளக்குமாற்றோடு ஒட்டி கெட்டிப்பட்டுப் போய் கோரை புல்லின் காயைப் போல தெரிந்தது. வெயில் நேரமாயிருந்தால் இப்படி ஒட்டாது. சூரியன் கிழக்கேயிருந்ததால் மண் சூடேறாமல் அப்படி ஒட்டிக்கொண்டது. நெல் தூற்றிய களத்தி லிருந்து அள்ளிவந்த கருக்காய் கூளானை கூட்டிய தரையெங்கும் பரப்பினாள். மிதித்து வைத்திருந்த சாண முட்டைப் பார்த்தாள். முழங்கால் அளவு சாணமுட்டு தண்ணீர் விட்டு மிதித்ததில் தளதளவென்று பசுமையா யிருந்தது. மனதிற்குள்ளேயே கணக்குப் போட்டுப் பார்த்தாள். 'கூளானு' க்கும் சாணிக்கும் சரியாத்தான் இருக்கும். திருப்தியாய் முணுமுணுத்துக்கொண்டாள். சாணியில் புரண்டுவிடாதபடி பாவாடையை மடித்து இடுப்பில் செருகிக்கொண்டாள். முதல் நாள் பின்னிய

பின்னலுடன் கலைந்து பரந்து கிடந்த தலையை கையால் ஒதுக்கி, கொண்டைபோல போட்டுக்கொண்டாள். சாணியில் கையை வைத்து விட்டால் பிறகு தலையை ஒதுக்கவோ துணியை சரி செய்யவோ முடியாது. ஆனால் பாழாய்ப்போன தலை சாணியில் கைவைத்த பிறகுதான் அரிப்பது போலிருக்கும். கை உதவமுடியாத நேரத்தில் தலையில் 'குடுகுடு'வென்று பேன் ஓடுவதை மட்டும் தாங்கிக் கொள்ளவே முடியாது.

மிதித்து வைத்திருந்த சாணிமுட்டிலிருந்து இரண்டு கையாலும் சேர்த்து பெருங்கையால் அள்ளி உருண்டையாக உருட்டி வரிசை வரிசையாக கூளத்தின்மீது போட்டாள். அந்த உருண்டைகளின் முன் உட்கார்ந்து இரண்டு கைகளாலும் ஒவ்வொரு உருண்டையாக தட்டிக்கொண்டே வந்தாள். ஒவ்வொரு ராட்டியின் நடுவிலும் தன்னுடைய முழு கையையும் அழுத்திப் பதித்தாள். ஐந்து விரல்களும் உள்ளங்கையும் அப்படியே பதிந்து போயிருந்தது. எப்போதுமே ராட்டி தட்டும் போது இப்படிச் செய்வது அவளுக்கு ஒரு விளையாட்டாக இருந்தது. காய்ந்த ராட்டியைப் பிட்டு அடுப்பில் வைக்கும் போதும் உள்ளங்கை பதிவு உடைந்து போய்விடாமல் கவனமாக பிட்டு எரியவிடுவாள். எரிந்து சாம்பலான பின்பும் சாம்பலை நொறுக்கிவிடாமல் எடுத்துப் பார்ப்பாள். சாம்பலிலும் அவளுடைய உள்ளங்கை அப்படியே இருக்கும். அவளுடைய தங்கச்சியைக் கூப்பிட்டு அதைக் காட்டுவாள்.

"நான் ஒரு விடுகத போடுறன் அவுக்குறியா?"

"போடுக்கா".

"வாசலுல பிச்சக்காரன் வந்து நின்னு கூப்புட, பத்து கையெரிச்சி பான மவுந்துருக்கு. இப்ப அள்ளிப்போட கையில்ல அப்பறமா வான்னாளாம். இதுக்கு என்ன அருத்தம் சொல்லு" என்பாள்.

வளர்மதிக்கு இது ஏதோ ராட்டியுடன் சம்பந்தப்பட்டது தான் என்று புரியுமே தவிர என்ன ஏதென்று தெரியாது.

"எனக்குத் தெரியல நீனே சொல்லுக்கா" என்பாள்.

"பத்து கையெரிச்சின்னா, பத்து ராட்டிய எரிச்சி சோறாக் குனதுல சோறு வெந்து பான நெறயா மவுந்துபோயிருக்கு. அவ்வள சோறு இருந்தும்கொட இப்ப அள்ளிப்போட கையில்ல. யாங்கைய பாரு ராட்டித் தட்டிக்கிட்ருக்குறன். ரெண்டு கையிலயும் சாணி

அப்பிருக்கு. அதுனால இப்ப பெயிட்டு அப்புறமா வான்னாளாம்" என்று விளக்கம் சொல்லுவாள்.

"நீ எத்துன கைய எரிச்சிக்கா சோறாக்குவ".

"பான மவுருதோ இல்லயோ நம்ம ஊட்டுல ஒரு நாளக்கி முப்பது கையாவுது எரியும்" என்பாள்.

இரண்டு வரிசை தட்டி முடித்ததும் மறுபடியும் கூளானைத் தூவி சாண உருண்டைகளை உருட்டிப்போட்டு தட்டிக்கொண்டிருந்தாள். தொண்டியக் காட்டிலிருந்து இடும்பாவனம் பள்ளிக் கூடத்திற்குப் போகும் பையனொருவன் தொடர்ச்சியாக மணியடித்தபடி வேகமாக சைக்கிளில் போனான். அவன் போவதைப் பார்த்தவுடன் திடீரென்று நெஞ்சில் யாரோ சுண்டிவிடுவதுபோன்ற ஒரு வலிவந்து மறைந்தது. அவனை அவளுக்கு நன்றாகத் தெரியும். இடும்பாவனம் பள்ளிக் கூடத்தில் பத்தாம் வகுப்பு படித்துக்கொண்டிருக்கும் வடிவேல்தான் அவன். இவள் ஆறாம் வகுப்பில் போய் சேர்ந்த அன்றுதான் வடிவேலுவையும் கொண்டுவந்து சேர்த்தார்கள்.

வடிவேலு இன்றுவரை நிற்காமல் படித்துக் கொண்டிருக்கிறான். ஆனால் மணிமேகலையோ ஆறாம் வகுப்பைக்கூட முழுதாய் முடிக்காமல் நின்றுவிட்டாள். படிப்பில் எவ்வளவு கெட்டிக்காரியா யிருந்தாள் இவள்!

நிறைய படிக்கவேண்டுமென்று எவ்வளவு ஆசைகளோடு புத்தகப் பையைத் தூக்கிக்கொண்டு இடும்பவனத்திற்கு ஓடினாள். ஆறாம் வகுப்பிற்குமேல் அடியெடுத்து வைக்க முடிந்ததா அவளால்? இப்போது நினைத்தாலும் தன்னுடைய அக்கா பூரணத்தின் மீதும் அம்மா அப்பா மீதும் கோவம் கோவமாக வந்தது. எல்லாவற்றிற்கும் பூரணம்தான் காரணம். அவளால்தான் மணிமேகலை படிக்க முடியாமல் போனது.

பூரணம் உள்ளூர் பள்ளிக்கூடத்தில் மற்ற பெண் பிள்ளைகளைப் போலவே ஐந்தாவது வரைதான் படித்தாள். பெண் பிள்ளைகளை யாரும் மெனக்கெட்டு இடும்பவனத்தில் கொண்டுபோய்ச் சேர்ப்பதில்லை. பூரணமும் தான் படிக்க வேண்டுமென்றோ, தன்னை இடும்பவனத்திற்கு அனுப்பி வைக்க வேண்டுமென்றோ எதுவும் வற்புறுத்தவில்லை. ஆனால் அவளுக்குப் பிறகு மூன்று வருடங்கள் கழித்து ஐந்தாம் வகுப்பை முடித்த மணிமேகலை தன்னை ஆறாம்

வகுப்பில் சேர்த்தே ஆக வேண்டுமென்று சோறு திங்காமல் கிடந்து அடம்பிடித்தாள்.

'யாம் பள்ளிக்கொடத்து செலவுக்கு நானே ஏதாவுது வேலசெஞ்சி சம்பாரிச்சிக்கிர்றம்ப்பா. என்னய கொண்டு சேத்து வுட்டுருப்பா' என்று சண்முகத்திடம் சதா கெஞ்சிக்கொண்டே இருந்தாள். உள்ளூர் வாத்தியார்களும் மணிமேகலையை படிக்க வைக்கச் சொல்லி பரிந்து பேசினார்கள். வேறு வழியில்லாமல் இடும்பவனத்தில் கொண்டுபோய் சேர்த்துவிட்டான் சண்முகம். மணிமேகலை பள்ளிக்கூடம் போக ஆரம்பித்த மறுநாளிலிருந்தே பூரணம் அவளை பள்ளிக்கூடத்திற்கு போகவிடாமல் செய்வதற்கான எல்லா வேலைகளையும் செய்யத் தொடங்கினாள்.

'நான் அஞ்சாவுது வரக்கிந்தான படிச்சன். அத மட்டும் எதுக்கு ஆறாவுது சேத்தூடணும்' என்பாள் அடிக்கடி.

'தல வாழ்ந்தாதான் தலக்கடயும் வாழும். நானே படிக்கல. இது படிச்சி என்ன கிழிக்கப் போவுது' என்பாள் சில நேரம்.

'நா மட்டும் வூட்டுலகெடந்து வேல செய்யணும். அது மட்டும் நெளுவா பள்ளிக்கொடம் போயிட்டு வரணுமா?' என்பாள் தினமும். அவளுடைய இந்தப் பேச்சு வீட்டிற்குள் பிரச்சினையை உண்டு பண்ணியது. பேசுவதோடு நிற்காமல் மணிமேகலை பள்ளிக்கூடத்திற்கு போட்டுக்கொண்டு போகும் வெள்ளைச் சட்டையில் சோத்துப்பானை கரியை பூசிவிடுவாள். வீட்டுப்பாடம் எழுதிய நோட்டைக் கிழித்து அடுப்பில் போட்டு யாருக்கும் தெரியாமல் எரித்துவிடுவாள். பள்ளிக்கூடம் கிளம்பும் நேரம் பார்த்து புத்தகப் பையை எடுத்து ஒளித்து வைத்து விடுவாள். இதுபோன்று பூரணம் செய்யும் இடைஞ்சல்களை மணிமேகலை சகித்துக்கொண்ட அளவிற்கு அவளுடைய அம்மா பாக்கியத்தால் சகித்துக்கொள்ள முடியவில்லை.

'கொண்டு சேத்ததுதான் சேத்தாச்சி. இந்த ஒரு வருசம் மட்டும் போவட்டும். அடுத்த வருசம் நிறுத்திபுடுறன்' என்று பூரணத்தை சமாதானப்படுத்தினாள் பாக்கியம். சண்முகம் இதைப்பற்றியெல்லாம் கொஞ்சம்கூட காதில் வாங்கிக் கொள்வதேயில்லை. அவனுக்கு முழு நேரமும் குடிப்பதற்கும், குடிப்பதற்காக காசு தயார் பண்ணுவதற்குமே நேரம் போதவில்லை. சண்முகம் கண்டித்திருந்தால் ஒருவேளை பூரணம் அடங்கிப் போயிருப்பாளோ என்னவோ, நாட்கள் வேகமாக ஓடிக் கொண்டிருந்தன. மணிமேகலை புத்தக மூட்டையை தூக்கிப் போடும் நாளுக்காக காத்திருந்தாள் பூரணம். ஆனால் மணிமேகலையின்

மனதில் வேறு மாதிரியான எண்ணம் தோன்றியிருந்தது. 'எப்படி யாவது ஆறாம் வகுப்பை மட்டும் இங்கு முடித்துவிட்டால் போதும். ஆதனூரில் இருக்கும் பெரியப்பாவிடம் கெஞ்சிக் கூத்தாடியாவது வேதாரண்ணியம் குருகுலத்தில் கொண்டு போய்ச் சேர்த்துவிடச் சொல்லலாம். ஏழாம் வகுப்பிலிருந்து குருகுலத்தில் படித்துக் கொள்ளலாம்' என்று நினைத்தாள். இந்த நினைப்பு பூரணத்திற்கு எப்படித்தான் தெரிந்ததோ என்னவோ 'உன்னை விடுகிறேனா, பார்' என்று காரியத்தில் இறங்கிவிட்டாள் அவள்.

அன்று பாக்கியம் கண்விழித்து பார்த்தபோது அம்மியிடுக்கி லிருந்த சிம்னி விளக்கு பயந்து பயந்து எரிந்துகொண்டிருந்தது.

'வெளக்கு அளுவுது. எண்ணெ தீந்து போச்சோ' என்று நினைத்தவள் எழுந்துபோய் சிம்னியை எடுத்து ஆட்டிப் பார்த்தாள். அடியில் கொஞ்சம் எண்ணெய் இருந்தது.

'எண்ணெதான் இருக்கே அப்புறம் யாங் அளுவுது' என்றவள் லேசாக சிம்னியை சாய்த்துப் பார்த்தாள். சாய்த்ததும் பிரகாசமானது சுடர்.

'இக்கும். எண்ணெக்கி திரி எட்டல போலருக்கு' என்றவள் எடுத்த இடத்திலேயே சிம்னியை வைத்தாள். மறுபடியும் அது அழ ஆரம்பித்தது.

'கீழண்டை சுவரோரமாக கவிழ்ந்து படுத்துக்கிடந்தாள் பூரணம். அவள் அப்படி படுத்திருந்ததை பார்த்ததும் பாக்கியத்திற்கு ஆச்சரியமாக இருந்தது. 'இந்நேரம் எளுந்திருச்சி முக்காவாசி வேலய முடிச்சிருக்குமே. இன்னக்கி மட்டும் யாம் இப்புடி படுத்துக்கெடக்கு' என்று நினைத்தாள்.

"பெரியங்கச்சி... பெரியங்கச்சி..." எழுப்பிப் பார்த்தாள்.

அவள் அசைவதாய்த் தெரியவில்லை.

'தூங்குறவ்வொள எளுப்பிப்புடலாம் முளிச்சிக்கிட்டு கெடக்குறவ்வொள எளுப்ப முடியுமா? தூங்குற நேரமா இது. இந்த நேரத்துல தூங்குற பொண்ணா இது. என்ன கவுடி போட்டுக்கிட்டு கெடக்குன்னு தெரியலயே. கெடக்கட்டும் கெடக்கட்டும் இனிமே எளுப்பக் கொடாது என்று நினைத்தவள், படுத்திருந்த இடத்திலேயே கால் நீட்டிப் போட்டு உட்கார்ந்தாள். நேற்று முழுவதும் மாட்டோடு

அலைந்ததால் ஏற்பட்ட அசதிக்கும் கெண்டைக்கால் வலிக்கும் அப்படி கால் நீட்டிக்கொண்டு உட்கார்ந்திருப்பது சற்று இதமாக இருப்பது போலிருந்தது. அவள் பெரும்பாலும் முன்னிரவிலும் நடுராத்திரி யிலும்கூட எழுந்தால் இப்படித்தான் உட்கார்ந்திருப்பாள். சிறிது நேரத்தில் அப்படியே தூங்கியும்விடுவாள். உட்கார்ந்து கொண்டு தூங்குவது பாக்கியத்திற்கு பழக்கமான ஒன்று. இப்போதும் கண்ணை லேசாக இழுத்துக்கொண்டு போவது போலிருந்தது. 'ச்சே.... என்ன எளும்புற நேரத்துல கண்ண கொண்டு சொருவுது?' என்று திடுக்கிட்டவள் நிமிர்ந்து உட்கார்ந்தாள். மறுபடியும் பூரணத்தைப் பார்த்தாள். அவள் அசைவில்லாமல் அப்படியே படுத்திருந்தாள்.

'என்ன இந்தப் பொண்ணு இன்னமுந் தூங்குதே. ஒடம்பு கிடம்பு ஒதவலயா?' என்று எண்ணியவள் எழுந்து கிட்டேபோய் கழுத்திலும் நெற்றியிலும் கை வைத்துத் தொட்டுப் பார்த்தாள். காய்ச்சல் எதுவுமில்லை. தோள்பட்டையைப் பிடித்து உலுக்கி எழுப்பினாள்.

"பெரியங்கச்சி.... பெரியங்கச்சி".

"ம்"

"எளும்பல?"

"...."

"என்னங்கச்சி எளுப்ப எளுப்ப முண்டாம கெடக்குற?"

"என்ன?"

"மம்ம தெளிஞ்சி போச்சிங்குறன்ல்ல".

பதிலேதும் சொல்லாமல் சுவற்றைப் பார்த்தவாறு திரும்பிப் படுத்துக்கொண்டாள் பூரணம்.

அவளைப் பார்க்கப் பிடிக்காமல் எழுந்து வெளியே வந்தாள் பாக்கியம்.

'இதுக்கு என்ன காளியம்மா வந்துச்சின்னு தெரியலயே. எளும்பக்குள்ளயே ஏடாஞ்சி பண்ணிக்கிட்டு கெடக்கே' என்று நினைத்தாள். கோட்டகத்திற்கு வைக்கோல் போர் அடிக்கப் போகும் சிலர் மாடுகளை ஓட்டிக்கொண்டு சாலையில் போய்க் கொண்டிருந்தார்கள்.

'இந்த எருமமாட்டுவொள வச்சிருக்குறத்த நாலு காள மாட்டுவொள வச்சிருந்தாலும் பொணய மாட்டுக்கு வுட்டு நெல்ல நீர சம்பாரிக்கலாம். ஏரு ஓழவுன்னு எப்பயும் வேல இருந்துக்கிட்டே இருக்கும். எப்புடி கெட்டாலும் அதுவொ தீனிக்கும் நம்ம வயத்துக்கும் தெனமும் தேடித் தந்துரும். இந்த எரும மாட்டால என்ன புண்ணியம் சாணியும் பாலுந்தான். பால கறந்துகொண்டு கடையில குடுக்குறது மட்டுந்தான் நம்ம வேலயாருக்கு. காசக்கேட்டா கைய காட்டுறானுவொ சாராயக்கட பக்கமா. இந்த குடிகார மனுசன் இருக்குற வரைக்கும் ஒருசேரு பாலுக்கு நம்ம காசி வாங்கி பாக்க முடியா. கடக்காரனுவொளயும் கண்டிக்க முடியா. அவனுவொ குடுக்க முடியான்னுட்டா சும்மா வுட்டுருவாவொளா இவ்வொ! கதகட்டி வுட்டுற மாட்டாவோ. என்ன செய்யிற? பால கறந்து மனசார குடிக்கவும் முடியா. எல்லாரு ஊட்டுலயும்தான் ஆம்புளைவொ இருக்குறாவோ. வேதனை, வெக்கைன்னா சாராயக் கடக்கித்தான் போறாவோ. ஆனாலும் இப்புடியா ச்சே.... எனக்குன்னு வந்து அமஞ்சிருக்கே' பாக்கியத்தின் நினைவு எங்கெங்கோ போய்க் கொண்டிருந்தது.

பெருமழைக்கு பசலி உருவப்போகும் பெண்கள் பெட்டி, கூடை, சாக்குகளுடன் ஓட்டமும் நடையுமாக போய்க் கொண்டிருந்தார்கள். நான்கு வீடுகள் தள்ளியிருந்த பொன்னு சாமியின் மகள் ஓடிவந்து,

"யாந்த்த பூரணம் எங்கத்த? பசலிவுருவ வாரன்னிச்சி. எல்லாரும் போறாவோ பாருங்க. சீக்கிரமா வுடியாரச் சொல்லுங்க. நான் போறன்". பாக்கியத்தின் பதிலுக்குக்கூட காத்திருக்காமல் ஓடினாள் அந்தப் பெண்.

'வேலயெல்லாம் முடிச்சிப்புட்டு கருக்கலோட பசலிவுருவ போவணுமுன்னு நெனச்ச பொண்ணு. யாம் இப்புடிக் கெடக்கு'. முற்றத்தில் நின்றுகொண்டு மறுபடியும் ஒருமுறை எழுப்பிப் பார்த்தாள்.

"ஏங்கச்சி. இப்ப எளும்புறியா இல்லயா".

"...."

பாக்கியத்திற்கு பூரணத்தின் மேல் கோவமாக வந்தது. வாசல் கூட்டும் கூறாஞ்சி பாளையை எடுத்து நாலு சாத்து சாத்தினால் தேவலாம் போலிருந்தது."

'கருக்கலுலயே கரச்ச வளக்காண்டாம். கெடந்து தொலஞ் சிட்டுப் போவுது சனியன்' என்று நினைத்தவள் தானே புழங்குகிற தண்ணீர் குடத்தை எடுத்து இடுப்பில் வைத்துக் கொண்டு கிணற்றுக்குப் போனாள். தண்ணீர் தூக்கிவந்து குடத்தடியில் வைத்துவிட்டு ஒரு கட்டி சாம்பலை எடுத்துப் போட்டு பல்லை துலக்கி கொப்பளித்தாள். அவசர அவசரமாக சாணம் கரைத்து முத்தத்தில் தெளிக்கப் போனாள். அந்த நேரத்தில் உள்ளேயிருந்து விருட்டென்று எழுந்துவந்த பூரணம், பாக்கியத்தின் முன்னால் நின்றுகொண்டாள்.

"அது இன்னயிலேருந்து பள்ளிக்கொடம் போவக் கொடாது. அது பள்ளிக்கொடம் போச்சின்னா நா வூட்டுல ஒரு வேலயும் செய்யமாட்டன்" என்றாள்.

"இந்த மூட்டயத் தூக்கி முதுவுல வச்சிக்கிட்டுத்தான் ராமுச்சூடும் கெடந்தியா? ஊத்த வாய களுவுனியாங்கச்சி நீ? யாம் இப்புடி பொச்செரிப்பு புடிச்சி அலயிற?" என்று வாயிக்கு வந்தபடி பேசித் தீர்த்தாள். ஆனால் அதற்கெல்லாம் அசைந்து கொடுப்பவளாகத் தெரியவில்லை பூரணம்.

அவளிடம் சமாதானத்திற்குப் போவதைத் தவிர பாக்கியத்திற்கு வேறு வழி தெரியவில்லை.

"இவ்வள நாளும் பெயிட்டு. இன்னம் ஒரு மாசம் மட்டுந் தான். பரிச்சய எளுதிப்புட்டு வந்துரட்டுமே பெரியங்கச்சி" என்று நயந்து கேட்டாள்.

"இனிமேதான் அது படிக்கப்போறதில்லயே. இந்தப் பரிச்சய எளுதி மட்டும் என்ன செய்யப் போவுது. இனிமே போவாண்டான்னு சொல்லு". பிடிவாதமாய் ஒற்றைக்காலில் நின்றாள் பூரணம்.

வீட்டு வேலைகளை பூரணம் செய்யமாட்டேனென்று சொல்லிவிட்டால் பாக்கியத்தின் பாடு திண்டாட்டமாகப் போய்விடும். வீட்டைச் சுற்றியிருந்த ஒன்றரை மா மானாவாரி கொல்லையில் நிலக்கடலை போட்டிருந்தான் சண்முகம். பம்பு செட்டு வாய்க்கால் தண்ணீர்தான் அப்பகுதி விவசாயத்திற்குப் பாசனம். பம்புசெட்டுத் தண்ணீரை மற்ற கொல்லைக்காரர்களுடன் மல்லுக்கு நின்று, நேரம் பார்த்து மடைமாற்றிக் கட்டி வயலுக்குப் பாய்ச்ச வேண்டும். மண்வெட்டியும் கையுமாக வாய்க்காலுக்கும் வயலுக்குமாக அலைந்து கொண்டேயிருக்க வேண்டும். மடையைத் திறந்து வைத்துவிட்டு தண்ணீர் வருகிறதா என்று வயலை சுற்றிப் பார்த்து எலி வளைகளை

அடைத்துவிட்டு நிமிர்ந்து பார்ப்பதற்குள் வாய்க்காலில் தண்ணீர் வருவது நின்று போயிருக்கும். ஏனென்று ஓடிப் போய்ப் பார்த்தால், அதற்குள் யாராவது மடையை மாற்றிக் கட்டி அவர்களுடைய வயலுக்கு தண்ணீரை கொண்டு போயிருப்பார்கள். இதுபோன்ற சமயங்களில் `சண்டை போட்டுத் தான் தண்ணீரை வயலுக்கு கொண்டுவர வேண்டும். வாய்ச்சண்டை பல நேரங்களில் கை கலப்பிலும் வந்து முடியும். இதனால் பெரும்பாலும் தண்ணீர் பாய்ச்ச பெண்களே மண்வெட்டியோடு கொல்லைக்குக் கொல்லை நின்று கொண்டிருப்பார்கள். அவர்களோடு ஈடுகொடுத்து கொல்லைக்கு தண்ணீர் பாய்ச்ச பூரணத்தால் மட்டும்தான் முடியும். பாக்கியத்திற்கோ சண்முகத்திற்கோ அந்தச் சாமர்த்தியம் போதாது. அத்தோடு வீட்டில் சோறாக்குவது கன்றுக் குட்டிகளுக்கு புல்லறுப்பது போன்ற வேலைகளையும் பூரணம் தான் செய்யவேண்டும். பாக்கியத்தால் இந்த வேலைகளை யெல்லாம் செய்ய முடியாது. மாடுகளை மேய்த்து வருவது, பால் கறப்பது, அதைக் கொண்டுபோய் கடைகளுக்குக் கொடுப்பது, ராத்திரியாகிவிட்டால் குடித்துவிட்டு எங்காவது விழுந்து கிடக்கும் சண்முகத்தை தேடிக் கண்டுபிடித்து வீட்டில் கொண்டு வந்து சேர்ப்பது போன்ற வேலைகளைச் செய்வதற்குத்தான் நேரம் சரியாக இருக்கும். இதையெல்லாம் மனதில் வைத்துக்கொண்டு தான் பூரணம் தன் அம்மாவை மிரட்டினாள்.

இரண்டு நாட்கள் எவ்வளவோ அழுது அடம்பிடித்தும் பாக்கியம் மணிமேகலையை பள்ளிக்கூடம் அனுப்பவில்லை. இதற்குமேல் அம்மாவை நம்பி புண்ணியமில்லை. அப்பாவின் காலில்தான் விழ வேண்டுமென்று நினைத்தாள் மணிமேகலை. மத்தியானத்திற்குமேல் தன் அப்பாவைத் தேடிக்கொண்டு சாராயக்கடைக்கே போய்விட்டாள்.

'நம்ம அளுவுறத்தப் பாத்தாக்க குடிபோதயில இருக்குற அப்பாவுக்கு எரக்கம் வந்துரும். அக்காவ ரெண்டு தட்டுதட்டி அடக்கி வச்சிட்டு நம்மள நாளயிலேருந்து பள்ளிக் கொடத்துக்குப் போவச் சொல்லும்' என்று எண்ணமிட்டவளாக சாராயக்கடையை நெருங்கினாள். கடைக்குள் நிறைய பேர் இருப்பதுபோல பேச்சுக்குரல் கேட்டது.

தயங்கித் தயங்கி போய் வாசல் தட்டியோரமாக நின்று கொண்டு கடைக்குள் மெதுவாக எட்டிப் பார்த்தாள். நினைத்தது போலவே சண்முகம் உள்ளேதான் குடித்துக்கொண்டு உட்கார்ந்திருந்தான். அவளைப் பார்த்துவிட்ட இன்னொருவன், "நீ சண்முவம் மவதான?

அப்பன தேடிக்கிட்டு சாராயக் கடைக்கே வந்துட்டியா? என்ன வேணும்?" என்று கேட்டான்.

"எங்கப்பாக்கிட்ட".

"என்ன?"

அதற்குள் தொண்டையடைக்க அழ ஆரம்பித்தாள்.

"என்னப்பா, யாங் இஞ்ச வந்த?" என்று கேட்டுக்கொண்டே எழுந்து வந்தான் சண்முகம்.

"அப்பா நா பள்ளிக்கொடம் போவணும்".

"போயேன். இன்னக்கி யாம் போவல. வாத்தியாரு அடிச்சாரா?"

"இல்ல".

"அப்பறம்?"

"அக்காவும் அம்மாவும் இனிமே பள்ளிக்கொடமே போக்குடான்னுட்டு".

"நாஞ் சொல்லுறன் நீ போவலாம் போ" என்றான் சண்முகம்.

மணிமேகலைக்கு வந்த காரியம் தான் நினைத்தது போலவே நடந்துவிட்டது என்ற சந்தோஷம் தாங்க முடியவில்லை.

"நீ வந்து அம்மாக்கிட்ட சொல்லுறியாப்பா".

"சொல்லுறன்".

"இப்பயே வாப்பா வூட்டுக்குப் போவம்".

"நீ போ நா அப்பறமா வாறன்".

நாளையிலிருந்து பள்ளிக்கூடம் போகலாமென்ற நிம்மதியோடு வீட்டிற்கு ஓட்டமெடுத்தாள் மணிமேகலை.

அவள் ஓடிய பிறகு சாராயக்கடையில் நடந்த பேச்சு வேறு விதமாக இருந்தது.

"யாஞ் சண்முவம், ஓம் மவள படிக்க வக்கவா போற?" என்றான் ரெத்தினசாமி.

"ஆமாண்ண".

"படிக்கவச்சி கலக்கிட்டுரு உத்தியோகம் பாக்கச் சொல்லப் போறியா".

"அது எப்புடின்ன எனக்குத் தெரியும்? வாத்தியாரெல்லாம் நல்லா படிக்கிது இடுமானத்துல சேத்துவுடுப்பான்னு சொன்னாவோ. இதுவும் அளுதிச்சி. சேத்துவுட்டன். என்ன படிச்சி எப்படியாவுமுன்னு எனக்கு எப்புடித் தெரியும்?"

"தெரியலயில்ல. பெறவு எதுக்காவ படிக்க வக்கிற?" ரெத்தினசாமி எப்போதும் தானொரு மேதை என்பதுபோல்தான் பேசுவான். சாராயக்கடைக்கு வந்துவிட்டால் எல்லோரும் ரெத்தினசாமியின் பேச்சோடு ஒத்துதான் பேசியாக வேண்டும். அவனுக்கு மாறாக யாரையும் பேச விடமாட்டான். அவன் பேச்சை ஒத்துக் கொள்ளும் வரை ஆளையும்விட மாட்டான். எடக்கு மடக்காய் கேள்வி கேட்டு எல்லோரையும் திணற அடிப்பான். அவனை பேச்சில் மிஞ்ச கற்பகநாதர்குளத்திலேயே யாருமில்லை என்றுதான் சொல்ல வேண்டும்.

"சண்முவம், ஓம் மவள பள்ளிக்கொடம் போகச் சொல்லுறதவிட ஒரு சைக்கிள் பம்பு வாங்கிக்குடுத்து ரோட்டு ஓரமா ஒக்காரவச்சியின்னா தெனமும் ஓங் குடிக்கி மொடயில்லாம காசி கெடக்கிமுல்ல".

"என்னண்ண இப்புடிச் சொல்லுறிய?"

"நான் சும்மா வெவண்டைக்குச் சொல்றன்னு நெனக்காத. நெசமாத்தான் சொல்லுறன். ஒருநாளைக்கி நூத்துக்கும் கொரச்ச யில்லாம இந்த ரோட்டுல சைக்கிள் போவுது. பத்துல ஒருத்தங் கொடவா காத்தடிக்க மாட்டான். தொண்டயக் காட்டாய்ங்க அத்துன பேரும் ஒவ் வூட்டத் தாண்டித்தான் போவணும் வரணும். வழியில எங்கயாவுது சைக்கிள் கட இருக்கா? யோசிச்சிப் பாரு. ஓம்பொண்ண படிக்கவச்சி அது சம்பாரிக்கிற காலத்துல நீ எப்புடி இருப்பியோ யாருக்குத் தெரியும். செத்தவஞ் சூத்துல வைக்கல வச்சித் திணிக்கிற கதயா இப்ப இல்லாத காசிபணம் அப்ப ஒனக்கு என்னத்துக்கு ஆவப்போவுது? என்ன சண்முவம் பேசாம இருக்குற?"

"ஒண்ணுமில்லண்ண!"

"தாம் புத்திக்காச் சரியா செய்யணும். இல்லாட்டி சொல் புத்தியாவுது கேட்கணும். ரெண்டும் இல்லாம யாண்டா நீ சும்மா கெடந்து தட்டுக்கெடுற?"

“நீங்க சொன்னத்த தாண்ண நானும் யோசிச்சிக்கிட்டு இருக்குறன்”.

“அண்ணஞ் சொன்ன யோசனய கேட்க எனக்கொரு பொம்பளப்புள்ள இல்லயேன்னு நெனக்கிறன் நான். ஓம் பொண்ணு வயசில எனக்கிருந்திச்சின்னு வச்சிக்க இந்நேரம் ஒரு கொட்டாவயப் போட்டு அண்ணஞ் சொன்ன மேரியே ஒக்கார வச்சிருப்பன்” என்று குழறிக் கொட்டினான் குடிபோதை யிலிருந்த ராமசாமி.

ரெத்தினசாமி சொன்ன யோசனை கொஞ்சம் கொஞ்சமாக சண்முகத்தின் மனதை மாற்றியது. போதை அதிகமாக அதிகமாக ரெத்தினசாமி தனக்கொரு நல்ல வழியை காட்டிவிட்டதைப் போல நினைத்தான்.

“அண்ண நீங்க எனக்கு தெய்வமுண்ண. ஒங்க சொல்ல நான் தட்டமாட்டண்ண. ஓட்ட ஒடசயாருந்தாலும் நாளக்கே ரெண்டு மூணு சைக்கிள் வாங்கிப்போட்டு யாம் பொண்ணுக்கு ஒரு சைக்கிள் கட வச்சிக் குடுத்தர்றண்ண” என்றான் சண்முகம்.

நாளை பள்ளிக்கூடம் போகலாமென்ற நினைவோடு நிம்மதியாக தூங்கியெழுந்தாள் மணிமேகலை. ரோட்டோரமாய் கொட்டகை போட தரையைச் செத்தி இடம் தயார் செய்து கொண்டிருந்த சண்முகத்தைப் பார்த்தாள்.

“யாம்மா அப்பா எதுக்கு செத்துது?” என்றாள் பாக்கியத்திடம்.

“நாலஞ்சி கால ஊணி ஒரு ஒத்தாப்பாப் போட்டு ஒனக்கு ஒரு சைக்கிள் கட வச்சிக்குடுக்கப் போவுதாம்” என்றாள் பாக்கியம்.

“அப்ப பள்ளிக்கொடம்?”

“நீ எங்க இனிமே பள்ளிக்கொடம் போற?”

மணிமேகலைக்கு இது அதிர்ச்சியாயிருந்தது. “நேற்று சாராயக் கடையில் அப்பா சொன்னது என்ன? இன்று செய்வது என்ன? அவளால் எதுவும் செய்ய முடியவில்லை. இனிமேல் யாரிடம் போய் அழுவது?” என்று பேசாமல் இருந்துவிட்டாள்.

காற்றடித்துக் கொடுப்பதோடு பஞ்சர் ஒட்டவும், வீல் பெண்ட் எடுக்கவும், டயர் ட்யூப் மாற்றவும் மணிமேகலைக்கு சண்முகமே

கற்றுக்கொடுத்தான். சைக்கிளுக்கு காற்றடிக்க வரும் தொண்டியக் காட்டு வடிவேலு மட்டும் அவளிடம் பரிவோடு ஏதாவது பேசுவான்.

"ஒன்னய ஆர் எஸ் சாரு கேட்டாரு. நல்லா படிக்கிற பொண்ணு யாம் நின்னுச்சின்னு ஏ. வி. சாரு கொட கேட்டாரு" என்று தினமும் ஏதாவது வந்து சொல்லிவிட்டுப் போவான். மறுவருடமும் மறுவருடமும் ஏதாவது படிப்பதைப்பற்றி வந்து சொல்லுவான். ஆனால் அதற்குப் பிறகெல்லாம் இவள் இருக்கும் பக்கம் திரும்பிக்கூட பார்க்கமாட்டான். இவள் நன்றாக படிக்கக்கூடிய பெண் என்பதுகூட அநேகமாக அவனுக்கு மறந்துபோயிருக்கும். எதையெதையோ நினைத்துக் கொண்டிருந்தவள் நீண்ட பெருமூச்சொன்றை விட்டாள். கை அன்னிச்சையாக ராட்டியைத் தட்டிக்கொண்டேயிருந்தது.

"ஏ.... மணிமேல இன்னக்கி பில்லுக்குப் போவல?" என்று கேட்டுக்கொண்டே வந்தாள் வடக்குத்தெரு சுந்தரி.

"இல்ல சுந்தரி. நேத்தே கால்யிலயும் மத்தியானமுமா போயி ரெண்டுகட்டு கொண்டாந்துட்டன். இன்னக்கி அள்ளிப் போடப் போரும். அறுத்தாந்து அறுத்தாந்து பில்ல அவியவச்சி அள்ளிக் கொட்டுறத்துல என்ன புண்ணியம்? அதான் ஒரு நாளக்கி ஓய்வா இருப்பமேன்னுட்டு இருந்துட்டன்".

"பில்ல கட்டோட போட்டா அவியாம என்ன செய்யிம். ஒதறி போட்டான்ன?"

"ஒதறிதான் போட்டுருக்குறன். இருந்தாலும் அன்னன்னக்கி பில்லுமேரி வாசமா இருக்குமா? மறுநாளு பில்லுல ஒரு வாட வருது தான? மறுநாளு பில்ல அள்ளிப்போட்டாக்க யாம் மாடுவொ மோந்து மோந்து பாத்துட்டு மூக்க சுளிக்குதுவொ. என்ன செய்யச் சொல்லுற?"

"நீ கொஞ்சமாவா அறுத்தாந்து கொட்டுற? பறந்து பொறுக்குறத்துக்கு. ஓம்மாடுவொ சொகுசுதான் புடிக்கிம். எங்க வூட்டு கட்டுத்தறிய போயிப் பாரு. ஒரு பில்லு காம்பாவது கெடக்கான்னு. வாயால ஊதி ஊதி ஒண்ணுவுடாம பொறுக்கிப் புடுதுவொ, தெரியுமில்ல".

சுந்தரி சொல்வது உண்மைதான். மணிமேகலையோடு யாராலும் போட்டிபோட்டு புல்லறுக்க முடியாது. புல்லறுக்கப் போய்விட்டால் குனிந்த தலை நிமிராமல் அறுப்பாள். 'சரசர'வென்று அறுப்பதற்கு ஏதுவாக பெரிய பாமினி அரிவாளைத்தான் எடுத்துக்கொண்டு

போவாள். புல்லை கையால் சேர்த்துப் பிடித்து நான்கு இழுப்பு அறுத்தால் திணறு பிடியாய் ஒருபிடி புல் சேர்ந்துவிடும். பத்துப்பதினைந்து பிடி அறுத்தால் ஒரு குடங்கையிருக்கும். இருபது குடங்கைக்கு மேல் அறுத்தால்தான் அரிவாளை கீழே போடுவாள். அறுத்த புல்லை அள்ளி ஓரிடத்தில் அடுக்காய் சேர்த்து வைப்பாள். பனை மட்டையின் கருக்கு மட்டையில் கிழித்த உறுதியான அவணிப் பட்டை ஆக்கைகளைத்தான் புல்கட்ட பயன்படுத்துவாள். நான்கு ஆக்கைகளை சம இடைவெளியில் நீட்டிப்போட்டு உயரமான புல்லை அடியில் இரண்டு பக்கமும் சமமாக பரப்புவாள். அதன் மேல் புல்லை அரிஅரியாய் அள்ளிவைத்து அடுக்கிக் கொண்டே வருவாள். இரண்டு பக்கமும் பிசிறில்லாமல் தட்டித்தட்டி அடுக்குவதே பார்க்க அழகாக இருக்கும். கட்டு பாதி உயரம் வந்துவிட்டால் அதற்குமேல் தனியாக அள்ளி வைத்துக் கட்ட முடியாது. கட்டை அவள் பிடித்துக் கொண்டு, கூட வந்திருப்பவர்களை புல்லள்ளிப் போடச் சொல்லுவாள். எல்லா புல்லையும் அள்ளிவைத்து அடுக்கிப் பார்த்தால் நெஞ்சு உயரத்திற்கு வந்திருக்கும். பின்பு ஆக்கைகள் ஒவ்வொன்றாக எடுத்துத் தீரச்சொல்லி இறுக்கி இறுக்கி கட்டுவாள்.

ஒவ்வொரு ஆக்கையாக மறுபடி மறுபடி இறுக்கிக் கட்ட இடுப்புயரத்திற்கு வந்து நிற்கும் புல்லுக்கட்டு. பாறாங்கல்லைகூட அசைத்துவிடலாம் மணிமேகலையின் புல்லுக்கட்டை எளிதில் அசைக்க முடியாது. அவளது கட்டிலிருந்து வீடு செல்லும்வரை ஒரு புல்கூட நழுவி விழாது. அவ்வளவு உறுதியாகவும் இறுக்கமாகவும் இருக்கும் கட்டு. நான்கு பேர் சேர்ந்துதான் தூக்கிவிட வேண்டும். கட்டுக்குப் புல்லள்ளிப் போடுவதற்காகவும், தூக்கி விடுவதற்காகவும்தான் துணையாளோடு அவள் புல்லறுக்க வருவது. அவளின் புல்லுக் கட்டை ஆண்கள்கூட எதிர்நின்று வாங்க முடியாது. அப்படியொரு சுமை தூக்கும் உறுதியான கழுத்து மணிமேகலைக்கு. ஆளைப் பார்த்தால் அப்படியொன்றும் வாட்ட சாட்டமாக இருக்கமாட்டாள். வெடுக்கு வெடுக்கென்ற ஒல்லியான உடல்வாகு. சுமாரான உயரம். மாநிறம்.

"இது என்ன வேல? இப்பத்தான் ராட்டி தட்டிக்கிட்டுருக்குற? ஓரமுட்டுல அள்ளிப்போட்டா போயில கொல்ல ஓரமா நல்ல காசிக்கி விக்கலாமுல்ல?" என்றாள் சுந்தரி.

"ஆமாமாங் வித்து வித்துத்தான் கொண்டுபோயி குடுத்துட்டு வருதே எங்கப்பா, ஒரு சாராயக் கடைக்கிக்கொட கொற வைக்காம.

தட்டிப் போட்டாலும் நாலு நாளைக்கி பொகச்ச குத்தாம, கண்ண கசக்காம சோறாக்கலாம்".

"யாங் வெறவு இல்லயா?"

"இல்ல சுந்தரி. அடுப்புக்கு ஒண்ணுமே இல்ல".

"ரெண்டு நாளைக்கு தும்பச்சேரி அளத்தப்பாக்க ஓடுனா வேணுங்கறத்த வெட்டியாரக்கொடாதா?"

"அங்கயுந்தான் போவ முடியலயாமுல்ல. அண்ணாபேட்ட ஆளுவொ கத்திய புடுங்கிக்கிட்டு வெரட்டுறானுவொளாமுல்ல?"

"யாரு சொன்னா ஒனக்கு? நேத்துகொட செவக்கொளுந்து சின்னம்மா, சிந்தாமணிக்காட்டக்கால்லாம் போயி வெட்டி யாந்தாவொளே".

"நெசமாவாச் சொல்லுற?"

"அட ஆமாம் மணிமேல. பெரிசி பெரிசா வைரம் பாஞ்ச மரமால்ல பாத்து வெட்டியாந்தாவோ".

"அப்புடியா. எனக்குத் தெரியாம பெயிட்டே. தெரிஞ்சிருந்தா தொணயோட தொணயா நானும் பெயிட்டு வந்துருப்பனே. சேரி சுந்தரி நம்ம வேணுமுன்னா பெயிட்டு வருவமா?"

"போனாக்க எனக்கும் தேவலாந்தான். எப்ப போவம்?"

"இப்பயே வேணுமுன்னாலும் போவமே".

"இப்பயேவா?"

"ம்".

"வூட்டுல யாருமில்லயே".

"வூட்டுக்குள்ள பொதயலாருக்கு?"

"நம்ம வூட்டுலயெல்லாமா பொதயலிருக்கு. முந்தா நாளு போட்ட ஆட்டுக்குட்டி ரெண்டு கவுத்துக்கெடக்கு. ஆடு தரவாயில கட்டிக்கெடக்கு. அப்பப்ப தூக்கிக்கொண்ட ஊட்டவுட்டுத் தூக்கியாறணும். அதான் பாக்குறன்".

“வேற எப்ப போவலாமுங்குற?”

“எங்க சின்னண்ண அவ்வோட்டு ஆரெஸ்பதி கொல்லயிலதான் மரம் கழிச்சிக்கிட்டு இருக்கு. பாத்துக்கிர்றியான்னு கேட்டுப் பாக்குறன். போச்சொன்னிச்சின்னா வந்தர்றன். இல்லன்னாக்க நாளைக்கி கருக்கலோட பெயிட்டு வந்துருவம்”.

“வாரதாருந்தா நேரம் வளத்தாம சட்டுன்னு வாரியா”.

“இந்தா பெயிட்டு வந்தர்றன். கத்திய எடுத்துத் துணியில் சுத்திக் கிட்டு வுடியார வேண்டியதுதான். வேற எதுவும் வேலயில்ல எனக்கு” என்று சொன்ன சுந்தரி வேகவேகமாக தன் அண்ணன் வேலை செய்து கொண்டிருக்கும் ஆரெஸ்பதி கொல்லையை நோக்கி ஓடினாள்.

# 4

“அம்மா, தென்னம்பலத்துலேருந்து அம்முனியாத்தா வந்துருக்காவொம்மா. நம்ம பெரியக்கா வூட்டுல ஒக்காந்துருக்குறாவோ. நம்ம வூட்டுக்கு வரப்போறா வொளாம்”.

ஓட்டமாய் ஓடிவந்த வளர்மதி மூச்சு வாங்கியபடியே தன் அம்மாவிடம் சொன்னாள்.

“வரட்டுமே இப்ப அதுக்கென்ன?” என்றாள் தவிடு கொழித்துக்கொண்டிருந்த பாக்கியம்.

“கடக்கிப் போயி வெல்லந்தூளு வாங்கியாறவா?”

“எதுக்கு”.

“காபித் தண்ணி போட்டுக் குடுக்கமாட்ட?”

“இது என்ன கதயாருக்கு? அடஞ்சாவளத்தான் எதுக்காவ ஆத்தக்கட்டி எறக்கிறானாங்?” சந்தேகமாய் வளர்மதியைப் பார்த்து நமட்டுச் சிரிப்பு சிரித்தாள். வளர்மதியால் பதிலேதும் சொல்ல முடியவில்லை. அதேசமயம்

பரபரப்பு அடங்காதவளாக ஒருவிதத் தவிப்போடு தன் அம்மாவின் முகத்தைப் பார்த்தாள்.

"ஒனக்கு காபித்தண்ணி குடிக்கிற யாவுவம். நாக்கு தொங்குது அதான்?"

"எனக்காவ ஒண்ணும் நாங் கேக்கல".

"பெறவு?"

"அம்முனியாத்தாவுக்காவத்தான் கேட்டன்".

"அம்முனியாத்தாமேல அப்புடியென்ன வந்திச்சி? தூக்கியாற மூட்டய நம்ம வூட்டுலயா கொண்டாந்து அவுக்குறாவோ? இல்ல நம்மவூட்டு வரக்காப்பிக்காவத்தான் தென்னம்பலத்துலேருந்து நாக்க தூக்கிக்கிட்டு வாராவொளா?"

"காபி குடிக்கிறதுக்காவ நம்மவூட்டுக்கு வரப்போறாவொன்னு நாஞ் சொன்னனா?"

கொழிப்பதை நிறுத்திவிட்டு நிமிர்ந்து வளர்மதியைப் பார்த்தாள் பாக்கியம்.

"நம்ம சின்னக்காவ பொண்ணு பாக்கயில்ல வருவாவொளோன்னு தான் சொன்னங்" என்றாள் வளர்மதி.

"யாருஞ் சொன்னாவொளா?"

"இல்ல நானா நெனச்சிக்கிட்டன்".

அம்முனியாத்தாவும் பூரணத்தின் கணவனும் பேசிக் கொண்டதை மறைந்திருந்து தான் ஒட்டுக்கேட்டு வந்தது தன் அம்மாவுக்கு தெரிந்துவிடுமேயென்று பயந்தாள் வளர்மதி.

"நெனச்சிக்கிடுவ.... நெனச்சிக்கிடுவ" என்று அவளைப் பழித்தவாறே முறத்தோடு ஒட்டியிருந்த மாவுபோன்ற பூந்தவிட்டை கையில் தட்டி வளர்மதியிடம் நீட்டினாள்.

அதை வாங்கியவாறே "அ.ம்.மா..." என்று இழுத்தாள் வளர்மதி.

"என்னங்கச்சி?" அதட்டினாள் பாக்கியம்.

"வெல்லந்— தூளு".

"நெனப்பு பொழப்ப கெடுத்துச்சாம். நீராரம் உப்பக் கெடுத்துச்சாம். போயி வேலயப் பாப்பியா" என்று விரட்டினாள் பாக்கியம்.

இவர்கள் பேசிக்கொண்டது வீட்டுக்கோடியில் கீற்று முடைந்துகொண்டிருந்த மணிமேகலைக்கு அரைகுறையாய் காதில் விழுந்தது. பேச்சு தன்னைப் பற்றியதுதான் என்றளவில் அவளுக்குப் புரிந்ததே தவிர என்ன ஏதென்று ஒன்றும் தெரியவில்லை. கீற்று முடைவதைப் போட்டுவிட்டு தண்ணீர் குடிக்க வருபவளைப்போல துணிமணியை உதறி தட்டிக் கொண்டு மெதுவாக வீட்டிற்குள் வந்தாள்.

மணிமேகலை வருவதைக்கூட கண்டுகொள்ளாதவளைப் போல குனிந்து சுறுசுறுப்பாக புடைத்துக்கொண்டிருந்தாள் பாக்கியம். 'என்ன?' என்பது போல வளர்மதியைப் பார்த்து சாடையாய் தலையசைத்துக் கேட்டாள் மணிமேகலை. பூந் தவிட்டை வாய் நிறைய கொட்டி அதக்கிக்கொண்டிருந்தவளால் சட்டென்று வாய் திறக்க முடியவில்லை. 'திருதிரு'வென்று விழித்தவாறே ஏதோ கைசாடை காட்டினாள். மணிமேகலைக்கு எதுவும் புரியவில்லை. வீட்டிற்குள் போய் தண்ணீர் ஊற்றிக் குடித்துக் கொண்டிருந்தாள். வீட்டு முற்றத்தில் பூரணத்தின் குரல் கேட்டது. அவள் அம்மாவைக் கூப்பிட்டுக்கொண்டே வந்தாள். தான் வீட்டிற்குள் இருப்பது பூரணத்திற்குத் தெரிய வேண்டாமென்று நினைத்த மணிமேகலை சட்டென்று கதவிடுக்கில் போய் மறைந்து நின்றுகொண்டாள்.

"உள்ள வா பெரியங்கச்சி. வந்து ஒக்காரு" என்று அழைத்தாள் பாக்கியம்.

"ஒக்காரவெல்லாம் எனக்கு நேரமில்ல".

"யாங்? புள்ள எங்க? புள்ளய கொண்டாந்து உடத்தான் வாறன்னு நெனச்சன். சும்மா வந்து நிக்கிற?"

"அத வச்சிக்கிட்டு ஒரு வேலயுஞ் செய்ய முடியல. கொண்டாந்து வுடுவமுன்னுதான் நெனச்சன். தென்னம்பலத்து லேருந்து அம்முனியாத்தா வந்துருக்குறாவோ. அவ்வோ மடில கெடந்திச்சி. எப்புடி தூக்கியாற? அம்முனியாத்தா பேரனுக்குக் கல்யாணம் பண்ணப் போவுதாம். நம்ம வூட்டுல பொண்ணெடுக் கணுமுன்னு ஆசப்படுது பொலருக்கு. சொல்லிப்புட்டு வரச் சொன்னாவோ. அப்பா வந்தா வூட்டுலயே இருக்கச் சொல்லு...." வார்த்தையை முழுசாய் முடிப்பதற்குள் 'விருட்'டென்று வெளியேறி வேகமாய் போய்விட்டாள்.

கதவிடுக்கில் நின்று கேட்டுக்கொண்டிருந்த மணிமேகலைக்கு நெஞ்சு படபடப்பது போலிருந்தது. 'அம்முனியாத்தா நம்மளத்தான் பொண்ணு பாக்க வருதாம்' நினைக்கவும் மெல்லியதாய் ஒருவித பரவசம் மனமெங்கும் பரவியது. அவள் தன் அம்மாவைத் தாண்டி எப்படி வெளியே போவதென்று நினைத்தாள். ஏனோ கூச்சமும் வெட்கமும் ஏற்பட்டு அவளைத் தடுமாற வைத்தது. வளர்மதியின் கையைப் பிடித்துக்கொண்டு வெளியே போய்விடுவோமாவென்று நினைத்தாள். ஆனால் வளர்மதியை அங்கு காணவில்லை. பூரணம் அங்கு வந்து சேதியை சொல்ல ஆரம்பித்த உடனேயே அவள் சிட்டாய்ப் பறந்துவிட்டாள். 'தான் ஒட்டுக்கேட்ட விஷயம் அம்மாவுக்கு தெரிந்துவிடப் போகிறது. கையில் அகப்பட்டால் காதைத் திருகி காக்காய்க்கிப் போட்டுவிடும்' என்ற பயத்தில் ஓடிவிட்டாள்.

கொழித்த தவிட்டை கூடையில் அள்ளி வைத்துவிட்டு தவிடு பறந்துகிடந்த அவ்விடத்தை சுத்தம் செய்ய ஆரம்பித்தாள் பாக்கியம்.

"இவ்வள வுமியாம்மா இருந்திச்சி?" சூழலை சட்டென்று மாற்றிவிடும் விருப்பத்தில் கேட்டாள் மணிமேகலை.

"ஆ....மா காசி குடுத்து வாங்குறம். சரிக்கிச்சரியா உமிய கலந்து குடுக்குறாவொ. இப்புடியே வச்சா மாட்டுக்கு ஒடச்செரிக்குமா? அரிசில பொடச்ச குத்துமியயெல்லாம் தவுட்டோட கலந்தர்றவொ. புள்ளகுட்டிய பெத்தவ்வொ. குடும்பங்குடியா வாழுறவ்வொளே இந்த மேரி அநியாயத்தப் பண்ணுனா, நாட்டுல எப்புடி மழ பெய்யும்?"

பாக்கியம் அதோடு நிற்கவில்லை. தவிடு கொடுத்தவர்களையெல்லாம் நினைவுக்குக்கொண்டு வந்து அவர்களைப் பற்றிப் புலம்பவும், சாபம் கொடுக்கவும் ஆரம்பித்தாள். அடுத்து வேறு விஷயம் ஏதாவது அவளுக்குக் கிடைக்கும்வரை இந்தப் புலம்பலை விடமாட்டாள்.

'அம்முனியாத்தா நம்மள பொண்ணு பாக்க வந்திருக்காம்'. மணிமேகலைக்கு திரும்பத் திரும்ப இந்த எண்ணமே வந்து கொண்டிருந்தது. மனதில் ஏற்பட்ட பூரிப்பால் நடையிலும் ஒருவித துள்ளல் சேர்ந்துகொண்டது. தன் அம்மாவைத் தாண்டி விருட்டென்று வெளியே வந்தாள். தான் முடைந்து கொண்டிருந்த கீற்றின் முன் உட்கார்ந்தாள். ஓர் ஓலைவிட்டு ஓர் ஓலை ஒடித்து மடக்கிப் பின்னியிருந்த கீற்றில் இரண்டு ஓலைவிட்டு அடுத்ததை ஒடித்து

மடக்கிப் பின்னினாள். இப்படி பின்னுவது அவளையுமறியாமல் நடந்துவிட்டதைப்போல் பிறகு பார்த்து அதிர்ச்சியடைந்தாள்.

'ச்சே.... என்ன இது. ரெட்ட ஓலவுட்டு மடக்குறம். எவ்வளவு அகலமான ஓல. இத இப்புடிப் பின்னுறமே. யாராவுது பார்த்தா நம்மள என்ன நெனப்பாவோ. கைவேல தாறுமாறாப் போச்சின்னா புத்தி பெசவிட்டுன்னு தான அர்த்தம் பண்ணிக் கிடுவாவோ. நம்ம புத்தி யாம் இப்புடி அலயிது....?' என்று தன்னைத்தானே கடிந்துகொண்டாள். இருந்தும் அவளால் தன் வேலையை முன்புபோல சீராகச் செய்ய முடியவில்லை.

'இப்பக்கி இது சரிப்பட்டு வராது நம்பளுக்கு. யாராவுது கண்டுபுடிச்சிட்டா காறி துப்புவாவோ' என்று நினைத்தவள் ஈர மட்டைகளை ஒன்றின்மீது ஒன்றாக எடுத்துப் போட்டாள். முடைந்த கீற்றுகளை ஏற்கெனவே அடுக்கி வைத்திருந்த கீற்றுகளுடன் கொண்டுபோய் வைத்து மேலே பாரம் வைத்தாள். அவளுக்கு கால் ஓரிடத்தில் தரிக்கவில்லை. வீட்டிற்குள் வந்தவள் அழுக்குத் துணி மணிகளை அள்ளி தோளில் போட்டுக்கொண்டு கிளம்பினாள்.

"என்னங்கச்சி மட்ட மொடஞ்சி கிளிச்சிப்புட்டியா? துணியள்ளி தோளுல போட்டுக்கிட்டு கெளம்பிட்ட?"

"குளிக்கப் போறம்மா".

"மட்ட காஞ்சி பெயிடாதாங்கச்சி".

"காயாம அடுக்கித்தான் போட்டுருக்குறன். வந்து மொடஞ்சர்றன்".

"இப்ப என்ன அவ்வள அவசரம் குளிய போட?"

"அளுக்குத்துணி நெறயா கெடக்கு. இப்பயே போனாத்தான் ஆர அமர தொவச்சிக்கிட்டு வரலாங். பொளுது பெயிட்டுன்னா சட்ட துணி கும்மக்கொட கல்லுக் கெடைக்காது". பாக்கியத்தின் பதிலுக்குக் கூட காத்திராமல் சொல்லிக்கொண்டே நடக்கத் தொடங்கினாள்.

"யாங்கச்சி போறதுதான் போற, இந்தக் கொடத்த எடுத்துக் கிட்டுப் போய் ஒரு கொடம் நல்ல தண்ணி கொண்டாரக்கொடா".

பின்னாலிருந்து பாக்கியம் சத்தம் போட்ட பிறகுதான் அது உறைத்தது மணிமேகலைக்கு. வழக்கமாய் அவள் குளிக்கப் போகும் போது குடத்தையும் எடுத்துக்கொண்டுதான் போவாள்..

"என்னமோ யாவுவத்துல நாம்பாட்டுக்கு போறம்மா" என்றபடியே திரும்பி வந்தாள்.

"என்னங்கச்சி பேச்சு பேசுற நீ. வாயிலயே போட்டன்னாப் பாரு. சின்னஞ்செறு பொண்ணு சொல்லுற வார்த்தயா இது? யாரு காதுலயாவுது வுளுந்தா காறித் துப்ப மாட்டாவோ? கைவேல கருத்துலயில்லாம போற அளவுக்கு வேற என்ன நெனப்பு ஒனக்கு?"

வீட்டிற்குள் வந்து நல்ல தண்ணீர் குடத்தை ஒழித்து எடுத்துக்கொண்டு கிளம்பினாள்.

"நெல செவத்துமேல சோத்துக்கத்தாழ இருக்கு எடுத்துக்கிட்டுப் போ".

"நேத்துதான் தலகுளிச்சன்".

"எரிக்கிற வெயிலுல இன்னக்கிம் குளிச்சா கூந்த காயாம பெயிருமா? வீணாப் போவுதுன்னுதான சொல்லுறன். வயத்த காந்துதுன்னு ரெண்டு மட பேத்தாந்தன். தெளுவுல கரச்சி வெறும் வயத்துல குடிச்சா நல்லதுன்னவோ. ஒரு மடலக்கொட முளுசா குடிக்க முடியல. கொடல பெரட்டிக்கிட்டு வந்துட்டு".

"வச்சிருந்து நீனே நாளக்கிக் காலையிலயும் கரச்சிக்குடி".

"வெயிலுல காஞ்சி சாவநாறிப் பெயிருமுன்னுதானங்கச்சி சொல்லுறன். எடுத்துக்கிட்டுப் போயி உச்சிலவச்சி அரக்கி அலசிப் புட்டு வாறதுல ஒனக்கு எங்குன வலிக்கிது?" என்று அதட்டினாள்.

'இதுவேற ஏளூரு நாத்தம் நாறும்' என்று முணுமுணுத்த வாறே நிலைச்சுவற்றின் மீதிருந்த சோத்துக்கத்தாழை மடலை எடுத்து குடத்துக்குள் போட்டுக்கொண்டு கிளம்பினாள்.

"சட்டுபுட்டுன்னு குளிச்சிட்டு சீக்கிரமா வந்து சேரு. தென்னம்பலத்துலேருந்து அம்முனியாத்தா வந்துருக்குறா வொளாம்" என்று மறுபடியும் பின்னாலிருந்து சத்தம் போட்டாள் பாக்கியம்.

தற்போதைக்கு தன் அம்மாவிடமிருந்து தப்பியோடினால் போதுமென்று நினைத்து வேகமாக நடந்தாள் மணிமேகலை. வழி நெடுக அவளுக்கு அம்முனியாத்தா பேரன் சங்கரனைப் பற்றிய நினைவே திரும்பத் திரும்ப வந்துகொண்டிருந்தது. சங்கரனை இவள் சிறிய வயதில் பார்த்ததுதான். அப்போதே ஆள் நல்ல நிறமாய் கன்னம்

ரெண்டும் உப்பலாய் பார்க்க கொழுக்கட்டைபோல நன்றாக இருப்பான். 'இப்போது எப்படி இருக்கிறானோ' என்று நினைத்தவள் 'இந்த அம்முனியாத்தா தாம் மட்டும் வந்துட்டு வந்துட்டுப் போவுதே. பேரன ஒருநட அழச்சாந்தா என்னவாம்' என்று முணுமுணுத்துக் கொண்டாள். 'ச்சே. என்ன நம்ப இப்புடி நெனக்கிறம். கொஞ்சங்கொட வெக்கமில்லாம' என்று தன்னைத்தானே கடிந்துகொண்டாள்.

'இப்ப வந்து மட்டும் என்ன செய்யப்போறம்?" என்று நினைத்தாள்.

'எப்புடி இருக்குறாவொன்னு பாக்கலாமுல்ல' என்று வரிந்து கட்டிக்கொண்டு வந்தது ஆசை கொண்ட மனது.

'பாத்து மட்டும் என்ன செய்யப்போறம். புடிச்சிருக்குன்னு சொல்லப் போறமா? இல்ல எனக்குப் புடிக்கல வேண்டாங்கப் போறமா. எப்புடி இருந்தாலும் அவ்வொளுக்குத்தான் நம்மள கட்டி வய்க்கப் போறாவோ. இதுல மின்னாடி பாத்தான்ன பின்னாடி பாத்தான்ன, எல்லாம் ஒண்ணுதான்'.

சங்கரனுக்கு மணிமேகலையைத்தான் கட்டிவைக்க வேண்டும் என்ற முடிவை அம்முனிக்கிழவி என்றோ எடுத்திருந்தாள். அதைச் சண்முகத்திடம் பல தடவை சொல்லியிருக்கிறாள். ஆனால் கல்யாணத்திற்கான ஏற்பாடுகளைத்தான் இதுவரை செய்யாம லிருந்தாள். அதற்குச் சங்கரனின் ஜாதகத்தில் கிரகநிலை சரியில்லை யென்று ஜோசியர்கள் சொல்லியதுதான் காரணமாக இருந்தது.

சங்கரனைப் பற்றிய யோசனைகளோடு வந்தவளுக்கு அவ்வளவு தூரம் நடந்ததும், குளத்தங்கரைக்கு வந்து சேர்ந்ததும் தெரியவில்லை.

அல்லியும் தாமரையும் கொடிப்பாசியும் மண்டிக் கிடந்தது குளத்திற்குள். பசுமையால் கருமை அடர்ந்திருந்த அக்குளத்தின் நாலாபக்கத்திலிருந்தும் கோடு போட்டதுபோல வெள்ளை மணலோடு பளிச்சென்று தெரிந்தன குளித்துப் புழங்கிய துறைகள். குளத்தின் தெற்குத்துறை மற்ற துறைகளைவிடவும் சற்று அகலமாய் குளத்திற்குள் இன்னும் கொஞ்சம் கூடுதலான தூரம்வரை சென்றிருந்தது. அந்தத் துறையில் குளிப்பவர்களின் எண்ணிக்கை அதிகமாயிருந்ததுதான் அதற்குக் காரணம். அத்துறையில் கிடந்த அகலமான துணி துவைக்கும் கல்லால்தான் நிறைய பேர் அந்தத் துறையில் வந்து இறங்கினார்கள். மாலை நேரம் ஆகிவிட்டால் பத்துப் பதினைந்துபேர் வந்து இறங்குவதும் குளிப்பதும் போவதுமாக

இருப்பார்கள். ஆனால் இப்போது குளக்கரையில் ஒரு ஈ, காக்காயைக் கூட காணவில்லை. அந்தப் பகுதியே அமைதியாக இருந்தது. குளத்தைச் சுற்றியிருந்த தென்னை மரங்கள் சில குளத்தை குனிந்து பார்ப்பதைப்போல வளைந்து நின்றன. விளையாட்டுப் பிள்ளைகள் இந்தத் தென்னை மரங்களில் ஏறி அதிலிருந்து குளத்திற்குள் கரணம் பாய்வார்கள். மணிமேகலையும் ஓரிருமுறை மரத்திலிருந்து குளத்திற்குள் குதித்து நீச்சலடித்து விளையாடியிருக்கிறாள். ஆனால் இப்போதெல்லாம் மனதிற்குள் எவ்வளவுதான் ஆசையிருந்தாலும் அப்படி விளையாட முடியாது. அழுக்குத் துணிகளை தண்ணீருக்குள் அழுத்தி கல்லின் மீது போட்டாள். இடுப்பில் கட்டியிருந்த பாவாடையை அவிழ்த்து குறுக்கு மாராப்பு கட்டிக்கொண்டு தண்ணீருக்குள் இறங்கினாள். தெளிந்த தண்ணீருக்குள் வெள்ளை மணலில் அவளது கால்கள் பதிவதைப் பார்த்தாள். அவை மிகவும் அழகாயிருப்பது போலவும் அவளுடைய கண்களுக்கு அருகில் வருவது போலவும் தெரிந்தன. முதலில் அழுக்குத் துணிகளை துவைத்து விட்டு பின்பு குளிக்கலாமென்று எண்ணியவள் துணிகளை ஒவ்வொன்றாக கல்லில் அடித்துத் துவைத்துக் கும்மினாள். பின் அவற்றை அலசிப் பிழிந்து கரையில் கொண்டுபோய் வைத்துவிட்டு வந்தாள்.

ஆளரவமற்ற அந்தக் குளத்தில் தனியாய் குளிப்பது அவளுக்கு புதிதில்லை. என்றாலும், ஏனோ இன்று என்றைக்கும் இருப்பதை விடவும் ஆனந்தமளிப்பதாய் இருந்தது. கொளுத்தும் வெயிலால் தண்ணீரின் மேற்பரப்பு மட்டும் சற்று சுடுவதுபோல வெதுவெதுப்பா யிருந்தது. வெண்மணல் தெரியும்வரை குளத்திற்குள் போனாள். கழுத்தளவு தண்ணீரோடு நின்று போயிருந்தது அந்த வெண்மணல் பரப்பு. அடுத்து ஒரு அடி எடுத்து வைத்தாலும் பொதபொதவென்ற சேற்றுக்குள்தான் கால் போகும். முட்டை முட்டையாய் கும்பி மேலெழும்பி வரும். அதோடு லேசாக கும்பி நாற்றமும் சேர்ந்து வரும். சேற்றுக்குள் கால் வைத்துவிடாதபடி கவனமாக நின்று கொண்டாள். தண்ணீருக்கடியில் தெரிந்த அவளது கட்டை விரலைத் தொட்டுப் பார்ப்பவளைப்போல குனிந்து மூழ்கினாள். மணலோடு சேர்ந்த அடித்தண்ணீரின் குளிர்ச்சி நன்றாக இருந்தது. அந்த வெண்மணலோடு உரசியவாறே மெதுவாக விலாங்கு மீனைப்போல நெளிந்து நீந்தினாள். எடுத்து வந்திருந்த சோற்றுக் கற்றாழை நினைவுக்கு வந்தது. கரையில் வைத்திருந்த குடத்திற்குள்ளிருந்து அதை எடுத்து வந்தாள். அதன் தடித்த தோலை உரித்துவிட்டு சதைப்பகுதியை உச்சந்தலையில் வைத்து அரக்கினாள். சோற்றுக்கற்றாழையின் குளிர்ச்சி உடலெங்கும் பரவியது.

அப்படியே தண்ணீருக்குள் மூழ்கி முடியை அலசினாள். கற்றாழைப் பருக்கைகள் தண்ணீரெங்கும் மிதந்தன. பாசிக்குள்ளிருந்த மீன்கள் வந்து பருக்கைகளைக் கொத்தின. நிறைய மீன்கள் அவளைச் சுற்றி மொய்த்தன. தலைமுடியில் சிக்கிக்கொண்டிருந்த கற்றாழை பருக்கைகளை கைகளால் அலசிவிடாமல் அப்படியே தண்ணீருக்குள் மூழ்கினாள். மீன்கள் தலையை மொய்த்துக் கொத்தின. தலையில் மீன்கள் கொத்துவது அரித்த தலையை சொறிந்து கொடுத்து ஈறுகளை குத்தி விடுவதுபோல இதமாக இருந்தது. சில மீன்கள் 'வெடுக் வெடுக்' கென்று பிடுங்குவது போலவும் முடியுடன் சேர்த்து இழுத்தன.

மற்ற பெண்களென்றால் இவ்வளவு நேரமும் மீன்களை இதுபோல விளையாடவிட்டு வேடிக்கை பார்த்துக் கொண்டிருக்க மாட்டார்கள். சீலைத்துணியை விரித்துப் போட்டு வாரிச்சுருட்டி குழம்பு வைக்குமளவிற்குப் பிடித்திருப்பார்கள். ஆனால் மணிமேகலை அப்படியெல்லாம் செய்யாமலிருந்தது மீன்களுக்கு துணிச்சலை கொடுத்திருக்க வேண்டும். அவை கொஞ்சமும் பயமின்றி அவளைச் சுற்றி வந்து கொத்திக் கொண்டிருந்தன. தலையை நன்றாக அலசி தூக்கி முடிந்து கொண்டாள். துணிச்சலான மீன்கள் அவளுடைய கால்களிலும் தொடைகளிலும் கொத்தின. அவளுக்கு கூசுவதைப்போல இருந்தது.

'ச்சே.... இந்த மீனுவொளுக்கு எடம் ஏவலு தெரியாது போலருக்கு. எங்கயெல்லாம் போயி கொத்திப் புடுங்குதுவொ' என்று முணுமுணுத்த மணிமேகலை, கால்களை உதறி தண்ணீருக்குள் சுழன்று செல்லமாய் அவற்றை விரட்டினாள்.

கட்டைவிரல் நகக்கண்ணிலிருந்த காயத்தில் 'வெடுக்' கென்று கொத்தியது மீன். உச்சந்தலையில் அடிப்பதுபோல் வலித்தது. நடக்கும்போது கல்லில் இடித்துக்கொண்டதால் ஏற்பட்ட சிறிய காயம்தான். ஆனால் மீன் கொத்தியதில் உயிர்போவது போலிருந்தது. குளித்தது போதுமென்று கரையேற நினைத்தாள். துணிகளை அள்ளித் தோளில் போட்டுக்கொண்டாள்.

நல்ல தண்ணீர் பிடிக்கும் அடிகுழாய் இருக்குமிடத்திற்கு வேகவேகமாக நடந்தாள். குழாயடியில் வடக்குத்தெரு பெண்கள் இரண்டுபேர் பித்தளைக் குடங்களை புளியம் பிஞ்சையும் உப்பையும் நசுக்கிப்போட்டு விளக்கிக் கொண்டிருந்தார்கள். தேய்த்துத் தேய்த்து விளக்கியதில் குடம் பொன்னைப்போல பளிச்சென்று மின்னியது. மேலும் அவர்கள் குடத்தினுள் இருக்கும் களிம்பையும் தேய்த்துக் கழுவினார்கள்.

"எனக்கொரு கொடம் குடுத்துருங்க. நீங்க கொடஞ்சி கொடஞ்சி களுவுறத்துக்குள்ள பொளுது பெயிரும் பொலருக்கு' என்றாள்.

"போற.... பொளுது போயித்தான் போற?.... என்ன அவசரம் இப்ப?" என்றாள் உட்கார்ந்திருந்தவளில் ஒருத்தி.

"அவசரந்தான்".

"என்ன அவ்சரம்? புள்ளய மொளவாப் பானைக்குள்ளயா போட்டுட்டு வந்துட்ட?" என்று நீட்டினாள் இன்னொருத்தி.

அவர்களிடம் பேசியபடியே தன் குடத்தை முதலில் வைத்து அடித்து தூக்கிக்கொண்டு வந்தாள். தண்ணீர் குடத்தை தலையில் வைத்துக்கொண்டு இரண்டு தோள்களிலும் கிடந்த ஈரத்துணிகள் கனக்க வேகவேகமாக நடந்தாள். அவளுடைய நடையின் வேகத்தை விடவும் பலமடங்கு வேகமாக மனம் ஓடிக்கொண்டிருந்தது. சங்கரனின் நினைவுகள் யாருக்கும் தெரியாமல் அவளை கொஞ்சம் கொஞ்சமாக தன் வசப்படுத்திக் கொண்டிருந்தன.

## 5

மணிமேகலையும் இன்னும் நான்கைந்து பெண்களும் புல்லறுக்கப் போகிறார்கள். வாடியக்காட்டு கோட்டகத்தில் வக்காப்புல் ஆளுயரத்திற்கு வளர்ந்திருக்கிறது. இளஞ்சிவப்பும் வெள்ளையுமாய் பச்சையுடன் கலந்த நிறத்திலிருக்கும் வக்காப்புல் எல்லாவகையான புற்களை விடவும் ருசியானது. மாடுகளும் வக்காப் புல்லென்றால் பறந்து பறந்து தின்னும். வக்காப்புல்லின் குருத்தைக் கிழித்து மாடு மேய்க்கும் பிள்ளைகளும் தின்பார்கள். சிறுவயதுமுதல் நிறைய வக்காப்புல் குருத்தை மணிமேகலையும் தின்றிருக்கிறாள். இரண்டு பக்க வயிறும் முட்டமுட்ட மேய்ந்துவிட்டு வரும் மாடுகள்கூட வக்காப்புல்லை பார்த்துவிட்டால் தனியாய் ஒரு வயிறெடுத்து மறுபடியும் ஒரு மேய்ச்சல் மேயும். வக்காப் புல்லை அறுத்துக் கட்டுவதும் எளிது. விறகுக்கட்டு போல் நீளவாக்கில் போட்டுக் கட்டலாம். கட்டுப் பார்க்கவும் அழகாக இருக்கும். ஒருபிடி புல்லைக்கூட உருவி இழுக்க முடியாது.

நான்கு புறமும் நடவு வயல்கள் நடுவில் இந்தத் தரிசு. தரிசு முழுவதும் வக்காப்புல்தான். அடிக்கு ஓரிடத்தில் பத்தை கட்டிப்போய் தளதளவென்று வளர்ந்து நிற்கிறது. மணிமேகலையும் மற்ற பெண்களும் அருமையான புல்லைப் பார்த்து விட்ட சந்தோஷத்தில் பரபரவென்று அறுக்கத் தொடங்குகிறார்கள். கணுக்காலளவு சேறு அதற்குமேல் கெண்டைக் காலளவு தண்ணீர் கிடக்கிறது. தண்ணீரில் நனைந்துவிடாமல் தண்ணீருக்கு மேலே பிடித்து அறுக்கிறாள் மணிமேகலை. இரண்டு பத்தைகளை அறுத்தால் ஒருபிடி சேர்ந்து விடுகிறது. அறுத்த புல்லையும் தண்ணீரில் நனைத்துவிடாமல் கவனமாக அடிப்பத்தை மீது பிடிபிடியாக வைக்கிறாள்.

"ஏ மணிமேல அறுத்தது போறாது?" என்கிறாள் ஒருத்தி.

"போறுமுன்னுதான் நெனக்கிறன்".

"அப்ப அள்ளி கரசேப்பமா? பத்தலன்னா பாத்துக்கிட்டு அப்பறமா அறுத்துக்கிடுற" என்கிறாள் இன்னொருத்தி.

"ஆமாமா... எதுக்கும் அள்ளிப் பாத்துக்கிடுவம். தூக்க முடியாம பெயிட்டுன்னா என்ன செய்யிற?"

"வேல மெனக்கெட்டு அறுத்து அள்ளி வீசிப்புட்டா போவ முடியும்?"

எல்லோரும் அவரவர்கள் அறுத்துவைத்த புல்லை அள்ளத் தொடங்குகிறார்கள். ஒவ்வொரு குடங்கையாய் அள்ளிச் சேர்த்துக் கொண்டு வந்து கரையில் வைக்கிறார்கள். மணிமேகலை அள்ளிக் கொண்டே வருகிறாள். நீண்ட புல்லுடன் நீட்டுவாக்கில் கிடந்த பாம்பையும் சேர்த்துப் பிடித்து அள்ளி, தன் குடங்கைக்குள் அடக்கிக் கொள்கிறாள். சேறும் தண்ணீருமாயிருந்த அந்த தரிசில் திமுறு குடங்கை கழுத்தை திருப்ப முடியாமல் குனிந்து பார்க்க முடியாமல் செய்ததால் தட்டித் தடுமாறி நடக்கிறாள். அதுவரை புல்லோடு புல்லாய் அவள் குடங்கைக்குள் நீண்டு கிடந்த பாம்பு அவள் சேற்றுத் தரிசை விட்டு கரையில் ஓரடி எடுத்து வைத்ததும் தொபீரென்று அவளின் முன் விழுந்து அவளைத் துரத்துகிறது. அந்தச் சேற்றுத் தரிசிக்குள் அங்குமிங்குமாக ஓடி அலைமோதுகிறாள். எந்தப் பக்கமும் அவள் கரையேறி ஓடிவிடாதபடி துரத்துகிறது பாம்பு. சேற்றில் புதைந்து கிடக்கும் கருவை முற்களும் நத்தை ஓடுகளும் அவளது கால்களிரண்டிலும் குத்திக் கிழிக்கின்றன. அவள் கால்களிலிருந்து பெருகும் ரத்தம் சேற்றோடும் தண்ணீரோடும் கலந்து தரிசு முழுவதும் சிவப்பாகிறது. வளர்ந்து நிற்கும் வக்காப் புற்களும் அறுத்த அடித்

துட்டைகளும் அந்த இரத்தத் தண்ணீரை உறிஞ்சி ரத்தச் சிவப்பாகின்றன. மணிமேகலையுடன் வந்த பெண்களெல்லாம் கொல்லை வரப்புகளில் நின்று கொண்டிருக்கிறார்கள். இவள் ஓடுவதையும் தடுமாறி விழுவதையும் சேற்றில் புரண்டு எழுவதையும் அவள் கிடந்து தவிப்பதையும் பார்க்க அவர்களுக்கு வேடிக்கையாக இருக்கிறது. அவர்கள் அடக்க முடியாமல் குலுங்கிக் குலுங்கி சிரித்துக் கொண்டிருக்கிறார்கள்.

மணிமேகலையின் உடம்பிலிருந்த எல்லா ரத்தமும் வடிந்து போன பிறகு அவளால் ஓடவும் முடியவில்லை. சோர்ந்து போய் சேற்றுத் தண்ணீருக்குள் தொப்பென்று விழுகிறாள். பாம்பு அவளின் முன்வந்து அவளைப் பார்த்து ஆக்ரோஷத்துடன் சீறுகிறது. மணிமேகலைக்கு இதுவரை இருந்த பயம் சட்டென்று காணாமல் போய்விடுகிறது.

"என்னய கொத்தணுமுன்னுதான ஆசப்படுற. கொத்திக்க யாம் ஒடம்புல ஒரு சொட்டு ரத்தங்கொட கெடயா. ஒவ் வெஷந்தான் ஓடணும். கொத்து... கொத்து" என்று பலவீனமாக முனகுகிறாள்.

மணிமேகலைக்கும் சற்று தள்ளி படுத்திருந்த பாக்கியம் அவள் முனகும் சத்தம் கேட்டு தலையைத் தூக்கிப் பார்த்தாள்.

"எங்கச்சி... என்னங்கச்சி கொத்து கொத்துங்குற?" பாக்கியத்தின் அதட்டும் குரல் கேட்டு திடுக்கிட்டு எழுந்தாள் மணிமேகலை.

"என்னங்கச்சி எதாவுது கனவுகினவு கண்டியா?"

மணிமேகலைக்கு உடல் லேசாக நடுங்குவது போலிருந்தது. பயம் கொஞ்சமும் குறையாதவளாக, ஆமாம்மா. ஒரு பாம்பு. என்னய தொரத்தித் தொரத்தி".

"கடிச்சிச்சா இல்லயா?"

"இல்ல".

"க்கூம். சனியம் புடிச்சா அவ்வள சட்டுன்னு உட்டுருமா" என்று அலுத்துக்கொண்டாள்.

"படுத்து செத்த கண்ண மூடு. பயந்தெளிஞ்சிரும்" என்று சொல்லி விட்டு படுத்துக்கொண்டாள் பாக்கியம்.

மணிமேகலை படுத்து கண்களை மூடிப் பார்த்தாள். தூக்கம் வரவில்லை. அந்தப் பாம்பும் தரிசின் இரத்தச் சிவப்பும் கண்முன்னால் வந்தது.

படுத்திருப்பது அவளுக்குச் சிரமமாயிருந்தது. எழுந்து வெளியே வந்து பார்த்தாள். வடகிழக்கில் அடிவானத்தில் ஒன்றோ இரண்டோ தான் நட்சத்திரங்கள் தெரிந்தன. விடிவதற்கு இன்னும் நிறைய நேரமிருந்தது. பல் துலக்கி முகம் கழுவிக் கொண்டாள். வீட்டிற்குள் போய் விளக்கையும் தீப்பெட்டி யையும் எடுத்துக்கொண்டு வெளியே வந்தாள். வீட்டிற்கு மேலண்டை பக்கம் முதல் நாளே நெல் அவிப்பதற்கென்று சுத்தம் செய்து மெழுகிப்போட்டிருந்த இடத்தில் கொண்டு போய் வைத்தாள். விளக்கைக் கொளுத்தினாள். வைகாசி மாதக் காற்றில் விளக்கு நிற்காமல் படபடத்து அணைந்தது.

"யாங்கச்சி அதுக்குள்ளயேவா அடுப்பு மூட்டப் போற?" என்று கேட்டுக்கொண்டே எழுந்து வந்தாள் பாக்கியம்.

"தூக்கம் வல்ல, விடியிறத்துக்குள்ள அஞ்சாறு பான அவிச்சிப்புடலாம். அதாங்".

"ஊற வச்சிருக்குற நெல்லு அஞ்சாறு பானக்கித்தாங்கச்சி வரும்".

"வர்றது வரட்டுமே. அவிச்சிக் கொட்டுனா ஒரு வேல முடிஞ்சிருமுல்ல'.

"யாங் இருட்டுக்குள்ள தடவிக்கிட்டு நிக்கிற? வெளக்கக் கொளுத்தங்".

"காத்துல நிக்க மாட்டங்கிது" என்று சொல்லியபடியே இன்னொரு குச்சியை எடுத்து உரசினாள். விளக்கு அணைந்து விடுவதுபோல் படபடத்தது.

"அப்படியே ஒக்காருங்கச்சி. அணஞ்சிறப் போவுது. பாவாடயால மறச்சிக்க. நாம் போயி கூடய எடுத்தாறன்" என்று வேகமாய் வீட்டிற்குள் நுழைந்தாள் பாக்கியம்.

பாவாடையால் காற்றை மறைத்துக்கொண்டு உட்கார்ந்து விளக்கு அணைந்து போய்விடாமல் பார்த்துக்கொண்டாள். அப்படியும் சுழன்று வந்த காற்று விளக்கின் சுடரை ஆட்டியது.

"சட்டுன்னு வாம்மா. அணஞ்சிரும் பொலருக்கு" என்றாள் மணிமேகலை.

'தலயில ஒத்தக் கைய வச்சிக்க அணையாது" என்றபடியே வீட்டிற்குள் கூடையை ஒழித்து எடுத்துக்கொண்டிருந்தாள் பாக்கியம்.

'பொம்புளைவ்வொ தலயில கைய வச்சிக்கிட்டா வெளக்கு அணையாதாம்' பாக்கியம் அடிக்கடி சொல்வதுதான் இது. 'இது உண்மையாகவா இருக்கும்?' என்று லேசாக சந்தேகம் ஏற்பட்டது மணிமேகலைக்கு. அவளுக்கென்னவோ தான் தலையில் கைவைத்துக் கொள்வதற்கும் விளக்கு அணையாமலிருப்பதற்கும் சம்பந்தம் இருக்காது என்றுதான் தோன்றியது. ஆனாலும் அவள் தன்னுடைய ஒரு கையை தலையில் வைத்துக் கொண்டாள். அவள் அப்படிச் செய்யாமலிருந்து, சமயத்தில் விளக்கும் அணைந்து போய்விட்டால் பாக்கியத்திடம் யார் பாட்டு வாங்குவது.

தலையில் கையை வைத்துக்கொண்டால், 'பாவம் இந்தப் பெண்ணுக்கு ரொம்ப தலவலி போலருக்கு. இந்த நேரம் பாத்து நம்மளும் எடஞ்ச பண்ணக்கொடாது' என்று நினைத்து விளக்கு நன்றாக எரியுமாம். பாக்கியம் சொல்லும் விளக்கம் இதுதான். கூடையொன்றை எடுத்துக்கொண்டு வந்து காற்று வாக்கில் சாய்த்துப் போட்டாள். அதற்குள் விளக்கை வைத்தாள் மணிமேகலை.

கூடை உருளாமல் இருக்கவென்று இரண்டு பக்கமும் சிறிய கற்களை எடுத்து தாங்கலாய் வைத்தாள். கூடைக்குள் விளக்கு நின்று நிதானமாக எரிந்தது.

"அடுப்புக்கட்டிய எங்கங்கச்சி வச்சிருக்குற?"

"இந்த சந்துக்குள்ளதான் இருக்கு. நான் எடுத்தாறன். போயி படு".

"கட்டியள எடுத்தா. அடுப்ப மூட்டிக்குடுத்துட்டுப் போறன்" என்றபடியே அடுப்பு வைக்க வசதியான இடமாகப் பார்த்து உட்கார்ந்துகொண்டாள் பாக்கியம்.

மணிமேகலை அடுப்புக்கட்டிகளை ஒவ்வொன்றாக எடுத்து வந்து வைத்தாள். களிமண்ணை கெட்டியாகப் பிசைந்து உருட்டி காயவைத்த கட்டிகள் அவை. உறுதியாக இரும்புபோல இருந்தன. மூன்று கட்டிகளையும் சருகைத் தள்ளி எரிக்க வாய்ப்பாக சம இடைவெளி விட்டு முக்கணிக்க வைத்தாள். அதற்குள் தொட்டியில் ஊறிக்கொண்டிருந்த நெல்லிலிருந்து ஒரு பானை அள்ளிக்கொண்டு வந்த மணிமேகலை பானையை மெதுவாக அடுப்பின் மீது வைத்தாள்.

"எவ்வளவு அள்ளியாந்த. பான நெறயா இருக்கா?"

"இல்ல முக்கா பானதான் இருக்கு".

"அதான பாத்தன். கல நெல்லு அவிக்கிற பானதான். இருந்தாலும் முக்கா பானயாவே அள்ளி வச்சி அவி. அஞ்சிக்கு எட்டா அவிச்சாலும் பரவால்ல. ஒரு வேலக்கி இருவேலயா பெயிரக் கொடாது".

"நீ போம்மா நாம் பாத்துக்கிர்றன்".

"நாம் போறது இருக்கட்டும். நீ போயி சருவ கொண்டா".

பூவரசு இலைச் சருகைத்தான் நெல் அவிப்பதற்கு மணிமேகலை எப்போதும் பயன்படுத்துவாள். ஒரு கூடை நிறைய சருகை அள்ளிக் கொண்டு வந்து அடுப்போரமாக வைத்தாள்.

பிடி சருகை அள்ளிப்போட்டு அடுப்பை பற்ற வைத்தாள் பாக்கியம். பிடி பிடியாய் அள்ளிப்போட்டு எரியவிட்டாள். 'படபட' வென்ற சத்தத்துடன் எரிந்தது சருகு.

"ஒன்னயத்தான் போயி படுன்னு சொல்லுறன்ல்ல" என்று லேசாக கடிந்துகொண்டாள் மணிமேகலை.

"ந்தாப் போறன். பானக்கிம் பழுதில்லாம நெல்லுக்கும் சேதமில்லாம அவிச்சிக் கொட்டு" என்று சொல்லிவிட்டு எழுந்து போனாள் பாக்கியம்.

"தெரியும் போ" என்றபடியே அடுப்புக்கு முன்னால் வந்து உட்கார்ந்துகொண்டாள்.

"ஆவி மேல வந்து, லேசா வாயி கீறுனா போரும். எறக்கிக் கொட்டிப்புடு"

"ம்".

மணிமேகலைக்கு அவளுடைய அம்மா நொய்நொய் யென்று பேசிக்கொண்டிருந்தது ஏனோ பிடிக்கவில்லை. அவள் அந்த இடத்தைவிட்டுப் போய்விட்டால் தேவலாம் போலிருந்தது இவ்வளவு நேரமும். இப்போது அவள் போனதும் தன்பாட்டிற்கு வேலை செய்தாள்.

இப்போதெல்லாம் மணிமேகலைக்குப் படுத்தால், எழுந்தால், உட்கார்ந்தால், குனிந்தால், நிமிர்ந்தால் என்று எப்போது பார்த்தாலும்

சங்கரனின் நினைவுதான். முகூர்த்தோலை எழுதுவதற்கு இன்னும் நான்கைந்து நாட்களே குறுக்கே கிடந்தன. இப்போது நெல்லவிப்பது கூட முகூர்த்தோலை எழுதும் நாளன்று சாப்பாடு போடத்தான். ஒரு முறைக்காகத்தான் இந்த முகூர்த்தோலை எழுதுவதெல்லாம். மற்றபடி கல்யாணத்தை வைகாசியிலேயே முடித்துவிட வேண்டும் என்று பிடிவாதமாய் நின்றாள் அம்முனிக் கிழவி. சங்கரனுக்கு இப்போது கிரகநிலை சரியில்லையாம். ஏதாவது நல்ல செலவு செய்தால் ஓரளவு சரியாகும் இல்லையென்றால் உயிருக்கேகூட ஆபத்தாக முடியுமென்பது போல பயமுறுத்தியிருக்கிறான் ஜோசியக்காரன். கல்யாணம் செய்து வைக்கலாமென்ற யோசனையையும் அவனே சொல்லியிருக்கிறான். அதனால்தான் அம்முனிக் கிழவி கல்யாணத்தை இவ்வளவு அவசர அவசரமாகச் செய்ய நினைத்தாள்.

பெண் பார்க்கவென்று வந்தபோதே பாக்கியம் மெதுவாக, "சித்திர பெயிரட்டுமே. நல்லது கெட்டத மாசம் பொறந்து பேசிக்கிர்ற..." என்று சொன்னாள்.

"நல்லவ்வொளுக்கும் கெட்டவ்வொளுக்கும் நாளும் கெடயா, கௌமயுங் கெடயா. யாம் பேரனுக்கு இப்பக் கெரகம் சரியில்லன்னு சொல்லிப்புட்டான் சோசியக்காரன். தாய முளுங்கணும் இல்லன்னா தன்னயே முளுங்கணுமுன்னு இருக்காம். தாயி தகப்பன் இருந்தா நம்ம யாங் கெடந்து அல்லாடணும்? அவனுக்கு ஒரு கொறயும் வரக் கொடான்னுதான் உச்சாந்தல பாரத்தயெல்லாம் உள்ளங்காலுல போட்டு மிரிச்சிக்கிட்டு கெடக்குறன். வையாசியிலயே நல்லசெலவு பண்ணிப்புடுங்கன்னு சொல்லிப்புட்டான் சோசியம் பாத்தவன். அதான்..." என்று தன் மனத்திலிருந்ததையெல்லாம் ஒளிவு மறைவின்றி அன்றைக்கே சொல்லிவிட்டாள் அம்முனிக் கிழவி.

"நீங்க சொல்லிப்புட்டிய. திடீருன்னு வந்து நின்னுக்கிட்டு கொட்டுறா மோளத்த, கட்டுறா தாலியன்னா நாங்க என்ன செய்யிற? எங்களால ஒங்களமேரி சட்டுபுட்டுன்னு தோதுபண்ண முடியுமா?"

"நீ ஒண்ணும் செய்யாண்டாம். நான் ஒன்னக்கிட்ட கேட்டனா?"

"காது மூக்கு ஓட்டயக்கொட மறைக்காம வுட்டா நல்லாருக்குமா?"

"எல்லாம் நாம் போட்டுக்கிர்றன். நீ ஆவ வேண்டியதப் பாரு" என்று சொல்லிவிட்டுப் போயிருந்தாள்.

அம்முனிக்கிழவியும் பாவம்தான். அவள் வயிற்றில் ஆணும் பெண்ணுமாய் ஐந்து பிள்ளைகள் பிறந்ததில் நிலைத்தது ஒரேயொரு பெண் மட்டும்தான். அவள்தான் சங்கரனைப் பெற்றவள்.

தன் ஒரே மகளுக்கு கல்யாணம் செய்துவைத்து வீட்டோடு மாப்பிள்ளையை கொண்டுவந்து வைத்தாள் அம்முனி. அப்போதே பங்காளிகள் பகை ஆரம்பித்துவிட்டது. 'ஆம்பளப் புள்ள இல்லாத சொத்து அண்ணந்தம்பி புள்ளைவொளத்தாஞ் சேரும். பொம்புளப் புள்ளய கட்டிக்குடுத்து வீட்டோட எப்புடிக் கொண்டாந்து வைக்கலாம்?' தினமொரு பஞ்சாயத்தாய் கூட்டி அம்முனியின் மகளையும் மருமகனையும் வீட்டைவிட்டு விரட்டிப் பார்த்தார்கள். ஆனால் அம்முனி அதற்கெல்லாம் அசைந்து கொடுக்கவில்லை.

'இதெல்லாம் ஒண்ணும் பாட்டன் வழிவந்த பூர்வீக சொத்தில்ல. நானும் யாம் புருசனும் கஷ்டப்பட்டு சவுக்கைக்கித் தண்ணி வூத்தி, டின்னுக்கட்ட தூக்கி சம்பாரிச்சிச் சேத்தது. நாங்க கஷ்டப்பட்டு பெருக்குனத யாம் பொண்ணு ஆண்டு அனுவிக்கக் கொடாதா? கைப்புடி மண்ணுகொட நான் யாருக்கும் குடுக்கமாட்டன். எல்லாம் யாம் பொண்ணுக்குத்தான்' என்று உறுதியாகச் சொல்லிவிட்டாள்.

அம்முனிக்கு ஊருக்கு ஊர் சொந்தக்காரர்கள் நிறையப் பேர் இருந்தார்கள்.

"கும்ப பெருத்தவ அம்முனி. அவளோட சண்டை போட்டு சொத்த கைப்பத்த முடியா' என்று நினைத்த பங்காளிகள் அப்போதைக்கு ஒதுங்கிக்கொண்டார்கள். ஆனாலும், 'என்னக் கிருந்தாலும் சொத்து நம்ம கையிக்கு வரத்தான் போவுது' என்றே அவர்களும் நினைத்திருந்தார்கள்.

அம்முனியின் கணவன் வேலாயுதத்தை அழைத்துப்போய் அவனுடைய அண்ணன் தம்பிகளும் பிள்ளைகளுமாக சேர்ந்து ஏதேதோ பேசி அவரின் மனதை மாற்றி அவரை தங்கள் பக்கமாகவே பேசும்படி தங்களோடு வைத்துக்கொண்டார்கள். பஞ்சாயத்து கூடியது. பஞ்சாயத்துக்காரர்களின் முன்னிலையில் பங்காளிகளுக்காக பேசினார் வேலாயுதம்.

"பொண்ணா பொறந்த பொண்ணுக்கு ஒரு பங்குக்கு ரெண்டு பங்கா சீருசெனத்தி செய்யலாம். சாமாஞ்சட்ட வாங்கிக் குடுக்கலாம். மாடுகன்ன ஓட்டி உடலாம். அதாஞ்செய்யலாம். ஆனா சொத்துசொவ மெல்லாம் யாங் அண்ணந்தம்பி புள்ளைவொளுக்குத்தான் சேரணும். அதான் யாங் விருப்பம்' என்றார். இதைக் கேட்ட அம்முனிக்கு பெரும்

அதிர்ச்சியாக இருந்தது. இப்படி தன்னுடைய கணவனே தனக்கு எதிராக கதை சொல்லுவதை அவளால் தாங்கிக்கொள்ள முடியவில்லை. இருந்தாலும் தன்னுடைய தைரியத்தை கொஞ்சமும் இழக்கவில்லை அவள்.

“இதெல்லாம் இன்னக்கி பேசுற பேச்சுதான். யாரும் அவ்வொ சொல்லுறத்த கேக்காதிய. யாம் புருசன் ஒரு வாயில்லாப் பூச்சி. அவ்வொள இழுத்துக்கொண்ட போயி வச்சிக்கிட்டு மொவ மாத்துவேல செஞ்சி இப்புடியெல்லாம் பேச வச்சிருக்குறாவோ. அண்ணந்தம்பி புள்ளைவொளுக்குத்தான் குடுக்கணுமுன்னு முந்தியே நெனச்சிருந்தா, யாம் புதுசா வாங்குன சொத்தயெல்லாம் யாம்பேருக்கு எழுதுனாவொளாம். தாம் பேருக்கு எழுதிருக்க மாட்டாவொளா? யாங் குடும்பத்த கொலைக்கணுமுன்னு சதி பண்ணுறாவோ. இதுக்கு ஊரே ஒடந்தயா நின்னாலும் நான் ஒத்துக்கிட மாட்டன். நானும் நாளக்கி யாஞ்சனத்துவொள கூப்புட்டாறன். இனிமே என்னக் கிட்ட எதுவும் பேசாண்டம்” என்றாள் முடிவாக.

“பங்காளிவொ பெரச்சனைக்கி ஒரமொறயானுவளயெல்லாம் கூப்புட்டாரது இந்த ஊருக்கு பழக்கமில்ல. எங்களுக்கு கட்டுப் பட்டுத்தான் நடக்கணும்” என்றனர் பஞ்சாயத்துக்காரர்கள்.

“பாட்டன் எழுதிக்குடுத்த அந்த தொண்ணுத்தெட்டு குழி பட்டாவத் தவர காப்புடி மண்ணக்கொட மாத்தித்தரமாட்டன் ஆமா” என்றாள். அப்போதைக்கு கிடைப்பது போதுமென்று வாங்கிக் கொண்டு போய்விட்டார்கள் பங்காளிகள். அம்முனியின் கணவன் வேலாயுதத்தை இனியும் நாம் வைத்திருப்பதில் எந்த புண்ணியமுமில்லை என்று நினைத்த பங்காளிகள் அவரை கவனிப்பதை படிப்படியாக குறைத்துக்கொண்டார்கள்.

பஞ்சாயத்து முடிந்த சில நாட்கள் கழித்து தம் வீட்டிற்கு வந்தார் வேலாயுதம்.

“இஞ்ச எதுக்கு வாறிய?” என்று வாசலிலேயே மறித்துக் கேட்டாள் அம்முனி. வேலாயுதம் பதிலேதும் சொல்லாமல் நின்றார்.

“இஞ்ச ஓங்களுக்கு யாரு இருக்குறான்னு வாறிய? ஓங்க சாதிசனம் சொந்தஞ்சோலி இருக்குற எடத்துலயே இருந்துக்கிட வேண்டியான?”

“அம்முனி... வந்து”.

"ஆட்டம் முடிஞ்சிச்சி. இனி கூத்தாடி எதுக்குன்னு வெரட்டி வுட்டுட்டாவொளா? அன்னக்கென்னமோ 'யாம் பொண்டாட்டி செய்யிறது புடிக்காமத்தான் நான் யாங் அண்ணந்தம்பி ஊட்டுல வந்துருக்குறன்'னு அத்துன பேரு மின்னாடியும் சொன்னியளே. ஓங்கள கட்டிக்கிட்டு வந்த நாளா ஓங்களுக்குப் புடிக்காதத என்ன நாஞ் செஞ்சிப்புட்டன்? நெஞ்சு மேல கைய வச்சி நல்லா நெனச்சிப் பாத்து சொல்லுங்க. எல்லாத்தயும் மறந்துபுட்டு இனிமே யாங் கையால சோறு வாங்கித் திம்பியளா?"

அம்முனியால் தாங்கிக்கொள்ள முடியவில்லை. ஆத்திரம் தொண்டையை அடைக்க அவர் மீதிருந்த கோபத்தையெல்லாம் கொட்டித் தீர்த்தாள்.

அம்முனியிடம் அதற்குமேல் எதுவும் பேசமுடியவில்லை வேலாயுதத்தால். வந்த வழியே திரும்பி நடந்தார். தன் அண்ணன் தம்பி வீட்டிற்கும் போக பிடிக்கவில்லை அவருக்கு. 'அம்முனி மேல் தப்பில்லை. அம்முனிக்கு தாம் செய்தது துரோகம்தான்' என்று அவரது மனம் உறுத்திக்கொண்டே இருந்தது. அவளிடம் போய் நின்று மன்னிப்பு கேட்பதுகூட நியாயமில்லை என்று தோன்றியது. மனது பாரமானது. கால்போன போக்கில் நடந்தார். இனி ஒருபோதும் பிணமாகக்கூட இந்த ஊருக்குள் திரும்பிவரக் கூடாது என்ற உறுதியோடு.

'கோபத்தில் பேசுவதைக் கேட்கப் பிடிக்காமல் எங்கேயோ போய்விட்டார். பொழுது போனால் திரும்பி வந்துவிடுவார்' என்று நினைத்துக்கொண்டிருந்தாள் அம்முனி. ஆனால் அம்முனி நினைத்தது போல் அவர் இருட்டிப்போன பிறகோ அல்லது மறுநாளோ அதற்கும் மறுநாளோகூட வரவில்லை. அன்று போனவர் போனவர்தான். இன்றுவரையிலும் அவர் உயிரோடு இருக்கிறாரா, செத்து மண்ணோடு மண்ணாகி விட்டாரா என்பது அம்முனிக்குத் தெரியவில்லை.

"யாம் புருசன் என்னயவுட்டுப் போனதுலேருந்து மல்லாக்கப் போட்ட கல்லாம கணக்கா ஒண்ணுஞ் சொல்ல முடியாமக் கெடக்குறன். யாம் பேரன மாலையும் கழுத்துமா பாத்துட்டன்னா போரும். யாங் ஆவிய நிம்மதியா வுட்டுருவன். நீ ஓம்மவளுக்கு குண்டுமணி பவுனு போடாண்டாம். சூத்துத் துணிக்கி மாத்துத் துணிகொட எடுத்துக் குடுக்காண்டாம். நாள வளத்தாம வையாசிலயே கல்யாணத்த முடிச்சிக் குடுத்துடு தம்பி" என்று சண்முகத்திடம்

கண்ணீர்விட்டு கெஞ்சியபோது பாக்கியமுமே கூட கண் கலங்கிவிட்டாள். அம்முனியைப் பார்க்க பாவமாக இருந்தது.

"நீங்க கலங்காதிய்ய பெரியம்மா. நீங்க சொல்லுறமேரி வையாசிலயே கல்யாணத்தப் பண்ணி வச்சிடுவம்" என்று வாக்குக் கொடுத்தான் சண்முகம்.

சாம்பல் சேரச் சேர வெளிப்பக்கமாக குச்சியால் தள்ளி விட்டு சருகை அள்ளிப்போட்டு எரித்துக் கொண்டேயிருந்தாள் மணி மேகலை. மேலத்தெருவில் கோழி கூவும் சத்தம் கேட்டது. 'பரவால்ல பொளுது விடியிறத்துக்குள்ள எல்லாத்தயும் அவிச்சி கொட்டியாச்சி. இந்த ஒரே ஒரு பானதான். இதயும் ஆவி வரவச்சி எறக்கிக் கொட்டிப்புட்டமுன்னா வேல முடிஞ்சிரும்' என்று நினைத்தாள்.

அவளுடைய அக்கா பூரணத்தின் கல்யாணத்திற்கு நெல்லவித்தது இன்னும் நினைவிலிருக்கிறது மணிமேகலைக்கு. அப்போதும் மணிமேகலையும் பாக்கியமும்தான் அவித்தார்கள். அப்போது நான்கு மூட்டை நெல் அவிக்க வேண்டியிருந்தது. இருவரும் விடிய விடிய அவித்தும் சீக்கிரத்தில் வேலை முடியவில்லை. 'ஆனா இன்னக்கி நம்ம மட்டுமே அவிச்சிப் புட்டம். அதுவும் விடியிறத்துக்குள்ள' என்று நினைத்தாள்.

அவித்து முட்டாய்க் கொட்டியிருந்த நெல்லின்மீது சாக்குகளைப் போட்டு மூடினாள். கிழக்கு லேசாக வெளுக்க ஆரம்பிப்பது போலிருந்தது. முத்தத்தில் சாணி கரைத்துப் போட்டு கூட்டினாள். பாக்கியம் எழுந்து கால் நீட்டிப்போட்டு உட்கார்ந்துகொண்டாள். பல் துலக்கிய வெறும் வாயில் வெற்றிலைப் பாக்கைப் போட்டு மென்று கொண்டிருந்தாள். அந்த நேரத்தில் கிழக்கேயிருந்து யாரோ அழுது கொண்டு ஓடி வரும் சத்தம் கேட்டது. தூரத்தில் வருவதால் யாரென்று புரியவில்லை மணிமேகலைக்கு.

"நம்ம பெரியங்கச்சி கொர மேரியில்ல?" என்றாள் பாக்கியம்.

"அது மேரிதாம்மா இருக்கு" என்றாள் மணிமேகலையும் பதற்றத்துடன்.

"ஓடுங்கச்சி... ஓடிப்போயிப் பாரு" என்று தவித்தாள் பாக்கியம். மணிமேகலை இரண்டடிகூட எடுத்து வைத்திருக்க மாட்டாள். அதற்குள், "அய்யோ அம்மா. நாம மோசம் பெயிட்டம்மா" என்று சொல்லிக்கொண்டே முத்தத்தில் வந்து விழுந்தாள் பூரணம்.

"என்னங்கச்சி.... என்னங்கச்சி.... சொல்லிப்புட்டு அளுவு" என்று பதறினாள் பாக்கியம்.

அழுகுரல் கேட்டு நன்றாக தூங்கிக்கொண்டிருந்த சண்முகமும் வளர்மதியும்கூட எழுந்து வந்துவிட்டார்கள். அவர்கள் இருவரும் ஒன்றும் புரியாமல் மலங்க மலங்க விழித்தபடி நின்றார்கள்.

பாக்கியம் பூரணத்தின் தோளைப் பிடித்து உலுக்கினாள்.

"சொல்லுங்கச்சி".

"அம்முனியாத்தா பேரன் தூக்கு மாட்டிக்கிட்டு செத்து பெயிட்டுதாம்மா".

"ஐயோ" என்று அடித்துக்கொண்டு அழுதாள் பாக்கியம். மணிமேகலையின் தலையில் இடி விழுந்தது போலிருந்தது. தென்னம்பலத்திலிருந்து துக்கம் கொண்டுவந்த வெட்டியான் சண்முகத்திடம் விவரம் சொல்லிக்கொண்டிருந்தான்.

"கொல்லயில பொழித் தகராறு ரொம்பநாளாவே நடந்து கிட்டுருந்துருக்கு. நாலு நாளக்கி மின்னாடி பொழி கல்ல புடுங்கி நம்ம சின்னய்யா கொல்லைக்குள்ளயே பொதச்சி வச்சி அதுக்குச் சரியா வரப்பெடுத்து கட்டிப்புட்டாவொளாம் பெரியய்யா பங்காளிவொ". நேத்துதாம் சின்னய்யா போயி பாத்துருக்குறாரு. 'பொழிகல்லு எப்புடி யாங்கொல்லைக்குள்ள வந்திச்சின்னு' கேட்டாவொளாம். நாம் பேச நீங்க பேசன்னு மாத்திமாத்திப் பேச, வாய் வார்த்த முத்திப் பெயிட்டுதாம். கை கலக்குகற அளவுக்குப் போயிருக்கு. 'அண்ணந்தம்பி அங்காளி பங்காளின்னு யாருமில்லாத ஒத்த ஊட்டுக்கார பய நீ. ஒனக்கு எவ்வள துணிச்ச இருந்தா எங்களயே அடிக்க கை ஓங்கிக்கிட்டு வருவ. ஒன்ன என்ன செய்யிறம் பாரு'ன்னு சொன்னவ்வொ எல்லாருமா சேந்துக்கிட்டு நம்ம சின்னய்யாவ வளச்சிப் புடிச்சி, கட்டியிருந்த துணிய எல்லாத்தயும் கோவணத்த மொதக்கொண்டு அவுத்துக்கிட்டு வுட்டுருக்குறாவொ. மானந் தாங்கமுடியாம அப்புடியே போயி சவுக்கத் தோப்புல கைப்பெரிய சவுக்க மரத்துல தூக்குப் போட்டுக் கிட்டு தொங்கிட்டாருய்யா" என்று சொல்லிவிட்டு துக்கம் தொண்டையை அடைக்க செறுமிக்கொண்டு நின்றான் வெட்டியான்.

# 6

"சின்னக்கா. இன்னக்கி நம்ம முத்தத்துலயே படுத்துக்கிடுவமா?" சாப்பிட்டுக்கொண்டிருந்த வளர்மதி கேட்டாள்.

"ம்".

"நிலா எரிக்கிதுக்கா. காத்தும் பூத்து பூத்துன்னு அடிக்கிது. ராமுச்சூடுமே வெளில படுத்துக் கெடப்பமா?"

"ம்".

"இன்னக்கி வெள்ளிக்கெளமக்கா. யோசிச்சிப் பாத்துச் சொல்லு. படுப்பமா?"

"படுப்பமுன்னுதான் சொல்றன்ன. தட்டப்பாத்து அள்ளித் தின்னு" என்று அதட்டினாள் மணிமேகலை.

"ரோட்டுல மாடஞ்சாமி, ஏவல் மாடஞ்சாமி யெல்லாம் போவுமுன்னு அம்மா படுக்கவுடலன்ன?"

"நீ மொதல்ல சாப்புட்டுத் தொலயம்மொட்ட சும்மா என்னய போட்டு யாங் கொடஞ்சி எடுக்குற?"

எப்போதுமில்லாத புதுப் பழக்கமாய் வளர்மதியின்மீது எரிந்து விழுந்தாள் மணிமேகலை. இது வளர்மதிக்கு அதிர்ச்சியாக இருந்தது. 'இந்த அக்கா இப்பயெல்லாம் ரொம்ப மோசமாயிட்டு. வரவர இதுவும் பெரியக்காமேரி சிடுமூஞ்சியா மாறுது. இனிமே இதுகிட்ட பேசக்கொடாது' என்று நினைத்தாள். தன் சோத்துத் தட்டை தூக்கிக்கொண்டு போய் வீட்டிற்கு வெளியே வைத்துக் கொண்டு சாப்பிடத் தொடங்கினாள்.

சங்கரன் செத்ததுமுதல் மணிமேகலைக்கு யாருடனும் முன்பு போல சாதாரணமாக பேசப் பிடிப்பதில்லை. யாரைப் பார்த்தாலும் சங்கரனைப் பற்றியே பேசி அனுதாபப்படுகிறார்கள். மற்றவர்கள் பேசும்போது அழுகை தொண்டையை அடைக்கும் இவளுக்கு. ஆனால் அழ முடியாது. மற்றவர்களுக்கு முன்பாக சங்கரனுக்காக இவள் அழுதால் என்ன நினைப்பார்கள். யாராவது இவளைப் பற்றி அவதூறாய்ப் பேசிவிட்டால் அதை பாக்கியத்தாலும் சண்முகத்தாலும் தாங்கிக்கொள்ள முடியுமா? பெற்று வளர்த்தவர்களுக்கு இதுபோன்ற கெட்டபெயரை தேடித்தரலாமா? சங்கரனுக்காக ஒரு சொட்டு கண்ணீர்கூட விடமுடியாத நிலைதான் அவளுக்கு. எப்போதும்போல, சாப்பிட்டு, வீட்டுவேலைகளைச் செய்துவிட்டு, எதுவுமே இழந்து விடாதவளைப்போல எவ்வளவு கச்சிதமாக நடந்து கொள்ள வேண்டியிருக்கிறது. சங்கரன் செத்த துக்கம் அவளுக்கு சாதாரணமானதல்ல. வாலிபனான பிறகு அவனைப் பார்த்ததில்லையே தவிர, அவனோடு தான் வாழப்போகிறோம் என்று எவ்வளவு நம்பிக்கையோடிருந்தாள். அத்தனையும் ஒரே நாளில் அழிந்து போய் விட்டதே. மணி மேகலையால் தாங்கிக்கொள்ள முடியவில்லை. மனதின் வேதனையை விடவும் அதை வெளிப்படுத்த முடியாமல் மறைக்க வேண்டியிருப்பதை நினைக்கும் போதுதான் கொடுந்துயரமாயிருந்தது அவளுக்கு. அழுது தீர்த்துக்கொள்ள வேண்டியவை தான் இப்படி எரிச்சலாகவும் சிடுசிடுப்பாகவும் மாறியிருக்கிறது என்பது பாவம் சிறுமியான வளர்மதிக்கு எப்படித் தெரியும்!

தன் அக்காவின் மேல் ஏற்பட்ட கோபத்தில் தனியாய் வந்து முத்தத்தில் உட்கார்ந்துகொண்ட வளர்மதிக்கும் முன்னால் நாயொன்று நாக்கில் எச்சில் வடிய தட்டையே பார்த்தபடி உட்கார்ந்திருந்தது. ஒரு உருண்டை சோற்றை உருட்டி நாய்க்குப் போட்டாள். அது 'லபக்'கென்று கவ்வித் தின்றது.

'இன்னம் ஒரு மாங்கண்டம் இருந்தா இந்த சோத்தயும் நாந் தின்னுடுவன். யாருகிட்ட போயி கேட்பன். இந்தா நீயே தின்னு' என்று ஒவ்வொரு உருண்டையாக உருட்டி நாய்க்குப் போட்டாள்.

தன் தங்கையிடம் சிடுசிடுத்துவிட்டோமே என்பது சற்று தாமதமாகத்தான் மணிமேகலைக்கு உறைத்தது. தானும் ஒரு தட்டில் சோற்றைப் போட்டு எடுத்துக்கொண்டு வந்து வளர்மதியோடு உட்கார்ந்தாள்.

"யாங் எல்லாத்தயும் உருட்டி நாயிகிட்ட போடுற?"

"தொட்டுக்க ஒண்ணுமில்ல".

"யாங். அதாங் ரெண்டு மாங்கண்டம் ரெண்டுமூணு முருங்கக்காக் கண்டமெல்லாம் போட்டனே".

"மாங்கா கண்டத்த அப்பயே தின்னுட்டன். முருங்கக்கா கண்டம் முத்தலாருக்கு. எனக்குப் புடிக்கல".

"சேரி இந்தா இதத் தொட்டுக்கிட்டு தின்னு" என்று ஒரு மாங்காய்துண்டை தன் தட்டிலிருந்து எடுத்துப் போட்டாள்.

"எனக்கொண்ணும் வேண்டாம். நீனே தின்னு" என்று திருப்பி எடுத்து அவள் தட்டில் போட்டாள் வளர்மதி.

"யாங்மேல கோச்சிக்கிட்டியா?"

"ம். நீதான் எது கேட்டாலும் எரிஞ்சி எரிஞ்சி உளுவுறியே".

"இனிமே அப்புடிச் செய்யமாட்டன்".

"சத்தியமா?"

"சத்தியம்மா".

"நம்ம இஞ்சயே படுத்துக்கிடுவமாக்கா?"

"ம்".

"அம்மா வுடலன்னா?"

"வுடும். நாஞ் சொல்லுறன்".

"அக்கா. இன்னக்கி நடுச்சாமத்துல சாமியெல்லாம் ரோட்டுல போவுமுல்ல".

“போவுமுன்னுதான் சொல்லிக்கிர்றாவொ. நாம் பாத்ததில்ல”.

“ஜல்.... ஜல்.... ஜல்ன்னு சலங்க சத்தம் கேக்குமாம். மாடுமேரி, இல்லன்னாக்க குதுரமேரி போவுமாமுல்ல”.

“ம்”.

“நம்ம முளிச்சிக்கிட்டுருந்து பாப்பமாக்கா”.

“அப்படியெல்லாம் பாக்கக் கொடாது. போற போக்குல நம்மள அடிச்சிப் போட்டுட்டுப் பெயிரும். ஊர்க்காவலுக்கு போற சாமிய, நம்ம வேவு பாக்கக் கொடாது”.

“சேரிக்கா. நீ படுத்துக்கிட்டு எனக்குக் கத சொல்லுறியா?”

“என்ன கத சொல்லணும்?”

“அக்காவுந் தங்கச்சியும் பரங்கிக்கா அறுத்த கத. இல்லாட்டி ஆட்டுகிடா வளத்த கத. இல்லன்னா கிளுகிளுச்சாம் பழம் பறிக்கப் போன கத சொல்லுறியா?”

“சொல்லுறன்”.

சாப்பிட்ட தட்டை கழுவிக் கொண்டுபோய் வைத்துவிட்டு ஓலைப்பாயை எடுத்துவந்து விரித்துப் போட்டாள் மணிமேகலை. இருவரும் படுத்துக்கொண்டார்கள். நிலவு பால்போல் எரித்தது. நட்சத்திரங்கள் வானமெங்கும் பிரகாசித்தன. வானத்தில் சற்று மேற்கில் வடக்கிலிருந்து தெற்கு நோக்கி ஒரு வெளிச்சம் போய்க்கொண்டே இருந்தது.

“அக்கா அங்க பாரு ராக்கெட்டு போவுது” என்று வெளிச்சம் போன திக்கில் கையைக் காட்டி பார்க்கச் சொன்னாள் வளர்மதி. எப்போதும் இப்படித்தான் வெளியில் வந்து படுத்துவிட்டால் நட்சத்திரங்களையும் போகும் ராக்கெட்டுகளையும் பற்றித்தான் அதிகமாக ஏதாவது சொல்லிக்கொண்டேயிருப்பாள். அப்போது வானத்திலிருந்து ஒரு எரி நட்சத்திரம் விழுந்தது.

“அக்கா அங்க பாரு வால் நெச்சத்திரத்த?” மணிமேகலை பார்ப்பதற்குள் அது மறைந்து போனது.

“பாலுமரத்த நெனச்சிக்கிட்டியா சின்னமொட்ட?”

“இல்லக்கா”.

“இனிமே வாலு நெட்சத்திரத்தப் பாத்தாக்க பாலுமரத்த நெனச்சிக்க”.

“யாங்க்கா”.

“அப்பத்தான் எல்லாம் யாவகத்துல இருக்குமாம். இல்லன்னா வச்சது போனது குடுத்தது வாங்குனது எல்லாமே மறந்துடுமாம்”.

கிழக்கேயிருந்து பாக்கியம் யாருடனோ பேசிக்கொண்டு வருவது காதில் விழுந்தது. கீழக்காட்டுக் கடைக்கு பால் கொடுக்கப் போனவள் வரும் வழியில் அங்கங்கே நின்று கதை பேசிவிட்டு வருவதால் தினமும் இவ்வளவு நேரமாகிவிடுகிறது. இப்போதும் யாருடனோ பேசிக் கொண்டுதான் வருகிறாள் என்று நினைத்தாள் மணிமேகலை.

“சின்னமொட்ட அம்மா வருது. தூங்கிட்டமேரி கெட, இல்லன்னா வூட்டுக்குள்ளபோயி படுக்கச் சொல்லிப்புடும்” என்றாள். மணிமேகலையின் மீது கால் தூக்கிப் போட்டுக் கொண்டு தூங்குவதுபோல அசையாமல் படுத்திருந்தாள் வளர்மதி.

பாக்கியம் சண்முகத்தைத்தான் கைத்தாங்கலாய் பிடித்து அழைத்துக்கொண்டு வந்திருந்தாள். ‘குடிச்சிப்புட்டு எங்கயாவுது பெரண்டு கெடந்திருக்கும். இது போயி தூக்கி அழச்சாருது போலருக்கு’ என்று நினைத்துக்கொண்டாள். வளர்மதி உண்மை யாகவே அதற்குள் தூங்கிப் போயிருந்தாள்.

பாக்கியம் சண்முகத்தை முத்தத்திலேயே உட்கார வைத்தாள். கொஞ்சநேரம் ஆடியபடி உட்கார்ந்திருந்தவன் அப்படியே தரையில் விழுந்து மல்லாந்தான். அவனைப் பார்க்க மணிமேகலைக்கு அருவருப்பாயிருந்தது. கண்களை மூடிக் கொண்டு தூங்குவதுபோலக் கிடந்தாள்.

பாக்கியம் சண்முகத்திற்கு ஒரு தட்டில் சோறு போட்டுக் கொண்டு வந்தாள். அதை ஒரு ஓரமாக வைத்துவிட்டு, அரிக்கன் சட்டியில் தண்ணீர் ஊற்றிக்கொண்டு வந்தாள். சண்முகத்தை தூக்கி உட்கார வைத்தாள். அரிக்கன்சட்டி தண்ணீருக்குள் அவனுடைய கைகளிரண்டையும் அழுத்தி கழுவிவிட்டாள். பின்பு அவனுக்கு நேராய் தட்டை நகர்த்தி வைத்தாள். சாப்பிடச் சொன்னாள். அவன் கொட்டி இறைத்துக்கொண்டு தின்றான்.

"என்ன சோறு திங்கிறிய? கீளயும் மேலயுமா கொட்டி எறச்சிக்கிட்டு. ஒளுங்கா ஒக்காந்து தின்னுங்க. எதுக்கு இந்த சோறு திங்கிற– ஒருவாச் சோறுகொட உள்ளபோவல".

"ஏய்.... மலயே சரிஞ்சி மண்ணாப் பெயிட்டு. சோறு என்னடி பெரிய சோறு? இந்நேரம் யாம்மவள கட்டிருந்தான்னா மாமா மாமான்னு வாய் நெறயாக் கூப்புட்டுக்கிட்டு கை நெறயாக் காசு குடுப்பானே. ஒரு கிளாசு தண்ணிக்கு எவ்வள கஷ்டப்படுறன் தெரியுமா?"

போதையில் சங்கரனை நினைத்து உளறினான். மிகவும் பிரயாசைப்பட்டு தட்டிலிருந்த சோற்றை ஒவ்வொரு வாயாக அள்ளித் தின்றான். நாலுவாய்ச் சோறு உள்ளே போனதும் கொஞ்சம் நிதானத்திற்கு வந்தவனைப்போல தானே அரிக்கன் சட்டித் தண்ணீரில் கையைக் கழுவிக்கொண்டான். ஓலைப் பாயை எடுத்துக்கொண்டு போய் காற்றுக்காக ரோட்டோரத்தில் போட்டுப் படுத்துவிட்டான். குடிபோதையில் ஏதேதோ உளறிக் கொண்டு கிடந்தான்.

தலையைத் தூக்கிப் பார்த்தாள் மணிமேகலை. பாக்கியம் தலை முடிச்சு ஒன்றை எடுத்துக்கொண்டு போய் சண்முகத்தின் தலைக்கு வைத்துவிட்டு வந்தாள். சண்முகம் சாப்பிட்ட இடத்தைப் பார்க்கவே வயிற்றைப் புரட்டிக்கொண்டு வந்தது.

'ச்சீ இதெல்லாம் ஒரு மனுசனா'.

பாக்கியம் சண்முகம் சாப்பிட்ட தட்டில் கீழே கிடந்த சோற்றையெல்லாம் கூட்டி அள்ளிப்போட்டு எடுத்துக்கொண்டு போனாள்.

தன் அம்மாவை நினைக்கும்போது மணிமேகலைக்கு பாவமாக இருந்தது.

'குடிகார ஆளக் கட்டிக்கிட்டு பாவம் இது என்ன பாடுபடுது' என்று பாக்கியத்தின்மீது இரக்கப்பட்டாள்.

பாக்கியம் சோற்றுத் தட்டுடன் வந்து இவர்கள் பக்கத்தில் உட்கார்ந்தாள். காலை நீட்டிப் போட்டுக்கொண்டு சாப்பிடத் தொடங்கினாள்.

பாக்கியத்திற்கும் மனது கனத்துப் போயிருந்தது. வயிற்றுக்குள் பசியிருந்தும் அவளால் சாப்பிட முடியவில்லை. சங்கரனைப்போல

ஒரு பிள்ளை நமக்கு மருமகனாக வர கொடுத்து வைக்காமல் போய் விட்டதே என்று நினைத்து பெருமூச்சுவிட்டாள்.

'பாவம் நடுத்தங்கச்சி. அது மனசுக்குள்ள எப்புடி வெந்து மடியுதோ தெரியலயே. கட்டிக்கிடப் போறவன்னு தெரிஞ்ச பெறவு அவன சாவக் குடுத்துட்டு நிக்கே. எல்லாத்தயும் இது எப்புடி மென்னு முளுங்கி தண்ணி குடிக்கிது'. மணிமேகலைக்காக வருந்தினாள் பாக்கியம். அதற்குமேல் அவளுக்கு ஒரு வாய்ச் சோறுகூட இறங்க வில்லை. தட்டிலிருந்த சோற்றை வழித்து நாய்க்குப் போட்டாள். கை கழுவிவிட்டு வந்து இவர்கள் படுத்திருந்த ஓலைப் பாயிலேயே வளர்மதியை கொஞ்சம் நகர்த்திப் போட்டுவிட்டு ஒரு ஓரமாய் படுத்துக் கொண்டாள்.

மணிமேகலைக்கு தூக்கம் வரவில்லை. அப்பாவின் மீது வெறுப்பாக இருந்தாலும் அப்பா சங்கரனை நினைத்து புலம்பியது அவளுக்கு இதமாயிருந்தது போலிருந்தது. திரும்பத் திரும்ப சங்கரனின் நினைவே வந்தது அவளுக்கு. அழுகை வருவது போலிருந்தது. தான் அழுதால் விசும்பல் சத்தம் அம்மாவிற்கு கேட்டுவிடுமே என்று பயந்தாள். பிரயாசைப்பட்டு வந்த அழுகையை அடக்கிக்கொண்டு படுத்திருந்தாள்.

நீண்ட நேரத்திற்குப் பிறகு பாக்கியத்திற்கு தூக்கம் கண்களை லேசாக இழுத்துக்கொண்டு போனது. அதுவரை போதையில் ஏதேதோ பினாத்திக்கொண்டு கிடந்த சண்முகம் எழுந்து வருவது தெரிந்தது.

"அப்பா எளும்பி வருது. மறுபடியும் சோத்துப் பான வுருட்ட வருது பொலருக்கு' என்று நினைத்த மணிமேகலை வளர்மதியை அணைத்தபடி கண்களை மூடிக்கொண்டு கிடந்தாள்.

சண்முகம் எப்போதுமே குடிபோதையால் இரவு சோறு சரியாக சாப்பிடமாட்டான். ஆனால் நேரம் ஆக ஆக குடித்த வயிறு எரிய ஆரம்பிக்கும். அப்படி வயிறு காந்தும் போதெல்லாம் வீட்டிற்குள் வந்து தண்ணீர் ஊற்றிய சோற்றை ஊற்றிக் குடித்துவிட்டுப் போவான். சில சமயங்களில் சோற்றை பிழிந்துபோட்டு அதில் குழம்பை ஊற்றி பிசைந்தும் தின்பான். அதுபோல் சோறு தின்பதற்காகத்தான் எழுந்து வருகிறானென்று நினைத்தாள். ஆனால் சண்முகம் வீட்டிற்குள் போகாமல் இவர்கள் படுத்திருக்கும் இடத்திற்கு வந்தான். நிலவு வெளிச்சத்தில் படுத்திருப்பது யார் யாரென்று சிறிது நேரம் உற்று

பார்த்தான். பிறகு பாக்கியத்தின் காலடியில் உட்கார்ந்து அவளுடைய இரண்டு கால்களையும் பிடித்து மெதுவாக இழுத்தான்.

சடாரென்று எழுந்து உட்கார்ந்தாள் பாக்கியம். ஒரு கையால் அவனை லேசாகத் தள்ளிவிட்டு, "போயிப் படுங்க" என்றாள். ஆனால் சண்முகம் திரும்பிப் போவதாகத் தெரியவில்லை. அவளுடைய கையைப் பிடித்து இழுத்து வீட்டிற்குள் கூப்பிட்டான்.

"க்கூம். வாழுற புள்ளயெல்லாம் வனவாசம் போவுது. இப்பத்தான் சாவுற வயசில ஒங்களுக்கு சல்லாவம் கேக்குதா?" என்று பேசியவள், அவனை இழுத்துக்கொண்டு போய் அவன் படுத்திருந்த பாயில் தள்ளிவிட்டு வந்து படுத்துக்கொண்டாள்.

# 7

**வா**னத்தில் ஒரு விண்மீனையும் காணவில்லை. விடிய இன்னும் எவ்வளவு நேரமிருக்கிறது என்றும் தெரிய வில்லை. மின்மினிப் பூச்சிகள் பயிர்களுக்கிடையிலிருந்து 'பளிச்பளிச்' சென்று மின்னிப் பறந்தன. மேலத்தெரு அம்மாச்சித் திடலின் உயர்ந்த மரங்களிலிருந்து ஆந்தை அலறும் சத்தமும் தெற்கே தோட்டகத்திலிருந்து நரிகள் மாறி மாறி ஊளையிடும் சத்தமும் கேட்டது. விளைந்து முற்றி தலை சாய்ந்திருந்த நெற்கதிர்கள் லேசாக வீசிய காற்றில் மெல்லச் சரசரத்து ஆடும் சத்தமும் விட்டுவிட்டு கேட்டுக்கொண்டிருந்தது. எங்கும் ஒரே இருட்டு. இரண்டு பக்கமும் நெல்வயல்கள். நடுவில் வரப்பு. வரப்பின் இரண்டு ஓரங்களிலும் வரிசையாக ஊன்றி வளர்ந்திருந்த உளுத்தஞ் செடிகள். அவையும் காய்ப்புக் கண்டிருந்தன. கால்களால் செடிகளை விலக்கியபடி முன்னால் போய்க் கொண்டிருந்தாள் மணிமேகலை. அவளின் அடியொட்டி அடி வைத்தபடி பின்னால் வளர்மதி.

"சின்னமொட்ட கையத் தட்டிக்கிட்டே வா. பூச்சி பொட்டு ஏதாவது கெடந்தாலும் கெடக்கும்".

“என்னால வேகமாத் தட்ட முடியாக்கா. நீனே தட்டு”.

“கையிலகூட வச்சிருக்குறன்னுதான ஒன்னக்கிட்ட சொல்லுறன்” என்றாள் மணிமேகலை. அவளின் இடுப்பில் பெரிய கூடையிருந்தது. வளர்மதி கையைத் தட்டிக்கொண்டே செடிகளுக்குள் தடுமாறியபடி நடந்தாள்.

“சின்னமொட்ட நம்ம இப்ப பெறாந்து காட்டுக்குப் போவமா? குருவிக்காட்டுக்குப் போவமா. இல்லன்னா பனஞ் சாரிலயே பாத்து பொறுக்கியாருவமா?”

“பெறாந்து காட்டுல மரத்துக்குக் கீள நெறயா முள்ளு கெடக்கும். இருட்டுக்குள்ள முள்ள பாத்தா காலு வய்க்க முடியும்? பெறாந்து பொறுக்கியாற முள்ளெல்லாம் ஈட்டி ஈட்டியாட்டம் இருக்கும். நறுக்குன்னு ஏறிடும்”.

“குருவிக்காட்டுல மட்டும் ஓடிஓடி பொறுக்கலாமாக்கும்?”

“ஒண்ணு ரெண்டு காக்கா முள்ளுக் கெடக்குந்தான். பெறாந்து மேரியா குருவி முள்ள பொறுக்கியாந்து கூடு கட்டுது?”

திட்டுத்திட்டாய் பனைமரக் கூட்டமுள்ள காடுகள் ஊரை யடுத்து நிறைய இருக்கின்றன. குருவிகள் பெரும்பாலும் பாதுகாப்பு கருதியோ என்னவோ ஒரே காட்டிற்குள் கூடு கட்டியிருக்கும். அந்தக் காட்டிற்குள் உள்ள மரங்களைப் பார்த்தால் அவற்றின் மட்டைகளில் சரஞ்சரமாய் குருவிக் கூடுகள் தொங்கும். பனை மட்டைகளில் கூடுகள் காய்த்திருப்பது போலவே தெரியும். குருவிக் காட்டிற்குள் பெரும்பாலும் காக்கைகளும் பருந்துகளும் கூடு கட்டுவதில்லை. குருவிக் காட்டை அடுத்து சற்று தள்ளியுள்ள இன்னொரு காட்டில் நிறைய பருந்துகள் கூடு கட்டியிருக்கும். அந்தக் காட்டில் உயரமான மரங்கள் அதிகமாக இருக்கும். பருந்து கூடு கட்டியிருப்பது சட்டென்று கண்ணுக்குத் தெரியாது. ஆனால் மரத்தைச் சுற்றி நிறைய முட்களும் அவை தின்றுவிட்டுப் போடும் தவளை, கோழிக்குஞ்சு, பாம்பு இவற்றின் கழிவு பாகங்களும் விழுந்து கிடக்கும்.

“யக்கா சீனிப்பழம் கெடந்தா எனக்கு எடுத்துத்தாறியா?”

“நா எடுத்து வேற எங்க கொண்டுக்கிட்டு போவப் போறன்? நம்ம ஊட்டுக்குத்தான எல்லாம்”.

“இல்லக்கா எனக்கு வேணும் தருவியா?”

"யாங்?"

"சுட்டுத் திங்கணும்".

"சுட்டு எல்லாருந்தான் திங்கப்போறம். ஒனக்கு எத்துன கொட்ட வேணுமோ எடுத்துக்கயேன்".

"இல்லக்கா. சின்னப்புள்ள வூட்டு மலர்க்கொடிக்கு சீனிப்பழம் தாறன்னு சொல்லிருக்குறன்".

"அது கீழத்தெருவுலயில்ல இருக்கு".

"காலயில அது கருவகாட்டுக்கு வாறன்னுருக்கு".

"யாங் அதுக்கு பனம்பழம் கெடக்காதா? அவ்வொ வூட்டு மரமேதான் எக்கச்சக்கமா இருக்கே".

"சீனிப் பனமரம் எல்லா ரூட்டுலயுமா இருக்கும்?"

பனைமரங்களிலும் பலவகையுண்டு. பெரிய பெரிய பழங்களாய் பழுக்கும் சில. சிலவற்றில் பழங்கள் சிறியதாயிருக்கும். சில மரத்துப் பழங்கள் கன்னங்கரேலென்று இருக்கும். சில காப்பிக்கொட்டை நிறத்திலும் சில பழங்கள் மஞ்சள் கலந்த நிறத்திலுமிருக்கும். பெரிய கொட்டையுடைய பழங்களுமுண்டு. சிறிய கொட்டைகளுடன் சதைப்பற்று மிகுந்த பழங்களும் உண்டு. காக்கா காச்சி மரம், கொட்டைகாய்ச்சி மரம், சதைக் காச்சி, சீனிப்பனை, கோம்பப்பனை, சப்பப் பனை, ஒசந்த பனை, குள்ளப் பனை இப்படி பனை மரத்திற்கும் நிறைய பெயர்கள்.

"கருவக் காட்டுல வச்சிக்கிட்டுத்தான் பனம்பழம் திங்கிறதா?"

"இல்லக்கா. நாங்க தவால்காரூட்டு பூசரமரத்துல ஒக்காந்து தின்னுட்டு அப்பறமாத்தான் கருவக்காட்டுக்குப் போவம்".

"அது அங்கேருந்து கருவக்காட்டுக்கா வருது தெனமும்?"

"இல்ல– இன்னக்கி மட்டும் நான்தான் வரச்சொன்னன்".

"நீ யாங் வரச்சொல்லுற?"

"அது ஒரு விசயங்க்கா".

"என்ன விசயம்?"

"நாஞ் சொல்லமாட்டன்".

"சொல்லு".

"அப்பறஞ் சொல்லுறன்".

இவர்களின் பேச்சுக்குரல் கேட்டு கூட்டிற்குள்ளிருந்த குருவிகள் லேசாக படபடத்தன. மரத்திற்கு ஓரிரண்டு பழங்கள் விழுந்து கிடந்தன. மணிமேகலை கூடையை ஓரிடத்தில் வைத்தாள்.

"சின்னமொட்ட நீ இருட்டுக்குள்ள வராண்டாம். நான் போயி ஒவ்வொரு மரத்தயா சுத்திக்கிட்டு வாறன். நீ கூடக் கிட்டயே நின்னு".

"அக்கா. சீனிக்காச்சிய மட்டும் நாஞ் சுத்திப் பாக்குறனே".

"வேண்டாம். ஒரே இருட்டாருக்கு பாரு. நாம் பாத்து பொறுக்கியாந்து தாறன்".

அதே இடத்தில் நின்றுகொண்டாள் வளர்மதி.

பனை மரங்களிலிருந்து பனம்பழங்கள் முதலில் பனை மட்டைகளில் 'சர்சர'வென்று உரசி பின் தொபீரென்று கீழே விழும் சத்தம் இங்குமங்குமாகக் கேட்டுக்கொண்டிருந்தது.

"சின்னமொட்ட மரத்துக்கு நேரால்லாம் போயி நிக்காத. பனம்பழம் மண்டயில உளுந்துடும்".

இருட்டுக்குள்ளிருந்து மணிமேகலையின் குரல் மட்டும் கேட்டது. மரத்திற்கு இரண்டு மூன்றென்று பழங்கள் விழுந்து கிடந்தன. பாவாடையை மடித்து மடியில் பொறுக்கிப் போட்டுக் கொண்டாள். ஐந்தாறு பழங்களுக்கு மேல் மடியில் போட முடியவில்லை. புதுப் பாவாடையாக இருந்தால் ஏழெட்டு பழங்களைக்கூடப் பொறுக்கிப் போட்டுக்கொண்டு வரலாம். ஆனால் அவள் கட்டியிருந்தது பழைய பாவாடை. அவ்வளவு கனத்தை அது தாங்காது. எப்போது வேண்டு மானாலும் கிழிந்து போய்விடக் கூடுமென்று மடி தாங்கும் பழங்களை மட்டும் பொறுக்கிப் போட்டுக்கொண்டு வந்து சேர்ந்தாள். ஒவ்வொரு முறையும் பொறுக்கி வந்த பழங்களை கூடையில் போட்டுவிட்டு மறுபடி மறுபடி போய் பொறுக்கிக்கொண்டு வந்தாள். இருட்டுக்குள் பழங்கள் 'கறுகறு'வென்று கிடப்பதை உத்தேசமாகக் கணித்துத்தான் ஒவ்வொரு பழமாக மடியில் எடுத்துப் போட்டுக்கொண்டிருந்தாள். நிறைய பழங்கள் சேர்ந்துவிட்டது. எப்போதும் இவ்வளவு பழங்கள் அவளுக்குக் கிடைத்ததில்லை.

"சின்னமொட்ட இன்னக்கி நம்மதான் எல்லாருக்கும் மின்னாடி வந்துருக்குறம்".

"ஆமாஞ் சின்னக்கா யாரும் வந்தமேரி தெரியலதான்".

"வுளுந்த பழமெல்லாம் அப்புடி அப்புடியே கெடக்கு. இன்னக்கி பொறுக்குறத்த மட்டுமே ஒருமுட்டு போடலாம். அவ்வள பழங் கெடக்கு".

"பொறுக்கி எல்லாத்தயும் எப்புடிக்கா தூக்கிக்கிட்டுப் போற?"

"ஒனக்கு யாங் அந்தக் கவல? பொறுக்குன பழத்த கொண்டு சேக்கவா முடியா?"

"நாலஞ்சி நட காட்டுக்கும் வூட்டுக்குமா நடக்கணும் இல்லக்கா".

"ஆமாங்".

"தெக்கிக் கடேசில நிக்கிற ரெண்டு மூணு மரத்த இன்னம் பாக்கல. நாம் போயி பாத்து, கெடந்தா பொறுக்கியாறன்" என்று சொல்லி விட்டு போனாள் மணிமேகலை.

காட்டின் தெற்கு ஓரம் சற்று தாழ்வான பகுதி. பக்கத்து வயல்களுக்குப் பாய்ந்த தண்ணீர் இந்தப் பகுதியிலும் வந்து பாய்ந்து கிடந்தது. புல்லும் பூண்டுமாய் மண்டிக்கிடந்த தரையில் புல்லுக்கு மேலே தண்ணீர் நின்றது. நடக்கும்போது 'சளக் சளக்'கென்று சத்தம் கேட்டது. பெரிய பெரிய காக்காய்க் காச்சி பழங்கள் விழுந்து கிடந்தன. ஒவ்வொன்றாக எடுத்து தண்ணீர் வடிய உதறி மடியில் போட்டுக் கொண்டாள். நான்கு பழங்களை போட்டவுடனேயே மடி கீழே இழுத்தது. இரண்டு கால்களின் முட்டிகளிலும் பனம்பழங்கள் இடித்துக்கொண்டேயிருந்ததனால் நடக்கமுடியவில்லை அவளால். அப்படியும் ஆசை குறையவில்லை. 'இவ்வள தூரம் வந்துட்டம். இன்னம் ரெண்டு பழத்த எடுத்துப் போட்டுக்கிட்டு பெயிருவம்' என்று நினைத்தாள். தண்ணீருக்குள் பனம்பழங்கள் பாதி மூழ்கியிருந்தன. அதனால் தேடுவதும் சிரமமாக இருந்தது. ஓரிடத்தில் 'கருகரு'வென்று கிடப்பது தெரிந்தது. மடிக்கனத்துடன் கிட்டே போய், ஒரு கையால் பாவாடையின் விளிம்பை இறுக்கிப் பிடித்துக்கொண்டு குனிந்து இன்னொரு கையால் அந்தப் பனம்பழத்தை எடுத்தாள். தூக்கியவளின் கையிலிருந்து 'வழவழ'வென்று வழுக்கிக்கொண்டு போனது பாம்பு.

“அய்யோ.... அம்மா” என்று அலறியடித்துக்கொண்டு கண்மண் தெரியாமல் ஓடினாள் மணிமேகலை. அந்த நேரத்திலும் அவள் மடியிலிருந்த பழங்களை கீழே விட்டுவிடாமல் கெட்டி யாகப் பிடித்திருந்தாள். அவற்றை கொண்டுபோய் பொறுக்கிப் போட்டிருந்த பழங்களோடு போட்டாள். பாம்பை பிடித்து விட்ட அதிர்ச்சியில் உடம்பு லேசாக நடுங்கிக்கொண்டிருந்தது. வளர்மதியிடம் சொன்னால் அவளும் பயந்து விடுவாளென்று நினைத்து அவளிடம் சொல்லாமல் மறைத்து விட்டாள்.

கூடை கொள்ளும் அளவுக்கு பழங்களைப் பொறுக்கிப் போட்டுக் கொண்டாள். மற்ற பழங்களை அடையாளமாக முட்டள்ளிப் போட்டாள்.

“இதத் தூக்கிவுடு சின்னமொட்ட வூட்டுக்குப் போவம்”.

“இந்தப் பழத்தயெல்லாம் யாராவுது எடுத்துப்புட மாட்டாவோ?”

“பொறுக்கிப் போட்டுருக்குற பழத்த யாரும் தொட மாட்டாவோ. வா போவம்”.

இருவரும் வீட்டிற்குத் திரும்பினார்கள்.

தூரத்தில் வந்துகொண்டிருக்கும்போதே வீட்டிற்குள்ளிருந்து ஆட்டுக்கல் உருட்டும் சத்தம் கேட்டது.

“ஒனக்கு வேலமிச்சங்கா”.

“என்ன வேல?”

“அம்மாவே பருத்திக்கொட்ட ஆட்டுது பாரு”.

“நேத்து மாடு ராப்பாலு குடுக்காம ஒதச்சிப்புட்டு. அதான் வெள்ளணுமே தீனி வச்சிக்கறக்கலாமுன்னு அரக்கிது பொலருக்கு”.

“ஒனக்கு நல்லதுதான?”

“அப்புடியெல்லாம் நெனக்கக்கொடா சின்னமொட்டு. அம்மா பாவம். நம்மளுக்காவ கெடந்து அது எவ்வள செருமப்படுது. நம்மதான் அம்மா வேலய வாங்கி செய்யணும்”.

வீட்டிற்கு மேலண்டை பக்கமாகக் கொண்டுபோய் கொட்டி விட்டு வந்து கூடையை முத்தத்தில் வைத்தாள்.

இருவரும் வந்து நிற்பதை பார்த்த பாக்கியம்,

“யாங்கச்சி. எப்பங்கச்சி எளும்பிப் போனிய ரெண்டியரும்?” என்றாள்.

“இப்பதாம்மா போனம்”.

“யாம் இப்புடி பிசாசிமேரி கெடந்து அலயிறிய?”

“அலஞ்சாத்தான பனமுட்டு போட முடியும். ஊரெல்லாம் பனங்கெழங்கு திங்கக்குள்ள, எங்கள மட்டும் எச்சி முளுங்கிக் கிட்டு ஒக்காந்திருக்கச் சொல்லுறியா?” என்றாள் மணிமேகலை.

“நாங்க இன்னக்கி பொறுக்குனத்த மட்டுமே நம்ம உள்ளூடு அளவுக்கு ஒரு முட்டு போடலாம் தெரியுமுல்ல” என்று பெருமை பொங்கச் சொன்னாள் வளர்மதி.

“நெசமாவாங்கச்சி?”

“ஆமாம்மா. எங்களுக்கு மிந்தி யாருமே போவல. மரத்துக்கு ரெண்டு மூணு வுளுந்து அப்புடியே கெடந்திச்சி”.

“எல்லாத்தயும் எங்க பொறுக்கிப் போட்டுட்டு வந்திருக்குறிய?”

“அங்கயேதான்”.

“பனஞ்சாரில தான?”

“இல்ல. குருவிக்காட்டுல”.

“அங்க யாருங்கச்சி ஒங்களப் போச்சொன்னா? எல்லாத்தயும் எப்ப அள்ளியாந்து சேக்குற?”

“அம்மா” தயக்கமாய் கூப்பிட்டாள் மணிமேகலை.

“என்ன?”

“பருத்திக்கொட்ட அரச்சி மாட்டுக்கு நாந் தீனி வக்கிறன். நீ போயி பனம்பழத்த அள்ளியாறியா?”

“யாங் நீ போனான்ன?”

“எனக்கு பயமாருக்கும்மா?”

"பயமாருக்கா? யாங்... என்ன பயம்?"

"பனம்பழமுன்னு நெனச்சிக்கிட்டு ஒரு பாம்ப புடிச்சித் தூக்கிப்புட்டன்".

சொல்லி முடிப்பதற்குள் பருத்திக்கொட்டை அரைத்த கையோடு ஓங்கி ஓங்கி வயிற்றில் அடித்துக்கொண்டாள் பாக்கியம்.

"அடிப்பாவி மவளே... பாம்பு கடிச்சிருந்திச்சின்னா நான் என்ன செய்வன்? இப்புடி அடங்காம போயி யாங் வேதனய வாங்கிக் கொட்டிக்கிர்றிய?" ஒனக்கு பனம்பழத்துக்கும் பாம்புக்குமா வித்தியாசந் தெரியல?"

"இல்ல. சுருட்டிக்கிட்டு பனம்பழம் மேரியேத்தான் கெடந்திச்சி".

"சின்னஞ்செறு பொண்ணு செத்தா ஊரு ஒலகம் என்ன சொல்லும்? பாம்பு கடிச்சிச் செத்திச்சின்னு சொன்னா நம்புவாவொளா? என்னன்ன கத பேசி பாப்பாவோ".

"நாஞ் செத்துப் பெயிருவனேங்குறதவிட ஒனக்கு கெட்ட பேரு வந்துடுமோன்னுதான கவலப்படுற?"

"உசுரு என்ன பெரிய உசுரு? ஆறுல செத்தாலும் சாவுதான் நூறுல செத்தாலும் சாவுதான். சாவப் பாத்தா அஞ்சுது. மானம் மரியாதக்கித்தான் அஞ்சி நடக்க வேண்டிருக்கு. இனிமே இந்த வேலயெல்லாம் வச்சிக்கிடாதிய்ய சொல்லிப்புட்டன். பவல்ல இந்த பனஞ்சாரி பக்கம் ரெண்டு நட பெயிட்டு வந்தா ஊருபட்ட பழம் பொறுக்கியாறலாம். மருந்துக்குக்கொட ஒத்த பனமரமில்ல. ஆனா ஊட்ட சுத்தி பாக்குற பக்கமெல்லாம் பனமுட்டா போட்டு வச்சிருக்குறியேன்னு போன வருசமே எத்துன பொம்புளைவொ உமுறு குடிச்சாளுவொ தெரியுமா? ஏதாவுது ஒண்ணு நடந்துட்டுன்னா, என்ன சொல்லுவாளுவோ. 'அதாம் அப்புடித்தான் நடக்குமுன்னு' கெக்காளம் கொட்ட மாட்டாளுவொளா?"

"சேரிம்மா, இனிமே நாங்க போவல. நீ போயி அள்ளியா" என்றாள் வளர்மதி.

கூடையை எடுத்து இடுப்பில் வைத்துக்கொண்டு போனாள் பாக்கியம்.

ஆட்டுக்கல்லில் கிடந்த பருத்திக் கொட்டையை அரைக்க உட்கார்ந்தாள் மணிமேகலை.

"யாஞ் சின்னக்கா. பாம்ப தூக்குன விசயத்த என்னகிட்ட யாங் சொல்லல?"

"நீ பயப்புடுவன்னுதான்".

"யாங்க்கா ஒன்னய கடிச்சிருந்திச்சின்னா என்ன பண்ணுவ?"

"பாம்பு எல்லாரயுமா கடிச்சிப்புடும்? விதிச்சா கடிக்கும், மிதிச்சா கடிக்கும்பாவோ. சாவணுமுன்னு விதியிருந்தா பொட்டிக்குள்ள பூட்டி வச்சிருந்தாலும் வந்து கடிச்சிப்புட்டு பெயிருமாம். நம்மளயெல்லாம் கடிக்காது சின்னமொட்ட".

பருத்திக் கொட்டை நன்றாக அரைபட்டிருந்தது. புண்ணாக்குத் தண்ணீரில் அதை அள்ளிப்போட்டாள். மூன்று மரக்கால் தவிட்டை அளந்து தொட்டியில் போட்டு பருத்திக் கொட்டை புண்ணாக்குத் தண்ணீரையும் அத்துடன் சேர்த்து பிசறினாள். தீனியைப் பார்த்துவிட்டு மாடு அடித்தொண்டையில் கத்தியது.

"ஒனக்குத்தான் எடுத்தாறன். அதுக்குள்ள எதுக்குக் கெடந்து கமறுற?" என்றவாறே தூக்கிக்கொண்டு போய் மாட்டிற்கு முன்னால் வைத்தாள். மாடு ஆவலாய் அள்ளித் தின்றது. தொட்டியைப் பிடித்துக் கொண்டு அப்படியே உட்கார்ந்தாள் மணிமேகலை.

"சின்னக்கா.... காப்பி போடலயா?" பின்னால் வந்து நின்றாள் வளர்மதி.

"இரு, மாடு தின்னு முடிக்கட்டும்".

"அது தின்னுக்கிடும். நீ வாக்கா".

"அவசரப்பட்டு திங்கிறன்னு மூக்கட்டயால தொட்டிய ஒடச்சிப்புடும். புதுத்தொட்டி. பன்னெண்டு ரூவா குடுத்து வாங்கி நாலுநாளுகொட ஆவல. ஒடச்சிட்டுன்னா அம்மாவுக்கு உசுரே பெயிரும்" என்றவள் தொட்டியை கெட்டியாய் பிடித்துக் கொண்டு மாடு திங்கத் திங்க தொட்டியின் பக்கங்களில் ஒட்டியிருந்த தவிட்டையெல்லாம் வழித்து வழித்துப் போட்டுக் கொண்டிருந்தாள்.

பாக்கியம் ஒரு கூடை பழத்தை கொண்டுவந்து கொட்டினாள்.

"இருட்டுக்குள்ள தடவித்தடவி பொறுக்கிப் போட்ட எடத்தக் கண்டுபுடிக்கிறதுக்குள்ள பெரும்பாடாப் பெயிட்டு போ" என்றாள்.

"நாந்தான் அடையாளமா சொன்னனே. நீ எங்கபோயி தடவிக் கிட்டு நின்ன?"

"இருட்டுல என்ன தெரியிதுங்குற? கிள்ளிவுட்டு கிட்ட நிக்கலாம் பொலருக்கு".

மறுபடியும் கூடையை எடுத்துக்கொண்டு கிளம்பினாள்.

"அப்பறம் யாம் போற?"

"போவாம".

"நானே போயி அள்ளியாறங். கூடயக் குடு" என்று தவிட்டுத் தொட்டியை ஓர் ஓரமாக வைத்துவிட்டு கூடையை வாங்க வந்தாள் மணிமேகலை.

"மின்ன, கெடந்த எடம் தெரியல. இப்பதாஞ் தெரிஞ்சிட்டே. நானே போறான்" என்று விறுவிறுவென்று நடந்தாள் பாக்கியம்.

"சின்னக்கா காப்பி போடலயா?" என்று மறுபடியும் அரிக்க ஆரம்பித்தாள் வளர்மதி.

"அம்மா வந்துரட்டுமே சின்னமொட்ட".

"நீ போட்டுக் குடுக்கா".

"அம்மா வந்து பாலு கறந்து குடுத்தாத்தான காப்பி போடலாங்".

"ஆமா. அம்மா வந்து எட்டு சேரு பாலு குடுத்துடப் போவுது. நீ பத்தரமாத்தான இரு".

"வரக்காப்பி போட்டுத்தரச் சொல்லுறியா?"

"கறக்குற பாலயெல்லாம் கடக்கி அளந்து வச்சிட்டு, பாலு கறந்த சொம்பு, தம்ளரக் கழுவி அம்மா போட்டுத்தர்ற காப்பியவிட வரக்காப்பியே நல்லாருக்கும்".

"அப்புடியெல்லாஞ் சொல்லாத சின்னமொட்ட. பாவம் அம்மா. நம்மளுக்காவத்தான கஷ்டப்படுது".

"தெனமும் பாலு காச நம்மளா வாங்கிக் கொண்டாந்து பட்டுக்குஞ்சமும் நெத்திச்சுட்டியும் வாங்கிக்கிடுறம்?"

"ம்.... கூறாஞ்சிக் கட்டைக்கி பட்டுக்குஞ்சமும் நெத்திச் சுட்டியிந்தாங் கொறச்சலாருக்கா? மொளச்சி மூணு எல வுடல அதுக்குள்ள வூட்டுல நாட்டாம பண்ண ஆரம்மிச்சிட்டியளோ. எல்லாம் ஒம்மா குடுக்குற செல்லம்". வளர்மதி பேசியதைக் கேட்டுக்கொண்டு படுத்திருந்த சண்முகம் சடாரென்று எழுந்து உட்கார்ந்து உறுமினான்.

"நீ முளிச்சிக்கிட்டுத்தான் படுத்திருந்தியாப்பா?" என்றாள் மணிமேகலை.

"ம்".

"காபி போடவாப்பா?"

"ராப்பாலு இருக்கா?"

"இல்லப்பா. ராத்திரி மாடு ஓதச்சிப்புட்டு".

"அப்ப ராப்பாலு கடக்கிக் குடுக்கல?"

"இல்லப்பா".

"கடைக்கு பால் கொடுக்கவில்லை என்பது தெரிந்த உடனேயே சண்முகத்திற்கு ஏமாற்றமாயிருந்தது.

"ஒருவேளப் பாலு காசில என்னன்ன செய்யிற?"

"தவுடு, புண்ணாக்கு, பருத்திக்கொட்ட எல்லாமே வாங்கணுப்பா".

"அதுவேற வாங்கணுமா?"

"ஆமாப்பா. கறவ மாட்டுக்குத் தீனி வைக்காமயா கறக்க முடியும்?"

"கறவ மாடுங்குற. ராத்திரி யாங் ஓதச்சிச்சி".

"கண்ணுக்குட்டி முத்திப்பெயிட்டுல்லப்பா. இனிமே ஒருவேள தாங் குடுக்கும்".

அப்பன்னாக்க ஒருவேள மட்டும் தீனி வைக்கச் சொல்லு, போரும்". குடிப்பதற்கு காசுக்கு வழியில்லாமல் போய்விட்டதே என்ற கோபத்தில் விடிகாலையிலேயே முறுவிக்கொண்டு நின்றான் சண்முகம். அவனிடம் எதுவும் பேசிப் புண்ணியமில்லை என்று நினைத்து அதோடு விட்டுவிட்டாள் மணிமேகலை.

"ஆத்தக் கட்டுற அடஞ்சாவளத்தான் இன்னக்கி யாம் மடயக் கட்டுறானாம். மீனு கெடைக்காதுன்னா?" மணிமேகலையின் காதோரமாய் கிசுகிசுத்துவிட்டு சிரித்தாள் வளர்மதி. மணிமேகலை யாலும் வந்த சிரிப்பை அடக்க முடியவில்லை. அப்பாவிற்குத் தெரிந்தால் வம்பாய் போய் விடுமே என்று தாவணியால் வாயைப் பொத்திக்கொண்டு வெளியே போய் விட்டாள்.

காபி போடும் அடுப்போரமாக சீனிப் பனம்பழத்தை எடுத்து வைத்தாள் வளர்மதி. அனல் வரும் பக்கமாக பனம்பழத்தை திருப்பித் திருப்பி வைத்துச் சுட்டாள். சூடுபட்ட பக்கங்களிலிருந்து வெடித்துக் கொண்டு சாறு பொங்கி வந்தது. வாசனை மூக்கில் மோதியது. பெரிய சதைக்காச்சி பழங்கள் இரண்டை எடுத்து வந்து அடுப்படியில் வைத்தாள் மணிமேகலை. சோறாக்கி குழம்பு வைத்து முடிப்பதற்குள் அடுப்பிலிருந்து பக்கவாட்டில் வெளியே வரும் அனலடித்தே பழங்கள் நன்றாக வெந்து போய்விடும். மத்தியான சோறு இல்லாத போதும் வேலையில்லாமல் சும்மா இருக்கும்போதும் ஆளுக்கொரு கொட்டையாய் பிய்த்து மணிமேகலையும் பாக்கியமும் சப்புவார்கள். அதிகப் பசியாயிருந்தாலும்கூட இரண்டு கொட்டை பனம்பழத்தை சப்பினால் பசியடங்கிவிடும். சில சமயம் இரவு வரை சுட்ட பனம்பழம் யாரும் சப்பாமலோ அல்லது சப்பியது போக மீதமாகவோ இருந்து விடும். அதைத் தூக்கி பனமுட்டோடு போட மணிமேகலைக்கும் சரி பாக்கியத்திற்கும் சரி மனது வராது. இரவு எல்லா வேலைகளையும் முடித்த பிறகு சாப்பிட்ட பிறகும் ஆளுக்கொரு கொட்டையாகச் சப்பித் தூக்கிப் போட்டுவிட்டுத்தான் போய் படுப்பார்கள். பனம்பழக் காலத்தில் தினமும் எல்லோருடைய வீட்டிலும் அடுப்போரத்தில் இரண்டு பழங்களாவது வெந்துகொண்டேயிருக்கும்.

எப்போது நன்றாக பொழுது விடியுமென்றிருந்தது வளர்மதிக்கு. காலையிலேயே தபால்காரர்வீட்டு பூவரச மரத்தடியில் போய் நின்றுகொண்டாள். எப்போது மலர்க்கொடி வருவாள் என்று அவள் வரும் வழியையே பார்த்துக்கொண்டு நின்றாள். சொன்ன நேரமும் தாண்டிவிட்டது. மலர்க்கொடி இன்னும் வரவில்லை. வளர்மதிக்கு அவள்மீது கோபம் கோபமாக வந்தது.

'நம்மள ஏமாத்திப் புடுமோ' என்று மலர்க்கொடியின் மீது சந்தேகம் வந்தது வளர்மதிக்கு. 'ஏமாத்துனா இன்னயோட பெயிருமா எல்லாம். இந்த வருசம் முடிச்சி அடுத்த வருசம் அஞ்சாவுதும் படிக்கணுமுல்ல. யாரு கணக்குப் போட்டுக் குடுப்பான்னு பாத்துருவம்' மனதிற்குள்ளேயே கருவினாள்.

"ஐடியா குடுத்ததே நம்மதான். நம்மளுக்கிட்டயே வேல போட்டுக் காட்டுதா? இருக்கட்டும் இருக்கட்டும்" என்று முணுமுணுத்தாள். மலர்க்கொடி வளர்மதியுடன் ஒரே வகுப்பில் படிப்பவள். மலர்க் கொடிக்கு அறவே கணக்குபோடத் தெரியாது. வளர்மதிதான் எப்போதும் தன்னுடைய நோட்டைக் காட்டுவாள். அவளுமே அவ்வளவு எளிதில் தன் நோட்டை காண்பிக்க மாட்டாள். மலர்க் கொடி பலமுறை கெஞ்சியும் கணக்கு போட்டுக் காட்ட மாட்டாள். 'குச்சிதாறன் காட்டு, புளியங்கொட்ட தாறங் காட்டு, கொய்யாப் பழந்தாறன் காட்டு' என்று ஏதாவது கொடுப்பதாய் உறுதியளித்த பிறகுதான் இவளும் காட்டுவாள். சொன்னது போலவே மலர்க்கொடி கடன் வைக்காமல் கொண்டுவந்து கொடுத்தும் விடுவாள்.

ஒருநாள் பள்ளிக்கூடத்தில் ஆண்பிள்ளைகள் இரண்டு மூன்று பேர் 'பிலிம்' வைத்துக்கொண்டு விளையாடினார்கள். 'எம். ஜி. ஆர். பிலிமுடா' என்றான் ஒருவன். 'என்னக்கிட்ட நம்பியார் பிலிமு இருக்குடா' என்றான் இன்னொருத்தன். 'பானுமதியும் எம். ஜி. ஆரும் கையப் புடிச்சிக்கிட்டு ஆடுற பிலிமு. நான் வச்சிருக்குறண்டா' என்றான் மற்றுமொருவன். மூவரும் மாற்றி மாற்றி பார்த்துக் கொண்டார்கள். மற்றவர்கள் யாருக்கும் பார்க்கக் கொடுக்கவில்லை. வளர்மதிக்கு அதைப் பார்க்கவேண்டுமென்று ஆசையாக இருந்தது. மெதுவாக அவர்களிடம் கேட்டும் கெஞ்சியும் பார்த்துவிட்டாள். பயல்கள் சரியான வில்லங்கப் பேர்வழிகள். 'சின்னம்பி கடயில விக்கிது போயி வாங்கியா. அப்பத்தான் எங்களோட ஒன்னயும் சேத்துக்கிடுவம். மாத்திமாத்தி பாத்துக்கிடலாம்' என்றனர்.

வளர்மதி காசுக்கு எங்கே போவாள்? ஆனால் மலர்க்கொடியோ அந்த நேரம் பார்த்து வளர்மதிக்கு ஆதரவாய் பேசினாள்.

"நாளக்கி எங்கவூட்டுக்கு எங்க தானிக்கோட்டாவத்து மாமா வரப்போறாவொளாம். எங்க மாமா வந்தா எனக்கு காசு குடுப்பாவோ. காசுவாயிக்கி பிலிமு வாங்கி நா ஒனக்கும் ஒண்ணு தாறன்' என்றாள் அவள்.

"நெசமாத்தருவியா?"

"நெசமாத்தாறன்".

"ஐயனாருமேல சத்தியம் பண்ணு".

"ஐயனாரு மேல சத்தியமா".

"மின்னடியாம் மேல".

"மின்னடியாம் மேல சத்தியமா?".

"தூண்டிக்காரன் மேல".

"தூண்டிக்காரன் மேல சத்தியமா".

வளர்மதிக்கு பிலிம் கிடைக்கப் போகிறது என்று நினைக்க நினைக்க சந்தோஷமாக இருந்தது.

ஆனால் மறுநாள் மலர்க்கொடி சொன்னதுபோல அவளுடைய மாமா வரவில்லை.

"நாளக்கி வருவாவொ... நாளக்கி வருவாவொ' என்று ஒவ்வொரு நாளாக சொல்லிக்கொண்டே வந்தாள் மலர்க்கொடி. ஒருநாள் திடீரென்று அவளுடைய மாமா வந்திருப்பதாகச் சொல்லிவிட்டு பள்ளிக்கூடத்திலிருந்து பாதி நேரத்திலேயே ஓடிவிட்டாள் மலர்க் கொடி. மாமா போகும்வரை அவரையே சுற்றிக்கொண்டிருந்தாள். போகும்போது அவள் எதிர்பார்த்தது போலவே கால் ரூபாய் காசு ஒன்றை எடுத்து அவளிடம் கொடுத்துவிட்டுப் போனார். மலர்க்கொடி உடனே ஓடி வளர்மதியை அழைத்துக்கொண்டு போய் பிலிம் வாங்கி வரவேண்டுமென்றுதான் ஆசைப்பட்டாள். ஆனால் அதற்குள் அவளுடைய அம்மாவோ "ஒனக்கு எதுக்குக் காசி?" என்று பிடுங்கிக் கொண்டாள். மலர்க்கொடி ஏமாற்றத்துடன் அழுது கொண்டே வளர்மதியிடம் வந்து நடந்தவற்றையெல்லாம் கூறினாள். வளர்மதிக்கு அவளின் மீது இரக்கமோ அனுதாபமோ ஏற்படவில்லை. தனக்கு பிலிம் கிடைக்க இருந்த வாய்ப்பும் போய்விட்டதே என்று ஏமாற்றமாகவே இருந்தது. அந்த எரிச்சலில் மலர்க்கொடியைப் பார்த்து,

"ஒனக்கு இனிமே செத்தாலும் நான் கணக்குக் காட்ட மாட்டன். சாமி மேலயெல்லாம் சத்தியம் பண்ணிருக்குற? பொய்ச் சத்தியம் பண்ணுனாக்க சாமி கண்ணக் குத்திடும்" என்று சொல்லி தினமும் அவளை பள்ளிக்கூடத்தில் அழ வைத்துக் கொண்டேயிருந்தாள்.

மலர்க்கொடிக்கு என்ன செய்வதென்று தெரியவில்லை. ஒருநாள் அவளுடைய அம்மா இரண்டு ரூபாயைக் கொடுத்து கோயில் வாசலில் இருக்கும் செட்டியார் கடைக்குப் போய் சுக்கு, ஓமம், கருப்பட்டி எல்லாம் வாங்கிக்கொண்டு வரச் சொன்னாள்.

"மீதிக் காச பத்தரமா கொண்டா" என்றும் சொல்லி அனுப்பினாள். அன்று சனிக்கிழமை, பள்ளிக்கூடம் விடுமுறை. எனவே வளர்மதியை வீட்டிற்கே தேடிக்கொண்டு வந்தாள் மலர்க்கொடி.

"வளர்மதி, எங்கம்மா கோயில்வாசக் கடைக்கிப் போயி சாமான் வாங்கியாறச் சொல்லிருக்கு. சாமான் வாங்கிக்கிட்டு மீதி காசியிருக்கும். அதுல ஒனக்கு பிலிமு வாங்கித்தாறன், என்னோட வர்றியா?" என்றாள்.

"இம் வாறன்" என்று அவளோடு ஓடினாள். போகும் வழிநெடுக எப்படி பிலிம் வாங்குவது என்பது பற்றியே பேசிக்கொண்டு போனார்கள். கோயிலடி செட்டியார் கடையில் பிலிம் இல்லை.

"காச எங்கம்மாகிட்ட காட்டுனா மறுபுடி எனக்குக் குடுக்காது" என்றாள் மலர்க்கொடி.

"ஒளிச்சி வச்சிக்கிட்டா மிச்சக்காசி எங்கன்னு கணக்குக் கேக்க மாட்டாவொளா?"

"தொலஞ்சி பெயிட்டுன்னு சொல்லிப்புடுவன்".

"அடிக்க மாட்டாவொ?"

"ரெண்டு அடி அடிக்கிந்தான். வாங்கிக்கிடுவன். காச நீ வச்சிக்கிர்றியா?"

"ஐயயோ. வேண்டாம்ப்பா. எங்கம்மா பாத்தா அவ்வளதுதான். யாரூட்டுல திருடிக்கிட்டு வந்தன்னு கைய ஒடிச்சி அடுப்புல வச்சிரும். நீனே மடில சொருவி வச்சிக்கயேன்?"

"எங்கம்மா கண்டுபுடிச்சிருமுண்டி".

"எங்கயாவுது பொதச்சி வச்சிருவமா?"

"யாராவுது பாத்துக்கிட்டுருந்து எடுத்துப்புட்டாவொன்னா?"

"வேற என்ன செய்யிற?"

"நீனே வச்சிக்கயேன் வளர்மதி".

"அந்த வார்த்தய மட்டும் உட்டுரு. வேற ஏதாவுது சொல்லு. எங்கப்பா குடிகார ஆளு. தெரிஞ்சிச்சி கொன்னு தென்னம் புள்ளக்கி ஓரமா பொதச்சிப்புடும்... ஒரு ஐடியா".

"என்னடி?"

"நீ காசப்போட்டு முளுங்கிப்புடு. வயத்துக்குள்ள இருக்கட்டும். யாருக்கும் தெரியாது".

"முளுங்கலாமா?"

"ம். நாளக்கி வெளியருக்கும்போது வந்துடும்".

"வந்துருமா?"

"புளியங்கொட்டய முளுங்குனா வருது. ஈச்சங்கொட்டய முளுங்குனா வருது. காசி மட்டும் வராதா?"

"அப்பன்னா நீ முளுங்குறயா?"

"ஐயய்யோ வேண்டாம்ப்பா. அவ்வொவ்வொ காச அவ்வொவ் வொதான் முளுங்கணும். அடுத்தவ்வொ காச முளுங்குனா செரிக்காதுன்னு எங்கம்மா அடிக்கடி சொல்லும்".

"சேரி நானே முளுங்குறன்" என்று அரைமனதுடன் ஒத்துக் கொண்டாள் மலர்க்கொடி.

தன்னிடமிருந்த சில்லரைக் காசுகளில் கால்ரூபாயை எடுத்துக் காட்டி, "இதப்பாரு வளர்மதி, முளுங்கலாமான்னு".

"இது சின்னத் துட்டுதான. ஈசியா முளுங்கிப்புடலாம்" என்று ஒப்புதல் கொடுத்தாள் வளர்மதி.

திரும்பி வரும் வழியில் அடிகுழாயில் தண்ணீர் அடித்து விட்டு காசை விழுங்கச் சொன்னாள். மலர்க்கொடியும் விழுங்கி விட்டாள்.

"நாளக்கி காலயிலயுமே கருவக்காட்டுக்கு வந்துடு. அதுக்கு மின்னாடி எங்கயும் வெளிய இருந்துடாத. கருவக்காட்டுக்கு நானும் வந்தர்றன். காசி வந்தவொன்ன எடுத்து புதுக்கொளத்துல கழுவிப்புட்டு போயி சின்னம்பி கடயில பிலிமு வாங்கிப்புடுவம். என்ன?" என்றாள்.

"சரி" என்று எல்லாவற்றிற்கும் தலையாட்டிவிட்டு தன் வீட்டிற்குப் போய்விட்டாள் மலர்க்கொடி.

பூவரசு மரத்தில் ஏறி நின்று பார்த்தாள் வளர்மதி.

சற்று தூரத்தில் மலர்க்கொடி வருவது தெரிந்தது. எப்போதும்போல நன்றாக நடக்க முடியவில்லை அவளால். ஒருவிதமாக சங்கடப்படுவதுபோல நடந்து வந்தாள். அருகில் வந்தவுடன், "யாம் மலர்க்கொடி அரக்கி அரக்கிக்கிட்டு நடந்துவாற?" என்றாள் வளர்மதி.

"எனக்கு நேத்து சாங்காலத்துலேருந்தே வயத்த வலிச்சிக்கிட்டுருந் திச்சி. நீதான் எங்கயும் போயி வெளியருக்கக் கொடாதுன்னுட்டியே. இவ்வள நேரம் அடக்கிக்கிட்டு இருக்க முடியல. முட்டிக்கிட்டு வருது. நடக்கவே முடியல" என்றாள் திணறியபடி.

வளர்மதிக்கு அவளைப் பார்க்க சிரிப்பு வந்தது.

"பாவம்தான் நீ. இஞ்ச பாரு, சீனிப் பனம்பழம். ஒனக்காவ சுட்டுக் கொண்டாந்தன். நீதான் முட்டிக்கிட்டு வருதுங்கிறியே. வா வெளியருந்துட்டு வந்து திம்பம்" என்றவள் மரத்தின்மேல் கிளைக்கவைகளுக்கிடையே விழுந்துவிடாமல் பழத்தை வைத்து விட்டு வந்தாள். இருவரும் கருவைக்காட்டிற்குப் போனார்கள்.

கருவைக்காடு ஊரைவிட்டு சற்று ஒதுங்கியிருந்தது. அதன் நடுவில் ஒரு குளத்தை வெட்டி எல்லா நாட்களிலும் தண்ணீர் இருக்கும்படி தேக்கிக் கட்டி வைத்திருந்தார்கள் ஊர்க்காரர்கள். அப்பகுதி பெண்களுக்கெல்லாம் கருவைக்காடுதான் வயிற்றுவலிக்கு ஒதுங்கும் இடமாக இருந்தது. கோடை நாட்களில் ஊரிலுள்ள ஆடு மாடுகளுக்கு தண்ணீர் காட்டுவதற்காகவும் புதுக்குளத்தை ஆழப்படுத்தியும் அகலப்படுத்தியும் வைத்திருந்தார்கள்.

"இஞ்சபாரு மலர்க்கொடி. ஊசியா ஒலக்கயான்னு கேப்பன், ஒலக்கன்னு சொல்லிப்புடாத. நா எட்டிப் போயி ஒக்காந்தா ஓம் ஆயில காசு வருதான்னு பாக்க முடியா".

"சேரி".

கருவைக்காட்டிற்குள் ஓடிய வேகத்திலேயே ஓரிடத்தில் உட்கார்ந்துவிட்டாள் மலர்க்கொடி.

"ஒரு விடுகத போடுறன் சொல்லுறியா?" என்றாள் வளர்மதி.

"ம்" என்றாள் திணறியபடியே. அவள் திணறியதில் மூக்கும் கண்களும் தெறிக்க, நீர் முட்டி நின்றது கண்களில்.

"ஓடுன ஓட்டத்துல ஒதிய மரத்த சாச்சானாம். அது என்ன?" என்றாள் கேலியாய்.

"சிச்சீ ஒடு. எல்லாம் ஒன்னாலதான்" என்றவள் உபாதையி லிருந்து கொஞ்சம் விடுபட்டவளாக நிமிர்ந்து பார்த்தாள்.

"இப்ப சொல்லு ஊசியா ஒலக்கயா?"

"ஊசி".

கிட்டே வந்து உட்கார்ந்துகொண்டாள் வளர்மதி. ஒரு குச்சியை எடுத்து மலர்க்கொடியிடம் கொடுத்தாள்.

"இதால கிண்டிப்பாரு".

புதையலைத் தேடுகின்ற ஆர்வத்தோடு குச்சியால் கிளறி தேடிப் பார்த்தாள். அவள் கிளறுவதை அருகில் உட்கார்ந்திருந்த மலர்க் கொடியும் கூர்ந்து பார்த்துக்கொண்டேயிருந்தாள்.

"இந்தாருக்கு காசி.... நீ சொன்னமேரி வந்துட்டு". காசைப் பார்த்ததும் மலர்க்கொடி உற்சாகமாகிவிட்டாள்.

"எட்டித் தள்ளிவுட்டு மண்ணுலபோட்டு காலால தீத்து, எல்லாம் உட்டுரும்".

அப்படியே செய்தாள் மலர்க்கொடி. ஒட்டியிருந்த அசுத்த மெல்லாம் போகும்வரை மண்ணுக்குள் போட்டு காலால் தீத்திக்கொண்டேயிருந்தாள்.

"போரும். இந்தா இந்த எலக்குள்ளவச்சி எடுத்தா. கொளத்துல போட்டு களுவிப்புருவம்" என்று ஒரு பூவரசு இலையை பறித்து வந்து கொடுத்தாள் வளர்மதி.

குளத்தில் நீண்டநேரம் தேய்த்துத் தேய்த்துக் கழுவினாள் மலர்க்கொடி.

"இப்ப மோந்து பாரு நாறுதான்னு".

அவள் மோந்து பார்த்துவிட்டு, "இல்ல சுத்தமா, நாறல. வேணுமின்னா மோந்து பாரன்" என்று காசை வளர்மதியிடம் நீட்டினாள்.

"க்கூம். அந்தக் காச நாந் தொடமாட்டம்ப்பா" என்று முகத்தைச் சுளித்து வாங்க மறுத்துவிட்டாள் வளர்மதி.

இருவரும் சின்னத்தம்பி கடைக்குப்போய் பிலிம் வாங்கினார்கள். கால் ரூபாய்க்கு ஐந்து பிலிம்கள் வாங்க முடிந்தது. இரண்டு பிலிம்களை வளர்மதிக்குக் கொடுத்தாள் மலர்க்கொடி. சீனிப்பழத்தை மலர்க் கொடியிடமே கொடுத்து விட்டு பிலிமுடன் சிட்டாகப் பறந்து வீட்டிற்கு வந்தாள் வளர்மதி.

"சின்னக்கா... சின்னக்கா..."

"என்ன சின்னமொட்ட?"

"ஒன்னக்கிட்ட ஒரு விசயம் சொல்லுறன்னல்ல".

"எப்ப... ஆங் ஆங் ஆமா".

"அது இதான்" என்று இரண்டு பிலிம்களையும் கொடுத்தாள்.

ஒன்றில் நாகேசும் சிவாஜிகணேசனும் இன்னொன்றில் நாகேசும் மனோரமாவும் இருந்தார்கள்.

"ஏது சின்னமொட்ட இது?"

"மலர்க்கொடி வாங்கிக் குடுத்திச்சி" என்றவள், நடந்த விசயங்கள் அத்தனையும் சொன்னாள்.

மணிமேகலைக்கு சிரிப்பு தாங்க முடியவில்லை.

"சின்னக்கா ஒரு விசயம்".

"என்ன?"

"இனிமே யாரு காருவாத் துட்டுக் குடுத்தாலும் நம்ம வூட்டுல வாங்கவே கொடாது" என்றாள்.

## 8

**பு**ரட்டாசி மாதம். நல்ல மழை. ஆடியில் நாற்றுவிட்டு நட்ட பயிரெல்லாம் பச்சைமாறி பத்தைகட்டி வளர்ந்துவரும் நேரம். கோட்டகமெங்கும் தண்ணீர் பெருகிக் கிடந்தது. பயிரெல்லாம் இன்னும் கொஞ்சம் வளர்ந்துவிட்டால் ஐப்பசி அடைமழைக்கு தப்பித்து விடும். கோட்டகத்தில் பெரும்பகுதி வயல்களில் நடவு நட்டிருந்தார்கள். கோடைகாலத்தைப்போல மழைக் காலத்தில் மாடுகளை ஏனோதானோவென்று விரட்டி விட்டு மேய்க்க முடியாது. தரிசு வயல்களும் ஓரம் ஒண்டுகளுமாகப் பார்த்துப் பக்கத்தில் நின்றுகொண்டு தான் மேய்க்க வேண்டும். கொஞ்சம் அசந்தாலும் மாடுகள் பயிரில் வாய் வைத்துவிடும். மாடு மேய்க்கும் சிறுவர் சிறுமியரோடு சேர்த்து தன்னுடைய மாடுகளையும் ஓட்டிக்கொண்டு போயிருந்தாள் பாக்கியம்.

கீக்குமுளி ஆற்றிற்கும் சற்று வடக்காலிருந்த கன்னி வாய்க்கால் நெடுகிலும் இரண்டு பக்கங்களிலும் எல்லா வயல்களிலுமே நடவு நட்டிருந்தார்கள். அவற்றிற்கு

இடையே பால்கார முனியப்பன் வீட்டு அறுபத்தியிரண்டு குழி நிலம் மட்டும் நடவு நடாமல் தரிசாய் கிடந்தது. தரிசு முழுவதும் கரணகட்டை புல் நிறைய மண்டிக்கிடந்தது. அறுவாங்கட்டை புல்லைப் போலவே சற்று பெரிதாக இருக்கும். இதன் தண்டுகள் கரணைகரணையாக தடித்துப்போய் அழுத்தமாயிருக்கும். இந்தப் புல்லை கொஞ்சமாய் மேய்ந்தாலே போதும் வயிறு நிரம்பிவிடும். கறவை மாடுகள் இந்த கரணைக்கட்டையை மேய்ந்தால் நிறைய பால் கறக்கும். பாலும் கெட்டியாய் இருக்கும். கடைக்குக் கொடுக்கும் பாலுடன் ஒரு டம்ளர் இரண்டு டம்ளர் தண்ணீர் கலந்தால்கூட யாராலும் கண்டுபிடிக்க முடியாது. அந்த தரிசுக்கு எப்படியாவது மாடுகளை ஓட்டிக்கொண்டுபோய் மேய்க்க வேண்டுமென்று ஆசைப் பட்டாள் பாக்கியம். ஆனால் மாடுகளை ஓட்டிச் செல்வதுதான் சிரமம். கன்னி வாய்க்காலோ மிகவும் குறுகலான வாய்க்கால். அதன் வழியாக எல்லா மாடுகளையும் ஒரே நேரத்தில் ஓட்ட முடியாது.

வாய்க்கால் வழியாக ஒவ்வொரு மாடாக ஓட்டிக்கொண்டு போவது என்று முடிவு செய்தாள். பெரிய தரிசை அடுத்து இந்த சிறிய தரிசுக்குப் போக இடையில் நான்கைந்து நடவு வயல்கள் இருந்தன. இந்த வயல்களைத் தாண்டும்வரை வாய்க்காலுக்குள்ளேயே ஓட்டியாக வேண்டும். பெரிய தரிசில் நிற்கும் மாடுகளை வளைத்துப் பார்த்துக் கொண்டனர் இரண்டுபேர். சிறிய தரிசில் விட்ட மாடுகளை பயிரில் வாய் வைத்துவிடாதபடி பார்த்துக்கொண்டனர் பாக்கியமும் இன்னொரு சிறுமியும். இடையில் வாய்க்கால் வழியாக ஒவ்வொரு மாடாக ஓட்டிக் கொண்டுவந்து விட்டு விட்டுப் போனான் நடராசு. ஒருவழியாக எல்லா மாடுகளையும் அந்த சிறிய தரிசுக்குள் கொண்டு வந்து விட்டு நாலாபக்கமும் வரப்புகளில் அங்கங்கே நின்றுகொண்டு பார்த்துக்கொண்டிருந்தார்கள். கரணைக்கட்டையை பார்த்ததில் மாடுகள் நின்று மேயத் தொடங்கின.

சூரியன் அப்போதுதான் கொஞ்சம் கொஞ்சமாக உச்சி வானத்திற்கு வந்துகொண்டிருந்தது. இரண்டு நாட்களுக்கு முன்புவரை விட்டுவிட்டு மழை பெய்துகொண்டிருந்தது. ஆனால் நேற்றும் இன்றும் மழை பெய்யவில்லை. மழை பெய்ய வில்லையென்றாலும் வெயில் சுள்ளென்று எரிக்கவில்லை. மப்பும் மந்தாரமுமாய் இருந்தது வானம்.

"ஆத்தா.... ரோட்டுல மணிமேல சின்னம்மா வாறமேரிருக்கு பாருங்க" என்றாள் சிறுமி ஒருத்தி.

பாக்கியம் ரோட்டைப் பார்த்தாள். தூரத்தில் மணிமேகலை தான் வந்துகொண்டிருந்தாள்.

'இப்பதான் மாட்டக் கொண்டாந்து மேச்சல்ல எறக்குறம். அதுக்குள்ள இது யாம் வருது?" என்று நினைத்தவள் அருகில் வரட்டுமென்று பேசாமல் நின்றாள்.

பாவாடையை தாவணியுடன் சேர்த்து மடித்து முழங்காலுக்கு மேலே இருக்கும்படி செருகிக்கொண்ட மணிமேகலை ரோட்டி லிருந்து கோட்டகத்திற்குள் இறங்கி வந்தவள், "மாடு நேத்து திட்டுலேருந்து வந்தமேரிருந்திச்சி" என்றாள்.

"ஆமாம் நேத்து அங்கதான் ஓட்டுனம். ஊரு மாடெல்லாம் திட்டுக்குத்தான் வருது. மேச்ச பத்த மாட்டங்குது. ரெண்டு நாளா மழயுந்தான் இல்லயா. அதான் இஞ்ச ஓட்டியாந்துட்டம்".

வளவனாற்றங்கரை படுகையும் அதையொட்டிய பகுதிகளும் சற்று உயர்ந்த நிலமாக இருக்கும். எவ்வளவு மழை பெய்தாலும் தண்ணீர் சட்டென்று வடிந்துவிடும். எனவே மழை பெய்தால் பெரும்பாலும் மாடுகளை திட்டுக்குத்தான் ஓட்டுவார்கள் எல்லோரும்.

"திட்டுப் பக்கந்தான மாடு நிக்குமுன்னு நெனச்சி, அங்க போயிப் பாத்துட்டு அப்பறமா திரும்பி ரோட்டுக்கு வந்தன்".

"நொண்டியரூட்டு ஆத்தா தொண்டியாட்டுக்குப் பெயிட்டு வந்துச்சி. அதுக்கிட்ட கேட்டன். வடக்கிக் கோட்டாவத்துல கொஞ்ச மாடுமேயிது. போயிப்பாருன்னு சொன்னிச்சி. அப்பறமாத்தான் இஞ்ச வாறன்".

"இப்ப எதுக்காவ நீ தேடிக்கிட்டு வாற?"

"மேலக்காட்டுலேருந்து செவஞானம் மாமாவும் அந்த அத்தயும் வந்துருக்குறாவொ".

"எதுக்காம்".

"எதுக்குன்னு தெரியல. ஒன்னய ஒடனே வரச்சொன்னாவோ. நீ போ, நான் மேச்சி ஓட்டியாறன்".

"அப்பா இல்லயாங்கச்சி?"

"ஊட்டுலதான் இருந்துச்சி".

'பொண்ணு கேக்கத்தான் வந்திருக்குறாவோ' என்று தோன்றியது. 'யாருக்கா இருக்கும்' என்ற கேள்வியெழுந்தது. 'யாருக்கா இருந்தான்ன

காலாகாலத்துல ஒரு எடத்தப் பாத்து நல்லபடியா புடிச்சிக் குடுத்துறணும்' என்று நினைத்தவள் மாடுமேய்க்கும் குச்சியை மணிமேகலையிடம் கொடுத்துவிட்டுக் கிளம்பினாள்.

"மாட்ட ஓரம் ஒண்டுல மேக்கிறன்னு பயிருல உட்டுறாதிய".

"ம்".

"வெட்டியாந் தலயாரி வர்றமேரி தெரிஞ்சா மாட்ட பெரிய தரிசிக்கி ஓட்டியாந்துருங்க".

"சேரி".

"நேத்துகொட தோப்புக்காட்டு மாட்டுவொள ஓட்டிக் கொண்ட பவுண்டுல அடச்சிப்புட்டானுவொளாம்".

"சரி பாத்துக்கிர்றம்மா".

"மாடுவொ ஒண்ண ஒண்ணு முட்டிக்கிட்டு பெரண்டுரும். முட்டிக்கிர்ற மாட்டுவொள கிட்டகிட்ட வுடாம வெலக்கிவுட்டு மேயிங்க".

"ம்".

"நீங்க போங்காத்தா நாங்க பாத்துக்கிடுறம்" என்றாள் ஒரு சிறுமி பொறுக்க மாட்டாமல்.

"இஞ்ச பாருங்கச்சி. நம்ம கருப்புக் கிடாரியும் தேக்கா வுட்டு வளசக்கொம்பு மாடும் முட்டிக்கிட்டுன்னா கொம்பு மாட்டிக்கிடும். அப்பறம் எடுக்கவே முடியா. ரெண்டயும் கிட்டகிட்ட வுட்டுறாத?" நீண்டதூரம் போகும்வரை ஒவ்வொன்றாக நினைத்து திரும்பி நின்று சொல்லிவிட்டுப் போனாள்.

பாக்கியத்தின் தலை எப்போது தூரமாய்ப் போய் மறையும் என்று காத்திருந்தார்கள். அவள் புள்ளியாய் போனவுடன், "ஆத்தா பெயிட்டாவோ. மாட்டுவொள ஓட்டியாங்க பெரிய தரிசுக்கி" என்றாள் ஒருத்தி.

"இப்ப யாங் ஓட்டணும் நல்ல மேச்சலா கெடக்கு செத்த மேயட்டுமே" என்றாள் மணிமேகலை.

"இஞ்சயெல்லாம் மேய்க்க நம்மளுக்கு ஒத்துவராது".

"யாங் ஒத்துவராது?"

"இதுவொள கொண்ட பெரிய தரிசில அடிச்சிவுட்டா வாய்க்காலுல கடியங்கொழப்பி மீனு புடிக்கலாமுல்ல?"

"இப்பயே புடிச்சி என்ன செய்யப் போறிய? சாங்காலத்துக் குள்ள நாறிப் பெயிறாதா? சூரியன் உச்சியவுட்டு எறங்கட்டும். அப்பறம் புடிச்சிக்கிடலாம்" என்றாள் மணிமேகலை.

"வூட்டுக்குப் புடிக்கிறது சாங்காலமாத்தான். இப்பப் புடிக்கிறது சுட்டுத்திங்க".

"சுட்டுத்திங்கயா நெருப்பட்டி இருக்கா?"

"இம். இந்தாருக்கு பாருங்க" என்று தன் கால்சட்டைப் பையுக்குள் கையைவிட்டு எடுத்துக்காட்டினான் நடராசு.

"சேரி.... ஒங்க ஆசய யாங் கெடுப்பான? எங்கயாவுது ஓட்டுங்க. ஆனா ஒண்ணு நாளக்கி இத எங்கம்மாக்கிட்ட மட்டும் சொல்லிப்புடாதிய்ய".

ஓட்டி வந்ததுபோல ஒவ்வொரு மாடாக வாய்க்காலின் வழி ஓட்டிச்சென்று பெரிய தரிசில் விட்டார்கள். பெரிய தரிசென்றால் மாடுகளை கிட்டேயே நின்று பார்த்துக்கொள்ள வேண்டிய தில்லை. விட்டுவிட்டு ஓரிடத்தில் உட்காரலாம். அல்லது புல்லறுக்கலாம், மீன் பிடிக்கலாம். எந்த வேலையென்றாலும் செய்யலாம். மாடுகள் தன்போக்கில் சுற்றிச்சுற்றி வந்து மேய்ந்து கொண்டிருக்கும் எல்லா மாடுகளும் நின்று மேய ஆரம்பித்தன.

வாய்க்காலின் உடைப்பெடுத்த கரைகளில் சேற்றால் வீடு போல கட்டினார்கள் சிறுவர்கள். அதற்கு சிறியதொரு வாசல் வைத்தார்கள். கடியத்திற்குள் இரண்டு மூன்று நத்தைகளை உடைத்துப் போட்டார்கள். உள்ளேயும் வெளியேயும் சேற்றோடு தண்ணீரை குழப்பி விட்டார்கள்.

"கடியோவ் கடியோங்....
நத்தே கரி.... புத்தாம் பூச்சி....
ஆயிரகல நத்த....
அள்ளி கொட்டிருக்கு....
வந்து தின்னுட்டு ஓடியே பெயிருங்க...."

என்று பாடியவன் "ச்சூ.... ச்சூ.... வாங்க எல்லாரும் போவம்" என்று எல்லோரையும் கூப்பிடுவதுபோல பாசாங்கு செய்தான். ஆனால், எல்லோரும் ஆடாமல் அசையாமல் நின்றார்கள். நடராசு ஒரு பத்தைச் சேற்றை கையில் தயாராக வைத்துக் கொண்டு நின்றான்.

நத்தைகளின் வாசனைக்கு வாய்க்காலிலிருந்து மீன்கள் கடியத்திற்குள் வந்தன. குழம்பிய நீரில் மீன்கள் சுழித்து சுழித்து வருவது நன்றாகத் தெரிந்தது. நீரின் சுழிப்பைக்கொண்டே ஏழெட்டு மீன்கள் வந்திருக்குமென்று நினைத்தாள் மணிமேகலை. கையிலிருந்த சேற்றுப் பத்தையால் அப்படியே கடியத்தின் வாசலை அடைத்துக் கட்டினான் நடராசு. உள்ளே வந்த மீன்கள் வெளியே போக முடியாமல் மாட்டிக் கொண்டன. கடியத்திற்குள் கிடந்த தண்ணீரை கைகளால் எத்தி எத்தி இறைத்துவிட்டு மீன்களைப் பிடித்து கரையில் போட்டார்கள். சிறுமியர் மறுபடியும் நத்தைகளை உடைத்துப்போட்டு கடியத்தைக் குழப்பி நிறைய மீன்களைப் பிடித்தார்கள். மீன் பிடித்தாகிவிட்டது. இனி அதை சுட்டு எடுக்க வேண்டுமே என்ன செய்வதென்று நினைத்தார்கள். சாதாரண நாட்களென்றால் இது ஒரு பெரிய விஷயமாக அவர்களுக்குத் தோன்றாது. ஆனால் இது மழைக் காலமானதால் மீன் சுடுவது பிரச்சினையாகவே இருந்தது. இரண்டு நாட்களுக்கு முன்வரை பெய்த மழையால் கோட்டகத்தில் அங்கங்கே கிடக்கும் கருவை முள்ளெல்லாம் நனைந்து போய்க் கிடந்தது. அவற்றையும் இன்னும் ஆங்காங்கே கிடந்த குச்சி, கொட்டங்கச்சி போன்றவற்றை சேகரித்து வந்து ஓரிடத்தில் போட்டார்கள். எளிதில் தீப்பிடிக்கக்கூடிய பனை மட்டை ஓலைகள் மற்றும் செத்தைகளை கசக்கி வைத்து அதன் மீது சிறுசிறு துண்டுகளாய் முள்ளையும் குச்சிகளையும் ஒடித்துப் போட்டார்கள். எல்லோரும் அதை சூழ்ந்து உட்கார்ந்துகொண்டார்கள். மிகவும் கவனமாக நடராசு தீக்குச்சியை உரசி கைகளால் கசக்கி வைத்த செத்தையின் நடுவே வைத்துப் பற்ற வைத்தான். யோசித்து யோசித்து எரிவதுபோல லேசாகப் பிடித்தது. சுடர்விட்டு எரியாமல் கனிந்துகொண்டே வந்தது. போதுமான அளவு குச்சிகள் கனிந்தவுடன் எல்லோருடைய முகமும் சந்தோஷத்தில் மலர்ந்தது. இனிமேல் நெருப்பை உண்டாக்கிவிடலாம் என்று நம்பினார்கள். இரண்டுபேர் குனிந்து கனிந்த குச்சிகளை ஊதினார்கள், பிடித்து எரிய வேண்டுமென்பதற்காக.

"பாப்பா வூட்டுல பாலுஞ்சோறும் வாங்கித்தாறன்  
பத்திக்கோ பத்திக்கோ....  
பாப்பாவூட்டுல பாலுஞ்சோறும் வாங்கித்தாறன்  
பத்திக்கோ பத்திக்கோ"

என்று பாட்டு பாடினார்கள். நெருப்பு கொஞ்சம் கொஞ்சமாக குச்சிகளில் பிடித்து எரிய ஆரம்பித்தது.

எரியும் நெருப்பில் மீன்களை பொறுக்கிப்போட்டு சுட்டார்கள். எல்லோரும் சுட்ட மீன்களை ஆளுக்கு ஒவ்வொன்றாக எடுத்து பிய்த்து சுடச்சுட தின்றார்கள். மணிமேகலைக்கும் திங்கதிங்க சுட்டமீன் ருசியாக இருப்பது போலிருந்தது.

"தெனமும் சுட்டுத்திம்பியளா" என்றாள்.

"ஒங்கம்மா வந்தா எங்களயெங்க இதுக்கெல்லாம் வுடுறாவொ" என்று அலுத்துக்கொண்டான் நடராசு.

"என்னைக்காவுது வயத்த பசிக்கிதாத்தான்னு கெஞ்சுன முன்னா வுடுவாவோ. இல்லன்னா பட்டினிதான்' என்றாள் இன்னொருத்தி.

நேத்தக்கி திட்டுல நெறையா பில்லுமுட்ட நோண்டித் தின்னம்" என்றாள் இந்திரா.

"அதுக்குள்ளயேவா பில்லுமுட்ட தின்னிய?"

தண்ணீரில்லாத ஈரப்பதம் மட்டுமேயுள்ள சற்றுமேடான தரைகளில் படர்ந்துகிடக்கும் உப்பருகம் புல்லின் வேரில் பில்லு முட்டைகள் இருக்கும். புல்லைப் புடுங்கிவிட்டு வேரை தோண்டிப் பார்த்தால் உருண்டை உருண்டையாக் வெள்ளை நிறத்தில் மிளகு சைசில் பில்லுமுட்டைகள் இருக்கும். வாயில் போட்டு நசுக்கினால் அதிலிருந்து வெள்ளையாய் பால்போன்ற திரவம் வரும். அது ருசியாகவும் லேசாக கவுச்சிவாடை வீசுவது போலவுமிருக்கும். மாடு மேய்க்கும் பிள்ளைகள் பில்லு முட்டையை நிறைய சேகரித்து கழுவி மடியில் வைத்துக் கொண்டு பட்டாணி தின்பதுபோல் ஒவ்வொன்றாக வாயில் எடுத்துப்போட்டு தின்பார்கள்.

"திட்டுல எப்பவுமே பில்லுமுட்ட இருக்குமே. ஒங்களுக்குத் தெரியா?" என்று கேட்டாள் இந்திரா.

"நாங்கல்லாம் மழயில பில்லுமுட்ட புடுங்கித் திங்க மாட்டம். தையி, மாசியில அறுப்பறுக்குற காலத்துலதான் தின்பம்" என்றாள் மணிமேகலை.

**பா**க்கியம் புதுவாய்க்காலில் இறங்கி கைகால்களிலிருந்த சேற்றைச் சுத்தமாகக் கழுவினாள். முகத்தையும் கழுவிக் கொண்டாள். கட்டியிருந்த சீலையை அவிழ்த்து ஒருமுறை உதறி திருத்தமாகக் கட்டிக்கொண்டாள். நடந்துகொண்டே தலைமுடியை அவிழ்த்து விட்டு தட்டி அள்ளி முடிந்து கொண்டாள்.

'கடவுளே மாடய்யா.... யாம் பொண்ணுக்கு நல்ல எடமா வந்துருக்கணும். சொத்து சொவம் இல்லாட்டியும் குடிக்காம சீட்டாடாம கொணம்மணமா இருக்குற புள்ளையாக் கெடைக்கணும்' என்று வேண்டிக்கொண்டாள்.

'பெரிய மவள கட்டிக்குடுத்தம். நம்மளுக்கு நல்லப் பொண்ணா இல்லாட்டியும் தாங் குடும்பத்த நல்லா பண்ணிக் கிட்டிருக்கு. புருசம் பொண்டாட்டி ரெண்டியரும் வம்பு சண்ட போட்டுக்கிடாம சிரிச்சி பேசிக்கிட்டு ராசி சந்தோஷமாருக்குவொ?'

பாக்கியத்தின் பெரிய மகள் பூரணத்திற்கு வயசுக்கு வந்ததிலிருந்தே நிறைய சம்மந்தங்கள் வந்தன. 'தாய தண்ணித் தொறயில பாத்தா போறாதா. பொண்ணவேற வூட்டுக்கு வந்து பாக்கணுமா?' என்று தாயைப் பார்த்து பெண்ணெடுக்கும் சனங்கள், குணத்தையும் கெட்டிக்காரத்தனத்தையும் பார்த்து பாக்கியத்தின் பெண்ணை மருமகளாக்க ஆசைப்பட்டார்கள். தகட்டூரில் பிரசிடெண்டா யிருப்பவர் தன்னுடைய ஒரே மகனுக்கு பாக்கியத்தின் மகளையே கட்டிவைக்க வேண்டுமென்று பிடிவாதமாயிருந்தார். இரண்டு பக்கத்திலும் சொந்தக்காரர்கள் எல்லோருக்கும் பிடித்துப் போய் விட்டது. அந்த சமயம் பார்த்து உள்ளூரிலிருந்த சண்முகத்தின் பெரியம்மா பேரன் பூரணத்தை தனக்குத்தான் கட்டிவைக்க வேண்டுமென்று ஆள்விட்டு அனுப்பினான். அதைக் கேள்விப்பட்ட பூரணம், 'நாங் உள்ளூருகாரவ்வொளுக்கே வாக்கப்பட்டுகிர்றன். அப்பதான் அம்மா அப்பாவ தெனமும் பாத்துக்கிடலாம்' என்று சொல்லி உள்ளூர் மாப்பிள்ளையை தனக்கும் பிடித்திருக்கும் விஷயத்தை சாதுர்யமாக தெரிவித்துவிட்டாள். ஆனால் பாக்கியத்திற்கு உள்ளூர் சம்மந்தம் அறவே பிடிக்கவில்லை. தகட்டூர் மாப்பிள்ளைக்குக் கட்டிக்கொடுத்துவிட வேண்டுமென்று கூடியவரை பிரயாசைப் பட்டாள். கடைசியில் அவளுடைய ஆசை நிறைவேறாமல் போய் விட்டது. பாக்கியத்திற்கு உள்ளூர் சம்மந்தம் பிடிக்காமலிருந்தது என்றாலும் கட்டிக்கொடுத்து இரண்டு வருடங்களுக்கு மேல் ஆகப் போகிறது. இன்றுவரை அவர்களால் இவளுக்கு எந்த வருத்தமும் வந்ததில்லை.

பெரிய மகளுக்கு அமைந்ததைவிடவும் நல்ல இடமாய் தன் நடுமகளுக்கு அமையப்போகிறதென்று எவ்வளவு ஆசை ஆசையாய் இருந்தாள். 'யாங் ஆசையிலயெல்லாம் மண்ணள்ளிப் போட்டுட்டு பெயிட்டுதே' என்று சங்கரனை நினைத்து பெருமூச்சுவிட்டாள் பாக்கியம்.

'யாராரு தலயில எங்கெங்கன்னு எளுதியிருக்கோ அப்புடித்தான நடக்கும். நம்ம நெனக்கிறதெல்லாமா நடக்குது?' தன் மனதைத் தானே தேற்றிக் கொண்டவளாக நடந்தாள். வீட்டை நெருங்க நெருங்க ஒருவிதமான பரபரப்பு ஏற்பட்டது.

பாக்கியம் எப்போது வருவாளென்று எதிர்பார்த்து வாசலிலேயே நின்றுகொண்டிருந்தாள் சிவஞானத்தின் மனைவி.

"வாங்கண்ணி.... வாங்க" என்று வாயெல்லாம் பல்லாகக் கூப்பிட்டாள் பாக்கியம். "அண்ணனும் வந்துருக்குறா வொன்னிச்சே".

"ஆமாண்ணி உள்ள ஒக்காந்துருக்குறாவொ".

"வாங்கண்ண... வாங்க".

"ம்" என்று தலையாட்டி சிரித்தான் சிவஞானம்.

"வந்து நும்பநேரமாயிட்டுல்லண்ணி?" காக்க வைத்து விட்ட வருத்தத்தோடு கேட்டாள்.

"இருந்துட்டுப் போவுதுண்ணி. இப்ப வேல ஒண்ணுமில்ல. வூட்டுல சும்மாதான் இருக்குறம்".

ஏற்கெனவே மணிமேகலை பாயெடுத்துப் போட்டு உட்கார வைத்துவிட்டுத்தான் போயிருந்தாள்.

பாக்கியம் வந்ததும் வராததுமாக அடுப்பைப் பற்றவைத்து காபி போட்டுக்கொண்டு வந்தாள்.

"இப்ப யாண்ணி காப்பியெல்லாம்? நாங்க என்ன வெளியூருல இருந்தா வாறம்?"

"இருக்கட்டுண்ணி குடிங்க".

"அண்ணனையும் குடிக்கச் சொல்லுங்க" என்று இரண்டு டம்ளர்களில் கொண்டுவந்து வைத்தாள். பக்கத்திலிருந்த கடைக்குப்

போய் வெற்றிலை பாக்கு வாங்கிக்கொண்டு வந்து தட்டில் வைத்து அவர்களுக்கு முன்பாக நகர்த்தி வைத்தான் சண்முகம். எப்போது விஷயத்தைச் சொல்லுவார்கள்? மாப்பிள்ளை யாராயிருக்கும்? எந்த ஊராயிருக்குமென்று தெரிந்துகொள்ளும் ஆர்வம் அதிகமாகிக் கொண்டு போனது அவளுக்கு.

“நாங்க ஒரு நல்ல சேதியாத்தான் வந்தம். நீங்களும் ஒக்காருங்கண்ணி” என்று பேச்சை ஆரம்பித்தாள் சிவஞானத்தின் மனைவி.

“இருக்கட்டுமுண்ணி— சொல்லுங்க” என்றபடியே உட்கார்ந்தாள் பாக்கியம்.

“இந்த வருசம் பொண்ணக்கட்டிக் குடுக்குறதாத்தான இருக்குறிய?”

“ஆமாமா. கட்டிக்குடுக்குறதுதான். வயசிக்கிவந்த பொண்ண வூட்டுலயே வச்சிக்கிட்டா அழகு பாக்கப் போறம்? நல்ல எடமா வந்தா புடிச்சிக்குடுத்துற வேண்டியாங்”.

“சொல்லுறியளா?” என்று தன் கணவனைப் பார்த்து ஜாடை காட்டினாள் சிவஞானத்தின் மனைவி.

“நீனே சொல்லு” என்று கையசைத்து அமைதியாக உட்கார்ந் திருந்தான் அவன்.

“தம்பி கோயம்புத்தூரு மில்லுல வேலசெஞ்சி கைநெறையா சம்பாரிச்சி வச்சிருக்கு. கல்யாணத்தப் பண்ணிக்கிட்டு இஞ்சயே எதாவுது கடகன்னிய வச்சிக்கிட்டு இருந்துருவமுன்னு நெனக்கிது”.

“புள்ள யாரு?”

“யாரு? எல்லாம் ஒங்க புள்ளதான்”.

“புரியலையேண்ணி”.

“கொணமணத்துல, பேச்சுவார்த்தயில தங்கமான புள்ள யாருக்கு”.

“நீங்க யாரச் சொல்லுறியன்னு தெரியலையே”.

“ஒங்க சின்ன நாத்துனா மவன் ஒதயகுமாரத்தான் சொல்லுறன்”.

"என்னது, யாருக்கு பொண்ணு கேட்டுக்கிட்டு யாவ்வூட்டு வாசலுல வந்து நிக்கிறிய? யாம் பொண்ண வெட்டி ஆத்துல வுட்டாலும் உடுவனே தவர அந்த வூட்டுல கட்டிக்குடுக்க மாட்டன்".

"அண்ணன் ஒண்ணுஞ்சொல்லாம இருக்குறாவொ, நீங்களா யாங் இப்புடி கவுத்து கொட்டுறிய்ய?"

"அவ்வொ என்ன சொல்லுற? யாம் பொண்ணு நாஞ் சொல்லறதுதான்".

"இப்புடியெல்லாம் பேசாதிய. அந்தத் தம்பிய நீங்க பாத்துருக்குறியளா? அந்தப் புள்ளயப் பத்தி ஒங்களுக்கு என்ன தெரியுஞ் சொல்லுங்க".

"புள்ளயப்பத்தி எனக்கொண்ணும் தெரியா. நாங் அம்மாக் காரவ்வொள வச்சித்தான் சொல்லுறன். அந்தப் பொம்புளைக்கி யாம் பொண்ணு மருமவளாவக் கொடாது".

"தாயிக்கிம் புள்ளக்கிம் இதுல சம்மந்தமில்லண்ணி. அந்தத் தம்பி தான் மாமன் மவள கட்டிக்கிடணுமுன்னு ஆசப்படுது. நீங்க யாம் இப்புடி புடிவாதம் புடிக்கிறிய?"

"வேண்டாண்ணி... அதவுட்டுட்டு வேற பேச்சிருந்தா பேசுங்க".

"இந்தக் காலத்துல ஆம்புளைவொ எப்புடியெப்புடி எல்லாமோ இருக்குறானுவொ. இந்தத் தம்பிகிட்ட ஒரு கெட்ட பழக்கமுங் கெடையா. ஒரு பீடி உண்டா சிகரெட்டு உண்டா. தாந் தாய அனுப்பக் கொடாதுன்னுதான் எங்களப்போயி கேட்டுட்டு வாங்கனு சொல்லி அனுப்பிச்சி. நீங்க என்னடான்னா இப்புடி அறுத்துக் கட்டுறிய".

"நீங்களே பாத்து வேற சம்மந்தம் கொண்டாங்க. நான் பொண்ண குடுக்குறனா இல்லயான்னு பாருங்க".

பாக்கியத்தின் பிடிவாதத்தைப் பார்த்துவிட்டு அவளிடம் இனி பேசுவதில் எந்த புண்ணியமும் இல்லையென்று நினைத்து இருவரும் போய்விட்டார்கள்.

பாக்கியத்திற்கு 'அவர்கள் வந்து எப்படி என் பொண்ணைக் கேட்கலாம்' என்று நினைக்க நினைக்க ஆத்திரமாக வந்தது.

"ஓடுகாலி பொம்புள மானம் மரியாதயயெல்லாம் தோண்டிப் பொதச்சவ. செத்துப் பெயிட்டான்னு தல முளுவிப்புட்டு இருந்தமே.

இப்ப வந்து நின்னுக்கிட்டு பொண்ணு கேக்குற அளவுக்கு துளுத்துப் போச்சா அவளுக்கு?" ஆத்திரம் தீர கோபத்தில் சத்தம் போட்டாள். அவளுடைய பேச்சிற்கு மறுபேச்சு பேச முடியாமல் எங்கோ கிளம்பிப் போய்விட்டான் சண்முகம். எல்லா விஷயத்திலும் பாக்கியத்தை அதட்டி உருட்டி மிரட்டி பேசி அடக்கும் சண்முகம் இந்த விஷயத்தில் மட்டும் எப்போதும் வாயே திறக்க மாட்டான். அவள் எவ்வளவு பேசினாலும் கேட்டுக்கொள்வான். இல்லையென்றால் எங்காவது கிளம்பிப் போய்விடுவான்.

பாக்கியத்தின் சின்ன நாத்தனார் செகதாம்பாளை உள்ளூரிலேயே மேலக்காட்டில் கட்டிக்கொடுத்திருந்தார்கள். ஆணும் பெண்ணுமாக இரண்டு பிள்ளைகள் பிறந்த பிறகு அவள் அதே ஊரிலிருந்த மணியக்காரர் மகனுடன் ஊரை விட்டே ஓடிவிட்டாள். முதலில் பிள்ளைகளை விட்டுவிட்டு ஓடியவள் நான்கைந்து மாதங்கள் கழித்து மெதுவாக தன்னுடைய பிள்ளைகளையும் தன்னோடு அழைத்துக் கொண்டாள். எல்லோருக்கும் அது பெரிய அவமானமாக இருந்தது. ஆரம்பத்தில் 'தனக்கு மூன்றும் பெண்பிள்ளையாக பிறந்து விட்டதே. அத்தகாரிமேரி ஓடிருமுன்னு சொல்லி யாரும் வந்து நம்ம வூட்டுல பொண்ணெடுக்க மாட்டாவொளே' என்று நினைத்து வேதனைப் பட்டிருக்கிறாள் பாக்கியம். ஆனால் தன்னுடைய கெட்டிக்காரத் தனத்தாலும் நல்ல குணத்தாலும் தன் நாத்தனாரின் கெட்டபெயர் தன்னுடைய பிள்ளைகளின் பெயரோடு ஒட்டிவிடாமல் செய்து விட்டாள். இன்று அந்த நாத்தனாரின் பிள்ளைக்கே தன் மகளைக் கேட்டு வருகிறாளே என்று நினைக்க அவளுக்கு மனது ஆறவேயில்லை.

இந்த விஷயம் பூரணத்திற்கும் அவளுடைய கணவனுக்கும் தெரியவந்தது. பூரணத்தின் கணவன் அந்த வீட்டின் மூத்த மருமகன் என்ற அதிகாரத்தைக் காட்ட ஆரம்பித்தான்.

'பொண்ணுகேட்டு வந்தவன் அரகொறப்பட்ட ஆளுல்ல. கோயம்முத்தூருல வளந்தவன். நம்ம ஊருல பயலுவொள்ளயே நல்லவன் எவன் கெட்டவன் எவன்னு கண்டுபிடிக்க முடியல. எங்கயோ வளந்தபய எப்புடிப்பட்டவனா இருக்குறானோ என்னமோ யாருக்குத் தெரியும். ஆசப்பட்ட பொண்ணயே கட்டிக்கிடணு முன்னுட்டு ஆளு வச்சித் தூக்கிக்கிட்டுப் பெயிட்டாலும் பெயிடுவான். இனிமே, ஒந் தங்கச்சிய தண்ணி வெண்ணிக்கோ வெறவு சத்தைக்கோ போக்குடான்னு சொல்லிப்புடு. வெளிய தெருவ போறன்னாக்கொட தொணயா ஒங்கம்மாவப் போச்சொல்லு' என்று பூரணத்திடம் சொல்லியனுப்பினான்.

பூரணமும் அவன் சொன்னதை அப்படியே வந்து தன் அம்மாவிடம் சொன்னதோடு தன் பங்கிற்கும் ஏதேதோ சொல்லி பயமுறுத்திவிட்டுப் போனாள்.

ஆரம்பத்தில் தன்னை அங்கே போகாதே இங்கே போகாதே யென்று ஏன் எல்லோரும் கண்டிக்கிறார்கள் என்று தெரியாமலிருந்தது மணிமேகலைக்கு. அவளிடம் உதயகுமார் பற்றி யாரும் எதுவும் சொல்லவுமில்லை. ஆனால் சில நாட்களுக்குள் அவனைப் பற்றிய செய்திகளை ஒவ்வொன்றாய் வந்து தானாக சொல்லிக்கொண்டிருந்தாள் வளர்மதி.

☯ ☯

**வ**ளர்மதி தினமும் அதிகாலையில் மரமல்லிகைப் பூப் பொறுக்க மேலகாட்டிற்குப் போவாள். மேலக்காட்டில் ஊரையடுத்துள்ளது வண்ணான் தோப்பு. அந்தத் தோப்பிற்குள் ஒரு குளம் இருந்தது. குளத்தைச் சுற்றி நிறைய மரமல்லிகை மரங்கள் இருந்தன. மரமல்லிகை மழைக்காலத்தில்தான் பூக்கும். இரவில் பூத்துக் கொட்டும். விடியற் காலையில் பார்த்தால் தரையெங்கும் கொட்டி வெள்ளையாய் அழகாய்க் கிடக்கும். நீண்ட காம்புடன் சற்று அழுத்தமாயிருக்கும். மரமல்லிகைப் பூ என்றால் வளர்மதிக்கு உயிர். மடி நிறைய பொறுக்கிக்கொண்டு வருவாள். பாதிக் காம்பை கிள்ளியெறிந்துவிட்டு நெருக்கமாய்க் கட்டி தலைநிறைய வைத்துக்கொள்வாள். மீதமிருக்கும் பூவையும் அதேபோல நெருக்கமாகக் கட்டி வாசல் நிலையில் தினமும் தொங்கவிடுவாள். மரமல்லிகைப் பூவின் வாசனை வீடெங்கும் மாலை வரை நிரம்பியிருக்கும். அந்தக் குளத்தில் குளிக்கும் துறையும் கல்லும் கிடந்தது. ஆனால் ஒருநாள்கூட யாரும் அதில் குளித்து வளர்மதி பார்த்ததே இல்லை. இவள் பூப்பொறுக்க போகும் வேளையில் அந்தப் பகுதியில் ஆள் நடமாட்டம்கூட இருக்காது. மரங்கள் அடர்ந்த காடு போன்ற அத்தோப்பிற்குள் கிடக்கும் குளத்துத் தண்ணீர் வெயில் நாளில்கூட சூடேறாது. எப்போதும் குளிர்ச்சியாயிருக்கும். வளர்மதிக்கு அதில் குளிக்கவேண்டுமென்று ஆசையாக இருக்கும். ஆனால் இவ்வளவு தூரத்திலிருந்து குளித்துவிட்டு தெப்பலாய் போய் நின்றால் அம்மா அடிக்கும், பிறகு பூப்பொறுக்க வருவதும் கெட்டுப் போய்விடுமென்று நினைத்து பேசாமல் போய்விடுவாள்.

ஒருநாள் வளர்மதி பூப்பொறுக்கப் போனபோது அந்தக் குளத்தில் ஓர் ஆள் குளித்துக்கொண்டிருப்பதைப் பார்த்தாள். குளிப்பது யாரென்று தெரியவில்லை. இதுவரை அவள் பார்த்ததில்லை.

இந்த ஊர் ஆளாயிருந்தால் நிச்சயமாக அவளுக்குத் தெரிந்திருக்கும். இது யாரோ வெளியூர்க்காரர் என்பதால்தான் அவளுக்குத் தெரியவில்லை.

'யாராயிருந்தா நம்மளுக்கென்ன? நம்ம வேலய நம்ம பாப்பம்' என்று பூக்களை அடுக்காய் பொறுக்கிக் கொண்டிருந்தாள். குளித்துக்கொண்டிருந்தவன் இவளைப் பார்த்துவிட்டு கூப்பிட்டான்.

"நீ யாருட்டுப் பொண்ணு? எதுக்காவ இதப் பொறுக்குற?" என்றான்.

"நாந் தெக்கித்தெரு சண்முவத்து மவ. இதச் சாமிக்கி மாலகட்டிப் போடத்தான் பொறுக்குறன்" என்றாள்.

அவள் தன்னுடைய மாமன்மகள் என்பது உதயகுமாருக்குத் தெரிந்துபோனது.

"நாங் யாருன்னு தெரியுமா ஒனக்கு?"

"தெரியலையே".

"யாம் பேரு உதயகுமார். ஒங்க அத்தமவன்தான் நான்".

"நெசமாவா?"

"ஆமாங்".

"அப்பன்னா எங்க வூட்டுக்கு நீங்க வாங்களேன்".

"ஒங்கம்மாவுக்கு என்னய புடிக்காது. நான் வந்தா வீட்டுக்குள்ள வுடமாட்டாவோ. போடான்னு வெரட்டி வுட்டுடுவாவொ".

"யாங்".

"யான்னு தெரியல".

"நீங்க பொய்தான சொல்லுறிய?"

"இல்ல நெசமாத்தான் சொல்லுறன். நீ வேணுமுன்னா ஒங்கக்காவப் போயி கேட்டுப்பாரு".

"ம். கேட்டுப் பாக்குறன்" என்றவள் வீட்டிற்குக் கிளம்பினாள்.

"நாளக்கிம் வருவியா?"

"நாந் தெனமும் வருவன்" என்றவள் வீட்டிற்கு வேக வேகமாக ஓடினாள். அவன் சொல்லியதெல்லாம் உண்மையாக இருக்குமா இல்லை பொய்யாக இருக்குமாவென்று ஒரே குழப்பமாக இருந்தது வளர்மதிக்கு. வந்ததும் வராததுமாக மணிமேகலையிடம் போய் எல்லா விஷயங்களையும் சொல்லி உண்மையா என்று கேட்டாள். அவளால் இதையெல்லாம் நம்ப முடியவில்லை.

"உண்மதாஞ் சின்னமொட்ட" என்றாள்.

"யாரு அந்த அத்த?"

"நீ பாத்ததில்ல. நம்மளுக்கு சின்னத்தன்னு ஒரு அத்த மேலக்காட்டுல இருந்திச்சாம். அது வேற யாருகொடயோ ஓடிப் பெயிட்டுதாம்" என்று தனக்குத் தெரிந்தவற்றையெல்லாம் சொன்னாள்.

"அம்மா ஓடிப்போனத்துக்காவ புள்ளய எதுக்கு பேசணும். உதயகுமாரத்தான் நல்லவ்வொளா இருக்குறாவொ. எனக்கு அந்த அத்தானப் புடிக்கிதுக்கா".

"புடிச்சா கட்டிக்கிர்றியா?"

"இல்ல... நீ கட்டிக்கிர்றியாக்கா?"

"வாயப் பொத்து சின்னமொட்ட. யாருக்காவுது காதுல வுளுந்துடப் போவுது" என்று அதட்டியவள் அந்தப் பேச்சை அத்தோடு முடித்துக்கொண்டாள்.

உதயகுமார் தன்னைக் கட்டிக்கொள்ள ஆசைப்பட்டு கேட்டது, அம்மா மறுத்தது, அக்காவீட்டு மாமா அங்கே இங்கே போகாதே யென்று கட்டுப்பாடு போட்டது என்று எல்லா விஷயங்களும் மணிமேகலைக்கு கொஞ்சம் கொஞ்சமாகத் தெரியவந்தது. என்ன காரணத்தாலோ நாளுக்கு நாள் உதயகுமாரின் மீதான நல்லெண்ணம் அவள் மனதில் வளர்ந்து கொண்டே இருந்தது.

இப்போதெல்லாம் இறந்துபோன சங்கரனைப் பற்றிய நினைவுகள் முற்றிலுமாக மறந்துவிட்டது மணிமேகலைக்கு. உதய குமாரைப் பற்றிய நினைவுகள் அடிக்கடி வந்து கொண்டிருந்தது. எப்படியாவது தனக்கும் உதயகுமாருக்கும் கல்யாணம் நடந்துவிட்டால் தேவலாமென்று நினைத்தாள். யாருக்கும் தெரியாமல் சாமியை அனுதினமும் வேண்டத் தொடங்கினாள். முத்து காலண்டரின்

முருகன் படத்தை உள் வீட்டிற்குள் மாட்டிவைத்து தினமும் பூக்கட்டி போட்டாள். ஒருநாள் கோடுபோட்ட வெள்ளைத் தாளொன்றில் உதயகுமாரின் பெயருடன் தன் பெயரையும் இணையாய் எழுதி அழகு பார்த்தாள். அதை முருகன் படத்திற்குப் போட்டிருந்த பூவுக்குள் மறைத்து வைத்து "முருகா நீதான் எங்களுக்குக் கல்யாணத்தப் பண்ணி வய்க்கணும்" என்று மனமுருக வேண்டிக்கொண்டாள். இதை எப்படியோ கவனித்துவிட்ட வளர்மதி, மணிமேகலைக்குத் தெரியாமல் அந்தத் தாளை எடுத்துப் படித்துப் பார்த்துவிட்டாள். பார்த்தவள் திரும்பியும் அதை இருந்த இடத்தில் வைக்காமல் மடிக்குள் செருகிக்கொண்டு ஓட்டமெடுத்தாள். கொண்டுபோய் அதை அப்படியே உதயகுமாரிடமும் காட்டிவிட்டாள். உதயகுமாரால் அதை நம்பவே முடியவில்லை.

"நெசமாவே இத ஒங்கக்காதான் எளுதிச்சா? இல்ல நீ எளுதினியா?"

"சாமிமேல சத்தியமா எங்கக்காதான் எளுதிச்சி".

"அப்பன்னா ஓங்கக்காவுக்கு என்னயப் புடிச்சிருக்குத்தான?"

"ஆமாங்".

"அதுக்குப் புடிச்சிருந்து என்ன செய்யிற? ஒங்க வூட்டுல ஒத்துக்கிட மாட்டாவொளே".

"என்னத்தாஞ் செய்யிற?"

"ஒங்கக்கா ஒத்துக்கிட்டு வந்தா வரலாங்".

"எங்க வரணும்?"

"ம். என்னயக்கூட வந்தா, கோயிலுலவச்சி கல்யாணத்தப் பண்ணி கோயம்புத்தூருக்கே அளச்சிக்கிட்டு பெயிருவன். ஓங்கக்கா வரணுமே?"

"நான் எங்கக்காக்கிட்ட கேட்டு பாக்கட்டாத்தான்?"

"கேட்டுப்பாறன்".

"வல்லன்னாக்கா?"

"வல்லன்னா இருக்கட்டும். வேற நம்ம என்ன செய்யிற?" வளர்மதிக்கு தன் அக்காவை சம்மதிக்க வைத்து உதயகுமாருடன்

அனுப்பி வைத்துவிட வேண்டுமென்று ஆசையாக இருந்தது. அதே எண்ணத்தோடு வீட்டிற்கு ஓடிவந்தாள்.

பொழுதுபோன நேரம். பாக்கியம் மாட்டில் பால் கறந்து கடைக்குக் கொடுக்க எடுத்துக்கொண்டு போய்விட்டாள். வீட்டு வேலைகளை முடித்துவிட்டு, சுற்றித் திரிந்துகொண்டிருந்த கன்றுக் குட்டியை பிடித்து இழுத்துவந்து கட்டிக் கொண்டிருந்தாள் மணிமேகலை. அவளுக்கும் பின்னால் கூப்பிட்டுக்கொண்டே வந்து நின்றாள் வளர்மதி.

"என்ன சின்னமொட்ட?"

"ஒனக்கு வேலயெல்லாம் முடிஞ்சிட்டா இல்லயா?"

"யாங்? வெள்ளணுமே படுத்து ஒனக்குக் கத சொல்லணுமா?"

"இல்லக்கா. தெக்காக்கப் போவணும்".

"தெக்காக்கயா?"

"ம்".

"இரு சோத்துப்பான கொழம்பு சட்டிய நல்லா மூடிப்புட்டு வாறன். மீனு கொளம்பு வாசத்துக்கு பூன எப்பன்னு இருக்கும்" என்றவள் வீட்டிற்குள்போய் எல்லாவற்றையும் கவனமாக மூடி வைத்துவிட்டு வந்தாள்.

"சேரி வா சின்னமொட்ட போவம்".

தெருவைத் தாண்டிய பிறகு மெதுவாக குசுகுசுப்பதைப் போல எல்லாவற்றையும் சொல்ல ஆரம்பித்தாள் வளர்மதி.

"சின்னக்கா".

"ம்... என்ன?"

"நான் ஒண்ணு சொல்லுவங். கேப்பியா?"

"சொல்லு".

"ஒனக்கு ஒதயகுமாரு அத்தானப் புடிக்கிதா புடிக்கலயா?"

"நாம் பாத்ததேயில்ல. எப்புடிப் புடிக்கிது புடிக்கலன்னு சொல்லுற?"

"அப்பறம் யாங் ஓம்பேரயும் அந்த அத்தாம்பேரயும் சேத்து எளுதி வச்சிருந்த?"

பெரிய சம்மட்டியால் உச்சந்தலையில் யாரோ நங்கென்று அடித்தது போலிருந்தது மணிமேகலைக்கு.

"நீ பாத்தியா?" திடுக்கிட்டுப் போய் கேட்டாள்.

"ம்".

"அம்மாக்கிட்ட சொல்லிப்புட்டியா?"

"இல்ல".

"சாமிமேல சத்தியம் பண்ணு".

"சாமிமேல சத்தியமா".

'அப்பாடா' என்றிருந்தது மணிமேகலைக்கு.

"எப்ப எடுத்துப் பாத்த?"

"மத்தியானமா".

"யாருக்கும் தெரியாம அதுலயே வச்சிட்டியா?" படபடத்தாள் மணிமேகலை.

"சின்னக்கா"

"என்ன சின்னமொட்ட?"

"அத".

"அத?"

"எடுத்துக்கொண்ட போயி..."

"எடுத்துக்கொண்ட போயி? சொல்லு சின்னமொட்ட...."

"நீ அடிக்க மாட்டியில்ல?"

"அடிக்கமாட்டஞ் சொல்லு".

"ஓதயகுமார் அத்தாங்கிட்ட குடுத்துட்டன்".

"என்னது?" அதிர்ச்சியில் மணிமேகலைக்கு வாயடைத்துப் போனது. அவமானம் பிடுங்கித் தின்பது போலிருந்தது. நெஞ்சு 'படபட'வென்று அடித்துக்கொண்டது.

"நெசமாத்தாஞ் சொல்லுறியா?"

"நெசமாத்தாங்க்கா".

மணிமேகலையின் கால்களும் கைகளும் 'தடதட'வென்று உதற ஆரம்பித்துவிட்டது.

"யாங் அத எடுத்துக்கொண்ட குடுத்த? ஒனக்கு என்ன தெரியும்? அய்யோ... என்னப்பத்தி என்ன நெனப்பாவொ? யாஞ் சின்னமொட்ட இப்புடியெல்லாம் பண்ணின?" மணிமேகலையின் முகம் பயத்திலும் அவமானத்திலும் வெளிறிப்போனது.

"சின்னக்கா அந்தத்தான் என்ன சொன்னாவொ தெரியுமா? ஒனக்கு அந்த அத்தான புடிச்சிருந்திச்சின்னாக்க ஒன்னயும் அவ்வொகொட கோயம்புத்தூருக்கு வந்துட சொன்னாவோ. நீ அத்தாங்கொட பெயிடுறியாக்கா?"

"......"

"சொல்லுக்கா, பெயர்றியா?"

"ஒன் நாத்துனா ஓடிட்டாளாமுல்லன்னு பாக்குறவ்வொல்லாம் அம்மாக்கிட்ட கேவலமா கேட்டாவொளாம். இனிமே ஓம் மவளும் ஓடிட்டாளாமுல்லன்னு கேக்கணுமா? நம்ம அம்மா உசுரோட இருக்கணுமுங்குறியா வேண்டாங்குறியா?"

## 9

"என்ன சண்முவம்? ஒண்ணுமே பேசாம ஒக்காந்துருக்குற? என்ன யோசன?" சாராயக்கடையில் எதிர் பலகையில் உட்கார்ந்திருந்த காளிமுத்து கேட்டான்.

"ஒண்ணும் யோசனயில்ல. சும்மாதான் ஒக்காந்துருக்குறன்" என்றான் சண்முகம்.

"காலயிலயே வூட்டுல என்னமோ கரச்ச வளத்தமேரி இருந்திச்சி?"

"மாட்டப் பாக்கல, கன்னப் பாக்கலன்னு வூட்டுல யாம் பொண்டாட்டி சத்தம் போட்டுக்கிட்டுருந்திச்சி காளிமுத்து. அதான்..."

"சும்மா சத்தம் போட்ட மேரி தெரியலயே. அழுதுகிட்டிருந்த மேரியில்ல இருந்திச்சி?"

"பொம்புளைவொ அளுவுறத்துக்கு சொல்லிக் குடுக்கணுமா? தொட்டதுக்கெல்லாம் மூக்க சிந்திக்கிட்டுத் தான இருக்குவொ".

“நானும் நாலஞ்சிநாளா கவுனிச்சிக்கிட்டுத் தாண்டாலே இருக்குறன். தெனமும் அந்தத் தங்கச்சி கண்ணக் கசக்கிக்கிட்டுத் தான் நிக்கி. இவன் என்ன செய்யிறான்னு தெரியல” என்றார் வயதில் முதியவரான பாலப்ப கிழவர்.

“ஒடனே பொண்ணக் கட்டிக்குடுக்கணுமுன்னு ஒத்த காலுல நிக்கிறாண்ண யாம் பொண்டாட்டி”.

“அப்புடியா?”

“வயசிக்கி வந்து வருசம் ரெண்டாவப் போவுதாம். பொண்ண வச்சிருக்கக் கொடான்னு பாடாப் படுத்துறா?”

“அதுக்கு நீ என்ன செய்யிற? சம்மந்தம் வந்தாத்தான?” என்றான் காளிமுத்து.

“அவளுக்கு தெனமும் ஒரு பாட்டம் ஒப்பாரி வக்கணும். நொண்டிக் குதுரக்கி தடுக்குனதுதான் சாக்குங்குற மேரி இவளுக்கு இது சறுக்காப் பெயிட்டு” என்று அலுத்துக்கொண்டான் சண்முகம்.

அதே பலகையில் இவர்களுக்குப் பக்கத்தில் உட்கார்ந்திருந் தார்கள் வாடியக்காட்டு ராசாங்கமும் முனியப்பனும். இருவரும் தினமும் இந்த சாராயக்கடையில் வந்து குடித்துவிட்டுப் போகிறவர்கள். சண்முகமும் மற்றவர்களும் பேசிக் கொண்டிருந்தது அனைத்தையும் அவர்களும் கேட்டுக்கொண்டிருந்தார்கள். முனியப்பனுக்கு குடி போதையிலும் சட்டென்று அந்த எண்ணம் தோன்றியது.

“யாஞ் சண்முவம். ஒன்னக்கிட்ட கட்டிக் குடுக்குற பொண்ணா இருக்கு? நீ இதுவரக்கிம் சொல்லவே இல்லையே” என்றான் முனியப்பன்.

“யாண்ண விசாரிக்கிறிய? சொந்தத்துல எதாவுது எடமிருக்கா” என்றான் காளிமுத்து.

“சொந்தத்துல என்ன, யாம் மவனுக்கே கல்யாணம் பண்ணி வக்கணுமுன்னுதான் நான் ஊரு ஊராப் போயி பொண்ணு பாத்துக்கிட்டு வர்றன்”.

“அப்புடியா? நாம் பாத்ததில்லயே ஒங்க மவன. ஆளு எப்புடி இருப்பாப்புல்ல? ஒங்களமேரியே பாட்டாளியா?” என்றான் காளிமுத்து.

"பெத்தவன் நான். யாம்புள்ளயப் பத்தி நானே சொல்லலாமா? இந்தா இருக்குறான் ராசாங்கம். அவனுக்கிட்டயே கேட்டுப் பாறன்" என்று ராசாங்கத்தை நோக்கிக் கையைக் காட்டிவிட்டான். முனியப்பன் வாங்கிக்கொடுத்த சாராயத்தைக் குடித்துக்கொண்டிருக்கும் ராசாங்கம் முனியப்பனுக்கு எதிராக ஒரு வார்த்தையாவது உண்மையைச் சொல்லுவானா?

"ஆமாமா. பையன் அருமையான பையன். நல்ல பாட்டாளி. வாடியக்காட்டு ஆளுவொ ஒழக்கிறதப் பத்தி சொல்லியா தெரியணும் ஒங்களுக்கு?"

முனியப்பன் அங்கிருந்த எல்லோருக்கும் ஆளுக்கொரு கிளாஸ் ஊற்றிக் கொடுக்கும்படிச் சொன்னான் கடைக்காரனிடம். முனியப்பனின் வாருக்குள் மாட்டுத் தரகு செய்த பணம் இருந்தது.

"அப்பறம் என்ன முனியப்பண்ண? ஒங்க மவனுக்கு சண்முவத்து மவளக் கட்டி வச்சிற வேண்டியான?" கிளாசைப் பார்த்தவுடன் உற்சாகமாகிவிட்டது காளிமுத்துவுக்கு.

"நீ சொன்னா ஆச்சா?"

"யாண்ண, ஒங்களுக்குப் புடிக்கல?"

"எனக்கொண்ணும் பெரச்சனயில்ல காளிமுத்து".

"அப்பறம்?"

"சண்முவம் ஒத்துக்கிடாண்டாமா? பேசாம ஒக்காந்து ருக்குறத்தப் பாத்தா எதோ யோசிக்கிறமேரியில்ல இருக்கு".

"சொல்லஞ் சண்முகம்?"

"ம்?"

"யாரு எவருன்னு விசாரிக்காம எப்புடி சொல்லுறன்னு யோசிக்கிறியா".

"இல்ல...."

"நம்ம முனியப்பண்ணன நம்மளுக்கு இன்னக்கி நேத்தா பழக்கம்? எத்துன வருசமா இதே சாராயக்கடயில அவரப் பாக்குறம்?"

"தெனமும் எத்துனி பேரு சாராயக்கடயில கட்டிப் பெரளு ரானுவொ. வம்புதும்பு, அடிதடி, வழக்குவாதுன்னு எதுக்காவுது போயிருக்குறாரா சொல்லு?"

"இல்லதான்".

"அப்ப்றம் யாங் யோசன பண்ணுற?"

"நான் ஒண்ணும் யோசிக்கல காளிமுத்து. யாம் பொண்ண வாடியக்காட்டாரு மவனுக்குக் கட்டிக்குடுக்குறன்" என்றான் நிமிர்ந்து உட்கார்ந்து.

"நெசமாத்தான் சொல்லுறியா?"

"இந்தச் சாராயத்து மேல சத்தியமா?"

"நானும் யாம்மவனுக்கு சண்முவத்து மவளக் கட்டி வக்கிறன்" சத்தியம் செய்து கொடுத்தான் முனியப்பன்.

"இனிமே என்ன? ஒரே நாளுல ரெண்டியரும் சம்மதியாயிட்டிய?" என்றான் காளிமுத்து.

"நீண்டநேரம் அவர்களுடைய பேச்சு சிரிப்பும் கேலியுமாக இருந்தது. தன் வாரிலிருக்கும் கடைசிக் காசு முடியும்வரை சாராயத்தை எல்லோருக்கும் வாங்கிக் கொடுத்தான் முனியப்பன்.

பொழுதுபோன பிறகு எல்லோரும் சாராயக்கடையை விட்டு கலைய ஆரம்பித்தார்கள்.

"நாளைக்கே பொண்ணுப் பாக்க வாறம்" என்று சொல்லி விட்டுப் போனான் முனியப்பன்.

சண்முகம் தள்ளாடியபடி வீட்டை நோக்கி நடந்தான்.

"என்னயிருந்தாலும் நீ அப்புடி அவசரப்பட்டு பதில் சொல்லி யிருக்கக்கொடா சண்முவம்" அவனுக்குப் பின்னால் வந்துகொண்டிருந்த பாலப்பக் கிழவர்தான் அப்படிச் சொன்னார்.

"யாண்ண? அதுல இப்ப என்ன கெட்டுப்போச்சிங்கிறிய?"

"எதுக்கும் வூட்டுல ஒரு வார்த்த கேக்குறல்ல?"

"யாண்ண புரியாம பேசுறிய? எதுக்காவ வூட்டுல கேக்கணு முங்குறிய? யாம் மவள கட்டிக்குடுக்குறதுக்கு நாங் யாருகிட்டண்ணங் கேக்கணும்?"

"ஓம் மவதான். நீ யாரயும் கேக்காண்டாம். ஆனா சாராயக் கடயில வச்சா சம்மந்தம் பேசுற?"

"நானும் குடிக்குறவன். வாடியக்காட்டாரும் குடிக்கிறவரு. ரெண்டியரும் தெனமும் சாராயக்கடக்கித்தான் வாறம். இங்க வச்சி சம்மந்தம் பேசுனா மட்டும் என்ன தப்பு?"

"என்னமோப்பா. ஒன்னக்கிட்ட பேச என்னால முடியா. ஆனா நீங்க ரெண்டியரும் சத்தியம் பண்ணிக்கிட்டப்பவே யாம் போதயெல்லாம் போன எடம் தெரியாமப் பெயிட்டு". ஏதேதோ புலம்பிக்கொண்டே நடந்தார் பாலப்பக் கிழவர்.

☯ ☯ ☯

# 10

இருட்டிய பிறகுதான் வீட்டிற்குப் போய்ச் சேர்ந்தான் முனியப்பன். அவன் போன நேரத்தில் அவனுடைய மகன் செல்வராசும் கூட்டாளி குணசேகரனும் எங்கோ கிளம்பிக் கொண்டிருந்தார்கள்.

"யாண்டாப்பா கொணசேகரா. எங்கடாப்பா கெளம் பிட்டிய ரெண்டிபேரும்?" என்று கேட்டான் முனியப்பன்.

"சும்மா இடுமானம் வரைக்கிம் பெயிட்டு வரலாமுன்னு தான் மாமா".

"சோக்கு பண்ணிக்கிட்டு சுத்திவாறத்தயெல்லாம் இன்னி யோட நெறுத்திக்கிடணுமுடா. நாளக்கி கப்புனாக் கொளத்துக்கு பொண்ணுப் பாக்கப் போவணும்". செல்வ ராசுவும் குணசேகரனும் ஒருவரையொருவர் பார்த்துக் கொண்டனர்.

"திருட்டுப்பயமேரி நடுச்சாமத்துல பதுங்கிப் பதுங்கி வந்து நொழயாம நேரத்தோட வந்து படுக்கச் சொல்லு".

"என்ன மாமா சொன்னிய? பொண்ணு பாக்கப் போவணுமா?"

"ஆமாங்".

"ஏய் கொணசேகரா. பொண்ணு யாருக்குன்னு கேளு".

"கம்பூனுற காலத்துல எனக்காடா பாக்கப் போறன்? இந்த ஊதாரிக் கழுதக்கித்தான்னு சொல்லுடா".

"எனக்கு பொண்ணு பாக்க இவரு யாரு? நாங் கட்டிக்கப் போற பொண்ண ஏற்கெனவே பாத்தாச்சி. கட்டுனாக்க அம்புசத்தத்தான் கட்டுவன்னு தெனமும் பத்துத்தடவ பாட்டாப் பாடுறன். செவுட்டுப் பொணத்துக்கு கேக்கலன்னா நாயென்ன பண்ணமுடியும்?"

"அந்தத் திருட்டுத் தேவடியாள கட்டிக்கிட நான் ஒருநாளும் ஒத்துக்கிட மாட்டன்".

"நானும் வேற யாரயும் கட்டிக்கிட மாட்டன்".

"சோட்டாலயே அடிப்பன்".

"நானுந்தான் போட்டருக்குறன்".

"ஏலேய் என்னய அடிப்பியாடா? அடிப்பியாடா? சோட்டால அடிச்சிருவியாடா?" எகிறிக்கொண்டு மகனிடம் போனான் முனியப்பன்.

குணசேகரன் இருவருக்குமிடையே குறுக்கிட்டு விலக்கி விட்டான்.

"புத்தி கருத்தச் சொல்லி திருத்தாத நீயெல்லாம் யாண்டா கூட்டாளின்னுட்டு இருக்குற?" குணசேகரன் மீது பாய்ந்தான் முனியப்பன்.

"நாஞ் சொன்னா கேட்டாத்தான மாமா?"

"கேக்கமாட்டங்குறான்ல்ல? அப்பறம் என்ன அவங்கொட ஒனக்குக் கூட்டாச்சி? நீ ஒவ்வேலய பாத்துக்கிட்டுப் போ. திருட்டு ராஸ்கல் என்ன செய்யிறான்னு நாம் பாக்குறன். ஒத்த காசிக்கி வழியில்லாம பிச்சயெடுக்க வுட்டுருவன்". குணசேகரன் எதுவும் பேசாமல் தன் வீட்டிற்குப் போகக் கிளம்பினான்.

"எலேய் கொணசேகரா கடசியாச் சொல்லுறன். நல்லா கேட்டுக்கிடச் சொல்லு. கப்புனாக்கொளத்துல சண்முவத்து மவள நாளக்கி பொண்ணுப் பாக்க வாறமுன்னு வாக்குக் குடுத்துட்டு வந்துட்டன். சொன்னபடி போவணும். வரமாட்டன் போவமாட்டன்னு வம்பு வளத்துக்கிட்டு நின்னா நடக்குறதே வேறயாருக்கும். சொல்லிப்புட்டன் ஆமா" உறுதியாய் சொல்லி விட்டான் முனியப்பன்.

ஒன்றும் புரியாமல் திகைத்துப்போய் நின்றுகொண்டிருந்தான் செல்வராசு.

"கேட்டுக்கிட்டியா ஒங்கப்பா சொல்லுறத்த. ஒழுங்கா ஒங்கப்பா பேச்சக் கேட்டு உருப்புடுற வழியப் பாரு" என்று சொல்லிவிட்டு குணசேகரனும் போய்விட்டான். செல்வராசுவுக்கு என்ன செய்வதென்று தெரியவில்லை.

☯ ☯

அம்புசத்துடன் அவனுக்கு இரண்டு வருடங்களுக்கும் மேலாக பழக்கமிருந்து வந்தது. அவளுக்கு அம்மா இல்லை. ஒரு தங்கையும் வயதான அப்பாவும் மட்டும்தான். சாராயக் கடை அப்போது அம்புசம் இருந்த தோப்பிற்கும் இரண்டு தோப்புத் தள்ளியிருந்தது. சாராயக் கடைக்குப் போகும் பழக்க மேற்பட்ட சிறிது நாட்களிலேயே அம்புசத்துடனும் பழக ஆரம்பித்துவிட்டான் செல்வராசு. தினமும் சாராயக்கடைக்கும் அம்புசத்தின் வீட்டிற்கும் போய் வந்து கொண்டிருந்தான். சில நாட்கள் அவளுடைய வீட்டிலேயே படுத்து விடுவான். அம்புசத்தின் தங்கை சிறுமி. அவளுக்கு தன் அக்காவை கண்டித்துத் திருத்தும் வயதோ அனுபவமோ இல்லை. அவளுடைய அப்பாவோ வயதானவர். வேறு ஆதரவற்றவர். தன் பேச்சு இங்கே எடுபடாது என்பதை நன்கு உணர்ந்திருந்தார். தவிரவும் தன்னுடைய மகளை கல்யாணம் செய்து கொடுத்து அவளை நல்லபடியாய் வாழவைக்க முடியாது. அவளுக்கும் ஒரு துணை வேண்டுமே எப்படியோ போகட்டுமென்று விட்டு விட்டார். அம்புசத்தையும் குறைசொல்ல முடியாது. அவளுடைய ஆதரவற்ற நிலையில் செல்வராசுவை துணையாக்கிக்கொள்ள நினைத்துத்தான் அவள் அவனுடன் பழகியிருந்தாள்.

'என்னயத்தான் நீங்கக் கட்டிக்கிடணும். என்னக்கிருந்தாலும் நாந்தாங் ஒங்களுக்குப் பொண்டாட்டி, நீங்கதான் எனக்குப் புருசன்'. இந்த வார்த்தைகளை செல்வராசின் காதில் தினந்தோறும் ஓதிக்

கொண்டேயிருந்தாள். ஆனால் செல்வராசுவின் வீட்டில் அவனுடைய அப்பாவும் அம்மாவும் அதற்கு ஒத்துக்கொள்ளவில்லை.

செல்வராசுவுக்கு கூடப்பிறந்தது ஒரேயொரு அக்காள் மட்டுந்தான். அவளை சித்தமல்லியில் அரசாங்க வேலை பார்க்கும் மாப்பிள்ளைக்குக் கட்டிக்கொடுத்திருந்தான் முனியப்பன். நல்ல குடும்பத்தில் வாழ்க்கைப்பட்டு போனவள், தன் தம்பியையும் நல்லவிதமாக கொண்டுவந்துவிட வேண்டு மென்று ஆசைப்பட்டாள்.

'நாங் சொந்தமுன்னு சொல்லிக்கிட்டு வரப்போவ எனக்கு இருக்குறது ஒரே தம்பிதான். அவன் அங்க பங்கமா சொத்து சொவத்தோட இருந்தாத்தான் யாம் புருசன் ஊட்டு சனங்க என்னயும் மதிப்பாவோ அவனையும் மதிப்பாவோ. அவனுக்கு நல்ல எடமாப் பாத்து கல்யாணத்தப் பண்ணி வைக்கணும்' என்று அடிக்கடி தன்னுடைய அம்மா அப்பாவிடம் சொல்லிக்கொண்டிருப்பாள். தன்னுடைய மகளின் ஆசைப்படியே மகனை நல்லவனாய் ஆக்கிப் பார்க்க வேண்டுமென்றே நினைத்தான் முனியப்பன். ஆனால் செல்வராசோ குடிப்பழக்கத் துடன் அம்புசத்தின் வீட்டிற்குப் போகும் பழக்கத்தையும் விடாமலிருந்தான். முனியப்பனுக்கு செல்வராசுவைத் திருத்த முடியாது என்பது ஒரு கட்டத்தில் தெரிந்துபோனது. அவன் திருந்தாவிட்டாலும் பரவாயில்லை ஆனால் அம்புசத்தை கட்டி வைத்துவிடக் கூடாதென்பதில் உறுதியாயிருந்தான். வேறு இடத்தில் பெண் பாத்து கல்யாணத்தைப் பண்ணி வைத்து விட்டால் செல்வராசு மாறிவிடுவான் என்று நம்பினான். ஆனால் செல்வராசுவைப் பற்றி தெரிந்தவர்கள் யாராவது அவனுக்குப் பெண் கொடுப்பார்களா? மகனுக்கு எப்படி கல்யாணம் செய்வதென்று விழித்துக்கொண்டிருந்த போதுதான், தன்னுடைய மகளைக் கட்டிவைப்பதாய் சாராயத்தின் மீது சத்தியம் செய்து கொடுத்திருக்கிறான் சண்முகம். அதை நினைத்துப் பார்க்கையில் முனியப்பனுக்கு நிம்மதியாயிருந்தது.

சண்முகம்தான் குடிகாரனே தவிர அவனுடைய பெண்டாட்டி பிள்ளைகள் ரொம்பவும் நல்லவர்கள் கெட்டிக்காரத்தனம் உடையவர்கள் என்பதை தெரிந்தே வைத்திருந்தான் முனியப்பன்.

'சண்முவத்து மவமட்டும் இந்த வூட்டுக்கு மருமவளா வந்துட்டா போதும். இந்த ஊருசுத்திய திருத்தி மனுசனாக்கிப் புடும்' என்று தன் பெண்டாட்டியிடம் அடிக்கடி சொன்னான் முனியப்பன். சித்தமல்லியிலிருக்கும் மகளுக்கும் மருமகனுக்கும் இரவோடு இரவாக சேதி சொல்லியனுப்பியிருந்தான். மறுநாள் பெண்பார்க்கப் போவது

பற்றிய யோசனை முனியப்பனின் மனதைவிட்டு துளிநேரம்கூட விலகாமலிருந்தது.

தன் அம்மா கொண்டு வந்து வைத்த சோத்துத்தட்டை நகர்த்தி வைத்துவிட்டு யோசனையோடு உட்கார்ந்திருந்தான் செல்வராசு. திடீரென்று என்ன நினைத்தானோ நேராக அம்புசத்தின் வீட்டிற்குப் போனான். அவளிடம் நடந்த விசயங்கள் அத்தனையையும் ஒன்று விடாமல் சொன்னான்.

"எங்கப்பாவ கொன்னு போட்டுட்டா தேவலாமுன்னு வருது அம்புசம். சொத்தத் தாங் கையில வச்சிக்கிட்டு எப்புடியெல்லாம் பூச்சாண்டி காட்டுறாருன்னு பாத்தியா? எனக்கு ஒண்ணுமே புரியல. நீனே சொல்லு அம்புசம்?"

அம்புசம் இப்படியொரு நெருக்கடி இவ்வளவு சீக்கிரம் வந்துசேருமென்று நினைத்துப் பார்க்கவில்லை. அவளுக்கு மனது கலங்கித் தவித்தது. எப்படியாவது தன்னைவிட்டு செல்வராசு போய்விடாமல் தடுத்துவிட வேண்டுமென்று நினைத்தாள். ஆனாலும் அவளால் எந்த முடிவும் எடுக்க முடியவில்லை.

"நீங்களே என்ன முடிவு வேணுன்னாலும் பண்ணிக்கிடுங்க" என்றாள். செல்வராசுவைத் தவிர ஆதரவென்று யாருமில்லை. அவள் யாரிடம் சொல்லி தனக்கான நியாயத்தைக் கேட்கப் போகிறாள். அம்புசத்திற்கு அழுகை அழுகையாக வந்தது. கண்களைக் கசக்கிக் கொண்டு பேசாமல் நின்றாள். செல்வராசு சிறிது நேரத்திற்குமேல் அங்கிருக்கவில்லை.

"நாம் போறன்" என்று சொல்லிவிட்டு கிளம்பி வீட்டிற்கு வந்து விட்டான்.

அவனுடைய அம்மாவும் அப்பாவும் திண்ணையில் படுத்திருந் தார்கள். முற்றத்தில் கயிற்றுக் கட்டிலைப்போட்டு படுத்துக் கொண்டான் செல்வராசு. சிறிதுநேரத்தில் தூங்கி விட்டான். பாதி ராத்திரியில் யாரோ அவனுடைய கால்களை சுரண்டுவதுபோலத் தெரிந்தது. திடுக்கிட்டு எழுந்து உட்கார்ந்தான். எதிரே அம்புசம் நின்று கொண்டிருந்தாள்.

"நீ யாங் இஞ்ச வந்த?" பதறினான் செல்வராசு.

கக்கத்தில் பையொன்றை வைத்திருந்தாள். அதில் அவளுடைய துணிமணிகளிருந்தன.

“ஓங்களுக்கு எப்புடித் தூக்கம் வருது”.

“யாங்?”

“யாம் மனசு கெடந்து என்ன பாடுபடுது தெரியுமா?”

“சரி இப்ப எதுக்கு வந்த?”

“நான் இனிமே இஞ்சயேத்தான் இருக்கப் போறன்”.

“ரெண்டியரும் இஞ்சதான் தூங்குறாவொ. முளுச்சிக்கிடப் போறவொ நீ சீக்கிரமா பெயிடு” விரட்டினான் செல்வராசு.

“திரும்பிப் போறதுக்கா நாந் துணிமணிய சுருட்டிக்கிட்டு வந்தன்?”

“நீ என்ன சொல்லுற இப்ப?”

“வாழ்ந்தா ஓங்ககொட இந்த வூட்டுலயே வாமுறங். இல்லன்னா வாங்க ரெண்டியரும் எங்கயாவுது ஓடிப் பெயிருவம்”.

திடுதிப்பென்று அம்புசம் வந்து நின்றுகொண்டு இப்படிச் சொல்லியது செல்வராசுவுக்கு அதிர்ச்சியாக இருந்தது. அவளை இருட்டுக்குள் இழுத்துக்கொண்டு போனான். ஒரு மரத்தின் ஓரமாக மறைவாக நிற்க வைத்தான்.

“நீ இஞ்சயே நின்னு. நாங் கொணசேகரன போயி கூப்புட்டாரங்” என்றவன் குணசேகரனின் வீட்டிற்குச் சென்றான். யாருக்கும் சந்தேகம் வராதவாறு அவனை எழுப்பி அழைத்துக் கொண்டு வந்தான். வரும் போதே எல்லா விஷயங்களையும் அவனிடம் சொல்லிவிட்டான்.

“நீ இப்ப எங்க ஓடுனாலும் ஒன்னால வேல செஞ்சி பொழக்க முடியா. இஞ்ச இருக்குற சொத்து சொவத்தயெல்லாம் ஓங்கப்பா ஓங்கக்கா பேருக்கே எழுதி வச்சிப்புட்டு பெயிருவாரு. கடசி வரக்கிம் சல்லிக் காசுகொட கெடக்காம நீ கஷ்டப்படணும்”.

“என்னய என்ன செய்யச் சொல்லுற?”

“ஓங்க அம்மா, அப்பா, சொந்தஞ்சோலி யாருமே வேண்டா முன்னு ஒன்னால இருக்க முடியுமா?”

“முடியுங்”.

“வேல வெட்டி செஞ்சி, சம்பாரிச்சி, சோறுதிங்க முடியுமா ஒன்னால? சொல்லு. ஒன்னால ஓழச்சிப் பொளச்சிக்க முடியு முன்னா நீ அம்புசத்த அளச்சிக்கிட்டு ஓடிரு”.

“அது ஒத்துவராது குணசேகரு”.

“அப்பன்னா அம்புசத்த வூட்டுக்குப் போவச் சொல்லிடு. ஓங்கப்பா சொன்னமேரி அந்தப் பொண்ணப் போயிப் பாரு”.

“பாத்து?”

“அதயே கட்டிக்க”.

“அப்பறம் அம்புசம்? அத அம்போன்னு வுட்டுறச் சொல்லுறியா?”

“அம்புசத்த நீ யாங் வுடுற? இப்ப பெயிட்டு வாறமேரி எப்பயும் பெயிட்டு வந்துக்கிட்டுரு”.

“இதுக்கு அம்புசம் ஒத்துக்கிடணுமே”.

“ஒத்துக்கிட வய்யி. நீ சொன்னா கேக்காதா?”

உழைத்துப் பிழைக்க பயப்படும் செல்வராசுக்கு இப்போது இருப்பதுபோலவே எப்போதும் தின்றுவிட்டு ஊர் சுற்றிவர வேண்டும் என்ற எண்ணமே மேலோங்கியிருந்தது. அதேசமயம் அம்புசத்தையும் விட்டுவிடக் கூடாதென்று முடிவு செய்தான்.

# 11

**சா**மத்திற்குப் பிறகும் கண்களை மூட முடியவில்லை மணிமேகலையால். படுத்திருப்பது பெரும் அவஸ்தை யாக இருந்தது. தூக்கம் வராமல் புரள்வதைப் பாக்கியம் பார்த்து விட்டால் என்ன நினைப்பாளோ என்று அச்சமாகவும் இருந்தது. இரவு வெகு நேரத்திற்குப் பிறகு வீடு வந்து சேர்ந்த சண்முகம் பாக்கியத்திடம் பேசியவையே திரும்பத் திரும்ப நினைவுக்கு வந்தன. “நாளக்கி வாடியக்காட்டுலேருந்து பொண்ணுப் பாக்க வாறாவோ. அவொ வார நேரம் பார்த்து மணிமேலய எங்கயாச்சிம் போச்சொல்லிப்புடாத” என்றான் சண்முகம் குடிபோதையில். அவனால் நிலையாக நிற்க முடிய வில்லை. கால்கள் தடுமாறின. கீழே விழப்போகிறவனைப் போல தள்ளாடிக்கொண்டும் சமாளித்துக்கொண்டும் நின்றான்.

“நாளக்கி வாறாவோங்குறத்த எப்ப வந்து சொல்லுறிய?”

“இப்பத்தானடி நானே சம்மந்தியோட பேசிப்புட்டு வாறன்”.

"பொண்ணு பாக்கவே இன்னம் வல்ல. அதுக்குள்ள சம்மந்தி ஆயிட்டாவொளா?"

"பொண்ணு பாக்க வந்தான்ன? வராட்டியென்ன? அவரு தான் சம்மந்தி. நான் வாக்குக் குடித்துட்டன், ஆமா".

"நின்னுக்கிட்டு ஆடாம ஒக்காந்து சொல்லுங்க" என்று கையைப் பிடித்து இழுத்து உட்கார வைத்தாள் பாக்கியம்.

"சொல்லுங்க. யாருகிட்ட வாக்குக்குடுத்திய?"

"மாட்டுத்தரவு முனியப்பனுக்கிட்ட".

"போயிம் போயிம் வாடியக்காட்டு சம்மந்தத்தயா கொண்டாரணும். அது கேடுகெட்டப்பய ஊராச்சே".

"ஏய்.... பாக்கியம் இஞ்ச பாருடி. ஓம் பொட்ட நாட்டாம யெல்லாம் யாங்கிட்ட செல்லாது. நாஞ் சொன்னா சொன்னதுதான்".

"பாக்கியத்திற்கு அந்த சம்மந்தம் ஒத்துவராது என்றே தோன்றியது.

"பொண்ணு பாக்க வாரவ்வொ மின்னாடி கட்டிக்கிட்டு நிக்க நல்ல சீலத்துணி இருக்கா. காதுல மூக்குல ஏதாவுது கெடக்கா. ஒண்ணுமே இல்லாம எப்புடி பொண்ணு பாக்க வரச் சொன்னிய?"

"நீதானடி தெனமும் பொண்ணக் கட்டிக் குடுக்கணும், பொண்ண கட்டிக் குடுக்கணுமுன்னு என்னயப் போட்டு பாடாப் படுத்துன".

"கட்டிக்குடுக்குற பொண்ண ஊட்டுல வச்சிக்கிட்டு, இப்புடி குடிச்சி அழிக்கிறியளேன்னு சொன்னா இப்புடித்தாங் செய்யிறதா? என்னமோ கத்துற மாட்டுக்கிட்ட காளய அவுத்தூடுறமேரி மாப்புள்ளய கொண்டாந்து நிப்பாட்டிட்டா எல்லாஞ் சரியாப் பெயிருமா?" பாக்கியம் புலம்பத் தொடங்கி விட்டாள். அவளுடைய புலம்பலெதையும் காதில் வாங்கிக் கொள்ளாமல் மல்லாந்து கிடந்தான் சண்முகம்.

மணிமேகலைக்கு உதயகுமாரின் நினைப்புதான் அடிக்கடி வந்துகொண்டிருந்தது.

'யாரோ ஒருத்தருக்கு வாக்குக்குடுத்துட்டு வந்துட்டன்னு சொல்லுதே நம்ம அப்பா. இப்ப என்ன செய்யிற?' என்று மனதிற்குள் தவித்தாள். தன்னால் ஒன்றும் செய்ய முடியாதென்று நினைத்தவள் நடப்பது நடக்கட்டுமென்று பேசாமல் இருந்து விட்டாள்.

காலையிலேயே பூரணம் தன்னுடைய புடவையையும் தோடு மூக்குத்திகளையும் கொண்டுவந்து கொடுத்தாள்.

"மாப்புள்ள வூட்டுலேருந்து வாறப்பதான் எல்லாத்தயும் எடுத்துப் போடணுமுன்னு சொல்லு. சீலயக்கொட அவ்வொ வந்தபெறவு கட்டிக்கிடச் சொல்லு".

"யாம் பெரியங்கச்சி இப்புடியெல்லாம் கொண்டாந்து குடுத்துப் புட்டு கொறஞ்சி பெயிடுறமேரி பேசுற" என்றாள் பாக்கியம்.

"கொறஞ்சிதாம் போவும்".

"அப்புடின்னா நீ எடுத்துக்கிட்டு பெயிடு".

"சொன்னா மட்டும் ஒங்களுக்கெல்லாம் பொத்துக்கிட்டு வந்துரும். என்னக்கிட்ட இருக்குறது இது ஒண்ணுதான். இதயும் கட்டி அரக்கிப்போட்டுட்டா நான் என்ன செய்யிற" என்றாள் பூரணம்.

மாப்பிள்ளை வீட்டிலிருந்து முனியப்பனும் அவனுடைய பெண்டாட்டி மற்றும் மகள், மருமகன், ராசாங்கம் எல்லோரும் வந்திருந்தார்கள். செல்வராசு 'பொண்ணு பாக்க வரமாட்டன்' என்று மறுத்துவிட்டான். அவனை அழைத்துக் கொண்டு வரவேண்டிய பொறுப்பை கூட்டாளி குணசேகரனிடம் ஒப்படைத்திருந்தான் முனியப்பன்.

'நாம் பொண்ணு பாக்க வரணும், அந்தப் பொண்ணயே கட்டிக்கிடணுமுன்னா எங்கப்பன் பேருல இருக்குற சொத்த யெல்லாம் யாம் பேருக்கு இன்னக்கே மாத்தித் தரணும்' என்று நிபந்தனை போட்டான் செல்வராசு.

"எலேய் எல்லாமே அவனுக்குத்தாண்டாலே போற காலத்துல தலயில தூக்கி வச்சிக்கிட்டாடா நாங்க போப் போறம்' என்று சொல்லிப் பார்த்தான் முனியப்பன்.

'இந்தக் கதயெல்லாம் பேசாண்டாம் பாண்டு பேப்பருல எழுதிக் குடுக்கச் சொல்லு. நான் வாறன்' பிடிவாதமாக நின்றான் செல்வராசு.

வேறுவழி தெரியாமல் முனியப்பனும் பாண்டு பேப்பரில் எழுதி கையெழுத்துப் போட்டு கொடுத்திருந்தான். இருந்தாலும் தன் தாய் தகப்பனோடு செல்வராசு கிளம்பி வரவில்லை.

'நீங்க மின்னாடிப் போங்க மாமா. நான் பின்னாடியே இவன அழச்சாறன்' என்று சொல்லியிருந்தான் குணசேகரன்.

மாப்பிள்ளை வருவானென்று நீண்டநேரம் வரை காத்திருந்து பார்த்தார்கள் எல்லோரும். ஆனால் அவன் வரவில்லை. இனிமேல் அவன் வரப்போவதில்லையென்று தோன்றியது முனியப்பனுக்கு.

"யாம் மவங் கொஞ்ச கூச்ச சுபாவம் உள்ளவன். நீங்கள்ல்லாம் பாத்துட்டு வந்தா போருமுன்னுதான் என்னக்கிட்ட சொன்னான். பொண்ணூட்டுல எல்லாரும் பாக்கணும்பாவொ, வந்துருடான்னு சொன்னங். வெக்கப்பட்டுக்கிட்டு வல்ல பொலருக்கு. யாம் மவளும் மருமவனும் பாத்து சொன்னா சரிதான்" என்றான் முனியப்பன்.

வந்தவர்களெல்லாம் பெண்ணைப் பார்த்துவிட்டு சொல்லிக் கொண்டு கிளம்பினார்கள். அவர்கள் வீட்டு வாசல்படியைத் தாண்டிய அடுத்த நிமிடமே, "யாஞ் சீலய அவுத்துக்குடு, சொருவு மூக்குத்திய கழட்டிக்குடு" என்று கேட்டு அவசரப்படுத்தினாள் பூரணம்.

"யாம் பெரியங்கச்சி இப்புடி பறக்குற? ஆக்கப் பொறுத்த ஒனக்கு ஆறப் பொறுக்கலயா? ஒஞ்சீலய அவுத்துக் குடுக்காமயா ஆம்புடை யாங்காரன் வூட்டுக்குப் பெயிடப் போவுது?" என்று படபடத்தாள் பாக்கியம்.

"ஒருபுடி மொளவு குடுப்பானேங் ஒளிஞ்சிருந்து மொளவுத் தண்ணி கேப்பானேங். யாங்வூட்டுல வேல தலக்கிமேல கெடக்கு. நாங் இஞ்சயே சுத்திக்கிட்டுக் கெடந்துற முடியுமா?" என்று முகத்தை ஒரு முழுத்திற்கு வைத்துக்கொண்டு கேட்டாள்.

மணிமேகலை பூரணத்தின் புடவை மற்றும் தோடு மூக்குத்தி களையும் அவிழ்த்துக் கொடுத்துவிட்டாள். பூரணமும் கையோடு அவற்றை எடுத்துக்கொண்டு போய்விட்டாள்.

சிறிது நேரம் கழித்து மாப்பிள்ளை செல்வராசுவும் அவனுடைய கூட்டாளி குணசேகரனும் சைக்கிளில் வந்தார்கள்.

பாக்கியத்திற்கு கைகால் புரியவில்லை. என்ன செய்வதென்று தெரியாமல் அங்குமிங்குமாக அலைமோதினாள்.

“நாம் போயி பெரியங்கச்சிக்கிட்டயே வாங்கியாறன் என்றாள். அதெல்லாம் வேண்டாம். இன்னோரு நட போயி அதுகிட்ட கேக்காத இருக்குறபுடியே இருந்தர்றன்” என்று கண்டிப்பாய் சொல்லிவிட்டாள் மணிமேகலை. அந்த நேரம் பார்த்து தற்செயலாக அங்கு வந்த வெங்கிடுசாமியின் பெண்டாட்டி தன் காது தோட்டையும் மூக்குத்தியையும் கழற்றி மணிமேகலைக்குப் போட்டுவிட்டாள். கட்டியிருந்த பழைய சீலையோடு செல்வராசுவுக்கும் குணசேகரனுக்கும் தண்ணீர் கொண்டு போய் வைத்துவிட்டு வந்தாள் மணிமேகலை.

“பொண்ணு புடிச்சிருக்கா” காதில் கிசுகிசுத்தான் குணசேகரன்.

“அம்புசத்துக்கு கைகாலு அமுக்கிவுட, இடுப்பு புடிச்சிவுட எப்புடி இருந்தாத்தான் என்ன” என்றவன் வாடாப் போவோம் என்று சொல்லாமல் கொள்ளாமல் கிளம்பிவிட்டான்.

செல்வராசுவும் மணிமேகலையின் நிறத்திற்கு ஏற்றாற்போல மாநிறம்தான். அவளைவிடவும் சற்று உயரமாகத் தெரிந்தான். வெங்கிடு சாமி பொண்டாட்டிகூட, “மணிமேலக்கும் மாப்புள்ளக்கிம் பொருத்தமாருக்கும்” என்றாள். ஆனால் மணிமேகலைக்கு ஏனோ அவன்மீது எந்தவித ஈடுபாடும் ஏற்படவில்லை. அவளுக்குத் திரும்பத் திரும்ப உதயகுமார் பற்றிய நினைவுகளே வந்துகொண்டிருந்தது.

வெங்கிடுசாமியும் பூரணத்தின் கணவனும் மாப்பிள்ளையைப் பற்றி வாடியக்காட்டில் யார் யாரிடமோ விசாரித்துப் பார்த்தார்கள். யாரும் நல்லவிதமாக மாப்பிள்ளையைப் பற்றிச் சொல்லவில்லை.

“ஊரு ஓலகத்துல ஓங்களுக்கு மாப்புள்ளயே கெடக்கலயா? யாங் இவனப் பத்தி வந்து விசாரிச்சிக்கிட்டு நிக்கிறிய?” என்று இவர்களையே சிலர் ஏளனமாக பார்த்தார்கள். அவர்களிருவரும் இந்த இடம் வேண்டவே வேண்டாமென்று முடிவு செய்துவிட்டார்கள். வீட்டிற்கு வந்தவுடன் பூரணத்தின் கணவன் பூரணத்திடம் “நாங்க விசாரிச்ச வரக்கிம் அவஞ்சரியில்ல. இந்தச் சம்மந்தம் ஓந்தங்கச்சிக்கி வேண்டாம். வேற நல்ல எடமாப் பாத்துக் குடுத்துக்கிடலாமுன்னு நாஞ் சொன்னன்னு ஓங்க வூட்டுலபோயி சொல்லு” என்று அனுப்பினான்.

பூரணம் தன் அப்பாவிடம் வந்து அதைச் சொல்லியபோது அவன் ஒத்துக்கொள்ளவில்லை.

“யாரப்போயி விசாரிச்சாவொளாம்?” என்றான் சண்முகம்.

“வாடியக்காட்டுக்குத்தான் பெயிட்டு வந்தாவொ. அங்க தான் யாரையாவுது நாலுபேரப் பாத்து விசாரிச்சிருப்பாவோ. வெங்கிடுசாமி அண்ணனுந்தான் போச்சாம். அந்த அண்ணனே வந்து சொல்லும் பாருங்க” என்றாள் பூரணம். அதேநேரம் வெங்கிடுசாமியும் வீட்டிற்கு வந்தான்.

“அண்ண.... நானும் பெரியங்கச்சி புருசனுந்தான் வாடியக் காட்டுக்குப் பெயிட்டு வந்தம்”.

“பையனப் பத்தி ஒருத்தருகொட நல்ல வார்த்த சொல்லல. ஒரு கெட்ட பழக்கங்கொட பாக்கியில்லயாம். நம்ம தங்கச்சிக்கு அந்த எடம் வேண்டாண்ண”.

“அப்பறம்?”

“வேற எடம் பாத்துக்கிருவமுண்ண”.

“எப்புடியாப்பட்ட உத்தமனாருந்தாலும் அவனுக்கும் வேண்டாத வனுங்கன்னு ரெண்டியரு இருப்பானுவொ. நீங்க அவனுவொளுக் கிட்டப் போயி விசாரிச்சிருப்பிய. பொய் சொல்லிருப்பானுவொ”.

“பொய்யாவே இருக்கட்டுமேண்ண. நம்ம மனசுக்குப் புடிக்கலண்ணா வுட்டற வேண்டியான”.

பாக்கியத்திற்குமே வெங்கிடுசாமி சொல்வதெல்லாம் உண்மை யாகவே இருக்குமென்று தோன்றியது. இந்த சம்மந்தத்தை வேண்டா மென்று சொல்லிவிட்டால் தேவலாமென்று நினைத்தாள். ஆனால் அதற்கு சண்முகம் ஒத்துக்கொள்ளவில்லை.

“இஞ்சபாரு வெங்கிடுசாமி. எவனோ சொல்றாங் குறத்துக்காவ யாம் மரியாதய காத்துல வுட முடியா. நான் வாக்குக்குடுத்தது குடுத்ததுதான். இனிமே அதுல மாத்தமில்ல” என்று உறுதியாகச் சொல்லிவிட்டான். வெங்கிடுசாமிக்கு வேதனையாக இருந்தது.

“கண்ணுத் தெரிஞ்சே இந்தப் பொண்ண கொண்ட கெடுக்கப் பாக்குறியண்ண. இதுக்குமேல என்னால ஒண்ணுஞ் சொல்லமுடியா”.

“ஓவ் வேலய நீ பாத்துக்கிட்டுப் போ” என்றான் சண்முகம்.

இவ்வளது சொல்லியும் நீங்க கேக்க மாட்டங்குறிய. ஒங்கக்கிட்ட இனிமே என்ன வேல” கோபமாகப் போய்விட்டான் வெங்கிடுசாமி.

நல்ல வெயில் நேரம். பால் குடிக்கும் இளங் கன்றுக் குட்டிகளை பிடித்து இழுத்துக் கொண்டுபோய் பம்புசெட்டு மதகுக் குழிக்குள் இறக்கிவிட்டு ஒவ்வொன்றாக குளிப்பாட்டிக் கொண்டிருந்தாள் மணி மேகலை. கன்றுக்குட்டிகளின் உடம்பில் பேன் வேறு பிடித்திருந்தது. தண்ணீருக்குள் நிற்காமல் கரைக்கு ஏறி ஏறி ஓடிவரப் பார்த்தன. தண்ணீருக்குள்ளேயே அழுத்தி வைத்துக்கொண்டு சவுக்காரக் கட்டியைப் போட்டு வைக்கோலால் தேய்த்துவிட்டாள். மாடுகளைப் போலல்லாமல் கன்றுக் குட்டிகளின் உடம்பு வெள்ளைவெளேரென்று புத்தம் புது பட்டுத்துணிபோல இருந்தது. அடர்ந்திருந்த முடிகள் லேசான கருமை கலந்த சாம்பல் நிறத்திலிருந்தன. தண்ணீரில் நனைந்ததால் முடிகள் ஒன்றோடொன்று ஒட்டிக்கொண்டு திரிதிரியாய் நின்றன. தோளின் வெண்மை பளிச்சென்று தெரிந்தது.

"தண்ணிக்குள்ள எறங்குறன்னா பயப்புடுறியளே. எவ்வள பேனு புடிச்சிருக்குப் பாருங்க. அரிக்கல?" கன்றுக்குட்டிகளிடம் கேட்ட படியே அவற்றைக் குளிப்பாட்டி கரையேற்றிவிட்டாள். தண்ணீரில் நனைந்ததாலும், கட்டுகளை அவிழ்த்து விட்டு விட்டதாலும் கன்றுக் குட்டிகள் இரண்டும் உற்சாகம் வந்து விட்டவை போல துள்ளிக் குதித்துக்கொண்டு அங்குமிங்குமாக ஓடின. ஈரம் காயும்வரை விளையாடட்டுமென்று வேடிக்கை பார்த்துக் கொண்டிருந்தாள்.

அந்நேரம் வேறு எதற்காகவோ போய்க்கொண்டிருந்த வெங்கிடு சாமி மணிமேகலை நிற்பதைப் பார்த்துவிட்டு அவ்விடத்திற்கு வந்தான்.

"என்ன தங்கச்சி கண்ணுக்குட்டி ரெண்டும் குனாரிக்கம் எடுத்துக்கிட்டு ஓடுது. நீ பாட்டுக்கு நிக்கிற? புடிக்க முடியலயா?" என்றான்.

"இல்லண்ண. குளிப்பாட்டி உட்டன். அதான் மேல தண்ணி பட்டதும் ஓடுது. மேலு காயட்டுமேன்னு உட்டுட்டு நிக்கிறன்".

"அப்பறந்தங்கச்சி.... ஒன்னக்கிட்ட ஒரு விசயஞ் சொல்லணு முன்னுட்டே இருந்தன்".

"என்னண்ண?"

"விசாரிச்சிப் பாத்ததுல வாடியக்காட்டு மாப்புள்ள சரியில்லன்னு தெரியிது. நாங்க எவ்வளதோ சொல்லிப் பாத்துட்டம். பதினேழு

வயசிதான் ஆவுது. ஒரு வருசம் கழிச்சிக் கட்டிக்குடுக்கலாமுன்னு கொட்ட சொல்லிப் பாத்துட்டடம். குடுத்த வாக்க காப்பாத்தியே ஆவணுமுன்னுட்டாரு அண்ண. ஒந் தலயெழுத்து எப்புடியிருக்கோ. இதான் என்னால சொல்ல முடிஞ்சது" என்று சொல்லிவிட்டுப் போய்விட்டான் அவன். மணிமேகலைக்கு என்ன செய்வதென்று எதுவும் தெரியவில்லை.

## 13

"**யா**ருங்கச்சி நீ" பின்னாலிருந்து வந்த குரலைக் கேட்டு திடுக்கிட்ட மணிமேகலை திரும்பிப் பார்த்தாள். எதிரே தன் அம்மாவின் வயதையொத்த பெண் நின்று கொண்டிருந்தாள். சற்று கனத்த உடம்பு. நல்ல சிவப்பு நிறம். நெற்றியில் மஞ்சள் பூசி குளித்து எட்டணா அளவிற்கு குங்குமப்பொட்டு வைத்திருந்தாள். கருநீல நிறத்தில் கட்டம் போட்ட நூல்சேலை கட்டியிருந்தாள். சிரித்த முகத்தோடு அவள் விசாரிப்பதே மணிமேகலைக்கு ஆதரவாயிருந்தது.

"எந்த ஊருங்கச்சி ஒனக்கு?" திரும்பவும் அவளேதான் கேட்டாள்.

"கப்புனாக்கொளம்".

"கப்புனாக்கொளமா?"

"இல்ல இல்ல வாடியக்காடு".

"கப்புனாக்கொளமுங்குற, வாடியக்காடுங்குற, எது நெசம் எது பொய்யின்னு தெரியலயேங்கச்சி".

என்று கவனித்தாள். வீட்டிற்குள் யாருமில்லை என்பது தெரிந்தது. பாவம் அவர்களுக்கும் நல்ல அடிதான். அடி தாங்க முடியாமல் எங்கே ஓடிப்போய் ஒளிந்து கிடக்கிறார்களோ யாருக்குத் தெரியும்.

'என்னதான் அடிச்சாலும் வூரான்வூட்டுப் பொண்ண இப்புடி வுட்டுட்டு ஓடலாமா? நான் என்ன ஆனன், ஏது ஆனன்னு கொட வந்து பாக்கலயே. அவ்வொ பெத்த பொண்ணாருந்தா இப்புடி உட்டுட்டு ஓடிருப்பாவொளா?' நினைக்கும்போதே தொண்டையை அடைத்தது மணிமேகலைக்கு.

'நான் ராவோட ராவா எங்கப்பா வூட்டுக்கு ஓடிருப்பன்னு தான் நெனச்சிக்கிட்டு இருப்பாவொ. இருக்கட்டும். இனிமே செத்தாலும் இஞ்சகெடந்தே சாவணும். இல்லன்னா வேற எங்கயாச்சிம் போவணும். அப்பா வூட்டுப்பக்கம் அடியெடுத்துக் கொட வைக்கக் கொடாது' வைராக்கியம் ஏற்பட்டது மனதில்.

செல்வராசு கண்டுபிடித்துவிடாதபடி பூனையைப்போல அடியெடுத்து வைத்து மெதுவாக நடந்து முற்றத்தைத் தாண்டிப் போய்விட்டாள்.

இனிமேல் இடும்பவனம் போகும்வரை எந்த பயமுமில்லை. வழிநெடுக தென்னந்தோப்புகள்தான். மரமில்லாத இடமே இல்லை. விரட்டிக்கொண்டு வந்தாலும் மரத்துக்கு மரம் பதுங்கி பதுங்கியே போய்ச் சேர்ந்துவிடலாம். வீட்டையொட்டிச் செல்லும் மண் சாலையில் வந்து நின்றாள். சாலை சிறிது தூரம் மேற்கே சென்று பின் வடக்கே திரும்பும். சாலையைப் பிடித்துச் சென்றால் தடுமாற்ற மில்லாமல் வேகமாகப் போய்விடலாம். ஆனால் சாலையின் இரண்டு பக்கமும் வரிசையாய் வீடுகளிருக்கின்றன. யாராவது எழுந்து வெளியே வந்து பார்த்துவிட்டால் என்ன செய்வதென்று நினைத்தாள். சாலை வழியாகப் போவதை விட்டுவிட்டு பக்கத்திலுள்ள தைலமரக் கொல்லையில் இறங்கினாள். சிறிது தூரம் வரைக்கும்தான் மானாவாரி நிலம். விவசாயத்திற்கு தண்ணீர் இல்லாததால் எல்லோரும் மானாவாரி முழுவதும் யூகலிப்டசு போட்டிருந்தார்கள். இதைத் தாண்டிவிட்டால் தோப்புதான். தோப்புக்குள் எந்த பயமும் இல்லை. இரண்டாள் உயரம் வளர்ந்திருந்த சிறுமரங்களுக்கிடையே புகுந்து நடந்தாள். அவளால் வேகமாக நடக்க முடியவில்லை. இரவு செல்வராசு அடித்த அடிக்கும் உதைத்த உதைக்கும் பத்துநாட்களுக்கு எழும்பாமல் படுக்கையிலேயே கிடந்தாலும் யாரும் எதுவும் சொல்லமாட்டார்கள். அந்த வலியோடு நடப்பது சிரமமாகவே இருந்தது. கையில் காசு இருந்தாலாவது

இடும்பவனத்தில் போய் பஸ் ஏறி சிரமமில்லாமல் போய்விடலாம். ஆனால் கையில் ஒரு பைசாகூட இல்லை. எப்படி பஸ் ஏறிப் போவது நடந்தேதான் போக வேண்டும். 'சித்தமல்லி வரைக்கும் நடந்து போவ முடியுமா' என்று சந்தேகம் எழுந்தது. 'இஞ்ச இருந்து மட்டும் என்ன செய்யப் போறம். போற வரக்கிம் போயிப் பாப்பம்' என்று துணிவு ஏற்பட்டது.

சித்தமல்லியில் இருக்கும் தன் நாத்தனாரின் வீட்டிற்குப் போய்விட வேண்டும் என்பதுதான் அவளுடைய எண்ணம். தன் அக்காவின் பேச்சிற்கும் அக்கா புருசன் பேச்சுக்கும்தான் செல்வராசு கொஞ்சம் கட்டுப்படுவான். அக்கா புருசன் அரசாங்க வேலை பார்ப்பதால் அவன் மீது செல்வராசுவுக்கு கொஞ்சம் மரியாதை யிருந்தது. அதோடு மட்டுமல்லாமல் இவள்மீது உண்மையான அக்கறை காட்டுபவர்கள் அவர்கள் இருவரும்தானென்று மணிமேகலை நம்பினாள்.

கல்யாணத்தன்று வேண்டுமென்றே குடித்துவிட்டு வந்து தாலி கட்டினான் செல்வராசு. அதைப் பார்த்து எல்லோருக்குமே அதிர்ச்சியாக இருந்தது. செல்வராசுவின் அக்காவோ ஒன்றும் சொல்ல முடியாமல் தவித்தாள். ஆனால் மணிமேகலை மணமேடையில் ஆடாமல் அசையாமல் சாராய நெடிக்கு முகம் சுளிக்காமல் அப்படியே உட்கார்ந்திருந்தாள். மணிமேகலையைப் பார்த்து செல்வராசுவின் அக்காவிற்கே ஆச்சரியமாக இருந்தது. அதிர்ச்சியும் கலவரமும் நிறைந்த பார்வையால் அடிக்கடி மணிமேகலையின் முகத்தையே பார்த்துக்கொண்டிருந்தாள். 'இது இப்புடித்தான் நடக்கும். எனக்கு மின்னாடியே தெரியும்' என்பதுபோன்று புன்னகைத்தாள் மணி மேகலை. அவளுடைய புன்னகைக்குள் இருக்கிற வலியையும் வேதனையையும் எப்படியோ கண்டுபிடித்துவிட்டாள் செல்வராசுவின் அக்கா. குற்றவுணர்வு மேலிட அன்று முழுவதும் மணிமேகலையிடம் 'நீ நல்ல பொண்ணாருக்குற. ஓங்கொணத்துக்கு நல்லாருப்ப, கவலப்படாத' என்பதுபோல அடிக்கடி ஏதாவது சொல்லிக் கொண்டே இருந்தாள்.

மூன்றாம் நாள் சம்மந்தத்தன்று கல்யாணத்திற்கு வர முடியாத சொந்தக்காரர்களெல்லாம் சண்முகத்தின் வீட்டிற்கு வந்திருந்தார்கள். தன் அடைஞ்சைவிளாகத்து நண்பனுடன் சேர்ந்து மூக்குமுட்ட குடித்துவிட்டு வந்து மாமனாரின் வீட்டிலேயே ஆட்டம் போட்டான் செல்வராசு. பார்த்தவர்களெல்லாம் ஆளாளுக்கு சண்முகத்தைத் திட்டினார்கள்.

'சாராயக்கடயில சம்மந்தம் பேசி யாம் பொண்ண கொண்ட கெடுத்துட்டாவொளே பாவியொ' என்று மூலையில் உட்கார்ந்து ஒப்பாரி வைத்துக்கொண்டிருந்தாள் பாக்கியம். வெங்கிடுசாமியின் பெண்டாட்டி மற்றும் இன்னும் சில பெண்களெல்லாம் மணி மேகலைக்காக கலங்கினார்கள். பூரணத்திற்கும் மணிமேகலையை நினைக்க பாவமாக இருந்தது.

"யாம் புருசன் இந்த சம்மந்தம் வேண்டாம் வேண்டாமுன்னு தலமூச்சா அடிச்சிக்கிட்டாவொளே. கேட்டியளா?" என்று பேசினாள். சண்முகத்திற்கு ஒன்றும் புரியவில்லை. அவன் செல்வராசுவிடம் போய், "என்ன மாப்புள்ள ஒறமொறகாரவ்வொல்லாம் வந்துருக்கக் குள்ள இப்புடி பண்ணுறிய? நல்ல புள்ளயாருப்பியன்னு நெனச்சித்தான பொண்ணு குடுத்தன்" என்று தன்மையாகக் கேட்டான்.

"என்னது நல்ல புள்ளன்னுட்டு பொண்ணுக் குடுத்தியா? ரெண்டு கிளாஸ் சாராயத்துக்காவ எங்கப்பங்கொட சேந்துக்கிட்டு எனக்கு மொவ மாத்து வேல செஞ்சி ஒம் பொண்ணக் கட்டி வச்சதுமில்லாம எனக்குப் பொண்ணு குடுத்தன்னு வேற சொல்லுறியா?" செல்வ ராசுவின் வார்த்தைகள் ஒவ்வொன்றும் சண்முகத்தின் நெஞ்சில் சாட்டையடியாய் இறங்கின. சண்முகத்தால் எதுவுமே பேசமுடிய வில்லை. சம்மந்தம் போட வந்த மாப்பிள்ளை வீட்டுக்காரர்கள் சிலர், "சம்மந்தமும் வேண்டாம் ஒண்ணும் வேண்டாம் வாடா" என்று செல்வராசுவை இழுத்துக்கொண்டு கிளம்பிவிட்டார்கள். செல்வ ராசுவின் அக்கா பழம், பூ போன்று வாங்கி வந்திருந்த பொருட்களை யெல்லாம் எடுத்து வைத்துவிட்டு அவளும் கிளம்பினாள்."என்னய சம்மந்தம் போட்டு அழச்சிக்கிட்டுப் போவத்தான வந்திய?" என்றாள் மணிமேகலை. அவளுடைய நாத்தனாரால் பதிலெதுவும் சொல்ல முடியவில்லை. "வான்னு கொட கூப்புடாம கௌம்புறிய? இஞ்சருந்து நான் என்ன செய்யப்போறன்? நானும் ஒங்ககொடயே வந்தர்றன்" என்று கிளம்பிவிட்டாள்.

பாக்கியம் ஓடிவந்து கட்டிக்கொண்டு அழுதாள்.

"நீ அந்த குடிகாரப் பய வூட்டுக்குப் போவாண்டாம்" என்று குறுக்கே வந்து நின்றான் சண்முகம்.

"என்னய வூட்டவுட்டு கரயேத்தணுமுன்னு நெனச்சிய, கரயேத்திப்புட்டிய. அதுக்குமேல யாங் கவலப்படுறிய. இனிமே செத்தாலும் நான் அங்கெடந்துதான் சாவுவன். இஞ்ச வரமாட்டன். கோவந்தாவமுன்னு இந்த வூட்டு வாசப்படிய மிறிக்க மாட்டன்"

என்றவள் தன் நாத்தனாரின் கையைப் பிடித்து "வாங்கண்ணி போவம்" என்று இழுத்துக்கொண்டு கிளம்பிவிட்டாள்.

இதையெல்லாம் பார்த்த செல்வராசுவின் அக்காவிற்கு வியப்பாக இருந்தது.

'எப்புடியாப்பட்ட பொண்ணாருக்கு. இந்தப் பய எப்புடி வச்சி வாழ வைக்கலாம். எப்புடியாவது இந்தப் பொண்ணுக்காவ நம்ம தம்பிய திருத்தணும். நல்ல குடித்தனம் பண்ணச் சொல்லணும்' என்று ஆசைப்பட்டாள்.

கல்யாணம் முடிந்த ஐந்தாவது நாளே அவள், "பொண்ணு மாப்புள்ளய நான் விருந்துக்கு அழச்சிக்கிட்டுப் போறன்" என்று சொல்லிவிட்டு இருவரையும் தன்னுடைய வீட்டிற்கு அழைத்துக் கொண்டு போனாள். வாடியக்காட்டிலிருந்தால் செல்வராசு அம்புசத்தின் வீட்டிற்குப் போகாமல் இருக்க மாட்டான். அவனை அங்கு இருக்கவிடக் கூடாது என்பது அவளுடைய எண்ணமாக இருந்தது. தன் வீட்டிலிருக்கும்வரை தினமும் அலுக்காமல் தன் தம்பிக்கு புத்திமதிகளைச் சொல்லிக் கொண்டேயிருந்தாள்.

"நீ எந்த விசயமாருந்தாலும் என்னக்கிட்ட சொல்லு. யாந்தம்பி சரியில்லதான். அவனப்பத்தி யாங்கிட்டயே எப்புடிச் சொல்லுறன்னு யோசிக்காத அவன நாங்க கண்டிக்கிறம்" என்று ஆறுதல் சொல்லி தைரியமூட்டிக்கொண்டே இருப்பாள். அவளுடைய பார்வையி லிருக்கும் வரை பெட்டிக்குள் சுருண்டுக் கிடக்கும் நாகத்தைப் போலவே இருந்தான் செல்வராசு. பத்து நாட்களாவது தன்னுடைய வீட்டில் தங்கவைக்க வேண்டுமென்றுதான் ஆசைப்பட்டாள் அவள். ஆனால் செல்வராசு நாலாம் நாளே கிளம்பிவிட்டான். மணிமேகலை யுடன் நெருங்கிப் பழகினால் மாறிவிடுவானென்று நினைத்தவள் புதுத் துணிமணிகளை இருவருக்கும் எடுத்துக் கொடுத்து அனுப்பிவைத்தாள்.

எதையெதையோ நினைத்துக்கொண்டு நடந்தவளுக்கு இடும்பவனம் வந்து சேர்ந்துவிட்டது தெரிந்தது. ஆங்காங்கேயிருந்த டீக்கடைகளில் விளக்குகள் எரிந்துகொண்டிருந்தன. வெல்லப்பாகின் வாசனை காற்றோடு வந்தது. கடைகளில் டீ போட ஆரம்பித்தால் முதலில் வெல்லப்பாகை அன்று முழுவதற்கும் தேவையான அளவு காய்ச்சி வைத்துக்கொள்வார்கள். டீ கேட்கும்போது வெந்நீரில் பாலைக் கலந்து சாயம் ஊற்றி வெல்லப்பாகையும், கொஞ்சம் ஊற்றி ஆற்றிக் கொடுப்பார்கள். வெல்லத்தை போட்டு டீயுடன் எரித்துக்

குடிப்பதைக்காட்டிலும் பாகு கலந்து குடிப்பது முறுவல் வாசனையுடன் நன்றாக இருக்கும்.

ஒரு டீ குடித்தால் தேவலாம் போலிருந்தது மணிமேகலைக்கு. டீக்கடையைப் பார்த்ததும் குடலை சுருட்டுவது போலிருந்தது. எங்காவுது பைப்பு இருந்தா தண்ணி குடிச்சிட்டுப் போவலாம் என்று நினைத்தாள். இடும்பவனத்திலிருந்து குறுக்கு வழியாகப் போனால் சீக்கிரம் போகலாமென்று தோப்புகளுக்குள் புகுந்து நடந்தாள். வழிநெடுக தென்னை மரங்கள். ஆங்காங்கே சிறியதும் பெரியதுமாக குளங்களும் குட்டைகளும். எங்கோ ஒரு வீடென்று வீடுகள் தூரந் தூரமாக தென்பட்டன. அடி பைப்புகள் இருப்பதாகத் தெரியவில்லை. மணலில் கால் புதைய நடப்பது சிரமமாக இருந்தது. மெதுவாக நடந்தாள். குளங்களில் அல்லியும் தாமரையும் நிறைய படர்ந்து கிடந்தன. சித்திரை மாதத்தைப் போல தெரியவில்லை தோப்புகளைப் பார்க்கும்போது.

கிழக்கு வெளுத்து நன்றாக விடிந்துவிட்டது. குடலை சுருட்டுவதால் நிமிர்ந்து நடப்பது சிரமமாக இருந்தது. தண்ணீராவது குடித்தால்தான் இனி நடக்க முடியுமென்று நினைத்தாள். சுற்றிலும் சுற்றாழை வேலியடைத்த பெரிய தோப்பிற்குள் குளமொன்று இருந்தது.

‘தாயப் பழிச்சாலும் தண்ணியப் பழிக்கக் கொடாம்பாவொ இந்தத் தண்ணிக்கென்ன அள்ளிக் குடிப்பம்’ என்று நினைத்து குளத்திற்குள் இறங்கினாள். மணல் பாங்கான குளத்திற்குள் தெளிந்த நீராய்த் தேங்கியிருந்தது. துணியைச் சுருட்டிக் கொண்டு இரண்டடி தண்ணீருக்குள் இறங்கினாள். தண்ணீர் சில்லென்று இருந்தது. குனிந்து இரண்டு கைகளாலும் தண்ணீரை அள்ளிக் குடித்தாள். வெறும் வயிற்றுக்குள் தாமரைத் தண்ணீர் குளிர்ச்சியாய் நிரம்பியது. குளத்தில் நிறைய அல்லிக் காய்களும் தாமரைக் காய்களும் கிடந்தன. அவற்றை மடியில் நிறைய பறித்துப் போட்டுக்கொண்டாள். கரையேறி நடக்கத் தொடங்கினாள். தண்ணீர் குடித்தது கொஞ்சம் தெம்பாயிருந்தது போலிருந்தது. தாழம்பூவின் வாசனை வீசியது.

‘எங்கயோ தாழங்குத்தடி இருக்கும் பொலருக்கு’ என்று நினைத்தவள் சுற்றுமுற்றும் பார்த்தாள். தென்னை மரங்கள் அடர்ந்திருந்ததால் தாழங்குத்தடிகள் இருப்பது தெரியவில்லை. நடக்க நடக்க தாழம்பூவின் வாசனை அதிகமாய் வந்தது. தோப்பெங்கும் வாசனையால் நிரம்பியிருந்தது. சிறிதுதூரம் நடந்த பிறகுதான்

பாதையைவிட்டு விலகி சற்று தெற்காலிருந்த தோப்பிற்குள் ஒரு குளமும் குளக்கரையில் தாழங்குத்தடிகளும் இருப்பது தெரிந்தது.

'நாத்துனா மவ பள்ளிக்கொடம் போவுது. சடயோட தாழம்பூவ கிழிச்சி வச்சிக் கட்டிவுடலாம்' என்று நினைத்தவள் தாழங்குத்தடியை நெருங்கிப் போனாள். இரண்டு மூன்று பூக்கள் இருந்தன. மடல் விரியாத புதுப் பூவாகப் பார்த்து ஒடித்துக்கொண்டாள். கால் சோர்ந்து போகும்போதெல்லாம். தாமரைக் காய்களும், நெய் வாசனை வரும் முற்றிய அல்லிக் காய்களும் அவளுடைய பசியைப் போக்கின.

"முத்துப்பேட்டக்கி எப்புடிப் போவணும்?" வழிநெடுக விசாரித்துக்கொண்டே போனாள். குறுக்கே மரைக்கால் கோரையாறு கிடந்தது. மழைக்காலமாயிருந்தால் ஆற்றில் இறங்கிப் போகமுடியாது. தண்ணீர் வேகமாக ஓடிக்கொண்டிருக்கும். தண்ணீரும் அதிகமா யிருக்கும். சித்திரை மாதமென்பதால் தண்ணீர் கொஞ்சமாய் கிடந்தது. இறங்கி யேறும் இடம் பார்த்து, பழகிய வழித்தடத்திலேயே இறங்கி மறுகரைக்கு வந்தாள். ஆற்றைத் தாண்டிய பிறகும் வெறும் தோப்பு களாகத்தானிருந்தன. இதுவரை அவள் தனியாக முத்துப் பேட்டைக்கு சென்றதேயில்லை. தன் நாத்தனார் விருந்துக்கென்று அழைத்துக் கொண்டு வந்தபோது முத்துப்பேட்டையில் இறங்கித்தான் வண்டிமாறி அழைத்துக்கொண்டு போனாள். அப்போதும், செல்வராசுவுடன் திரும்பி வரும் போதும் பார்த்ததுதான் முத்துப்பேட்டையை.

தெரியாத ஊராக இருந்தாலும் விசாரித்துக்கொண்டே போய் விடலாமென்று தோன்றியது மணிமேகலைக்கு. மெதுவாக நடந்து போய்க்கொண்டேயிருந்தாள். இன்னும் சூரியன் உச்சிக்கு வரவில்லை. கிட்டதட்ட முத்துப்பேட்டையை நெருங்கிவிட்டாள். வழியில் பள்ளிவாசல் ஒன்று இருந்தது. இந்தப் பகுதியில் முத்துப் பேட்டையில் மட்டும்தான் பள்ளிவாசல். இந்தப் பள்ளிவாசலைப்பற்றி நிறையக் கேள்விப்பட்டிருக்கிறாள். ஆனால் இதுவரை பார்த்தது கிடையாது. ஏதாவது குடும்பத்தில் பிரச்சினையென்றாலும் நாள்பட்ட வியாதி என்றாலும் வாடியக் காட்டிலிருந்தும் பக்கத்து ஊர்களிலிருந் தெல்லாம் இங்கு வந்துதான் சர்க்கரை மந்திரித்து வாங்கிக்கொண்டு போவார்கள். உள்ளே போய் பார்க்க வேண்டும் போலிருந்தது. உள்ளே சென்றாள். ரோட்டைவிட உயரமாயிருந்தது பள்ளிவாசலின் வெளி மண்டபம். நிறைய தூண்களும் வழுவழுப்பான தரையுமாக உயர்ந்திருந்த அந்த மண்டபத்தைப் பார்க்கவே பிரமிப்பாயிருந்தது மணி மேகலைக்கு. சாணியும் கரியும் போட்டு மெழுகிய வீடுகளில் வசித்தவளுக்கு வழுவழுப்பான தரையில் கால் வைக்க கூசுவது

போலிருந்தது. அவளுக்குத் தெரிந்து அவளுடைய நாத்தனார் வீட்டில் தங்கியிருந்த நான்கு நாட்களைத் தவிர வேறு எப்போதும் அவள் சிமிண்ட் தரையில்கூட புழங்கியது கிடையாது.

தூணுக்குத் தூண் ஆண்களும் பெண்களுமாக சங்கிலியால் கட்டப்பட்டுக் கிடந்தார்கள். 'இவ்வொல்லாம் என்ன பாவம் செஞ்சாவோ? எதுக்காவ இப்புடி பித்துப்புடிச்சிச்சி?' என்று நினைத்தாள். அவர்களையெல்லாம் பார்க்கப் பார்க்க மணிமேகலைக்கு பாவமாக இருந்தது. ஒரு பெண் இவளைப் பார்த்து இளித்தாள். அவளுடைய தலை பரட்டையாய் பஞ்சடைந்துபோய் கிடந்தது. ஊத்தப்பல் கறைபடிந்து கெட்டிப் பட்டுப் போயிருந்தது. பல நாட்கள் துவைக்காத துணிகளைக் கட்டியிருந்தாள். அவை அங்கங்கே கிழிந்து, நாறும் தோலுமாக தொங்கிக்கொண்டிருந்தது. இன்னும் கொஞ்சம் கிட்டே போய் அவளுக்கு எதிரே நின்றுகொண்டாள். கையை நீட்டி எதுவோ கேட்டபடி இளித்துக்கொண்டே இருந்தாள் அந்தப் பெண். அவளைக் கூர்ந்து பார்த்தாள் மணிமேகலை. அவளுக்கு நல்ல முகவெட்டு. பைத்தியமாவதற்கு முன் அழகான பெண்ணாய் இருந்திருப்பாளென்று தோன்றியது. அவளுக்கு ஏதாவது கொடுக்க வேண்டுமென்று நினைத்தாள். கொடுப்பதற்கு மணிமேகலையிடம் என்னதான் இருக்கிறது. மடியில் கிடக்கும் தாமரை, அல்லிக் காய்களையும் தாழம்பூவையும் தவிர அவளிடம் வேறெதுவுமில்லை. தாழம்பூவை பைத்தியத்திற்குக் கொடுப்பதால் எந்த புண்ணியமுமில்லை. அல்லிக் காய்களைக் கொடுத்தாலாவது வாயில் வைத்துப் பார்க்கும். மடியில் கிடந்தவற்றை எடுத்து அந்தப் பெண்ணிடம் கொடுத்தாள். அதை வாங்கி விநோதமாக பார்த்தபடியே வாயில் வைத்துக் கொண்டாள். அடுத்தடுத்த தூண்களில் கட்டப்பட்டிருந்தவர்களும் இதைப் பார்த்துவிட்டு முழங்கத் தொடங்கினார்கள். மேலும் தன்னிடமிருந்த காய்களையும் எடுத்து ஆளுக்கொன்றாய்க் கொடுத்தாள். பள்ளிவாசலைச் சுற்றி சுற்றி வந்தாள். பள்ளிவாசலில் எப்படி சாமி கும்பிடுவது என்று தெரியவில்லை அவளுக்கு.

'கோயிலுன்னு கட்டி வச்சி, உள்ள ஒரு சாமி செலயகொட வய்க்கலயே' மணிமேகலை ஆச்சரியப்பட்டாள். ஐயனார் கோயில், வீரன் கோயில், நல்ல முனிக்கார் கோயிலிலெல்லாம் கையில் கத்தியை, கதாயுதத்தை ஓங்கியபடி பெரிய கண்களால் முறைத்துக்கொண்டு நிற்கும் சாமியை கிட்டேபோய் கும்பிடவே பயமாயிருக்கும். சாமிக்கு முன் நிற்கும் குதிரையையும் வேல் கம்பையும் தொட்டுக் கும்பிட்டால் சாமியைத் தொட்டுக் கும்பிடுவது போலத்தானென்று நினைத்துக்

கும்பிட்டுவிட்டு வருவாள். இங்கே எதைத் தொட்டுக் கும்பிடுவதென்று யோசித்தாள். அலங்காரமான கம்பீரமான கதவுதான் அவளுடைய கண்ணையும் கருத்தையும் கவர்வது போலிருந்தது. அதனைத் தொட்டுக் கும்பிடலாமா என யோசித்தாள். ஆனால் பள்ளி வாசல் மண்டபத்திற்குள் ஆங்காங்கே நின்றுகொண்டிருந்த சிலர் இவளையே பார்த்துக்கொண்டிருந்ததைப்போல தோன்றியது. 'பட்டிக்காட்டான் முட்டாய் கடையைப் பார்த்து கும்பிட்ட கதைபோல நம் கதையையும் கேலிக்குரியதாக ஆகி விடுமோ' என்று கூச்சப்பட்டுக்கொண்டு பள்ளிவாசலை விட்டு வெளியே வந்தவள் சாலையில் இறங்கி நடக்கத் தொடங்கினாள். தூரத்தில் பேருந்துகள் போகும் சத்தம் கேட்டது.

☯ ☯ ☯

## 12

வீட்டின் பின்புற சந்துக்குள் சுருண்டு கிடந்தாள் மணிமேகலை. எப்போது தூங்கிப்போனாளென்று தெரிய வில்லை. உடம்பு வலியாலும் அசதியாலும் அசந்து தூங்கிவிட்டாள். சுவரிலிருந்து ஒரு பூனை இவள்மீது 'தொப்'பென்று குதித்து ஓடியது. திடுக்கிட்டு எழுந்தாள். தலை கனத்துப்போய் பாரமாக இருந்தது. கழுத்தைத் திருப்ப முடியவில்லை. தலைமுடியைப் பிடித்து இழுத்துப்போட்டு அடித்து, கழுத்தில் கால்வைத்து மிதித்ததால் உடலெங்கும் வலித்தது. எழுந்து சீலையில் ஒட்டி யிருந்த மண்ணைத் தட்டிவிட்டுக் கொண்டாள். வானத்தைப் பார்த்தாள். தேய்பிறை நாளென்பதால் மேற்கு வானில் குறை நிலவாய் இருந்தது. தலைமுடியைத் தட்டி விரல்களால் கோதி சீவி காலெடுத்து பின்னிப் போட்டுக் கொண்டாள். வீட்டைச் சுற்றிக்கொண்டு முன்பக்கமாக வந்து மெதுவாக எட்டிப் பார்த்தாள். வீடு ஒரே இருட்டாகக் கிடந்தது. திண்ணையில் கால்மாடு தலைமாடு தெரியாமல் புரண்டு கிடந்தான் செல்வராசு. மாமியார் மாமனார் வீட்டிற்குள் படுத்திருக்கிறார்களா

மணிமேகலையால் எதுவும் பதில் சொல்ல முடியவில்லை. பேசாமல் நின்றாள்.

"ஒன்னய மின்னயே புடிச்சி பாத்துக்கிட்டுத்தான் இருக்குறன். வந்து நின்ன. வடக்கயும் மேற்கயுமா மாத்திமாத்தி பாத்துக்கிட்டு தெவச்சிப்போயி நிக்கிறியேன்னுதான் வந்து கேக்குறன். சொல்லுங்கச்சி".

"நாம் பொறந்தது கப்புனாக்கொளம். வாக்கப்பட்டது தான் வாடியக்காடு".

"கப்புனாகொளத்துல யாரூட்டு பொண்ணு?"

"சொன்னாத் தெரியுமா?"

"சொல்லம் பாப்பம். நாம் பொறந்ததும் அந்த ஊருதான்".

"நீங்க பொறந்தது யாரூட்டுல? அங்க நீங்க வந்து நாம் பாத்ததில்லயே".

"நா வூரவுட்டு வந்து இருவது வருசமாவுது. போக்குவரத்து கெடயா. சாவு வாழ்வுகொட இல்லாம பெயிட்டு".

"வாக்கப்பட்டது எந்த வூருல".

"அதுவும் கப்புனாகொளம்தான்".

மணிமேகலைக்கு ஒருகணம் எதுவும் புரியவில்லை. தன் சின்னத்தையின் நினைவு வந்தது. இவள் நம்முடைய சின்னத்தையாக இருப்பாளோவென்று நினைத்தாள். இருந்தாலும் அதற்குமேல் அவளிடம் எதுவும் விசாரிக்காமல் நின்றாள்.

"சொல்லங்கச்சி. கப்புனாக்கொளத்துல நீ யாரூட்டுப் பொண்ணு?"

'சொல்லுவதா வேண்டாமா' என்று யோசித்தாள். எதிரே நிற்பவள் விடுவதாகத் தெரியவில்லை. பொய் சொல்லவும் சட்டென்று வாய் வரவில்லை மணிமேகலைக்கு.

"தெக்கி ரோட்டுல இருக்கு எங்கப்பா வூடு".

"பேரென்ன?"

"எங்கப்பா பேரு சண்முகம்".

"ஒங்கம்மா பேரு பாக்கியந்தான?"

"ஆமா. ஒங்களுக்கு எப்புடித் தெரியும்?"

"யாம் அண்ணன் அண்ணம் பொண்டாட்டிய எனக்குத் தெரியா? மணிமேகலை தன்னுடைய சின்னத்தை ஒருத்தி ஓடிப்போனவள் எங்கோ இருக்கிறாள் என்ற அளவிலேதான் இதுவரை தெரிந்து வைத்திருந்தாளே தவிர அவளைப்பற்றிய விவரங்கள் எதுவும் இதுவரை தெரியாமலேயே இருந்தாள்.

'இவ்வள் அழகா நல்ல பொம்புளையா இருக்குறாவொ. யாம் இப்புடி புத்தி தடுமாறி தட்டுக் கெட்டாவொ' என்று நினைத்தாள்.

"நடு மவதான நீ."

"ம்".

"ஓங் அக்காவுக்கு புள்ளகுட்டி எதுவும் இருக்கா?"

"ஒரு பொம்புளப்புள்ள இருக்கு. ஒண்ணே முக்கா வயசாவும். இப்ப ஆறு மாசமோ ஏழு மாசமோ முளுவாம இருக்கு".

"ஒன்னயத்தான் ரெண்டு மாத்தக்கி மின்னாடி வாடியக்காட்டுல கட்டிக் குடுத்ததா?"

"ம்".

"சேரி, வா போவம். இஞ்ச யாங் நின்னுக்கிட்டு".

"எங்க போற?"

"ந்தோ. கட இருக்கு பாரு".

அவள் கை காட்டிய இடத்தில் சிறியதாய் ஒரு பழக்கடை இருந்தது. மாம்பழங்களும் வாழைப்பழங்களும் கொய்யாப் பழங்களும் அடுக்கி வைக்கப்பட்டிருந்தன.

"பழக்கட வச்சிருக்குறியளா?" என்றபடியே அவள் பின்னால் போனாள்.

"சும்மா. சில்லுண்டி யாவாரந்தாங்கச்சி. ஊருகாட்டுக்குள்ள கெடக்கிறத்த வாங்கியாந்து போட்டு வித்துக்கிட்டுருக்குறன். அன்னன்னாடு சோத்துக்கும் கைச்செலவுக்கும் வேணுமுல்ல?"

பழக்கடைக்குள் காலொடிந்து ஒட்டு போட்ட ஸ்டுல் ஒன்று மட்டும் கிடந்தது. அதை எடுத்துப்போட்டு உட்காரச் சொன்னாள்.

"வேண்டாந்த்த. ரோட்டுல போறவ்வொல்லாம் பாத்துக் கிட்டே போவாவோ. நான் இப்புடி கீழயே ஒக்காந்துக்கிடுறன்" என்றவள் அங்கு கிடந்த சாக்கு ஒன்றை விரித்துப்போட்டு அதில் உட்கார்ந்து கொண்டாள்.

"சோறு தின்னியா?"

"ம்..."

"என்னத்த தின்னுருக்கப் போற. கண்ணு முளியெல்லாம் மண்டைக்குள்ள கெடக்கு" என்றவள் தன் பைக்குள் வைத்திருந்த சிறிய தூக்குவாளியை எடுத்து அவளுக்கு முன்பாக வைத்தாள்.

"இந்தா இதத் தின்னு மொதல்ல".

"எனக்கு வேண்டாந்த்த. நீங்க தின்னுங்க".

"செத்த மின்னாடிதான் அந்தக் கௌப்பு கடயில நாலு இட்டிலி வாங்கியாந்து புட்டு வாயில போட்டன். மத்தியான வெயிலு நேரத்துக்கு பழயது நல்லாருக்குமேன்னு இத வச்சிருந்தன். சுண்டவச்ச கருவாட்டுக் கொளம்பு உள்ள கிண்ணத்துல இருக்கு. எடுத்து தொட்டுக்கிட்டுத் தின்னு" என்று இன்னும் கொஞ்சம் அவள் பக்கமாக நகர்த்தி வைத்தாள்.

மணிமேகலைக்கு பசி வயிற்றைச் சுருட்டிக்கொண்டிருந்தது. சோற்றைப் பார்த்ததும் இன்னும் அதிகமாய் பசிப்பது போலிருந்தது. வாளியை எடுத்து வைத்து சாப்பிட்டாள். அவள் சாப்பிட்டு முடிக்கும் வரை எதுவும் கேட்காமலிருந்தாள் செகதாம்பாள்.

நீண்டதூரம் நடந்து வந்த சோர்வும் உண்ட களைப்பும் அசதியைக் கொடுத்தது. அப்படியே படுத்துக்கொண்டால் தேவலாம் போலிருந்தது.

'என்ன நம்மளுக்கு இப்புடி வருது? இதுமேரி சோந்து ஒக்காந்துருந்தா எப்ப போயி சித்தமல்லி சேருற?' என்று நினைத்தாள். அவள் முகத்தில் தெரிந்த அசதியைக் கவனித்த செகதாம்பாள்,

"படுக்குறன்னா அப்புடியே செத்த படேன்". இன்னொரு சாக்கை எடுத்து நான்காய் மடித்து தலைக்குக் கொடுத்தாள்.

"வேண்டாந்த்த. படுத்தா சட்டுன்னு எளும்ப முடியா" என்ற படியே எழுந்துகொள்ள நினைத்தாள். ஆனால் அவளுடைய விருப்பத்தையும் மீறி அசதி அவளைக் கீழே அழுத்தியது. "செத்த சாய்க்க மாட்டியான்னு கெஞ்சுது ஒடம்பு" என்றவாறே அந்த சிறிய இடத்தில் குறுக்கிக்கொண்டு படுத்து விட்டாள் மணிமேகலை.

"முழுவாமயாங்கச்சி இருக்குற?"

"தெரியலத்த".

"கல்யாணமாயி எத்துன மாசமாவுது?"

"தைமாசங் கல்யாணம்".

"அதுக்குப் பெறவு தீட்டுவந்து குளிச்சியா?"

"ரெண்டுநட குளிச்சிட்டன்".

"இந்த மாசம்?"

"இன்னம் இல்லத்த".

குனிந்து மணிமேகலையின் நாடியைப்பிடித்துப் பார்த்தாள் செகதாம்பாள்.

"புள்ள ஒதுக்குத்தான் போலருக்கு".

"எதாவுது இருந்துட்டுப் போவுது".

"யாம் இப்புடி சொல்லுற? வூட்டுல ஏதாவுது கோவந்தாவமா?"

"ம்".

"யாருகிட்ட?"

"யாம் புருசங்கிட்டதான்".

"கோச்சிக்கிட்டு அப்பன் வூட்டுக்குப் போவாம இஞ்ச யாங் வந்த?"

"அங்க போவ. புடிக்கல".

"வேற எங்க போறன்னு வந்த?"

"யாங் நாத்துனா வூட்டுக்கு".

"எங்கருக்கு?"

"சித்தமல்லியில. கையில காசில்ல. நடந்தேதான் வந்தன். சித்த மல்லி போற ரோடு தெரியாமத்தான் முளுச்சிக்கிட்டு நின்னன். நீங்க பாத்துட்டிய".

"அடக்கடவுளே. வாடியக்காட்டுலேருந்து சித்தமல்லி வரக்கிம் நடந்து பெயிரலாமுன்னா வந்த?"

"பெயிருவந்த்த".

"ஊட்டுல என்னதான் பெரச்சன?"

ஒன்றும் சொல்லாமல் பேசாமல் படுத்திருந்தாள் மணிமேகலை.

"நான் ஒண்ணும் அன்னியப்பட்டவ இல்ல. வூட்டு சண்டய இவளுகிட்ட எப்புடிச் சொல்லுறன்னு யோசிக்காத".

"அப்புடியெல்லாம் ஒண்ணும் யோசிக்கலத்த".

"மாமியா மாமுனாரெல்லாம் இருக்குறாவொல்ல? எல்லாரும் ஒண்ணாத்தான இருக்குறிய?"

"ம்..."

"என்னதான் பெரச்னை?".

"ஒண்ணா ரெண்டா சொல்லுறத்துக்கு".

"ராத்திரி என்ன நடந்திச்சி? அதச் சொல்லு".

"மாட்டுத்தரவு வேல மாமனாருக்கு. மாங்கா, கருவாட்டு யாவாரம் மாமியாவுக்கு. சொத்து சொவமெல்லாம் நெறயா இருக்குன்னு சொல்லித்தான் கட்டிக் குடுத்தாவொ. ஆனா இஞ்ச வந்து பாத்த பெறவுதான் தெரியிது பிச்சகாரன் வந்து நின்னாகொட அள்ளிப் போட நெல்லு நீரு எதுவும் வூட்டுக்குள்ள வக்கிறல்லங்குறது. ஒலயக் கொதிக்க வுட்டுட்டு படியரிசிய அடுத்தவூட்டுல போயி அளந்தாருது யாம் மாமியா".

"யாங்?"

"மவனுக்குத் தெரிஞ்சா அள்ளிக்கொண்டு வித்துப்புட்டுப் பெயிருமாம்".

"அடக்கடவுளே. அப்புடியாப்பட்டவனா ஓம் புருசன்?"

“செரங்க அரிசி, நெல்லு, தானியம் எதுவும் வூட்டுல போட முடியாதத்த. கல்யாணத்துக்குப் பெறவு அடுத்த வூட்டுல வச்சிருந்து எடுத்தாறத்தயும் கண்டுக்கிட்டாவொ. எல்லாத்தயும் வித்து அழிச்சிப் புட்டாவொ”.

“அப்பறம்?”

“அன்னன்னாடு பொளுது போயி ஒரு கிலோ ஒன்ர கிலோன்னு அரிசி வாங்கியாந்து குடுப்பாவொ மாமியா. ஒணக்கயா எல்லாருக்கும் ஆக்கிப் போடணும். அஞ்சி வேள திங்கணும்பாவொ யாம் புருசன்”.

“அடியாத்தி”.

“கட்டிக்கிட்டுவந்த நாளா ஒருவேள சோறுதான் எனக்கு. அதுவும் வயிறார தின்னது கெடயா. புருசன படுக்கவச்சிக்கிட்டு ஆக்கிப் போடுறியே நாங்க வயசானவ்வொ எத்துன நாளக்கி சம்பாரிச்சிக் கொண்டாந்து போடுவமுன்னு தெனமும் பேசுற பேச்சு தாங்கமுடியல. நாம் போயி இதயே யாம் புருசங்கிட்ட கேட்டா அடி ஒத விழுவும். அதுக்கும் ஏத்துக்கிட்டு யாம் மாமியா என்னயேத்தான் பேசுவாவொ. ஒவ்வாய வச்சிக்கிட்டு சும்மாருந்தாயென்னன்னு”

“...அதுசரி”.

“நேத்து சாங்காலம், தோப்புல மரத்துலருந்த மட்டயயெல்லாம் ஒண்ணுவுடாம வெட்டி வித்துப்புட்டு புல்ரோட்டா குடிச்சிட்டு வந்தாவொ. ‘மரத்த பாத்தா வயத்த எரியிது. குருத்து மட்டகொட இல்ல. எல்லாத்தயும் வெட்டி வித்துப்புட்டு குடிச்சிட்டு வாறான். போயி சோத்தபோட்டு தூங்கவையி’ன்னு கோவமா சொன்னாவோ. ‘ஒங்க புள்ள பண்ணுறத்துக்கு என்னய என்ன பண்ணச் சொல்லிறியன்னு’ நாங் கேட்டன்”.

“படுத்துக்கிர்றதுக்கு மட்டும் புருசன் இருந்துட்டாப் போருமுன்னு நெனக்கிற நீ, வேற என்ன கேப்ப? என்ன செய்யிறிய? ஏது செய்யிறியன்னு ஒரு நாளாவுது நீ கேட்டுருக்குறியா? கண்டிக்கிறியான்னு? ஆத்திரம் வர்றமேரி பேசுனாவொ. நானும் அந்தக் கோவத்தோட யாம் புருசனுகிட்ட போயி நேரங்காலந் தெரியாம வாய குடுத்துட்டன். அவ்வளவுதான். என்னய இழுத்துப்போட்டு அடிச்சி, தொண்டயில கால வச்சி மிதிச்சி பொணமாக்கிப் புட்டாவொ. மறைக்க வந்த மாமியா மாமனாருக்கும் சரியான அடி. அடி தாங்கமுடியாம அவ்வொ எங்குட்டோ ஓடிட்டாவொ. அவ்வொள தொரத்திக்கிட்டுப் போன

நேரத்துக்குள்ள நாங் கௌம்பி சந்துக்குள்ள போயி ஒளிஞ்சிக்கிட்டன். ராமுச்சூடும் அங்கயே கெடந்துட்டு எளும்பி வாறன்".

"அடப்பாவி இப்புடியாப் பண்ணுறான்? இவன் இப்புடி யெல்லாம் பண்ணுறவன்னு தெரியாமயா எங்கண்ணன் பொண்ணுக் குடுத்திச்சி. நாலு எடத்துல விசாரிச்சிப் பாத்தா வொளா இல்லயா? யாருமே சொல்லலயா".

"விசாரிச்சிட்டுத்தான் குடுத்தாவொ. எந்த கெட்ட பழக்கமும் வுட்டு வைக்கல. எல்லா பழக்கமும் இருக்குன்னுதான் எல்லாருஞ் சொல்லிருக்குறாவொ. எல்லாம் தெரிஞ்ச பெறவுதான் என்னய கட்டி வச்சாவொ". சொல்லும்போது வெந்து மடிந்த உணர்ச்சிகளின் வலி அவளின் முகமெங்கும் படர்ந்திருந்தது. அது அவளுடைய முகத்தின் பொலிவையும் கண்களையும்கூட பலவீனப்படுத்தியது.

"யாம் இப்புடிப் பண்ணிச்சி எங்கண்ண?" மனது கனத்துப் போனது செகதாம்பாளுக்கும்.

"சாராயக்கடயில சம்மந்தம் பேசி, வாக்குக் குடுத்துட்டு வந்துட்டாவொளாம். அவ்வொ வாக்கவிட யாங் வாழ்க்கையா முக்கியம்?"

"அண்ணி எப்புடி ஒத்துக்கிட்டாவொ?"

"குடிச்சிப்புட்டு பெரண்டு கெடக்குற புருசன தோளுல சொமந்தாந்து வூட்டுல போட்டு பணிக்கி பண்ணுற ஒங்கண்ணி ஒத்துகிடாம என்ன செய்வாவொளாம்?"

"யாம் மவன் ஒன்னய கட்டிக்கிடணுமுன்னு எவ்வள ஆசப் பட்டாந் தெரியுமா? சிவஞானத்தையும் அந்தக்காவயும் ஓங்க வூட்டுக்கு பொண்ணு கேட்டு வரச்சொன்னானாமுல்ல ஒனக்குத் தெரியுமா?"

"தெரியும்".

"வெட்டி ஆத்துலவுட்டாலும் வுடுவன், அவனுக்குத் தர மாட்டன்னுட்டாவொளாமுல்ல அண்ணி".

"எல்லாம் ஓங்களாலதான். நீங்கமட்டும் கட்டிக்குடுத்த எடத்துலயே இருந்து வாழ்ந்துருந்தா ஓங்க புள்ளக்கி இல்லயின்னு யாராவுது சொல்ல முடியுமா?"

"என்னங்கச்சி நீ. ஒங்கம்மா மேரியே பேசுற? நீ கொடவா என்னயக் குத்தஞ்சாட்டணும்?"

"யாரு சொன்னாலும் சொல்லாட்டியும் நீங்க செஞ்சது தப்புதான?"

ஒருகணம் எல்லோராலும் கைவிடப்பட்டு ஆதரவற்று நிற்கும் ஒரு சிறு பிள்ளையின் பரிதவிப்பு செகதாம்பாளின் மனதில் ஏற்பட்டது. தன்னுடைய மனதில் எழுந்த அந்த அதிர்ச்சியை சமாளித்தவளாக மணிமேகலையின் முகத்தை நேருக்கு நேராய்ப் பார்த்தாள். அவளின் மனதில் தன்னைப்பற்றி படிந்துள்ள மோசமான எண்ணத்தை துடைக்க வேண்டுமென எண்ணினாள்.

"ஓம் புருசன் குடிக்கிறான், கூத்தியா வச்சிருக்குறான். அவனுக்கு ஒன்னய கட்டி வச்சிட்டாவொ. அது ஒந்தப்பா ஓங்கப்பா பண்ணுன தப்பா".

"எங்கப்பா பண்ணுன தப்புதான்".

"இன்னக்கி அடிய ஒதய வாங்கிக்கிட்டு கஷ்டப்படுறது ஒங்கப்பாவா நீனா?"

"நாந்தான்".

"ஓங்கப்பா பண்ணுன தப்புக்கு நீயாஞ் செருமப்படணும்?"

"அப்புடியெல்லாம் யோசிக்கக் கொடாது. அது நம்ம தலயெழுத்து".

"தலயெழுத்துதான. அப்பறம் யாங் அங்கயே கெடக்காம இஞ்ச வந்து நின்ன?"

"கொடும தாங்க முடியாம கௌம்பி வந்தன்".

"அதுமேரிதான் நானும். வூட்டவுட்டு கௌம்ப வேண்டிய தாயிட்டு. என்ன– திரும்பிப் போயி வாழணுமுங்குற நெனப்போட நீ வந்துருக்குற. திரும்பியே போக்குடாதுன்னு நான் வந்துட்டன்".

மணிமேகலைக்கு எதுவும் புரியவில்லை.

"சரித்த. அப்புடி என்னதான் ஓங்களுக்குச் செரும வந்துச்சி?"

"மொட்ட பாப்பாத்தி மூணு பொண்ணு பெத்தாளாம். ஒண்ண ஆட வச்சாளாம் ஒண்ண பாட வச்சாளாம். ஒண்ண கருவாட்டு மண்டைக்கி காவ வச்சாளாம்பாவோ. அதுமேரி எங்கம்மா மத்த பொண்ணுவொளயெல்லாம், திக்குக்கு ஒரு சீமானுக்கா புடிச்சிக் குடுத்துட்டு என்னய மட்டும் மேலக் காட்டுல ஒரு காஞ்ச மண்டைக்கி கட்டி வச்சிட்டாவொ".

"மேலக்காட்டு மாமா வயசானவ்வொளாத்த?"

"வயசானவ்வொளா இருந்தாலுமில்ல பொறுத்துக்கிடலாம். அவஞ் சரியான புளிமூட்டங்கச்சி".

செகதாம்பாள் என்ன சொல்ல வருகிறாளென்று அவளுக்குப் புரியவில்லை. மேற்கொண்டும் அவளே சொல்லட்டுமென்று பேசாமலிருந்தாள்.

"வீடுவாச, கொல்ல, குடியப் பாக்கணும். ஆடுமாட்ட பாக்கணும். அந்த புளிமூட்டக்கி ஆக்கி எறக்கி வக்கணையா போடணும். கட்டிக்கிட்டு போன நாளா அந்த வூட்டுல எனக்கு இதுதான் வேல. ஊரு ஒலகத்தப் பாத்து நம்மளும் புள்ளய குட்டிய பெத்துக் கிடணுமுன்னு கொஞ்சமாவுது ஆம்புளைக்கி ஆசவராது. பொழுது போச்சின்னாக்க போரும் அடக்கமாப் பாய விரிச்சுப்போட்டு குப்புறப் படுத்துக்கிடுவான்".

"......"

"விடியிற வரக்கிம் படுபாவி மல்லாக்ககொட பெரண்டு படுக்க மாட்டான்".

மணிமேகலைக்கு செகதாம்பாளின் பிரச்சினை என்ன வென்று புரிந்தது. கல்யாணமானதிலிருந்து இந்த மூன்று மாதங்களில் அவளுக்குக் கிடைத்திருந்த அனுபவங்களைக் கொண்டு செகதாம்பாளின் நிலையினை எண்ணிப் பார்த்தாள். செல்வராசுவைப் பொறுத்தவரை மணிமேகலை அவனுக்குப் பிடிக்காத பெண்டாட்டிதான். போதாததற்கு அதே ஊரில் அவனுக்குப் பிடித்த அம்புசமும் இருக்கின்றாள். நினைத்த நேரமெல்லாம் அவள் வீட்டிற்குப் போய் வந்துகொண்டுதான் இருக்கிறான். இருந்தாலும் அவன் மணிமேகலையை ஒருநாளும் இந்த விஷயத்தில் தவிக்கவிட்டது கிடையாது. வீட்டுக்கு தூரமென்று மணிமேகலையை அவளுடைய மாமியார் ஐந்து நாட்கள் ஒதுக்கி வைத்திருந்தாள். கடைசி இரண்டு நாட்களும்

அவளுக்கு தூக்கம் வராமல் போய்விட்டது. அப்போது செல்வ ராசுவின் துணை இல்லாததால்தான் தனக்கு தூக்கம் வராமல் போய் விட்டது என்பதை மணிமேகலையால் நன்றாக உணரமுடிந்தது. இப்போதுகூட அவனால் ஏற்படும் மற்ற தொல்லைகளை நாத்தனாரின் உதவியால் சரியாக்கி அவனோடு சேர்ந்து வாழவேண்டுமென்ற எண்ணத்திலேயே வீட்டை விட்டுக் கிளம்பியிருந்தாள். ‘இவ்வளவு மோசமானவனாயிருக்கும் அவனுக்காக நாம் ஏன் இவ்வளவு நேரம் கண் விழித்திருந்து சோறு போட வேண்டும்? அவன் தின்ற பிறகுதான் சாப்பிட வேண்டுமென்று நாம் காத்திருக்க வேண்டிய அவசிய மென்ன?’ என்றெல்லாம் பலநேரம் மணிமேகலை யோசித்ததுண்டு. அவளுடைய உடல்சார்ந்த சில விஷயங்களில் அவளை நிறைவடையச் செய்வதும் அந்த வகையில் குறை வைக்காமலிருப்பதும்தான் அவன் மீது விருப்பம் ஏற்பட காரணமாக இருக்குமென்று தோன்றியது அவளுக்கு. ஏனோ இந்த நேரத்தில் அவளின் அம்மா பாக்கியத்தின் நினைவும் வந்தது. தன்னை விடவும் தன்னுடைய அம்மா இந்த விஷயங்களால் அதிகமாக கவரப்பட்டவளாயிருக்க வேண்டுமென்று தோன்றியது. அது உண்மை தான். இல்லையென்றால் குடும்பத்தின் தலைவனாயிருந்து கொண்டு அந்த குடும்பத்திற்காக சிறியதொரு துரும்பைக்கூட கிள்ளிப் போடாதவனாய், தொல்லை தருபவனாய், குடும்பத்தை அவ்வப்போது சீர்குலைத்துப் போடும் ஓர் அழிவு சக்தியா யிருந்து கொண்டிருக்கும் சண்முகத்தை சகித்துக்கொண்டு அவனுக்கு எல்லா உபசரணை களையும் செய்துகொண்டிருக்க பாக்கியத்தால் எப்படி முடிகிறது?

‘பாவம் அத்த. இதுமேரி கொடும செஞ்சா என்ன செய்ய முடியும்? பட்டினியாக் கெடந்தாக்கொட அக்கம்பக்கத்துல சொல்லலாம். எதையாவுது வாங்கித்தின்னு வயத்த நெரப்பிக் கிடலாம். ஆம்புடையாந் தொடலங்குறத்த யாருகிட்டப் போயி சொல்ல முடியும்?’ மணிமேகலைக்கு செகதாம்பாளின்மீது பரிதாபமேற்பட்டது. அவளால் செகதாம்பாளுக்கு எந்த ஆதரவு வார்த்தையையும் சொல்ல முடியவில்லை. இருந்தாலும் ஏதாவது சொல்லியாக வேண்டுமே என்று, “பாவந்த்த மாமாவுக்கு என்ன கஷ்டமோ?” என்றாள்.

“நல்ல கதய கெடுத்தே போங்கச்சி நீ. அவன லேசுப் பட்டவன்னு நெனக்காத. கவட்டுக்காரப் பய. கரயங்காட்டுல கூனச்சி ஒருத்தியோடு தொடுப்பு வச்சிக்கிட்டுத்தான் என்னக் கிட்ட கவடா நடந்துக் கிட்டாங்குறது ஆறு மாத்தக்கிப் பெறவு தான எனக்குத் தெரிஞ்சிச்சி”.

இந்தச் செய்தியைக் கேட்டதும் மணிமேகலைக்கு மிகவும் அதிர்ச்சியாக இருந்தது. இப்படியும் நடந்துகொள்வார்களா? அவளால் நம்பமுடியவில்லை. தன்னுடைய தவறுகளை நியாயப்படுத்தவும் தன்னைக் காப்பாற்றிக்கொள்ளவும் செகதாம்பாள் பொய் சொல்கிறாளோ என்று அவள்மீது சந்தேகம் ஏற்பட்டது. செகதாம் பாளின் முகத்தை உற்று பார்த்தாள். உணர்ச்சிகளின் கொந்தளிப்பால் ஏற்படும் சுழிப்புகளையும் வெறுப்பின் கோணல் களையும் மாறிமாறி அந்த முகம் பிரதிபலித்துக்கொண்டிருந்தது. வருத்தத்தின் சாயல் படிந்து கிடந்த அந்த முகத்தில் எந்தவிதமான களங்கத்தையோ பொய்யையோ மணிமேகலையால் கண்டுபிடிக்க முடியவில்லை. தன் பழைய நினைவுகளை அடிக்கடி நினைத்து அவளுக்குள்ளேயே துன்புறுகிறாளென்பதை தெரிந்துகொள்ள முடிந்தது.

"ஒங்களுக்கென்ன கொறச்ச? இப்பயே நம்மூரு வாலசுந்தரி யம்மன்மேரி இருக்குறிய. இன்னஞ் சின்னஞ் செறுசுல எப்புடி இருந்திருப்பிய".

"என்னய புடிக்காமயெல்லாம் செஞ்சதுல்லங்கச்சி. எனக்குப் புள்ளகுட்டி பொறந்துடக் கொடாதுன்னு நெனச்சிருக்குறான்".

"யாங் அப்புடி நெனக்கணும்?"

"அப்பத்தான் இவளுக்கு புள்ளயில்லன்னு சொல்லிப்புட்டு கரயங்காட்டாளயும் சேத்துக்கிட்டு வந்து வாழ வக்கலாம்".

"நெசமாவத்த சொல்லுறிய?"

"அட சத்தியமாங்குறன்".

"அப்பறம்?"

"அப்பறம் என்ன? ஒரக்கட்டைக்குள்ள தலய வுட்டுட்டம். அதோட கெடந்து உருண்டாத்தான தலயாவுது தப்புமுன்னு நெனச்சிக்கிட்டு கெடந்தன். இருந்தாலும் எத்துன நாளக்கி அப்புடியே கெடக்குற? அவங்கொடும தாங்க முடியல. அதாங்".

"......"

"என்ன செஞ்சிய".

"ஆப்பசோறு இவனுக்கும் ஆசவார்த்த இன்னொருத் தனுக்குமுன்னு ஆயிட்டு".

நீண்ட பெருமூச்சொன்று அவளிடமிருந்து வெளிப்பட்டது.

தன் அப்பாவுடன் பிறந்த சொந்த அத்தையின் அந்தரங்கங்களை இப்படி வெட்கமில்லாமல் கேட்டுக்கொண்டிருக்கிறோமே என்று நினைத்தாள். இருந்தாலும் அதை அத்தோடு விட்டுவிட்டு வேறு பேச்சில் ஈடுபட அவளுக்குப் பிடிக்கவில்லை. அவளுடைய கதையை அதற்கு மேல் சொல்லாமல் விட்டுவிடுவாளோ என்று லேசாக பயந்தாள். சற்று தயங்கியபடியே,

"இன்னொருத்தருன்னா யாருத்த?" என்றாள்.

"அதக்கேட்டு நீ என்ன செய்யப் போற?"

மணிமேகலையால் சட்டென்று பதில் சொல்ல முடிய வில்லை. "இல்ல.... சும்மாத் தெரிஞ்சிக்கிடத்தான் கேட்டன்" என்றாள் இழுத்தபடி.

"நம்மூரு மணியாரு மவன்தான். எனக்கும் ரெண்டு வருசம் பிந்திப் பொறந்தவன். கொழம்புக்கு மீனு புடிச்சாந்து குடுப்பான். யாரூட்டு வாசலுல கருவாடு காஞ்சாலும் தெரியாம அள்ளியாந்து யாவ்வூட்டு வேலிக்குள்ள போட்டுட்டுப் பெயிருவான். சொரக்காயா? பரங்கிக் காயான்னு கணக்கில்ல. கண்ணுல தெம்படுற எல்லாத்தயும் யாம் மடில கொண்டாந்து கொட்டணுமுன்னு நெனப்பான்".

கொஞ்ச நேரம் எதுவும் பேசாமல் தீவிரமாய் எதைப் பற்றியோ சிந்தித்துக்கொண்டிருந்த செகதாம்பாள் மறுபடியும் சொல்ல ஆரம்பித்தாள்.

"நான் பண்ணுனதுதான் தப்போன்னு அடிக்கடி நெனச்சிப் பாப்பன். ஒண்ணுமே புரியாது. இன்னமும் எனக்குக் கொழப்ப மாத்தான் இருக்கு". கலக்கம் நிறைந்த பார்வையால் மணிமேகலையைப் பார்த்தாள்.

"நீங்க ஒண்ணும் தப்பு பண்ணியிருக்க மாட்டியத்த" அவளுடைய துக்கத்தைப் போக்கும் விதமாகச் சொன்னாள்.

"கல்யாணம் ஆயி எட்டு மாசஞ்சென்னு ஒரு நாளு, ஊரு சனமே நாத்து, நடவுன்னு கொல்லக்காட்டுல நிக்கி. யாவ்வூட்டு கொல்லயில நாத்தடிய நடக்குது. யாம் புருசனும் ஆளுவளோட ஆளா நின்னு நாத்தடிக்கிறாவொ. மறுநாளு நடவுக்காவ சேறடிச்ச கொல்லயில நாத்துக்கட்டு தூக்கியாந்து போட்டுக் கிட்டிருந்தன். வேலி ஓரத்துல

கண்ணும் மாமியாத் தலயில கையுங்குற மேரி நாத்தடிச்சிக்கிட்டு இருந்த் யாம் புருசன் நாத்தத் தூக்கிக்கிட்டு போக்குள்ளயும் வரக்குள்ளயும் என்னயே வெறிக்க வெறிக்க பாத்தாவொ. என்ன இது இப்புடி பாக்குறாவொ. கூனச்சி பேச்சி கசந்து பெயிட்டான்னு நெனச்சிக்கிட்டு நாம்பாட்டுல யாங் வேலய பாத்துக்கிட்டு இருந்தன்".

"நாத்து கட்டு தூக்குனது போரும். நேரமாயிட்டு நாத்தடிக்கிற ஆளுவொளுக்குப் போயி காப்பித்தண்ணி போட்டான்னாவொ. தூக்குன நாத்துக்கட்ட அப்புடியே போட்டுட்டு வூட்டுக்கு வந்துட்டன். அடுப்ப பத்தவச்சி அரக்க பறக்க காப்பித்தண்ணி போட்டு எரிச்சு வுட்டுக்கிட்டு இருந்தன். நாத்தடிச்சிக்கிட்டு இருந்தவ்வொ எப்ப கரயேறி வந்தாவொன்னு தெரியல. வேட்டிய மடிச்சிக் கட்டிக்கிட்டு, துண்ட மாலமேரி இரண்டு பக்கமும் தொங்க போட்டுக்கிட்டு வூட்டுக்குள்ள வந்தாவோ. கையில ஒரு பொட்டணம் இருந்திச்சி. காப்பித் தண்ணி போட்டு நா வூத்தியாற மாட்டனா, நாத்தடிச்சிக் கிட்டு இருந்த நீங்க எதுக்காவ கரயேறி வுடியாறணுமுன்னு கேட்டன். காப்பித்தண்ணி கெடக்கட்டும். இந்தா இதுல பொட்டுக் கடலயும் சக்கரையும் இருக்கு. தின்னுன்னு நீட்டினாவொ".

"இது என்ன ஒருநாளும் இல்லாத திருநாளாருக்குன்னு நெனச்சிக்கிட்டு பொட்டணத்த வாங்கி உறியில வச்சிட்டு, காப்பிய வடிகட்டி ஊத்துனங்".

"....."

"காப்பி சொம்ப வாங்கி எட்டி வச்சிட்டு யாங் கையப் புடிச்சி இழுத்தாவொ"

நினைத்தது போலவேத்தான் நடந்திருக்கிறது.

"ச்சீ" என்றாள் மணிமேகலை.

"எனக்கு மனசு பதறிப்பெயிட்டு. 'அடப்பாவி மனுசனே, இத்துன நாளும் பீ பாத்த கண்ணு பொறங்கண்ணாலகொட பாக்காம இருந்துட்டு இப்ப வந்து கையப்புடிச்சி இளுக்கிறியே'ன்னு நெனச்சிக் கிட்டு வெடுக்குன்னு கைய பறிச்சிக்கிட்டன். காப்பித்தண்ணிய எடுத்துக்கிட்டு கொல்லக்கி ஓடிட்டன்".

"......"

"அன்னக்கி முச்சூடும் எனக்கு நெல கொள்ளலங்கச்சி".

"அப்பறம்?" லேசான புன்முறுவலுடன் கேட்டாள் மணிமேகலை.

"மணியாரு மவன கண்டு சேதிய சொல்லுறதுக்குள்ள நாங் கெடந்து தவிச்ச தவிப்பு அந்த ஆண்டவனுக்குத்தாந் தெரியும்".

"நீங்க யாங் அவ்வொகிட்ட போயி சொன்னிய?"

"எனக்கு அப்ப வெவரம் பத்தலங்கச்சி. வேற யாருகிட்ட சொல்ல முடியும் இதயெல்லாம்?"

"மணியாரு மவன் என்ன சொன்னாராம்?"

"ஊரவுட்டு ஓடிருவமுன்னாங்".

"நீங்க ஒத்துக்கிட்டியளா?"

எங்கம்மாப்பாவோட மானம் கவுரவத்த நெனச்சி பாத்து வரமுடியாதுன்னுட்டன்".

"அப்பறம்?"

"நீ ஓம் புருசங்கொட படுக்கக்கொடாதுன்னு கண்டிச்சான். எனக்குத் துரோகம் பண்ணக்கொடான்னு சத்தியம் பண்ணச் சொன்னான்".

"சத்தியம் பண்ணிக்குடுத்தியளா?"

"ஆமா வேற என்ன செய்யிற? பொய் சத்தியந்தான். போற காலத்துல யாம் ஒடம்புல புழுபுழுத்துத்தான் சாவப்போறன். அந்த மாசமே எனக்கு தீட்டு வராம பெயிட்டு. சத்தியத்த காப்பாத்துறன்னு யாம் புருசன நெருங்கவுடாம, அவனுக்கு மின்னாடியே வயத்த தள்ளிக்கிட்டு நிக்க முடியுமா? நாம் மனங்கொண்ட மட்டும் யோசன பண்ணிப் பாத்தன். எனக்கு ஒண்ணும் புரிபடல. நாலுநாளு ஒலக்கயப் போட்டுக்கிட்டு ஒதுங்கிப் படுத்திருந்தன். அஞ்சாம் நாளு தூண்டிக் காரனுக்கு வுட்டுருந்த சேவல அடிச்சி, கொழம்பு வச்சி, யாம் புருசனுக்குப் போட்டன். தின்னுட்டு தூங்கப்போற நேரத்துக்கு ஒரு சொம்புல தண்ணிய கொண்டு வச்சிக்கிட்டு இந்தாங்கன்னே".

"அவ்வொ அன்னக்கி ராத்திரி யாங் கையப்புடிச்சி இழுத்தது, சேவல் கொன்னு ஆக்குன குத்தத்துக்காவ என்னய தூண்டிகாரன் அடிச்சது மேரி இருந்திச்சி".

செகதாம்பாளின் வலி மிகுந்த அந்த நாட்கள் மணிமேகலை யின் மனக்கண்ணில் சித்திரமாக விரிந்தது.

"கொடுமதான்".

"கொடுமயா? அதயேங் கேக்குற? யாம் அப்பன் ஆயாவுக்காவயும் சாதி சனத்துக்காவயும், இரு மனசுக்காரியா நான் இருந்து தவிச்சது சொல்லி மாளாது".

"மொதப்புள்ள பொறந்திச்சி. பொறந்து ஆறுமாசம் ஆவுறத்துக் குள்ள ரெண்டாவது புள்ளயும் தரிச்சிட்டு. ஊட்டுல வம்புசண்ட அடிதடின்னு எப்பப் பாத்தாலும் ஒரே கரச்சலா ருந்துக்கிட்டு இருந்திச்சி. மகமாயி மேல சத்தியமா இந்தப் புள்ள யாருக்கு உண்டாச்சின்னு எனக்கே தெரியல. அஞ்சி மாசம் வயத்துல இருக்கக் குள்ள ஒரு நாளு நடந்தத்தக் கேளு. அன்னக்கி ராச்சோத்துக்கு கைய கழுவிப்புட்டு வந்து ஒக்காந்தான் யாம் புருசன். கொம்மடிப்பிஞ்சும் மடாக்கருவாடும் போட்டு கொழம்பு வச்சிருந்தன். மீனு ஆக்குனாலும் கோழி, கொக்கு, ஆட்டுக்கறின்னு எந்த கவுச்சி கொழம்பு வச்சாலும் யாம் புருசனுக்கு சட்டியோட தூக்கியாந்து தட்டுக்கு மின்னாடி வச்சிப்புடணும். அன்னிக்கிம் அப்புடித்தான். கொதிச்சி எறக்குன கையோட சட்டிய பிருமன போட்டு கொண்டாந்து வச்சன். கரயங்காட்டா மேல கோவமா, இல்ல ஒரு புள்ள பெத்து மறு புள்ளயும் வயத்துல வச்சிருக்குறாளேங்குற ஆத்துரமோத் தெரியல".

"என்னடி கொழம்பு வச்சிருக்குறன்னு பேசிப்புட்டு கோவத்தோட சட்டியத் தூக்கி யாந் தலயில போட்டு ஒடச்சாவோ. ஐயோ வயத்துப் புள்ள போச்சேன்னு திரும்பி ஒடபாத்தம் பாரு. அப்புடியே பொரடி லேருந்து முதுவு சூத்தாம்பட்டயெல்லாம் ஊத்தி.... அய்யோ அந்தக் கொடுமய யாங் கேக்குற. இஞ்சபாரு கழுத்து முதுவயெல்லாம். இன்னமும் தழும்பு அப்புடியே கெடக்குறுத்த" என்றவள் திரும்பி பின்கழுத்தையும் முதுகையும் தடவிக் காண்பித்தாள். தழும்பாகி விட்டாலும் அவள் மனதில் பட்டிருந்த வலி வார்த்தைகளில் தெரிந்தது. அந்தத் தழும்பைப் பார்க்க மணிமேகலைக்கே என்னவோ போலிருந்தது. சொல்ல முடியாத வேதனை செகதாம்பாளின் முகத்தில் அப்பட்டமாய் தெரிந்தது. மிகவும் பலவீனப்பட்டுவிட்டவளைப் போல தொடர்ந்தாள்.

"முதுவுல புண்ணு. வயத்துல புள்ள. மல்லாக்கயும் படுக்க முடியாம, குப்பறவும் படுக்க முடியாம மூணு மாத்தக்கி மேல நாம்பட்ட ஒத்திரியம் அந்த ஆண்டவனுக்குத்தாந் தெரியும்". சொல்லி

விட்டு பெருமூச்சுவிட்டாள். மணிமேகலையால் என்ன சொல்லியும் தன் அத்தையை ஆறுதல்படுத்த முடியாது என்று தோன்றியது.

"அதுக்கப்பறமும் அடிதடி, வம்பு சண்டக்கி ஓச்சயில்ல. எத்தன நாளக்கித்தான் தாங்கிக்கிட முடியும்? மணியாரு மவனுக்கிட்ட சொல்லிப்புட்டு அளுதன்".

"ரெண்டு மூணு நாளு கழிச்சி என்னமோ ஒரு பொட்டணத்துல மடிச்சிருந்த மருந்தக் கொண்டாந்து குடுத்தான், சோத்துல கலந்து யாம் புருசனுக்கு குடுக்கச் சொன்னான். என்ன மருந்துன்னு கேட்டத்துக்கு, வசிய மருந்துதான், மொகமாத்துவேல செய்யிற ஆளுக்கிட்டருந்து வாங்கியாந்தன், இத சோத்துல போட்டுக் குடுத்துட்டா நீ சொல்லுற மேரியெல்லாம் கேப்பான்னு சொன்னான்".

"நானும் உண்மன்னு நம்பிக்கிட்டு வாங்கியாந்துட்டன். சுடுசோத்த போட்டு கருவாட்டு கொழம்புல ஊத்திக் குடுத்துருவ முன்னு இருந்தன். யாரு செஞ்ச புண்ணியமோ திடீருன்னு யாம் மனசுல ஒரு யோசன. அந்த மருந்து கொழம்ப ஊத்திப் பெணஞ்சி ஒரு உருண்ட சோத்த நாயிக்கிப் போட்டுட்டு மீதியிருந்த கைசோத்த கோழிக்கி எறச்சிவுட்டன். தின்ன செத்த நாழிக்குள்ள வெட்டிவெட்டி இழுத்து கோழி செத்துது. கண்ணுமுழி பெரண்டு கோணிக்கோணி இழுத்து நாயிம் செத்துப்பெயிட்டு".

"அய்யய்யோ...."

"அய்யோ தெய்வமே. இப்புடியாப்பட்ட பாவத்தயா பண்ணிப்புட பாத்தமுன்னு பதறிப் பெயிட்டன். சட்டியோட தூக்கிக்கொண்ட குப்பமேட்டுல போட்டு ஒடச்சி சத்தய அள்ளிப்போட்டு மூடிப்புட்டு வந்துட்டன். அப்பறம் புளித் தொவய அரச்சி யாம் புருசனுக்கு சோறு குடுத்தன்".

"மணியாரு மவனுக்கிட்ட நீங்க எதுவும் கேக்கலையா?"

"கேக்காம இருப்பனா? மருந்த மாத்திக் குடுத்துட்டாம் பொலருக்கு வசியக்காரன். எனக்கே தெரியாதேன்னு பசப்பிப் புட்டான். நானும் நம்பிட்டன்".

"அப்பறம்...."

"ரெண்டாவுது புள்ள பொறந்து அஞ்சாறு மாசமாயிட்டு. கரயங்காட்டாள வூட்டுக்கு கொண்டாந்தாலே ஆச்சின்னு ஒத்த காலுல நின்னான் யாம் புருசன். நான் ஒத்துக்கிடல".

"யாங்?"

"என்னயக்கிட்ட மணியாருமவன் தொடுப்பு வச்சிருக்குறத்த கண்டுக்கிடுவான்னு பயந்துதான் வேண்டான்ன. நாலு நாளு வூட்டுப் பக்கமே வராம கூனச்சியே கதின்னு கெடந்தான். அன்னக்கி ராப்பட்டு புள்ளய்வொ ரெண்டும் தூங்கிட்டுவொ. யாம் புருசன் வரமாட்டாங்குற நெனப்புல மணியாரு மவன் வூட்டுக்குள்ளயே வந்துட்டான். விடியப்போற நேரத்துக்கும் செத்த மின்னாடி யாம் புருசன் வருவான்னு நான் நெனச்சிக் கொட பாக்கல. திடீருன்னு வாசப்படல தொறந்துக் கிட்டு வூட்டுக்குள்ள வந்தவன் எங்களப் பாத்துட்டான். அவ்வளவு தான். ரெண்டியரும் கட்டிப்பெரண்டு சண்ட போட்டுக்கிர்றாவொ. என்னால வெலக்க முடியல. யாம் புருசன மயக்கம் வர்றமேரி அடிச்சி மல்லாத்திட்டான் மணியாரு மவன். விடிஞ்சா வூரகூட்டி பஞ்சாயத்து வச்சிடுவான் யாம் புருசன். ஊரு மொவத்துல எப்புடி நிமுந்து நிக்கிற? எங்கம்மாப்பா அண்ணந் தம்பி சொந்தக்காரவ்வொ மொவத்துல எப்புடி முளிக்கிற? ஒண்ணுமே புரியல. ஒக்காந்துக்கிட்டு அழுதன். ஓம் புருசன் மயக்கம் தெளியிறத்துக்குள்ள ஓடிருவம் வான்னு கையப் புடிச்சி இழுத்தான் மணியாரு மவன். புள்ளயள தூக்கவும் துணிமணி யெடுக்கவும் நேரமில்ல. கட்டுன துணியோட அன்னக்கி ஊரவுட்டு உடியாந்தவதான். இன்னக்கி வரைக்கும் அந்த மண்ண மிரிக்க யாங்காலு ரெண்டும் தவமா தவங் கெடக்கு" சொல்லிவிட்டு அழுதாள் செகதாம்பாள்.

"புள்ளைவொள எப்ப தூக்கியாந்திய?"

"புள்ளய ரெண்டும் யாம் அம்மாகிட்டதான் இருந்துருக்கு. எங்க வூட்டுக்கும் மணியாரு வூட்டுக்கும் வெட்டுவனா குத்துவனான்னு சண்ட நடந்திருக்கு. அந்தச் சண்டயால புள்ளைவொ ரெண்டயும் மணியாரு வூட்டுலயே தூக்கியாந்து போட்டுட்டாளாம் எங்கம்மா. அங்கேருந்து எப்புடியோ யாம் புள்ளைவொ ரெண்டும் என்னகிட்ட வந்து சேந்துட்டுவொ". வேர்த்து விறுவிறுத்துப் போயிருந்த தன் முகத்தையும் கழுத்தையும் முந்தானையால் துடைத்துக்கொண்டாள் செகதாம்பாள்.

"அவ்வொகொடதான இப்பயும் இருக்குறிய?" தயங்கியபடியே கேட்டாள் மணிமேகலை.

"யாரு? மணியாரு மவங்கொடயா?"

"ம்".

"அவங்கொட இருப்பனா நான்? யாம் புள்ளைவொ வார வரைக்கிம் தேனுஞ்சக்கரயுமா பேசிக்கிட்டிருந்தவன், யாம் புள்ளைவொளக் கண்டதுலேருந்து என்ன பச்ச நாவியால்ல பாத்தான். அவங்கொட எப்புடி இருக்குற?"

"மணியாரு மவனா அப்புடி செஞ்சாவொ" மணிமேகலையால் நம்பமுடியவில்லை.

"ஊரு ஊரா இழுக்கடிச்சான் என்னய. கடசா மன்னார்குடிக்கு கெழக்க கோட்டூரு பக்கத்துல ரோட்டுவேல செஞ்சிக்கிட்டிருந்த ஒட்டச் சனங்களோட வுட்டுட்டான். வேலக்கிப் போறன்னுட்டு கௌம்பிப் போனாக்க திரும்பி வர நாலு நாளு அஞ்சி நாளுகொட ஆவும். கைப்புள்ளைவொ ரெண்டயும் வச்சிக்கிட்டு சோத்துக்கும் தண்ணிக்கும் ரொம்ப செருமப்பட்டன். கோட்டூரு மாட்டாஸ்பத்திரிக்கி பின்னாடிதான் அந்த சனங்க குடியிருந்திருச்சிவொ. ரோட்டுவேல முடிஞ்சி பொழுது போயிதான் எல்லாரும் வந்து சேருங்க. வரிசையா அடுப்பு கட்டி ஏழெட்டு குடும்பமும் அதது புள்ள குட்டிவொளுக்கும் சனத்துக்கும் சோறு ஆக்கும். நான் வெறுஞ்சோத்துப் பானய பக்குவமா மூடிவச்சிட்டு சோத்துப்பான ஓரமாவே புள்ளை வொள வச்சிக்கிட்டு வேடிக்க பாத்துக்கிட்டு ஒக்காந்திருப்பன்".

"....."

"நீ சோறாக்கலயா ஆச்சின்னு என்னய பாத்து கேக்குங்க. நான் வெள்ளணுமே ஆக்கி, புள்ளைவொளுக்கு வூட்டி வுட்டுட்டு நானுந் தின்னுட்டு மிச்ச சோத்துல தண்ணிய வூத்தி மூடி வச்சிட்டன்னு சோத்துப் பானய காட்டுவன். அதுவொளும் நம்பிப்புடுங்க. எல்லாருஞ் சாப்புட்ட பெறவு மறுநாளு பழயத்துக்காவ ஊத்தி மூடிப்புட்டு படுத்துடுங்க. பகல் முச்சூடும் ரோட்டுவேல. செஞ்ச அசதியில அடிச்சிபோட்ட மேரி ஆணு பொண்ணு அத்துனயும் தூங்கும். அதுக்குப் பெறவு நா எளும்பி ஒரு ஏனத்த எடுத்துக்கிடுவன். ஒவ்வொருத்த வூட்டுப் பானயயும் தொறந்து, ஒவ்வொரு கையி சோறு, அள்ளுன அடையாளம் தெரியாம அள்ளிப்போட்டுக் கொண்டாந்து யாம் பானயில போட்டு மூடிப்புட்டு படுத்துருவன். மறுநாளு முச்சூடும் அந்தச் சோறுதான் எனக்கும் யாம் புள்ளைவொளுக்கும்". வைத்தகண் மாறாமல் செகதாம்பாளையே திகைப்போடு பார்த்துக் கொண்டிருந்தாள் மணிமேகலை.

"என்னங்கச்சி! நாஞ் சொல்லுறத்த நம்ப முடியலயா?" என்றாள் செகதாம்பாள்.

“இல்லத்த. இப்புடியெல்லாம் சமாளிச்சிருக்குறியேளேன்னு நெனச்சிப் பாத்துக்கிட்டிருக்குறன்”.

“நம்மளுக்கிட்ட இருந்தா புள்ளைவொ கெட்டுருமுன்னு நெனச்சி, செத்த நெடுவுனதும் யாம் மவன ஒரு தையக்கடயில பொத்தாங் கட்ட சேத்துவுட்டன். யாம் மவள தவப்பன் இல்லாத பொண்ணுன்னு சொல்லி கொண்டுபோயி வேதாரண்ணியம் குருகொலத்துல சேத்துவுட்டுட்டன். மவன் எப்புடியோ எக்கிமுக்கி வளந்து கோயமுத்தூருக்கு போயி சேந்தான். அங்கயே வேல செஞ்சி கையில நாலு காசி வச்சிருக்குறான். நாலுபேரு மதிக்கிறமேரி நல்ல மனுசனா இருக்குறான்”.

“ஒங்க மவ?”

“அது அங்கேயேதான் படிச்சிக்கிட்டிருந்திச்சி. இப்ப குருகொலத்து தறியில ஏதோ வேல பாக்குதாம்”.

“நீங்க போயி பாப்பியளா?”

“யாம் போன மாசங்கொட பெயிட்டு பாத்துட்டு வந்தனே. நாம் போனா அது ஒரு அஞ்சி நிமிசங்கொட நின்னு என்னக் கிட்ட பேசாது. பத்தோ இருவதோ கையில இருக்குற காச என்னக்கிட்ட குடுத்து நீ போம்மான்னுரும். வூட்டுக்கு வாயந் தங்கச்சின்னு கூப்புட்டாலும் வராது. நானும் கூப்புடுறல்ல. இஞ்ச அழச்சாந்து என்ன செய்யிற! நம்மதான் கெட்டு மலிஞ்சி சந்தி சிரிச்சிப்போயி நிக்கிறம். அதாவுது நல்லாருக்கட்டுமே”. செகதாம்பாளின் கண்களில் தன் மகளுடன் சேர்ந்திருக்க முடியவில்லையே என்ற இயலாமையும் ஏக்கமும் தெரிந்தது. அவளைப் பார்க்க மணிமேகலைக்கு பாவமாக இருந்தது.

“யாம் மவள நீ பாக்கணுமேங்கச்சி, வெளக்கி வச்ச செப்புச் செலமேரி என்னமா இருக்குங்குற!” வாய் ஊறிப்போய் பூரிப்பாய் சொன்னாள் செகதாம்பாள்.

“அதக் கட்டிக்குடுக்கணுமுன்னா என்னத்த செய்விய?”

“குருகொலத்துல எத்துன அநாத புள்ளைவொ வளருதுவொ தெரியுமா? எல்லாருக்கும் தாயா தகப்பனாருந்து அவ்வொளே நல்லது கெட்டது எல்லாஞ் செய்யிறாவோ. கல்யாணம் பண்ணிக்கிட ஆசப்படுற பொண்ணுவொளுக்கும் அவ்வொளே கல்யாணம் பண்ணி வைக்கிறாவொ”.

"மாப்புள்ள பாக்குறதெல்லாம் கஷ்டமாயிருக்காதா. இந்த காலத்துல உள்ளூருக்குள்ள இருக்குற ஆம்புளைவொளையே நம்ப முடியல".

"எத்துன பேரு நல்ல மனசோட அநாதப் பொண்ணு வொளுக்கு வாழ்க்கக் குடுக்கணுமுன்னு நெனக்கிறாவொ. அதுமேரி வர்ற சம்மந்தத்துலதான் பண்ணி வப்பாவொ. யாரயும் கட்டாயப்படுத்த மாட்டாவொளாம். செல பொண்ணுவொ கல்யாணமெல்லாம் வேண்டாமுன்னுட்டு சாவுற வரைக்கிம் அங்கயே கெடந்துருது வொளாம்".

"யாந்த்த நீங்க வேற? பொண்ணுவொ எவனயாவுது கட்டிக்கிட்டு கடகட்டப்படறதவிட இப்புடியே இருந்துட்டுப் பெயிறலாம். நாங் கட்டிக்கிட்டு வந்து இப்ப எப்புடி நிக்கிறன் பாக்குறியல்ல?" எதையாவது சொல்லி செகதாம்பாளை சமாதானப்படுத்த வேண்டுமென நினைத்த மணிமேகலைக்கு திடீரென்று அந்த சந்தேகம் வந்தது.

"யாந்த்த இப்ப நீங்க மட்டும் தனியாவா இருக்குறிய?"

"ஆமா. அப்பப்ப நேரங்காலத்துக்கு ஒத்துவர்றமேரி, மாத்தி, மாத்தி, இதுமேரி எதாவுது ஒரு யாவாரத்த பண்ணிக்கிட்டு இருக்குறன். யாங் காலமும் ஓடிக்கிட்டுத்தான் இருக்கு".

"அது ஓடிக்கிட்டுதான் இருக்கும். யாருக்காவயும் அது நிக்கப் போறல்ல".

"இன்னொன்னு சொல்லட்டுமாங்கச்சி. யாம் மவன் மணியாரு மவனுக்குப் பொறந்தவனே தவிர அவனமேரி இருப்பான்னு நெனக்காத".

"யாங் இத என்னக்கிட்ட சொல்லுறிய?"

"யாஞ் சொல்லுறன்னா கேக்குற? ஓம் புருசங்காரன் சரியில்லன்னு சொல்றியில்ல?"

"ஆமா".

"அதுனாலதான் சொல்லுறன். இப்பகொட ஒண்ணும் கெட்டுப் பெயிறல. அவங் கட்டுன தாலிய கயட்டி வீசிப்புட்டு வா. நான் யாம் புள்ளைக்கி ஒன்னய கட்டிவக்கிறன்" என்றாள் செகதாம்பாள்.

"என்னத்த பேசுறிய நீங்க?" அதிர்ச்சியாக கேட்டாள் மணிமேகலை.

"நெசமாதாங்கச்சி சொல்லுறன். யாம் மவன் ஒன்னய நெகத்துல மண்ணுபடாம வச்சிப் பாப்பான் தெரியுமா?"

"ஒத்துவராத பேச்சயெல்லாம் பேசாதியத்த" என்றபடியே எழுந்து உட்கார்ந்தாள், "சித்தமல்லிக்கு எங்காக்கப் போவணும் சொல்லுங்க. இப்பயே கௌம்புனாத்தான் பொளுது போறத்துக்குள்ள போயிச் சேரலாம்" சீலையைத் தட்டிக்கொண்டு எழுந்து விட்டாள்.

"இனிமே யாங் நீ நடந்துபோற? நாங் காசி தரமாட்டனா. வண்டி ஏத்தி வுடுறன் போவலாம். இன்னஞ்செத்தப் படு".

"இல்லத்த இனிமே கெடக்கக்கொடா. கடையைவிட்டு வெளியே வந்து நின்றுகொண்டாள் மணிமேகலை.

ஒரு பையில் இரண்டு மூன்று பழங்களை எடுத்துப்போட்டு கையில் காசையும் கொடுத்து சித்தமல்லி வழியாகச் செல்லும் மன்னார்குடி வண்டியில் ஏற்றிவிட்டாள் செகதாம்பாள். சன்னலோர இருக்கையொன்றில் உட்கார்ந்துகொண்டாள் மணிமேகலை. ஓட்டுனர் தன் இருக்கையில் ஏறி உட்கார்ந்து ஹாரனை அழுத்தினார். வண்டியை எடுத்துவிடப் போகிறானே என்ற அவசரத்தில் மறுபடியும் ஒருமுறை நினைவுபடுத்தினாள் சன்னலுக்கு வெளியே நின்ற செகதாம்பாள்.

"இஞ்ச பாருங்கச்சி. நாஞ் சொன்னத்த பத்தி யோசிச்சிப் பாக்குறியா?"

"எதப் பத்தித்த?"

"அதாம். யாம் புள்ளய கட்டிக்கிர்றத்தப் பத்திச் சொன்னல்ல".

"நீங்க இப்புடி நிக்கிறது போறாதா. நானுமா நாசமாப் போவணும்". மணிமேகலை சொன்னது செகதாம்பாளின் காதில் விழுந்ததாவென்று தெரியவில்லை. 'பீம் பீம்' என்று ஒலித்தபடி புறப்பட்டுப் போனது பேருந்து.

## 14

வைகாசி மாதம். இடும்பவனம் பெரிய கோயிலில் விசாகத் திருவிழா. கொடியேற்றுவதிலிருந்து பதினெட்டு நாட்களுக்கு விமரிசையாய் நடக்கும். திருக்கல்யாணம், தேரோட்டம், தெப்பத் திருவிழா என்று ஒவ்வொரு நாளும் ஒவ்வொரு விதமான சாமி தரிசனமும் அதனைத் தொடர்ந்து நாடகம், நாட்டியம், பாட்டுக் கச்சேரி போன்ற நிகழ்ச்சிகளும் நடக்கும். தமிழக அளவில் பிரபலமான நட்சத்திரங்களின் கலை நிகழ்ச்சிகளும் நடைபெறும். சுத்துப்பட்டில் இருக்கும் இருபதுக்கும் மேற்பட்ட கிராமங்கள் கூடும் கோயில் இந்தப் பெரிய கோயில். இடும்பவனத்திற்கு தெற்கிலும் மேற்கிலும் இருக்கிற கீழவாடியக்காடு, மேலவாடியக்காடு, அடைஞ்ச வளாகம் ஆகிய ஊர்களின் தோப்புகள் யாவும் இக்கோயிலில் உறைந்திருக்கும் மங்களநாயகிக்குச் சொந்தமானது. தோப்புகள் முழுவதும் தென்னை மரங்கள் அடர்ந்திருக்கும். இரண்டு மாதங்களுக்கொரு முறை கோயில் ஆட்கள் தேங்காய் வெட்டுவதற்கு வருவார்கள். தோப்புகளிலுள்ள தேங்காய்களை வெட்டி

மூன்றிலொரு பங்கை எடுத்துக்கொண்டு இரண்டு பங்கில் ஒரு பங்கு பாதிக்கிரயக்காரர்களான தோப்புக்காரர்களுக்கும் இன்னொரு பங்கு தோப்பு பராமரிப்பு செலவிற்கென்றும் ஒதுக்கப்படும். அதேபோல தோப்புகளை விற்பதென்றாலும் வாங்குவதென்றாலும் பாதி கிரயத்திற்குத்தான். பாதிப் பங்கு எப்போதும் மங்களநாயகிக்கு சொந்தமாயிருக்கும்.

இதுபோன்ற இரண்டு மூன்று ஊர்களில் தோப்புகள் மட்டுமல்லாமல் விவசாய நிலங்களும் ஏராளமாயிருக்கிறது மங்களநாயகிக்கு. ஒவ்வொரு வருடமும் கோயிலுக்கு சேர்ந்து வரும் வருமானத்திலிருந்து லட்ச லட்சமாய் செலவு செய்து வைகாசி விசாகப் பெருவிழாவை நடத்துவார்கள்.

அன்றைக்கு வெள்ளி ரிஷபக்காட்சி. சாயங்காலமே மணி மேகலையின் மாமியார் மாமணி பக்கத்து வீட்டு அன்னக் கிளியிடம், "வெள்ளி ரெஷவாணம் பாக்க போவமாடி அன்னக் கிளி" என்றாள். வெள்ளி ரிஷபம் என்பதையும் வாணவேடிக்கை என்பதையும் சேர்த்து 'வெள்ளி ரெஷவாணம்' என்று இப்பகுதி ஜனங்கள் சொல்வார்கள்.

"நேத்து விடிய விடிய பாபனாசங் கொறவனும் தஞ்சாவூரு கொறத்தியும் ஆடுன ஆட்டத்துக்கு முளிச்ச கண்ணு இன்னமும் மூடல. இன்னக்கிம் வேற போவணுமா?" என்றாள் அன்னக்கிளி.

"என்ன பெரிசா முளிச்சிப்புட்ட? தூங்குறத்துக்கு இப்புடி பறக்குற?"

"ஒனக்கென்ன? என்னய கொண்ட தொணயா ஒக்கார வச்சிக்கிட்டு தெனமும் நீ வேடிக்கயும் பாத்தர்ற. ஒருகூட மாம்பழத்தையும் வெலயாக்கிப்புடுற. வெங்கத்துக்கு வேல செய்யிறவ மேரி நாந்தான் ஓஞ் சுருக்கு பையிக்கும் பழக்கூடக்கிம் காவகாக்க வேண்டியதாருக்கு".

"எல்லாம் எத்துன நாளக்கிடி அன்னக்கிளி? இன்னும் நாலு நாளைக்கித்தான். அப்பறம் ஓஞ்சுதாம் பாள ஒக்காந்தாளாம் சாணாச்சின்னு சும்மா சூத்த நவத்தியேதான காலத்த ஓட்டப் போறம்?"

"போவயில சொல்லுங்க நானும் வாறன்" என்று சொல்லிக் கொண்டே வந்தாள் நாட்டுசாலைப் பெண்.

"ஆமா. நீ இப்ப வருவம்ப. போவயில கூப்புட்டா, யாம் புருசனுக்கு தூக்கம் வல்லயாம். பாட்டுப்பாடச் சொல்லுறாவொ. நீங்க

அந்தக் கச்சேரியப் பாருங்க. நா இந்தக் கச்சேரியப் பாக்குறன்னுட்டு ஓலப்பாய சுருட்டிக்கிட்டு ஊட்டுக்குள்ள போவ. ஒன்னயப் பத்தி தெரியா எனக்கு" என்றாள் அன்னக்கிளி.

"என்னய பரியாயம் பண்ணாட்டி ஒவ்வூட்டு மாடு கறக்குமா? கிட்டபோயி பாத்தாதான தெரியும் நித்தமொரு கச்சேரியா யாரூட்டுல நடக்குதுன்னு" என்றாள் பதிலுக்கு நாட்டுசாலைப் பெண்.

"சேரி வுடு. ஒன்னக்கிட்ட வா குடுத்து வாமாற முடியுமா?"

"மாமணியத்த நாங் கண்டிப்பா ஓங்களோட வாறன். மறந்துடாம கூப்புடுங்க".

"செரிங்கச்சி போவயில கூப்புடுறன்" என்றாள் மாமணி.

நாட்டுச்சாலைப் பெண்ணும் சாமானியப்பட்டவளில்லை. அவள் பேச்சில் மாமணியையே மடக்க நினைப்பவள்.

"யாந்த்த? வெள்ளி ரெஷவத்துல சாமி வருமுங்குறிய்ய.... வாண வேடிக்கயில கண்ணு மலந்து பெயிருமுங்குறியளே. எல்லாம் உண்ம தானா?" இதுவரை பார்க்காதவளைப் போல கேட்டாள்.

"அட ஆமாங்கச்சி. நீ இதுவரக்கிம் பாத்ததில்லயா? என்னமாருக்குங்குற. பாக்க ரெண்டு கண்ணு போறாதுங்கச்சி".

"அப்புடின்னா ஓங்க மருமவளயும் கூப்புட்டாற? அது மட்டும் வேடிக்க பாக்காண்டாமா?"

மாமணியின் முகம் சட்டென்று மாறியது. ஒன்றும் சொல்ல முடியாமல் நின்றாள்.

"நீட்டுறவளுக்கும் நெளிக்கிறவளுக்குந்தான் நீடாமங்கலத் திருநா. அவ புருசன் கோவக்காரன் அவளுக்கெதுக்கு திருநா" வெடுக்கென்று கேட்டாள் அன்னக்கிளி.

அன்னக்கிளி மணிமேகலைமீது எப்போதும் ப்ரிவோடு இருப்பாள். அவளுக்கு எந்தவிதமான குறையென்றாலும் மெதுவாக மாமணியிடம் இடித்துக்காட்டுவாள். குத்திக்காட்டி பேசுவாள். இப்போதும் அதுபோலதான் கேட்டுவிட்டாள். ஆனால் இதற்கும் மாமணியால் பதிலேதும் சொல்ல முடியவில்லை. இவர்கள் பேசிக் கொண்டவை அத்தனையையும் வீட்டிற்குள் இருந்த மணிமேகலை

கேட்டுக்கொண்டுதான் இருந்தாள். அவளுக்கும் கோயிலுக்குப் போகவேண்டும், வேடிக்கையெல்லாம் பார்க்கவேண்டுமென்று ஆசையாகத்தான் இருந்தது.

ஒரு சோடிக் கொலுசு, கால் விரல்களில் போட்டுக் கொள்ளும் உருட்டு மெட்டி இவற்றைக்கூட வெள்ளியில் வாங்கிப் போட்டுக் கொள்ள முடியாத பெண்களுக்கு, முன்னால் மூன்றும் பின்னால் மூன்றுமாக வெள்ளியாலான ரிஷப வாகனங்களில் மற்ற காவல் தேவதைகள் வர நடுவில் மிகப் பெரியதொரு வெள்ளி ரிஷப வாகனத்தில் மங்களநாயகி ஊர்வலம் வரும் காட்சி பார்ப்பதற்கு அற்புதமாயிருக்கும். வண்ண வண்ண வாணச்சுடர் பொறிகள் பூப்பூவாய் வானமெங்கும் வெடித்துச் சிதறும். இந்த உலகத்து உயிர்கள் எல்லாவற்றையும் உயிர்ப்பித்து பேணிக் காப்பாற்றும் கோடிக் கணக்கான பெண்களின் ஒட்டுமொத்த அன்பையும், சாந்தத்தையும் தன் முகத்திலே தாங்கி தன்னுடைய கருணைப் பார்வையை எங்கும் விரியவிட்டபடி வரும் மங்களநாயகியைப் பார்க்க மெய்சிலிர்த்துப் போகுமென்று எல்லோரும் சொல்லக் கேட்டிருக்கிறாள் மணிமேகலை. ஆனால் இதுவரை பார்த்த தில்லை. சிறுபிள்ளையாய் இருக்கும்போது தெப்பத் திருவிழா முடிந்த மறுநாள் வந்து திருவிழா கடைகளைத்தான் பார்த்திருக்கிறாள்.

மணிமேகலைக்கு பெருமூச்சு வந்தது. அன்னக்கிளி சொல்வது சரிதான் என்று தோன்றியது. ‘கொடுத்து வைத்த பெண்கள் தினமும் திருவிழா, தேர் பார்க்க போகிறார்கள். நாம் போகமுடியுமா’ என்று நினைத்தாள். செல்வராசு ஒருநேரம் இருப்பது போலவா எப்போதும் இருக்கிறான். அவன் எந்த நேரத்தில் எப்படி வந்து என்னவிதமாக வெல்லாம் துன்புறுத்து வானென்று யாருக்குத் தெரியும்!

பொழுது நன்றாகப் போய்விட்டது. மாமணி கூடைக்குள் மாம்பழங்களை அடுக்கிக்கொண்டிருந்தாள். மாமணியுடன் கிளம்ப திட்டமிட்டிருந்த பெண்களெல்லாம் அடிக்கொருதரம் ஓடிவந்து,

“வேல முடிஞ்சிச்சி. யாம் புருசனுக்கு சோறு போட்டுட்டு வந்தர்றன்”.

“மாட்டுக்கு வைய்க்க அள்ளிப் போட்டுட்டு வரவேண்டியாங்”.

“சோத்த ஆறவச்சி ஊத்தி மூடிப்புட்டு வந்தர்றன்” என்று சொல்லிவிட்டுப் போனார்கள்.

“அதச் செஞ்சிட்டு வாறன் இதச்செஞ்சிட்டு வாறன்னு நாழி வளத்தாதியடி பொண்டுவளா. நேரத்தோட போனாத்தான் மேடயயும் கூட்டத்தயும் கணக்கு பண்ணி நல்ல எடமாப் பாத்து எறக்கி வக்க முடியும். வேடிக்கைக்கி வேடிக்கயும் பாத்துறலாம் யாவாரத்துக்கு யாவாரமும் ஆவும்” என்று எல்லோரையும் துரிதப்படுத்தினாள் மாமணி.

எல்லோரும் கிளம்பிப்போன பிறகு வீட்டிற்கு வந்து சேர்ந்தான் செல்வராசு. தூரத்தில் வரும்போதே, “மணிமேல.... மணிமேல....” என்று கூப்பிட்டுக்கொண்டே வந்தான்.

“யாங்....? இஞ்சதான் இருக்குறன்” என்று சிம்னி விளக்கை எடுத்துக்கொண்டு வந்து திண்ணையில் வைத்தாள். கைகழுவி விட்டு வந்தவன்,

“சோத்தப் போட்டு எடுத்தா” என்றான். கொண்டுவந்து கொடுத்தாள் மணிமேகலை.

“நீனும் சாப்புட்டுட்டுக் கெளம்பு சீக்கிரமா. கச்சேரி ஆரம்பிச்சிரும்”.

“நானுமா?”

“ஆமா”.

“நா வல்ல நீங்க பெயிட்டு வாங்க”.

“இல்ல. நீ வந்துதான் ஆவணும்”.

மணிமேகலையால் நம்ப முடியவில்லை.

“நெசமாத்தான் கூப்புடுறியளா?”

“என்ன மணிமேல நீ. என்னய நம்ப மாட்டங்குற? நெசமாத்தான் கூப்புடுறன். யாரோ சினிமாப் பாட்டுக்காரன் கச்சேரியாம். நல்லாருக்குமுங்குறாவொ. கெளம்பு”.

“ஓங்கப்பா இன்னமும் வல்ல. வந்த பெறவு சோறு போட்டுட்டுப் போவம்”.

“அந்தாளு வர நேரம் ஆவும் மணிமேல. அதுக்குள்ள கச்சேரி ஆரம்பிச்சிரும்”.

"என்னால கண்ணுமுளிக்க முடியா. நீங்க பெயிட்டு வாங்க".

"நாஞ் சொல்லிக்கிட்டிருக்குறன். நீ பாட்டுக்கு முடியா முடியான்னுட்டு நிக்கிறியே. நீ இன்னக்கி வந்துதான் ஆவணும்" பிடிவாதமாய் சொன்னான் செல்வராசு.

மணிமேகலைக்கு அவன் அவ்வளவு பிடிவாதமாக தன்னைக் கூப்பிடுவது பிடித்திருந்தது. 'பரவால்ல. வரவர நம்ம புருசனுக்கு நம்ம மேலயும் ஆச வருது' என்று மனதிற்குள் பூரித்தாள். இதற்கெல்லாம் தன் நாத்தனார்தான் காரணம் என்றும் நினைத்தாள். போன மாதம் மணிமேகலை சித்தமல்லிக்கு கோவித்துக்கொண்டு போனதும், அவளுடைய நாத்தனார் தன் வீட்டிலேயே மணிமேகலையை இருக்கச் சொல்லிவிட்டு, அவளும் அவளுடைய கணவனுமாக வாடியக் காட்டிற்கு வந்து, பேசி சண்டை போட்டு செல்வராசுவிடம் சத்தியம் வாங்கிக்கொண்டதும் அதன் பிறகும் மணிமேகலையை பத்து நாட்களுக்கு மேல் தன்னுடைய வீட்டிலேயே வைத்திருந்து, மாதம் முடியும் தறுவாயில் அனுப்பி வைத்ததும் நினைவுக்கு வந்தது. 'நம்பளுக்கு ஆயா, அப்பன், மாமியா, மாமுனாரு ஆதரவில்லன்னாலும் புருசன் ஆதரவே இல்லன்னாலும் கொட நம்ப நாத்துனா இருக்குறாவொ. அது போரும்' என்று நினைத்துக்கொண்டாள். செல்வராசு அவசரப்படுத்தியதில் அவளுக்கு எதுவும் புரியவில்லை. புதுப்புடவை ஒன்றை எடுத்து கட்டிக்கொண்டு அவளும் கிளம்பிவிட்டாள். புருசனோடு கோயிலுக்குப் போகிறோம் என்ற உற்சாகத்தில் அவளுடைய நடையில் துள்ளல் சேர்ந்தது.

"ஒனக்கு என்னன்ன மணிமேல வேணும்?"

"எனக்கொண்ணும் வேண்டாம்".

"இல்ல. நீ வளவி போட்டுக்க. பூசுர மாவு, பொட்டு, வேற என்ன வேணுமுன்னாலும் வாங்கிக்க".

"காசு வச்சிருக்குறியளா?"

"இருக்கு".

"எவ்வளவு?"

"நூத்தம்பது ரூவா இருக்கு. இஞ்சபாரு" எடுத்துக் காட்டினான்.

"ஏது இது?"

"இருக்குன்னா பேசாம வாயன். ஏது எவடமுன்னு யாங் கேக்குற?"

"நாங் கேக்கக் கொடாதா?"

"கேக்கக் கொடா".

"அப்ப நீங்க போங்க. நான் வல்ல". அப்படியே நின்று விட்டாள் மணிமேகலை.

"கச்சேரி ஆரம்பிச்சிரும் வா".

"ஏதுன்னு சொல்லுங்க வாறன்".

"சொல்லுறன் வா".

"சத்தியமாச் சொன்னாத்தான் வருவன்".

"எங்கப்பன், வேட்டி வாரயெல்லாம் கயட்டி கரயில வச்சிட்டுட்டு, அப்புச்சி தோப்பு குட்டயில குளிச்சிக்கிட்டிருந்தப்ப தெரியாம எடுத்தாந்துட்டன்".

"அய்யய்யோ.... அது மாட்டுக்காரவ்வொளுக்கு குடுக்குற பணமால்ல இருக்கும். யாம் இப்புடி பண்ணுனிய? பணத்த காணுமுன்னு ஓங்கப்பா கெடந்து தவிப்பாவொளே".

"எதாவுது பண்ணிக்கிட்டு இருக்கட்டும் நீ வா".

"இப்புடி பண்ணிப்புட்டியளே. நா வல்ல. பணத்த கொண்டாங்க. நாங் கொண்ட குடுத்தர்றன்".

"திருப்பிக்கொண்ட குடுக்குறத்துக்காவயா இவ்வள கஷ்டப்பட்டு நா எடுத்தாந்தன்".

"பாவமல்லயா ஓங்களுக்கு?"

"சாராயக்கடயில எவனாவுது எடுத்திருந்தா?"

"நீங்க இப்புடி செய்யக்கொடா. கொண்டாங்க பணத்த". அவன் கையிலிருக்கும் பணத்தை வாங்கிவிடும் முனைப்புடன் அவனைப் பிடித்தாள். அவள் பிடியைத் தட்டிவிட்டு வேகமாக நடந்தான் செல்வராசு. அவனை பிடித்து பணத்தை எப்படியாவது வாங்கிவிட வேண்டுமென்று பின்னாலேயே ஓடினாள் மணிமேகலை. இழுக்கவும் பறிக்கவுமென்று வழிநெடுக அவனை தொல்லை செய்துகொண்டே

போனாள். செல்வராசு அவளை தட்டிவிடுவதும் பிடிகொடுக்காமல் ஓடுவதுமாக முன்னால் போய்க்கொண்டேயிருந்தான். இப்படியே நடந்ததில் கோயில் மின்விளக்குகளின் வெளிச்சம் படும் பகுதிவரை வந்து சேர்ந்திருந்தார்கள் இருவரும்.

“இஞ்ச பாரு மணிமேல. காச நாங் குடுக்கமாட்டன். நீ வேணுமுன்னா நாந்தான் எடுத்தன்னு எங்கப்பங்கிட்ட போயி சொல்லிக்க. கோயில் கூட்டத்துல வந்து நின்னுக்கிட்டு, காசக் குடு, காசக்குடுன்னு சட்டயப் புடிச்சி இளுத்தியன்னா மரியாத கெட்டுரும் ஆமா” என்றான்.

மணிமேகலை ஒன்றும் சொல்லாமல் நின்றாள்.

“வாய மூடிக்கிட்டு பேசாம வரணும். நாஞ் சொல்லுறத்ததான் நீ கேக்கணும்”.

இதற்குமேல் இவனிடம் பேசி எதுவும் புண்ணியமில்லை என்று நினைத்தவள், அவன் பின்னால் எதுவும் பேசாமல் நடந்தாள். கூட்டத்தில் ஓரிடத்தில் அவளை உட்கார வைத்தான்.

“இஞ்சயே ஒக்காந்துரு வந்தர்றன்” என்று சொல்லிவிட்டுப் போய்விட்டான் செல்வராசு. போய் நீண்ட நேரமாகியும் அவன் வரவில்லை. மேடையில் இசைக்கருவிகளின் வாசிப்புடன் பாட்டுக் கச்சேரி நடந்துகொண்டிருந்தது. சில பாடல்களுக்கு வண்ண வண்ண விளக்குகளின் ஒளிர்வில் பளபளக்கும் ஆடைகளுடனும் தலைக் கட்டுகளுடனும் இளம்பெண்களும் ஆண்களுமாக வளைந்தும் நெளிந்தும் ஆடிக்கொண்டிருந்தார்கள். கூட்டம் மொத்தமும் மேடையையே வைத்தகண் வாங்காமல் பார்த்துக்கொண்டிருந்தது. மணிமேகலைக்கு கச்சேரி பார்ப்பதில் மனம் செல்லவில்லை. செல்வராசு எங்கே போயிருப்பான் என்ற யோசனையாகவே இருந்தது. உட்கார்ந்திருந்த இடத்திலிருந்து எழுந்துகொண்டாள். மெதுவாக கூட்டத்தைவிட்டு நகர்ந்து வெளியே வந்தாள். சுற்றிச்சுற்றி வந்து தேடிப் பார்த்தாள். கூட்டத்தைவிட்டு விலகி சற்று தூரத்தில் யாரோ நிற்பதுபோல் தெரிந்தது. மங்கிய வெளிச்சமும் இருளும் கலந்திருந்த அந்த இடத்தில் நிற்கும் ஆளை சரியாக அவளுக்கு அடையாளம் தெரியவில்லை. செல்வராசுவாகத்தான் இருக்க வேண்டும் என்று நினைத்தவள் மெதுவாக அவ்விடத்தை நெருங்கினாள். அவள் நினைத்ததுபோல அங்கே செல்வராசுதான் நின்று கொண்டிருந்தான். அவனுக்கு எதிரே சித்திரவள்ளி என்ற வாடியக்காட்டுப் பெண் நின்று

கொண்டிருந்தாள். இருவரும் சிரித்துச் சிரித்துப் பேசிக்கொண்டிருந்தார்கள். சித்திரவள்ளி தன்னுடைய கை வளையல்களைக் காண்பித்து எதுவோ சொல்லிக்கொண்டிருந்தாள். அவளுடைய இரண்டு கைகளிலும் புது வளையல்கள் பளபளத்தன.

'இவ வேறயா? இன்னம் எத்துன பேரு இருக்குறாளுவொ இந்த ஊருக்குள்ளயே' என்று நினைத்தாள். மணிமேகலையால் ஏனோ அதைப் பார்த்துவிட்டு திரும்பி வர முடியவில்லை. மாமனாரிடமிருந்து எடுத்த பணம் வேறு அவனிடம் இருக்கிறது. அதுவும் போய்விட்டால் என்ன செய்வதென்ற நினைப்பில் அவர்களிடம் போனாள். அவளைப் பார்த்தவுடன் செல்வராசுவுக்கு கோபம் வந்தது.

"ஒன்னய ஒக்கார வச்சிட்டுத்தான வந்தன். இஞ்ச யாங் வந்த?" அதட்டினான்.

"கச்சேரி அங்க நடக்கக்குள்ள இஞ்ச என்ன பண்ணுறிய?" என்றாள் மணிமேகலை. அவளை அப்படியே நெட்டித் தள்ளிக் கொண்டு போனான்.

தெற்குவீதியில் வாடியக்காட்டு சேகரன் சாப்பாட்டுக் கடை வைத்திருந்தான். திருவிழாவை முன்னிட்டு கோயிலின் வளாகத்திற்குள்ளேயே வேறு கடை பிடித்திருந்ததால் தெற்கு வீதிக்கடை சும்மாவே கிடந்தது. கருங்கல் கால்கள் தூக்கிவிட்டு கூரைவேய்ந்த கடை அது. சுற்றிலும் கீற்று வைத்து அடைத்து குறுக்கிலும் அடைத்திருந்தார்கள். முன் பகுதி கடையாகவும் பின்பகுதி தட்டுமுட்டு சாமான்கள் போட்டு வைத்துக்கொள்ளும் இடமாகவும் இருந்தது. இந்தக் கடையில் வியாபாரம் எதுவும் நடக்காததால் தட்டுமுட்டு சாமான்களோ வேறு பொருட்களோ எதுவுமின்றி காலியாகக் கிடந்தது. கடைக்குள் விளக்கு வெளிச்சம் இல்லை. அந்தக் கடையின் பின்கட்டில் கொண்டுபோய் அவளைத் தள்ளிவிட்டான் செல்வராசு.

"இஞ்சபாரு. நா வாற வரக்கிம் நீ இஞ்சயேத்தான் படுத்திருக்கணும்" என்றான்.

"என்னய எதுக்காவ கூப்புட்டாந்திய. இஞ்ச படுக்க வைக்கவா அப்புடி கட்டாயப்படுத்தி அழச்சாந்திய".

"நாஞ் சொல்லுறத்த செய்யி. போயிப் படு".

"நாங் கச்சேரி பாக்கப் போறன்".

"நீ பாக்கக் கொடா".

"இல்லன்னா நா வூட்டுக்குப் போறன்".

"வூட்டுக்கும் போக்கொடா. வெளில வந்தா கால வெட்டிப் புடுவன். போயிப் படு".

தரையெங்கும் ஒரே மணலாக இருந்தது. மெழுகி சுத்தம் செய்யாத கடை அது. படுப்பதற்கு ஒன்றும் இல்லை. ஓரமாகக் கிடந்த ஒரு கீற்று மட்டையை எடுத்துப்போட்டு படுத்துக்கொண்டாள். அவளுக்கு அழுகை அழுகையாக வந்தது. நீண்ட நேரம் தேம்பிக் கொண்டே கிடந்தாள். இருட்டுக்குள் தனியாக படுத்திருக்கும் அவளுக்கு தூங்கவும் பயமாக இருந்தது. கோயிலில் நடக்கும் பாட்டுக் கச்சேரி சத்தம் சன்னமாக கேட்டுக்கொண்டிருந்தது. எழுந்து வீட்டிற்குப் போய்விடலாமா என்று நினைத்தாள். அப்படி போய் விட்டால் இங்கு வந்து பார்த்துவிட்டு செல்வராசு என்ன செய்வான். அவளை அதற்கு மேல் உயிரோடு விட்டு வைப்பானா? 'எதற்கு வம்பு, எது நடந்தாலும் நடக்கட்டும். நம்மேல் எதுவும் தப்பில்லை. நாமாக எதையும் தேடிக்கொள்ளவும் இல்லை' என்று நினைத்து தன்னைத் தானே தேற்றிக்கொண்டாள். விடியும் தறுவாயில் அவளை மீறி தூக்கம் வந்து கண்களை இழுத்தது. நன்றாகத் தூங்கிவிட்டாள். அந்தப் பக்கம் யாரும் வராததால் அவள் படுத்திருந்ததை பார்க்க வில்லை. அவளை எழுப்பிவிடவும் யாருமில்லை. விடிந்தது தெரியாமல் வெகுநேரம் வரைக்கும் தூங்கிப்போனாள்.

காலை எட்டுமணிக்கு மேல்தான் மணிமேகலைக்கு விழிப்பு வந்தது. திடுக்கிட்டு எழுந்து பார்த்தாள். கடைக்கு வெளியே ஜனங்கள் போய்க்கொண்டும் வந்துகொண்டுமிருந்தார்கள். எதிரேயிருந்த டீக்கடை ஒன்றில் சிலர் உட்கார்ந்து டீ குடித்துக்கொண்டிருந்தார்கள். பக்கத்து பக்கத்து கடைகளில் பலபேர் சாப்பிட்டுக் கொண்டிருந் தார்கள். இவளுக்கு கடையை விட்டு வெளியே வருவதற்கே வெட்கமாக இருந்தது. குனிந்த தலையை நிமிர்த்தாமல் விடுவிடு வென்று வீதியை கடந்தாள். நெஞ்சு பதைபதைப்பது போலிருந்தது. வேகவேகமாக வீட்டிற்கு வந்தாள்.

வீட்டில் மாமனார் பணத்தைக் காணவில்லை என்று நான்கைந்து பேரை கூப்பிட்டு வைத்துக்கொண்டு அதுபற்றி பேசிக்கொண்டிருந்தார். எட்டுமணியாகியும் வீட்டிற்கு வந்து சேராத மருமகளைப்பற்றி

அக்கம்பக்கத்தவர்களிடம் குறை சொல்லிக்கொண்டிருந்தாள் மாமியார். செல்வராசு இவளுக்காக வாசலிலேயே காத்துக்கொண்டு நின்றான். பணம் திருடிய விஷயத்தை சொல்லவிடாமல் செய்துவிட வேண்டுமென்று நினைத்தான்.

இவள் வந்ததும் அவளுடைய குரல்வளையைப் பிடித்து நெரித்தான்.

"விடிஞ்சதுகொட தெரியாம எவங் கொட்டடி படுத்துக் கெடந்துட்டு வாற?"

"இப்புடி கேக்குறியளே நீங்க நல்லாருப்பியளா?" என்றாள் மணிமேகலை. அவ்வளவுதான், அடி, உதை தாங்கமுடியாமல் சுருண்டு விழுந்தாள். செல்வராசுவிடமிருந்து அவளை விலக்கக்கூட யாரும் முன்வரவில்லை.

# 16

மழை விடாமல் பெய்துகொண்டிருந்தது. பெருமழை கோட்டகம் எங்கிலும் 'சலசல'வென்று தண்ணீர் சத்தம். அந்த அடாத மழையிலும் கோட்டகத்தில் நடவுவேலை சுறுசுறுப்பாக நடந்துகொண்டிருந்தது. கள்ளியடிக் கோட்டகத்தில் குஞ்சித்தேவருக்கு குள்ள சானகியின் செட்டுப் பெண்கள், சோவென்று கொட்டும் மழையையும் பொருட்படுத்தாமல் நடவு நட்டுக் கொண்டிருந்தார்கள். இது அவர்களுக்கு புதிதல்ல. வருடா வருடம் சம்பா நடவு இதுபோல் மழையில் நின்றுகொண்டுதான் நடுவார்கள். பிடிநாற்றை அடக்கியிருந்த இடதுகையின் கட்டைவிரல் சிறிது சிறிதாய் பயிரை ஒதுக்கித் தர, வலது கை அதை வாங்கி 'சரசர'வென்று சேற்றுக்குள் ஊன்றிக் கொண்டே வந்தது. ஒவ்வொரு மொதைக்கும் சீராக இடைவெளி விட்டு மொதைகளை ஊன்றின விரல்கள்.

நீண்டநேரம் விடாமல் மழை பெய்துகொண்டிருந்ததால் வயதான ஒருசில பெண்களுக்கு உடல் வலித்துப் போனது. எப்போதும் மழை பெய்து ஓய்ந்தால் நனைந்த

நோக்கி போய்க்கொண்டிருந்தார்கள். கூட்டத்தோடு கூட்டமாக இவர்களிருவரும் போனார்கள். ஆடியில் பெருகிவந்த காவிரித் தண்ணீர் பெரு மழை கோட்டகமெங்கும் பாய்ந்து கிடந்தது.

உழவுக்குப் பின்பு நடவு நடப்போகும் வயல்களில்தான் சேரு கிண்டும் வேலை நடந்துகொண்டிருந்தது. பத்தைப் பத்தையாயிருந்த புல்லின் வேர்கள் ஏரில் அறுபட்டு சேற்றோடு சேறாக புதைந்து கிடக்கும். அவற்றை அப்படியே விட்டுவிட்டால் நடவு வளர்வதற்குள் மறுபடியும் பத்தை பத்தையாய் வளர்ந்து நட்ட பயிரையெல்லாம் வீணாக்கிவிடும். தம்முடைய வயல்களில் நடுவதற்கு முன்பாகவே பெருமழை சன்னாதித் தேவர் சேறு கிண்டும் வேலைக்கென்று இருபது ஆட்களை கூப்பிட்டுக் கொண்டு வரும்படி குள்ள சானகியிடம் சொல்லியிருந்தார்.

குள்ள சானகி ஒரு செட்டாய் ஆள் அழைத்துக்கொண்டு போய் வேலை செய்பவள். இவளுடைய செட்டுபோல வாடியக்காட்டில் பல செட்டுப் பெண்கள் இருந்தார்கள். வேலைக்கு அழைத்துக்கொண்டு போவது, வேலை முடிந்ததும் கூலி வாங்கிக் கொடுப்பது, மறுநாள் வேலைபற்றி விசாரிப்பது எல்லாம் குள்ள சானகியின் வேலை. குள்ள சானகியின் செட்டில் சேர்ந்துவிட்டால் எப்போதும் வேலை இருந்துகொண்டேயிருக்கும். கூலியும் பாக்கியில்லாமல் உடனுக்குடன் கிடைக்கும். எனவே மாமணி கருவாட்டு வியாபாரத்தைத் தற்காலிகமாக நிறுத்தி வைத்துவிட்டு குள்ள சானகியின் செட்டில் சேர்ந்து விட்டாள். அவளோடு மணிமேகலையையும் அழைத்துக்கொண்டாள்.

'ஒருத்தருக்கு ரெண்டு பேரா போனா ரெண்டு கூலி வாங்கலாமுல்ல. செலாவணியா இருக்கும்' என்பது அவளுடைய கணக்கு.

மணிமேகலை தன் அம்மா வீட்டில் இருக்கும்வரை மாடு போல வேலை செய்திருக்கிறாள். ஓய்வில்லாமல் உழைத்திருக்கிறாள். ஆனால் இதுவரை கூலிவேலைக்கென்று யார் வீட்டிற்கும் போனது கிடையாது. புருசன் வீட்டிற்கு வந்தபிறகு இப்போதுதான் முதன் முறையாக வேலைக்குப் போகிறாள். பெண்கள் சிரிப்பும் விளையாட்டுமாக பேசிக்கொண்டு நடந்தார்கள். அவர்களோடு போவது அவளுக்கும் பிடித்துத்தானிருந்தது.

"யாண்டி சானகி, சேறு கிண்டுறதுக்கு எவ்வளதுடி தாரா வொளாம்?" என்றாள் மாமணி.

“ஆறு ரூவாதான் தருவாவோ. போன வருசத்துக் கூலி அதான். அதுக்குமேல சம்பளம் ஓசரலக்கா”.

“வரிக்கிரொட்டி காப்பித்தண்ணி குடுப்பாவொல்ல?”

“ம். குடுப்பாவொன்னுதான் நெனக்கிறன்”.

ஆள் அழைத்து வரச்சொன்ன சன்னாசித் தேவர், வைராமணி கரை மதகிலேயே உட்கார்ந்திருந்தார். சானகி தன் செட்டுப் பெண்களோடு அவரின் முன் போய் கும்பலாய் நின்றாள்.

“என்ன சானகி, நல்ல ஆளாப்பாத்துதான அழச்சாந்துருக்குற?” என்றவர் தன்னெதிரே வந்து நிற்கும் பெண்களை நோட்டமிட்டார்.

“எல்லாரும் நல்ல ஆளுவொதான். வேலதலயில நிக்கிற ஆளு, நெளிக்கிற ஆளு, ஏமாத்துற ஆளயெல்லாம் என்னக்கிம் யாஞ்செட்டுல நீங்க பாக்க முடியா. தெரியுமுல்ல!” உதட்டைச் சுழித்து கழுத்தை வெட்டி சானகி சொல்லிய விதம் மணிமேகலையை ஆச்சரியப் படுத்தியது. எவ்வளவு தைரியமாக பேசுகிறாள் இவள் என்று நினைத்தாள்.

“தெரியுந் தெரியும். அதுனாலதான் ஒன்னக்கிட்ட சொல்லி வுட்டன்”. சானகியின் கோபத்திற்கு ஆளாகிவிடக் கூடாது என்று நினைப்பதைப் போலிருந்தது அவருடைய பதில்.

கும்பலுக்குள் துழாவிய அவரது பார்வையில் மாமணி பட்டுவிட்டாள்.

“அது யாரு திருத்துறப்பூண்டி பள்ளிக்கொட மொனங்குல தேங்கா வித்துக்கிட்டுருந்த பொம்புள மேரிஇருக்கு”.

“ஆமா. அவ்வொதான்”.

“யாவாரத்த இப்ப வுட்டாச்சா?”

“தேங்கா தூக்க முடியலன்னு கொஞ்ச நாளு கருவாட்டு யாவாரம் பண்ணுனாவோ. இப்ப அதுவுமில்ல” மாமணிக்காக பரிந்து பேசினாள் குள்ள சானகி.

“வயசானவொள சேத்தாராதன்னு சொல்லிவுட்டன். இதுமேரி ஆளயெல்லாம் எதுக்கு அழச்சாந்த?”

"மாமணியக்காவ அவ்வள எளப்பமா எட போடாதிய. எங்க நெறக்கி மிந்திக்கிட்டு அந்தக்கா நெறதான் நிக்கிம். பத்தாததுக்கு புது மருமவளும் தானுமா, ரெண்டாளா வந்துருக்கு".

"சேரி சேரி.... நெட்டோடக்கர கொல்ல நாலுமா ஏரோட்டிக் கெடக்கு. எறங்கி கடகடன்னு அரிச்சிப் போட்டுக்கிட்டு வந்துருங்க. சேறு பெரும்பெரும் கட்டியா கெடந்தாலும் ஒடச்சிவுட்டு கரச்சி வுட்டுக்கிட்டு விடுவிடுன்னு வந்துரணும்".

"சேரி.... நாங்க போறம்".

சானகி தன் செட்டுப் பெண்களோடு நெட்டோடக்கரை கொல்லைக்குப் போனாள். சேற்றுக்குள் புல்லின் வேர்கள் ஏருக்கு அறுபட்டு பந்துபோல சுருண்டு கிடந்தன. கையைப் போட்டு சேற்றுக்குள் துழாவியபடி பெண்கள் பின்னுக்கு ஒவ்வொரு அடியாக எடுத்து வைத்து சுறுசுறுப்பாய் நகர்ந்தார்கள். சேற்றுக்குள் கிடந்த கருவை முட்களும் நத்தை ஓடுகளும் மணிமேகலையின் கைகளில் குத்திக் கிழித்தன.

'ரெட்டைக் கூலி' வாங்கிப் பார்த்த மாமணி மணி மேகலையை தொடர்ந்து குறுவை நடவுக்கும் அழைத்துக்கொண்டு போகத் தொடங்கினாள். மணிமேகலை தினமும் வேலைக்குப் போய்க் கொண்டிருந்தாளே தவிர, ஒருநாள்கூட அவளது கூலியை அவள் கையால் வாங்கிப் பார்த்ததில்லை.

"வூட்டு செலவயெல்லாம் அவ்வொதான பாக்குறாவொ. இந்தக் காச நம்ம யாங் கணக்கு பண்ணிக்கிட்டு' என்று விட்டுவிட்டாள். ஆனால் செல்வராசுவால் அப்படி விட்டுவிட முடியவில்லை. தினமும் மணிமேகலையின் கூலிப் பணத்தில் மாமணியிடம் பங்கு கேட்டுக் கொண்டிருந்தான்.

ஆவணி மாதம் மணிமேகலைக்கு ஐந்தாவது மாதம். வயிறு லேசாக மேடிட்டுத் தெரிய ஆரம்பித்திருந்தது. எங்கும் நடவு வேலை சூடுபிடித்திருந்த நேரம். எனக்கு உனக்கு என்று நடவுக்கு ஆள் கிடைக்காமல் பெருமழையில் பெரும் அவதியாயிருந்தது.

சம்பளம்கூட ஒரு ரூபாய் உயர்த்திக் கொடுக்க ஆரம்பித் திருந்தார்கள். நடவு நடும் பெண்களுக்கு அதுதான் பொற்காலம் போலிருந்தது. நேர நடவு போகவும் வீட்டில் பிள்ளைக்குட்டி பிரச்சினையில்லாத பல பெண்கள் அந்தி நடவும் நட்டார்கள்.

அதற்கும் சேர்த்து கூலி கிடைத்தது. நிலவு வெளிச்ச நாட்களில் 'ராநடவும்' நட்டார்கள் சில பெண்கள். மணிமேகலைக்கு நேர நடவு மட்டுமே நட முடிந்தது. பொழுது போகும்வரை வயிற்றை மடித்து குனிந்துகொண்டே நிற்பது சிரமமாக இருந்தது அவளுக்கு. இருந்தாலும் இந்த நேரத்தைத் தவற விட்டுவிட்டால் பிறகு எப்போது வேலைக்குப் போகமுடியுமென்று தொடர்ந்து தனது மாமியாருடன் போய்க்கொண்டிருந்தாள். அவள் நடவுக்குப் போவதற்கும் முன்பாக தினமும் பீடி வாங்கி வந்து வைத்து விட்டுப் போகவேண்டுமென்று கண்டிஷன் போட்டிருந்தான் செல்வராசு.

அன்றும் அப்படித்தான் நேரத்திலேயே எழுந்துவிட்டாள் மணிமேகலை. அரக்கப் பறக்க வீட்டு வேலைகளை செய்து கொண்டிருந்தாள். எந்த வேலையாக இருந்தாலும் ஏழு மணிக்குள் முடித்தால்தான். அதற்குப்பிறகு ஒரு வேலையும் செய்ய முடியாது. வடக்கு ரோட்டில் எழுமணி குருவி வண்டி போகும் சத்தம் கேட்டு விட்டால் போதும், நடவுக்குப் போகும் பெண்களெல்லாம் ஓட ஆரம்பித்துவிடுவார்கள். அவர்கள் ஒருநாளும் பொறுமையாக நடந்து போனதை மணிமேகலை பார்த்ததே கிடையாது. எப்போதும் ஓட்டமும் நடையுமாகத் தான் போவார்கள். சாதாரண நேரமாயிருந்தால் எல்லோருக்கும் முன்பாக மணிமேகலை ஓடிக்கொண்டிருப்பாள். வயிற்றில் பிள்ளையை வைத்துக்கொண்டு ஓடுவது அவளுக்கு சிரமமாகவே இருந்தது. தவிரவும் சரியான நேரத்தில் சாப்பிடாமலும் மயக்கம் கிறுகிறுப்பு போன்றவையாலும் அவள் உடம்பு எப்போதும் சோர்வடைந்தே இருந்தது. அதனால் அப்பெண்களோடு ஈடுகொடுத்து ஓடுவதும் அவளுக்கு சிரமமாகவே இருந்தது.

"மாமுனியக்கா, மருமவளே, அன்னக்கிளி ஓடியாங்க ஓடியாங்க". குள்ள சானகியின் குரல் கேட்டது. 'இந்தா வந்துட்டன்' என்று மூலைக்கு மூலை குரல் கொடுத்தவாறே ஓடிவந்த பெண்கள் குள்ள சானகியிடம் வந்து ஒன்று சேர்ந்தார்கள். மாமணி எல்லோருக்கும் முன்பாகவே புறப்பட்டுப் போயிருந்தாள். அவளால் வேகமாக ஓடி நடக்க முடியாதென்று தினமும் அரைமணி நேரத்திற்கு முன்பாகவே நடக்க ஆரம்பித்து விடுவாள். ஆனால் மணிமேகலையால் அப்படி சட்டென்று வீட்டைவிட்டு கிளம்ப முடியாமல் போய்விடும். அன்றும் அப்படித்தான் வேலைகளை முடித்துவிட்டு போவதிலேயே கண்ணாயிருந்தவளுக்கு பீடி வாங்கி வைக்க வேண்டுமென்ற நினைவு அறவே இல்லாமல் போய்விட்டது. பீடி வாங்குவதற்காக மாமணி எடுத்துப் போட்ட சில்லறை காசுகள் நிலப்படி கட்டையின் மேல்

ஓரமாய் அப்படியே கிடந்தன. செல்வராசு இரவு நீண்டநேரம் கழித்து குடிபோதையுடன் வந்து படுத்தவன் இன்னமும் தூங்கிக்கொண்டுதான் கிடந்தான். அவன் எப்போதுமே அப்படித்தான். சீக்கிரத்தில் எழும்ப மாட்டான். பீடியை வாங்கிவந்து தினமும் அவனுடைய தலை மாட்டில் வைத்துவிட்டுப் போவாள் மணிமேகலை. தூரமாய் போய் விட்ட மற்ற பெண்களைப் பிடித்துவிட வேண்டுமென்ற பரபரப்புடன் வேகமாய் வீட்டிற்குள்ளேயிருந்து பாய்ச்சலாய் வெளியே வரப் பார்த்தாள். நடுவீட்டில் படுத்திருந்தான் செல்வராசு. தன் தலை மாட்டில் தடவி பார்த்துவிட்டு பீடி வாங்கி வைக்கவில்லை என்பதை தெரிந்துகொண்டான். அந்தக் காலை நேரத்திலேயே அவனுக்குக் கோபம் வந்தது. கோபத்தை அடக்கிக்கொண்டு தூங்குபவனைப்போல படுத்திருந்தான். மணிமேகலை நடுவீட்டில் படுத்திருந்தவனை வேகமாய் கடந்துபோகும் நேரத்தில் செல்வராசு தன் காலை குறுக்கில் நீட்டி அவளின் கால்களைத் தட்டிவிட்டான். நிலைதடுமாறிய மணிமேகலை தன் மேடிட்ட வயிறு சரியாக நிலைப்படிக் கட்டையில் படீரென்று மோத திண்ணைப் பக்கம் தலையும் நடுவீட்டிற்குள் காலுமாக நிலையின் குறுக்கே விழுந்தாள். விழுந்த அதிர்வில் அவளுக்கு நிதானமில்லாமல் போய்விட்டது. அவசரத்திற்கு வந்து உதவக்கூட அக்கம் பக்கத்தில் யாருமில்லை. சாவகாசமாய் எழுந்த செல்வராசு திண்ணையில் அவளை இழுத்துப் போட்டுவிட்டு அவளுடைய அம்மாவிற்கு ஆள் அனுப்பினான். பாக்கியம் வந்து பார்த்தபோது இடுப்பிற்குக் கீழே, கட்டியிருந்த துணிமணிகள் தொப்பலாய் ரத்தத்தில் நனைந்து போயிருந்தது. பலவீனமாக முனகியபடி கிடந்தாள் மணிமேகலை. அவளால் எழுந்து உட்காரவும் முடியவில்லை. நீட்டிப் படுக்கவும் முடியவில்லை. உடலெங்கும் ஈ மொய்த்தது. பரிதாபமாக சுருண்டு கிடந்தாள் அவள்.

'அஞ்சி மாத்த புள்ள ஆவாம பெயிட்டு. அதான் இவ்வள கேடுபாடா போயிகெடக்கு நம்ம பொண்ணு' என்று தனக்குத் தானே சொல்லிக்கொண்ட பாக்கியம் மாட்டுவண்டி கட்டி மகளை தன் வீட்டிற்கு தூக்கிப் போட்டுக்கொண்டு போனாள். தன் வீட்டிலேயே வைத்து மணிமேகலைக்கு வைத்தியம் பார்த்தாள். மணிமேகலை கடைசிவரை தன்னை செல்வராசுதான் தட்டிவிட்டு கீழே விழ வைத்தான் என்பதை யாரிடமும் சொல்லவில்லை. யாரிடம் சொல்லி என்ன பிரயோசனம்? செல்வராசு ஒருபோதும் நல்லவனாய் மாறப் போவதில்லை. துயரம் மிகுந்த தன்னுடைய வாழ்க்கையை யாராலும் இனி மாற்றிக் கொடுக்க முடியாதென்று நினைத்தாள். முள் மரங்கள் அடர்ந்த வனத்திற்குள் விடப்பட்டுவிட்டோம். எந்தப் பக்கம்

போனாலும் கூரிய முட்கள் குத்திக் கிழிக்கவே செய்யும். விழுந்தாலும் முள்ளில்தான் விழவேண்டும். நடந்தாலும் முள்மீது தான் நடக்க வேண்டும். தெம்பிருக்கும்வரை நடந்து பார்ப்போம். யாருடைய துணையும் வேண்டாம், யாருடைய பரிவும் நமக்கு வேண்டாம் என்று நினைத்தாள். ஐந்தரையடி உயரமுள்ள மணிமேகலை மலையளவு வைராக்கியம் மனதில் கொண்டவளாயிருந்தாள். உள்ளூர் கிழவிகளின் கைவைத்தியத்தில் அவளின் உடல் வெகுசில நாட்களிலேயே தேறிவிட்டது. அவளுக்கு எப்போதும் ஒத்தாசையாய் தங்கை வளர்மதி இருந்து வந்தாள். தன் அக்காவின் வாழ்க்கையை இப்படி பாழாக்கி விட்டாரே நம் அப்பா என்று சண்முகத்தின்மீது வளர்மதிக்கு ஆத்திரமாக வந்தது. கோபத்தில் துடிக்கும் அவள்,

'அந்த ஆளு அடிச்சா நீனும் திருப்பி அடி'

'சோறாக்கிப் போடாத'

'துணி தொவச்சிக் குடுக்காத'

'வேல செய்யிற காசக் குடுக்காத'

'சோத்துப் பானய அந்தாளு ஒடச்சா கொழம்புசட்டிய நீ தூக்கிப் போட்டு நொறுக்கு'

என்று திரும்பத் திரும்பச் சொல்லிக்கொண்டிருப்பாள். இவையெல்லாவற்றையும் அமைதியாய் செவிமடுக்கும் மணிமேகலை, சிறிய புன்னகையொன்றை பதிலாய்த் தருவாள். அந்த புன்னகையில் புதைந்து கிடக்கும் வலியையும் துயரத்தையும் இயலாமையையும் பாவம் சிறுமியான வளர்மதியால் புரிந்துகொள்ள முடியாதுதான்.

"சின்ன மொட்ட".

"என்னக்கா?"

"என்னமேரி நீயும் ஆயிடக்கொடாது. நீ நல்லா படிச்சிக்க. இடுமானத்துல படிச்சா எப்ப வேணுமுன்னாலும் நெறுத்திப் புடுவாவோ. அதுனாலதான் சொல்லறன்".

"வேற எங்கக்கா படிக்கிற?"

"நம்ம சின்னத்த மவ குருகுலத்துல படிச்சிப்புட்டு இப்ப அங்கயே வேல பாக்குதாம். அதுமேரி நீனும் அங்கபோயி சேந்து படிச்சிக்க".

"எப்புடிக்கா போயிச் சேருற?"

"நா அப்பாகிட்டச் சொல்லி ஒன்னய அங்க சேத்துவுடச் சொல்லுறன்".

"சேரிக்கா".

மணிமேகலைக்கு தன்னுடைய தங்கையை எப்படியாவது படிக்க வைத்துவிட வேண்டும் என்று தோன்றியது. அதற்காக பலமுறை தன்னுடைய அப்பா சண்முகத்திடம் பேசினாள். சேர்க்கும் செலவுக்கு தன் தாலிக் குண்டு இரண்டையும் தருவதாகச் சொல்லிய பிறகு வேறு வழியில்லாமல் சண்முகம் ஒத்துக்கொண்டான். காலாண்டுத் தேர்வு முடிந்து போயிருந்த போதும் மறுப்பேதும் சொல்லாமல் குருகுலத்தில் வளர்மதியை சேர்த்துக்கொண்டார்கள். அப்படிச் சேர்த்துக் கொள்வதற்கு அவன் சொன்ன பொய்தான் காரணமாக இருந்தது. வளர்மதியின் தாய் நோய்வாய்ப்பட்டு சாகக் கிடக்கிறாள். இந்த நிலையில் இவளையும் வைத்துக்கொண்டு என்னால் எதுவும் செய்ய முடியவில்லை என்று பரிதாபமாகச் சொன்னான் சண்முகம். அதை அப்படியே நம்பிவிட்டார்கள் நிர்வாகத்தினர். ஆதரவற்ற பெண் களுக்கும் வசதி வாய்ப்பற்ற பெண்கள் பலருக்கும் அடைக்கலம் தந்து அவர்களை வாழவைக்கும் குருகுலம் வளர்மதியையும் ஏற்றுக் கொண்டதில் ஆச்சரியமில்லை. மணிமேகலையும் சண்முகமும் நினைத்ததுபோல சேர்ப்பதற்கு அதிகமாய் செலவு ஏதும் ஆகவில்லை.

மணிமேகலைக்கு நிம்மதியாயிருந்தது. தான் உடம்பு முடியாமல் வந்திருந்த இந்த இருபது இருபத்தைந்து நாட்களுக்குள் இப்படியொரு நல்ல காரியத்தை நடக்கவைத்து விட்டோமே என்று நினைத்து தன்மீதே பெருமைபட்டுக் கொண்டாள். அவளுக்கு அதற்குமேல் அங்கிருக்கப் பிடிக்கவில்லை. வாடியக்காட்டிற்கு வந்துவிட்டாள்.

# 15

"யாங்கச்சி எல்லாரும் வடக்க போறாளுவொளாம். என்னயும் கூப்புட்டாளுவொ. நீ என்ன சேதி?" என்றாள் மாமியார் மாமணி.

"நடவுக்குத்தான?"

"இப்ப ஏது நடவு? நாத்துப் புடிக்கிற வேலக்கெல்லாம் இன்னம் நாளுருக்கு".

"அப்பறம்?"

"சேறுகிண்டத்தான் போவணும்".

"ம். வாறனே. வூட்டுல சும்மாருக்க எனக்குந்தான் அலுப்பாருக்கு".

மறுநாள் மணிமேகலையையும் அழைத்துக்கொண்டு மாமணி கிளம்பிவிட்டாள். பெருமழையில் குறுவை நடவுக்கான ஆயத்த வேலைகள் நடந்துகொண்டிருந்தது. வாடியக்காட்டு பெண்கள் கும்பல் கும்பலாய் பெருமழை

துணிகள் காயுமளவிற்கு வெயில் காட்டும். இன்று மழை விடுவதாய் தெரியவில்லை. விட்டுவிட்டு மழை பெய்தாலும் கஷ்டம்தான். மழை நின்றவுடன் வெயிலெரித்தால் குளிருக்கு இதமாக இருக்கும். மழைக்குப் பின்பும் வானம் மூடிக் கொண்டேயிருந்தால் மழையைக் கூடத் தாங்கிவிடலாம். ஈரத்துணிகளோடு அந்தக் குளிரைத் தாங்குவது சிரமமாகிவிடும். இன்று ஒரேயடியாக மழை கொட்டிக் கொண்டிருந்தது. இடுப்பை ஆற்றிக் கொள்ளக் கூட பெண்கள் தலை நிமிராமல் குனிந்தே கிடந்தார்கள். வயதான பெண்கள் சிலர் வலித்துப் போனதால் மேலும் கூனிட்டுப் போய் நட்டுக்கொண்டிருந்தார்கள்.

"மழயப் பாக்காதிய்ய சரசரன்னு ஊனிக்கிட்டு வாங்க. கரயேறி சம்பளம் வாங்கணுமுல்ல" என்றாள் குள்ள சானகி. அவளுக்கு எது எப்படியிருந்தாலும் வேலை முடிந்தாக வேண்டும். கொல்லைக் காரரிடம் நல்ல பெயர் வாங்கவேண்டும்.

'குள்ள சானகி செட்டு, வேலயில தரம்' என்று கொல்லைக் காரர்கள் மனதார பாராட்ட வேண்டுமென்று ஆசைப்படுவாள். சில கொல்லைக்காரர்கள் தங்களுக்கு இந்த வேலை முடிய இத்தனை ஆள் தேவைப்படும், இத்தனை நாட்களாகுமென்று கணக்குபோட்டு வைத்திருப்பார்கள். அவர்கள் கணக்கை விடவும் வேலை அதிகமாக நடந்திருந்தால் அகம் மகிழ்ந்து வெற்றிலை பாக்கு வாங்கிக்கொள்ள, பட்டாணி வாங்கிக் கொள்ள என்று கூலியுடன் சேர்த்து பணம் கொடுப்பார்கள். எப்போதும் குள்ள சானகி தன் செட்டுக்கு இப்படி சன்மானம் கிடைக்க வேண்டுமென்று ஆசைப்படுவாள். அதனால்தான் அவள் அடிக்கடி பெண்களை நோட்டமிட்டபடி சுறுசுறுப்பாய் நட வேண்டுமென்று சொல்லிக்கொண்டேயிருந்தாள்.

"கொட்டுற மழயும் குளுரயும் பாக்காமத்தான் நட்டுக்கிட்டு வாறம். போவக்குள்ள பட்டாணி நிச்சயந்தான?" என்றாள் ஒருத்தி.

"யாண்டி எளவட்ட பொண்டுவளா, வயசான எங்களுக்குத்தான் வாயத் தொறக்க முடியாம சார சாத்துது. ஒங்களுக்கென்னடி" என்றாள் மாமணி.

"யாம்? வாய வங்காளப் பொட்டியாட்டாம் தொறந்துகிட்டு, யாரு கிட்ட இப்ப சண்டக்கி நிக்கச் சொல்லுறிய?" என்றாள் விசயகுமாரி.

"எட்டி ஒங்கள யாருடி இப்ப சண்டக்கி நிக்கச் சொன்னா?"

"பின்ன?"

"பாட்டு பாடுங்களெண்டிங்குறன்".

"ஆமாமா மாமணியத்த சொல்லுறமேரி பாட்டு பாடலாம்".

"என்ன பாட்டு பாடுற?"

"எட்டி அஞ்சம்மா நீ பாடுறி. ஓங்கொரலுதான் ஓசந்து கேக்கும்" என்றாள் ஒருத்தி.

"நம்ம பாடுற பாட்டு ஆறுதாண்டி மூசுறங்கோட்டாவம் வரக்கிம் கேக்கணும் ஆமா" என்றாள் ஒருத்தி.

"பாட்டுக்கென்ன காசா? பணமா? பாடுனா போச்சி" என்றாள் இன்னொருத்தி.

"நம்ம பாடுற பாட்டுல கெரடரு தாண்டி, மொட்ட சருக்கப் பாலம் தாண்டி, செருவாட்டுக் கட்டளயில நிக்கிறவ்வொ குளுரெல்லாம் பறக்கப்போவுது பாருங்க" என்று பெருமை யடித்துக்கொண்டாள் விசயகுமாரி. அஞ்சம்மாளின் குரல் எந்த முன்னறிவிப்பும் இல்லாமல் சட்டென்று உயர்ந்தது.

"தன்னானே தானனன்னே தன்னானே தானனன்னே
தன்னானே தானனன்னே தன்னானே தானனன்னே"

அஞ்சம்மாளைத் தொடர்ந்து அத்தனை பெண்களும் மொத்தமாகப் பாடினார்கள்.

"மடியில கல்பொறுக்கி
மடியில கல்பொறுக்கி யம்மா....
மடியில கல்பொறுக்கி
மாடவங்கள் உண்டு பண்ணி....
மாடவத்து மேலாலே
மாடவத்து மேலாலே யம்மா....
மாடவத்து மேலாலே
மரமல்லிக பூத்திருக்கு.

மரமல்லிக வாசத்துக்கே
மரமல்லிக வாசத்துக்கே யம்மா
மரமல்லிக வாசத்துக்கே மயிலு வந்து குடியிருக்கும்

## சு. தமிழ்ச்செல்வி

மயில வெரட்டாதிய
மயில வெரட்டாதிய யம்மா...
மயில வெரட்டாதிய
மயிலு முட்டய எடுக்காதிய்ய.
மயிலோட பாவம் வந்து
மயிலோட பாவம் வந்து
மயிலோட பாவம் வந்து
மனிச தலய சுத்துமுங்க..."

கொட்டும் மழையின் சத்தத்தை விடவும் பெண்களின் குரல் ஓங்கி ஒலித்தது. தண்ணீர் சத்தத்தில் நீண்ட தூரம்வரை எதிரொலித்தது பாட்டுச்சத்தம்.

"கூடையிலே கல்பொறுக்கி கூடையிலே கல்பொறுக்கி...
கூடையிலே கல்பொறுக்கி கோபுரங்கள் உண்டுபண்ணி..."

அஞ்சம்மாளின் பாட்டு நீண்டுகொண்டே போனது. பாட்டால் சுறுசுறுப்படைந்த பெண்கள் நிரைகளை சீக்கிரம் சீக்கிரமாய் மூட்டிவிட்டு புது நிரை பிடித்து நட்டுக்கொண்டிருந்தார்கள். வேலை வேகமாய் நடப்பதைப் பார்த்து சந்தோஷப்பட்டார் குடை பிடித்துக் கொண்டு வரப்பில் நின்று கொண்டிருந்த குஞ்சுத்தேவர். மணி மேகலையும் பெண்களோடு சேர்ந்து பாடினாள். கொட்டும் மழையில் இருபதுக்கும் மேற்பட்ட பெண்களோடு நின்றுகொண்டு தன் இஷ்டம்போல குரலெழுப்பிப் பாடுவது அவளுக்குப் பிடித்திருந்தது. வேலை பளுவோ குளிரோ அவளுக்குத் தெரியவில்லை. சிரிப்பும் விளையாட்டும் பாட்டும் பரிகாசமுமாக வேலை செய்வது எவ்வளவு சந்தோஷமாக இருக்கிறது என்று நினைத்தாள். கூலியே கிடைக்க வில்லை என்றாலும்கூட நடவுக்கு வருவதை நாம் நிறுத்திவிடக் கூடாதென்று நினைத்துக்கொண்டாள்.

இடும்பவனம் பள்ளிக்கூடம்விட்டு சைக்கிளில் மேலப் பெருமழை பிள்ளைகள் தூரமாய் போய்க்கொண்டிருப்பதைப் பார்த்துவிட்ட விசயகுமாரி,

"எட்டியோவ்.... நேரம் ஆயிட்டுடி. பள்ளிக்கொடம் வுட்டு புள்ளைவொ போவுதுவொ. இனிமே நாத்து முடிய அவுக்காதிய்ய. கைநாத்த மட்டும் ஊனிப்புட்டு கரயேறுங்க. இருட்டுறத்துக்குள்ள வூடு போயிச் சேந்துரணும்" என்றாள்.

“அது எப்புடி அதுக்குள்ள கரயேறுற. நெற மூட்டாம கரயேறுறது எந்த வூரு பழக்கம்? கொற கொல்லயாப் போட்டுட்டு கூலி வாங்காமயாப் போப்போறம். வாங்குறது ஒடம்புல ஒட்டாண்டம். எவ்வளது தின்னாலும் வயறு ரொம்பாமப் பெயிருமாச்சே” என்றாள் குள்ள சானகி.

“அதுக்காவ ரா மூச்சூடும் எங்கள நட்டுக்கிட்டே நிக்கச் சொல்லுறியா?”

“நாங் யாங் ரா மூச்சூடும் நிக்கச் சொல்லுறன். இன்னம் பத்து நெரகொட கெடக்காது. ஆளுக்கொரு நெரயாப் புடிச்சிக்கிடுவம். மத்தபேரு நெரமறச்சி நட்டா குனிஞ்சி நிமுருற நேரங்கொட ஆவாதே. நெர மூட்டிப்புட்டே பெயிருவம்” என்றாள் அவள்.

விசயகுமாரி வீட்டிற்குப் போகவேண்டுமென்று சொன்னாளே தவிர நடவு நட வரும் பெண்கள் இதுபோலவெல்லாம் ஒருபோதும் கணக்குப் பார்த்து வேலைசெய்வது கிடையாது. வஞ்சகமில்லாமல் வேலை செய்பவர்கள், கொடுக்கும் கூலியை வாங்கிக்கொள்வார்கள். கொல்லைக்காரர்களாகப் பார்த்து ஏதாவது சேர்த்துக் கொடுத்தால் வாங்கிக் கொள்வார்களே தவிர ‘இவ்வள வேல சேத்து செஞ்சிருக்குறம் அதுக்கும் சேத்து அதிகமாக் குடுங்க’ என்று ஒருபோதும் வாய் திறந்து கேட்க மாட்டார்கள்.

சீக்கிரமாக முடித்துவிட வேண்டுமென்று எல்லோரும் வேகவேகமாக நட்டார்கள். ஒருமணி நேரத்திற்கு முன்பே மழை நின்று போயிருந்தது. ஆனால் சூரியனைப் பார்க்க முடியவில்லை. வானம் மூடிக்கொண்டே கிடந்தது. எங்கும் தண்ணீர் பரப்பாயிருந்ததால் சாரலடித்தது. கடுங்குளிர் வாட்டியது. குளிரையும் பொருட்படுத்தாமல் நட்டதில் எல்லோரும் நிரைமூட்டும் வரப்பை ஒட்டி வந்துவிட்டார்கள். காலை வரப்பில் எடுத்து வைக்காமல் வயலுக்குள்ளேயே நின்று கொண்டு கால்களுக்கிடையில் பயிர்களை ஊன்றினார்கள். மீந்திருந்த கைநாற்றையும் அங்கும் இங்குமாய் நட்ட மொதைகளுக்கு ஊடாக ஊன்றிவிட்டு வெறும் கையோடு கரையேறினார்கள், ஒரு பயிர் மீதமிருந்தாலும்கூட கைநாற்றோடு இவர்கள் கரையேற மாட்டார்கள். அப்படி நாற்றை மீதமாய் எடுத்துக் கொண்டு கரையேறினால் நட்ட கொல்லையில் சூறை விழுந்துவிடும், விளைச்சல் பாதிக்கும் என்பது நம்பிக்கை. ‘நம்மளுக்கா நடுறம். நஷ்டம் வந்து கையக் கடிக்கப் போவுது’ என்று எந்த பெண்ணாவது அலட்சியமாய் கைநாற்றோடு

கரையேறுகிறார்களா என்று நோட்டம் விட்டாள் குள்ள சானகி. அப்படி யாரும் செய்யவில்லை.

மேற்கு வானத்தில் சிவப்பும் மஞ்சளுமாக வெளிச்சம் மேகத்தைப் பொத்துக்கொண்டு கீற்றுகளாய் வெளித்தோன்றின. குள்ள சானகி செட்டுப் பெண்கஎெல்லாம் வைராமணி கரையில் வேகவேகமாக நடந்துகொண்டிருந்தார்கள். பட்டுக்கோட்டை ரோட்டோடு கரைப்பாதை சேருமிடத்தில் காத்திருந்த ஒருவன் இவர்கள் கும்பலாய் வருவதைப் பார்த்து விட்டு எதிரே வந்து நின்றான்.

நடவு பெண்களில் யாருக்கும் அந்த ஆளை அடையாளம் தெரியவில்லை. குள்ள சானகி முன்னே வந்து என்ன ஏதென்று விசாரித்தாள்.

மரைக்கால் கோரை ஆறு தாண்டி தச்சங் கோட்டகத்தைச் சேர்ந்தவன் அந்த ஆளென்று புரிந்தது.

"நாத்தெடுத்து வாரம் பத்துநாளா கெடக்கு. நடவாளு கெடக்கல. நாத்தெல்லாம் அவிஞ்சி போவுது. முப்பதாளு வந்தாத்தேவலாம். வர முடியுமா?" தயங்கித் தயங்கிக் கேட்டான். அவன் கெஞ்சுவதைப்போல கேட்டதைப் பார்த்த பெண்களுக்கு அவன்மீது இரக்கமேற்பட்டது.

"அய்யய்யோ இன்னக்கி நட்ட எடத்துல இன்னம் நாலஞ்சி நாளு நடவுருக்கே. வர முடியாதே" என்றாள் குள்ள சானகி.

"நீங்க வரமுடியாட்டியும் வேற யாரையாவுது பாத்து அமத்திவுட முடியாதா?" என்றான் பரிதாபமாக.

"இப்ப ஆளு கெடக்கிறதுதான கஷ்டமாருக்கு. பத்து நாளு சம்பளத்த மின்னாடியே குடுத்து பெருமழ தேவருங்கல்லாம் ஆளுப்புடிச்சி வச்சிருக்குறாவொ. நான் எங்கேருந்து கூப்புட்டு வுடுற?" சங்கடமாக நெளிந்தாள் குள்ள சானகி.

"இஞ்ச எவ்வள சம்பளம் தாராவோ?"

"ஆறு ரூவா. ஒருவேள டீ பன்னு".

"ஆறு ரூவா தானா? ஆத்துக்கு அந்தாண்டயெல்லாம் பதினோரு ரூவா சம்பளமாருக்கு. அதுக்கே ஆளு கெடக்கலே" என்றான்.

பதினோரு ரூபாய் சம்பளம் என்றவுடன் மாரியம்மாள், விசயகுமாரி, பக்கிரியம்மாள் எல்லோரும் வாயைப் பிளந்தார்கள்.

"பதினோரு ரூபாயாண்டி, நம்ம அங்கயே போவம்" என்றனர் சேர்ந்தார் போல.

மற்ற பெண்களும் அங்கேயே போகலாமென்பதுபோல 'கசமுசா'வென்று பேச ஆரம்பித்தார்கள்.

"ஒருத்தருக்கு நடவுக்கு வாரமுன்னுட்டு, பணம்கூட கெடக்கி தேன்னு இன்னொருத்தருக்குப் போக்குடா" என்றாள் சானகி.

"கூலிக்காவத்தான நாங்க வேலக்கி வாறம். ரெண்டு ரூவாக்கூட கெடக்கிற எடத்துக்குப் போவாம செஞ்ச எடத்துலயே செய்யணு முன்னு என்ன இருக்கு?" என்றாள் விசயகுமாரி.

"நம்மள நம்பிக்கிட்டு இருப்பாவொல்ல. சொல்லாம கொள்ளாம நின்னுக்கிட்டா அது சரியாருக்குமா? யோசிச்சிப் பாருங்க". குள்ள சானகி சொல்வதிலும் சிறிது ஞாயமிருப்பதை உணர்ந்தனர்.

"நீ சொல்லுறத்துக்காவ நாளக்கி ஒரு நாளு மட்டும் வருவம். மறுநாளுலேருந்து தச்சங் கோட்டகத்துக்குத்தான் போவம். குஞ்சித் தேவருகிட்ட நீ என்ன சொல்லுவியோ ஏது சொல்லுவியோ தெரியா. அதுக்குப் பொறவு நாங்க நிச்சயமா வரமாட்டம்" என்று கண்டிப்பாய் சொல்லிவிட்டார்கள்.

தன் செட்டுப் பெண்களின் வார்த்தைகளுக்கு கட்டுப்பட்டாள் குள்ள சானகி. அவளுமே கூலி அதிகமாய் கிடைக்கும் இடத்திற்கு வேலைக்குப் போகத்தானே ஆசைப்படுவாள்.

"நாளக்கி ஒரு நாளு பொறுத்துக்கிடுங்க மறுநாளுலேருந்து வாரம்" என்று தச்சங் கோட்டகத்து ஆளிடம் உறுதியளித்தாள் சானகி. தச்சங்காட்டுக்கு வேலைக்குப் போகப் போவதை நினைத்து பெண்களுக்கு மகிழ்ச்சியாயிருந்தது. போகும் வழியில் தோப்பில் உள்ள கல்லடிக் குட்டையில் குளிக்கும்போது அனைவரும் இதைப்பற்றியே பேசிக்கொண்டார்கள்.

# 17

மரைக்கால் கோரை ஆற்றின் கிழண்டைக் கரையில் கூட்டமாக நடந்துகொண்டிருந்தார்கள் பெண்கள். ஆற்றின் மேலண்டைக் கரையை அடுத்திருந்தது தச்சன் கோட்டகம். ஆற்றைக் கடக்க மரப்பாலம் ஒன்றுதான் வழி. மரப்பாலம் பெருமழை கோட்டகத்தின் வடக்குக் கடைசியில் இருந்தது. திருத்துறைப்பூண்டியிலிருந்து காரைக்குடிக்குச் செல்லும் எட்டேகால் ரயில்வண்டி ஊதிக்கொண்டு போகும்போது வேலைத்தலையில் நின்றுவிட வேண்டும். பெண்களின் நடையில் வேகம் கூடியது.

"சானகியக்கா நேராப் பாருங்க. ஆத்தாங்கர மேட்டுல ரெண்டு மூணு பேரு நிக்கிறமேரித் தெரியல?" என்றாள் மணிமேகலை.

"அட ஆமாங்கச்சி. யாராருக்கும்? இன்னக்கிம் மறைச்சி அலக்கழிக்கப் போறானுவொளா?" என்று பதறினாள்.

பெண்களெல்லோரும் தூரத்தில் தெரிந்த உருவங்களை உற்று கவனித்தபடி நடந்தார்கள். கண்ணுக்கு புரிபடாத

தூரத்தில் நிற்பவர்கள் யாராயிருக்குமென்று யோசித்தார்கள். "நேத்து மறைச்சவனுவொதான் இன்னக்கிம் வந்து நிப்பானுவொ" என்றாள் மாமணி.

"மரப்பாலத்துக்கிட்ட நெறயா கும்பத் தெரியிது பாத்தியளா?" என்றாள் பக்கிரியம்மா.

"இன்னக்கி வேலயும் கெட்டிச்சி, கூலியும் கெட்டிச்சி" என்று ஆதங்கப்பட்டாள் மாரி.

"இதுக்குத்தான் வெள்ளணுமே கௌம்பணுமுன்னு நான் அடிச்சிக்கிட்டது. இருட்டோட போயிருந்தா இந்த ஆளுவொ கண்ணுல மாட்டாமப் போயிருக்கலாமுல்ல" என்று நொந்து கொண்டாள் குள்ள சானகி.

"யாண்டி சானகி நீ இப்புடி பயந்து குசுவுற? நம்ம என்ன திருடுறமா? களாங்குறமா?" என்றாள் மாமணி.

"அதான. ஒடல வருத்தி நம்ம ஒழக்கிறம். ரெண்டுகாசி கூடத்தர்ற எடத்துக்கு வேலக்கிப் போறம். இதுலென்ன தப்புருக்கு" என்றாள் ரதி.

"நேத்தக்கே போக்குடான்னு மறச்சானுவொ. நம்ம ஏமாத்திப் புட்டு ஓடிட்டம். இன்னக்கி கண்டிப்பா போவ வுடமாட்டானுவொ. நம்ம ஏதாவுது பேசுவம். வம்புச் சண்ட வரும். எதுக்கு பெரச்சன? பேசாம திரும்பிப் பெயிருவம்" என்று நின்றுவிட்டாள் குள்ள சானகி.

"திரும்பிப் போயி என்ன செய்யிற?"

"புதுப்பாலம் சுத்தி போவம்".

"யோசன பண்ணித்தாம் பேசுறியா? நேரம் இப்ப என்ன ஆவுது? புதுப்பாலம் எங்கருக்கு? நம்ம எங்க நிக்கிறம்? புதுப் பாலம் சுத்துறன்னா சின்ன வேலயா?" என்று கோபப்பட்டாள் விசயகுமாரி. வேதாரண்யத்திலிருந்து பட்டுக்கோட்டை செல்லும் பேருந்து வழித்தடமாக தில்லைவளாகத்தில் ஆற்றின் குறுக்கே சிமெண்ட் பாலம் கட்டியிருந்தார்கள். அந்த பாலத்தின் வழியாக சுற்றிக்கொண்டு வருவதென்றால் சாமானிய காரியமில்லை. ஓட்டமாய் ஓடினாலும் இரண்டு மணி நேரமாகும். அவ்வளவு தூரம் சுற்றிக்கொண்டு போவதை யாரும் விரும்பவில்லை.

"தலய எறக்கியாப்புடுவானுவொ. எதுக்காவ பயப்புடணும். போயிதாம் பாப்பமே" என்றாள் மாமணி.

"தலய எறக்கமாட்டாவொத்த. தச்சங்கோட்டாவத்து வேல இன்னம் எத்துன நாளக்கி இருக்கும். அப்பறம் நம்ம குண்டி காஞ்சி போவாது? வருசத்துல முக்காவாசி நாளு பெருமழ கோட்டாவத்துல குனிஞ்சி கெடந்துதான காலத்த ஓட்டுறம். இவ்வொள பகைச்சிக் கிட்டா நாள பின்ன என்ன செய்ய முடியும்?" என்றாள் குள்ள சானகி.

சானகி சொல்வதும் சரிதான். பெருமழை கோட்டகத்தை நம்பி எத்தனையோ குடும்பங்கள் இருக்கின்றன. ஆறு மாதம் வேலை செய்தாலும் அதை வைத்துக்கொண்டு அடுத்த ஆறு மாதங்களை ஓட்டும் பெண்கள் நிறைய இருக்கிறார்கள். பெருமழைக் கோட்டகத்தில் வேலை இல்லையென்றால்தான் அமலூரு இடையூரு, சங்கந்தி, பின்னத்தூரு கோட்டகங்களுக்கு வேலைக்குப் போவது வழக்கமா யிருந்தது. இப்போது பெருமழை கோட்டகத்து வேலைக்கே ஆளுக்குப் பஞ்சமாயிருக்கும்போது பெருமழையைத் தாண்டி தச்சங்கோட்ட கத்துக்குப் போவதென்றால் அது லேசுப்பட்ட காரியமா. பெருமழை ஆட்கள் விட்டுவிடுவார்களா? நேற்றைக்கு பெருமழை தேவர்கள் நான்கைந்து பேர் தச்சங்காட்டிற்கு போகக்கூடாதென்று இவர்களை வழிமறைத்தார்கள்.

"இன்னக்கி மட்டும் பெயிட்டு வந்தர்றம். நாளயிலேருந்து இஞ்சயே செய்யிறம்" என்று தயங்கித் தயங்கி கெஞ்சிக் கொண்டிருந்தாள் குள்ள சானகி.

கூட்டத்திற்குள் நின்ற விசயகுமாரி, "தச்சங்கோட்டாவத்துல பதினோரு ரூவாத் தாறாவோ. நீங்களும் தாறியளா இஞ்சயே செய்யிறம்?" என்று கேட்டுவிட்டாள்.

"அது எப்புடி? பெருமழயில ஆறு ரூவாத்தான் கூலியாயிருக்கு. நாங்க மட்டும் எப்புடி ஒசத்தித் தர முடியும்?"

"பதினோரு ரூவா வேண்டாம். பத்துரூவாக் குடுக்குறியளா?" என்றாள் மறுபடியும்.

"ஆறுரூவாத்தான். புதுசா நாங்க ஒசத்த முடியா".

"அப்ப நாங்களும் ஒங்களுக்கு வேலக்கி வரமுடியா" வெடுக் கென்று சொல்லிவிட்டாள் விசயகுமாரி. அவளுக்கு இப்படி மூஞ்சியி லடிப்பதுபோல் பேசும் தைரியம் எப்படி வந்ததென்று மற்ற பெண்களெல்லாம் வாயடைத்துப் போய் நின்றார்கள். குள்ள சானகியே ஒருகணம் அதிர்ச்சியில் உறைந்து போய் நின்றுவிட்டாள்.

"வாங்கடி போவம்" என்று மறைத்துக்கொண்டு நின்ற நான்கைந்து பேரையும் ஒதுக்கிவிட்டு ஆற்றுப்படுகையில் இறங்கி ஓடத் துவங்கினாள் விசயகுமாரி. மற்ற பெண்களும் அவள் பின்னால் ஓடினார்கள். ஆனால் இன்று அவ்வாறு ஓட முடியாது என்று தோன்றியது குள்ள சானகிக்கு. இத்தனை பேரும் இன்று வேலை செய்ய முடியாமல் போய்விடப் போகிறதே என்ன செய்வதென்று யோசித்தாள். அவளின் கால்கள் முன்னேறத் தயங்கின.

"யாம் இப்புடி பின்னுற? நிக்கிறவ்வொ நம்மளுக்கென்ன மாமனுவொளா மச்சானுவொளா? மொவத்த பாத்து மருவ? இல்ல எழுதிக் குடுத்துருக்குறமா? நம்மளுக்கு எது சவுரியமோ அதத்தான் செய்யமுடியும். எதுக்காவ பயப்புடணும். என்னதான் பண்ணியர்றானு வொன்னு பாப்பம் வாங்க" என்றாள் பக்கிரியம்மாள். எல்லோரும் நடக்கத் தொடங்கினார்கள். நடையில் முன்பிருந்த வேகமில்லை. மரப் பாலத்தை நெருங்க நெருங்க மனது பக்பக்கென்று அடித்துக்கொண்டது எல்லோருக்கும்.

"வாங்க எல்லாரும் வாங்க..."

"தச்சக்காட்டானுவொளுக்கிட்டதான் சம்பளம் வாங்கணு முன்னு போறியல்ல. எப்படிப் போறியளுன்னு பாக்குறம்" என்றான் ஒருவன்.

நடவுப் பெண்களுக்கு ஒரு நிமிடம் எதுவும் புரியவில்லை. கழி, கம்பு எதாவது வைத்துக்கொண்டு அடிக்க திட்டமிட்டுக் கொண்டு நிற்கிறார்களா என்றுகூட சந்தேகம் எழுந்தது.

'ச்சேச்சே அப்புடியெல்லாம் செய்யிறவ்வொல்ல பெருமழ ஆளுவொ' என்று மறுநிமிடமே தெளிந்தார்கள். தங்களின் தேவையற்ற பயத்தை நினைத்து அவர்களுக்கு கூச்சமேற்பட்டது.

ஒருவரையொருவர் உள்ளங்கையில் சுரண்டியும் சாடை காட்டியும் தங்களுக்குள் ஒத்துப்போய் கூட்டமாய் பாலத்தை நோக்கி நகர்ந்தார்கள். பெருமழை ஆட்கள் எதுவும் சொல்லாமல் இவர்களை வேடிக்கை பார்த்தபடியே நின்றுகொண்டிருந்தார்கள். என்ன செய்வார்களோ ஏது சொல்வார்களோ என்ற பதற்றத்துடன் மரப்பாலத்தை நெருங்கிய பெண்களுக்கு பெருமழை ஆட்கள் எதுவும் பேசாமல் அப்படியே நின்றுகொண்டிருந்ததைப் பார்க்க ஆச்சரியமாகவும் குழப்பமாகவும் இருந்தது. எதுவாக இருந்தாலும் அவர்கள் இப்படி எதுவும் பேசாமல் நிற்கும் நேரத்திற்குள்ளேயே

அவர்களின் பார்வையிலிருந்து நழுவி பாலத்தைக் கடந்து அக்கரைக்குப் போய்விட வேண்டுமென்று நினைத்து பெண்களெல்லாம் முண்டியடித்தபடி சற்று வேகமாய் நகர்ந்தார்கள். கிட்டே போய் பார்த்த பிறகுதான் பெருமழை ஆட்கள் வேடிக்கை பார்த்துக்கொண்டு நிற்பதன் காரணம் தெரிந்தது. மரப்பாலத்தில் வழித்தடமாகப் போடப் பட்டிருந்த அகலமான ஏழெட்டுப் பலகைகளைக் காணவில்லை. அவற்றைப் பிரித்து கரையில் போட்டு அதன்மீது இரண்டு மூன்றுபேர் உட்கார்ந்திருந்ததை இவர்கள் கவனிக்கவில்லை. பெண்களுக்கு அவமானமாகிவிட்டதைப் போலிருந்தது. எல்லோருடைய முகமும் வெளுத்துப் போனது. ஒருவரையொருவர் பரிதாபமாக பார்த்துக் கொண்டார்கள்.

"யாங் நின்னுட்டிய? போவ வேண்டியதான?" என்றான் கிண்டலாய் ஒருவன். நாங்க பாலம் போட்டு வச்சிருக்குறத்தாலத் தான எங்க நடவப் போட்டுட்டு அக்கரக்கிப் ஓடிப்போறிய!" என்றான் இன்னொருவன்.

"நாங்க ஒங்களுக்கு வேல செய்யலன்னா சொன்னம்?" என்றாள் விசயகுமாரி.

"செய்விய.... செய்விய. இனிமே செஞ்சித்தான ஆவணும். வேற வழி?" என்றான் நக்கலாய் இன்னொருவன்.

பெண்களெல்லாம் திகைத்துப்போய் நின்றார்கள். அவர்களுக்கு என்ன செய்வதென்று புரியவில்லை. பலகைகள் பிரித்துப் போடப் பட்டிருந்த ஓட்டை பாலத்தை பெண்களெல்லாம் வாடிய முகத்தோடு பார்த்துக்கொண்டிருந்தார்கள்.

இதுவரை எதுவுமே பேசாமல் நின்றுகொண்டிருந்த ஒருவன் சற்று சமாதானமாக பேசுபவனைப்போல, "யாங் நின்னுக்கிட்டு நேரத்த வீணாக்குறிய்ய? போங்க.... போங்க.... போயி ஒங்க அத்துன பேருக்கும் சேறும் நாத்தும் கெடக்குற எடமாப் பாத்து எறங்கி நடுங்க. இனிமே தச்சக்காட்டு பக்கம் தல வச்சிக்கொட படுக்கக் கொடாது" என்றான்.

பெண்கள் எதுவும் பேசாமல் அப்படியே நின்றார்கள்.

"பாலத்துல இன்னம் ஒரு மாத்தக்கி யாரும் போவமுடியா. அதுனால இஞ்சயே பாத்து நடுங்க போங்க" இன்னொருவன் சொன்னான். பெண்கள் மெதுவாக திரும்பி கரைமேலேயே சிறிது தூரம் நடந்தார்கள்.

"இஞ்சயே நடுவமா?" என்று தயங்கியபடியே கேட்டாள் குள்ள சானகி.

விசயகுமாரிக்கு ஏனோ 'சுர்'ரென்று கோபம் வந்துவிட்டது.

"என்னய வெட்டிப் போட்டாலும் பெருமழ சேத்துல இன்னக்கி நான் கை வைக்கமாட்டன்" என்றாள்.

"அப்பறம் என்ன செய்யலாமுங்குற?"

"முளுந்தியா பெயிறப் போறம்? ஆத்துல எறங்கி அக்கரைக்கிப் போவக்கொடாதா?" என்றாள் தைரியமாக. எல்லோரும் ஆற்றைப் பார்த்தார்கள். ஆற்றில் கரைகொண்ட தண்ணீர் வெள்ளமாய் பெருகி ஓடிக்கொண்டிருந்தது.

"தண்ணி நெலைக்காதுங்கச்சி" என்றாள் மாமணி.

"நெலதண்ணின்னு இப்ப யாரு சொன்னா. நெலைக்காதுதான். நீச்சலடிச்சித்தான் போவணும்" என்றாள் துணிச்சலாய் அவள்.

"என்னங்கச்சி பேசுற நீ? தண்ணி என்னமா இழுக்குது பாரு" என்றாள் பக்கிரியம்மாள்.

"என்னமோ தண்ணியயே பாக்காததுமேரி பேசுறிய்ய. பயந்துக்கிட்டிருந்தா இன்னக்கி வேல செய்ய முடியா. வாரவ்வொ யாங்கொட வாங்க. பயப்புடுறவ்வொ பெருமழ கோட்டாவத்து சேத்தயே அப்பிக்கிட்டு நில்லுங்க".

தண்ணீருக்குள் நீந்திச் செல்லும்போது கட்டியிருக்கும் துணிமணிகள் காலோடு சிக்கிக்கொள்ளாதவாறு வரிந்து கட்டிக் கொண்டு இறங்க ஆயத்தமானாள் விசயகுமாரி. மற்ற பெண்களுக்கும் ஆற்றைக் கடந்து அக்கரையில் போய் வேலை செய்யலாமென்ற ஆசை வந்தது. ஒவ்வொருவராக துணிமணிகளை வரிந்து கட்டியபடி ஆற்றுப்படுகையில் இறங்க ஆரம்பித்தார்கள். யாருக்கும் திரும்பிப் போகும் எண்ணம் எழவில்லை. எல்லோரும் ஆற்றைக் கடப்பதென்று முடிவானது. ஒருவரின் முந்தானைத் துணியோடு இன்னொருவரின் முந்தானையை முடிந்து அத்தனை பேரும் ஒரே பிணைப்பிற்குள் இருக்கும்படி கட்டிக்கொண்டார்கள். வாலிபமான பெண்களுக்கு இடையிடையே வயதான பெண்கள் இருக்கும்படி பார்த்துக் கொண்டார்கள். ஆற்றில் தண்ணீர் சுழிப்புடன் வேகமாய் ஓடிக்

கொண்டிருந்தது. அனைவரும் சாமியை வேண்டியபடி ஆற்றுக்குள் இறங்கினார்கள். கரையில் நின்று பார்த்ததை விடவும் தண்ணீரின் வேகம் அதிகமாக இருந்தது. சிலர் நீச்சலடிக்க முடியாமல் திக்கு முக்காடினார்கள். எப்படியாவது கரையேறிவிட வேண்டுமென்ற எண்ணத்தில் மூச்சைப் பிடித்துக்கொண்டு நீந்தினார்கள். பத்மாவதியின் நிலைதான் மிகவும் பரிதாபமாகிவிட்டது. அவள் கல்யாணமாகாத பெண். மற்றவர்களைப்போல புடவை கட்டாமல் தாவணிதான் கட்டியிருந்தாள். நடுஆற்றில் போய் அவளுக்கு நீச்சலடிக்க முடியாமல் போய் விட்டது. கைகால்கள் அசந்து போய் விட்டது. மற்ற பெண்களுடன் சேர்த்துக் கட்டிக்கொண்டிருந்ததால் அவர்களின் இழுப்பில் போய்க்கொண்டிருந்தாள். தண்ணீரின் இழுப்பிற்கும் பெண்களின் இழுப்பிற்கும் ஈடுகொடுக்க முடியாமல் பத்மாவதியின் தாவணி இடுப்பிலிருந்து அவிழ்ந்து கொண்டது. சரத்திலிருந்து கட்டவிழ்ந்து உதிரும் பூ மாதிரி பிணைப்பிலிருந்து விடுபட்டு தனியாக தண்ணீரில் மிதக்க ஆரம்பித்தாள். தண்ணீர் அவளை தன் போக்கில் இழுத்துச் சென்றது. அவள் தண்ணீரோடு போவதைப் பார்த்த மற்றவர்களால் ஒன்றும் செய்யமுடியவில்லை. விசயகுமாரி போன்ற வலிமையான பெண்களால்கூட அவளை இழுத்துவர முடியாமல் போனது. பக்கத்து பக்கத்து பெண்களின் புடவையோடு முடிந்துள்ள முடிச்சுகளை அவிழ்த்துவிட்டு தனியாய் விடுபட முடியாமல் தவித்தாள் விசயகுமாரி. விசய குமாரியின் பேச்சைக் கேட்டுக்கொண்டு ஆற்றில் இறங்கியது தவறு என்று நினைத்த பெண்களெல்லோரும் நீந்திக்கொண்டே சத்தம் போட்டார்கள். அக்கரையில் போய்க்கொண்டிருந்த ஒருவன் பெண்களின் கூச்சலைக் கேட்டு ஆற்றுக்குள் பார்த்தான். அதற்குள் பத்மாவதியை நீண்டதூரம் தண்ணீர் அடித்துக்கொண்டு போயிருந்தது. அந்த ஆள்தான் ஓடிச் சென்று ஆற்றில் குதித்து அவளை கரைக்குக்கொண்டு வந்து சேர்த்தான். எல்லாரும் கரைக்கு வந்து சேர்ந்தபிறகுதான் நிம்மதியாக மூச்சு விட்டார்கள். இருந்தாலும் ஆற்றைக் கடக்கும்போது அனுபவித்த திகிலையும் துன்பத்தையும் அவர்களால் மறக்கமுடியவில்லை. ஈரல்குலை நடுங்கிக்கொண்டேயிருந்தது அவர்களுக்கு.

அக்கரையில் மரப்பாலத்திற்கு சற்று வடக்காக தெரிந்த படா முனியம்மன் ஆலமரத்தை பார்த்து கையெடுத்துக் கும்பிட்டார்கள்.

“படாமுனியம்மா, நாலுகாசு சம்பாரிக்கணுமுன்னு நெனச்ச எங்களுக்கு முழுசாக் கூலியும் குடுக்காம வழியும் வுடாம தண்ணியில தத்தளிக்க வுட்டுட்டானுவொ. நாங்க இன்னக்கி தத்தளிச்சமேரி அவனுவொளும் தத்தளிக்கணும்” என்று வேண்டிக்கொண்டார்கள்.

பத்மாவதி தாவணியைக் கட்டிக்கொண்டு தேம்பித் தேம்பி அழுதுகொண்டிருந்தாள்.

"அளுவாதங்கச்சி. அவனுவொளுக்கு அந்த படாமுனியம்மன் கூலி குடுக்கும்" என்றாள் மாமணி.

மணிமேகலைக்கு எல்லாம் புதிதாகவும் அதிர்ச்சியாகவும் இருந்தது. அவள் தண்ணீருக்குள் தன் மாமியாரை விட்டு விடுவோமோ என்று பயந்தாள். ஆனால் மாமணி மணிமேகலையை விடவும் வேகமாக நீந்தியதைப் பார்த்து ஆச்சரியமாயிருந்தது. எப்படியோ எல்லோரும் கரை சேர்ந்தோமே என்று நிம்மதியாயிருந்தது மணிமேகலைக்கு.

இதையெல்லாம் அக்கரையிலிருந்து பார்த்துக்கொண்டிருந்த பெருமழை ஆட்கள் கைகொட்டி சிரித்தார்கள்.

"கைகொட்டியா சிரிக்கிறிய்ய.... படாமுனியம்மா எல்லாத்தயும் பாத்துக்கிட்டுத்தான் இருக்குறா". தேம்பலினூடே பத்மாவதி சொல்லியதைப் பார்க்க பாவமாக இருந்தது.

மறுநாளிலிருந்து புதுப்பாலம் சுற்றியே வரத் தொடங்கினார்கள். பிறகு சம்மத்தங்காட்டிற்கு வேலைக்குப் போக ஆரம்பித்தார்கள். பத்மாவதிக்கு மட்டும் அன்றுதான் தண்ணீரோடு போனது மறக்க முடியாததாக இருந்தது. அவ்வப்போது அவளுக்கு அது நினைவுக்கு வந்துகொண்டே இருந்தது. அப்படி நினைவு வரும்போதெல்லாம் 'பகீர்' உணர்வுடன் வயிற்றில் அமிலம் சுரப்பதுபோல இருக்கும். வயிற்றில் ஏற்படும் சொறசொறப்பு அடங்க வெகுநேரமாகும். அப்போதெல்லாம் 'படாமுனியம்மா.... நீதான் கேக்கணும்' என்று மனதிற்குள் குமைவாள்.

அவளுடைய வேண்டுதல் பலித்தேவிட்டது. அடுத்த ஒரு மாதத்திற்குள்ளேயே பெரும் மழையும் வெள்ளப்பெருக்கும் ஏற்பட்டது. மரைக்கால்கோரை ஆற்றின் கரையெங்கும் உடைந்து பெருமழைக்குள் தண்ணீர் புகுந்தது. திருவாரூர் மாவட்டத்தில் திருத்துறைப்பூண்டி, முத்துப்பேட்டை பகுதிகள் கடைமடை என்பதால், எங்கெங்கோ பெய்த மழையெல்லாம் வெள்ளமாக பெருக்கெடுத்து இப்பகுதிக்கு வந்து நிரம்பியது. கடலும் எதிர்த்து கொந்தளித்து நின்றதனால் தண்ணீர் வடிய வழியில்லாமல் போய் விட்டது. பெருமழை தண்ணீருக்குள் மூழ்கியது. இருக்க வீடில்லாமலும் வெளியேற வழியில்லாமலும் கரைகளின் மேல் உட்கார்ந்திருந்த வர்களை கற்பகநாதர்குளம், வாடியக்காடு, தொண்டியக்காடு போன்ற

ஊர்களைச் சேர்ந்தவர்கள் அவர்களுடைய மீன்பிடி படகுகளை எடுத்துக் கொண்டுவந்து அதில் ஏற்றிக்கொண்டுபோய் இடும்பவனம் பெரிய கோயிலில் விட்டார்கள். ஒரு வாரம், பத்து நாட்கள் ஆகியும் வெள்ளம் வடியவில்லை. பயிர்களெல்லாம் தண்ணீருக்குள்ளேயே இருந்து அழுகியது. சனங்கள் ஊருக்குள் திரும்ப முடியாமல் தவித்தார்கள். பெருவாரியாக சாகுபடி செய்திருந்த சம்பா சாகுபடி அடியோடு அழிந்துபோனதை நினைத்து தாங்கிக்கொள்ள முடியாமல் புலம்பிக்கொண்டிருந்தார்கள்.

மாமணியும் பக்கிரியம்மாளும் கோயிலில் தங்கியிருந்த பெருமழை ஜனங்களிடம் அன்றைக்கு நடந்தவற்றையெல்லாம் சொல்லி வருத்தப்பட்டார்கள். 'நாங்க மனசு துடிச்சி, படா முனியம்மனுகிட்ட சொன்னம். அதுதான் கேட்டுப்புட்டு. எங்களுக்கு இப்ப படுத்தா தூக்கம் வல்ல. நீங்க வேண்டிக்கிடுங்க. வெள்ளம் வடிஞ்சிரும்' என்று சொன்னார்கள். பெருமழை பெண்களும் அதை உண்மைதான் என்று நம்பினார்கள். வெள்ளம் வடியவேண்டும் என்று படாமுனியம்மனை வேண்டிக்கொண்டார்கள்.

பத்மாவதிக்கும் வாடியக்காட்டு பெண்களுக்கும் படா முனியம்மனை நினைக்க நினைக்க மெய்சிலிர்த்தது. 'இப்புடியாப் பட்ட தெய்வமா?' என்று அதிசயித்தார்கள் அவர்கள்.

படாமுனியம்மன் சக்திவாய்ந்த தெய்வமாகத்தான் இருக்க முடியும். சிறுமியாயிருந்தாலும் தன்னுடைய தளிர் உடலால் மடையை அடைத்து ஏழெட்டு ஊர்களைக் காப்பாற்றிய சக்தி மிக்க பெண்தான் இன்று படாமுனியம்மனாய் எல்லோராலும் கொண்டாடப்படுகிறாள்.

நாற்பது ஐம்பது வருடங்களுக்கு முன் நடந்தது இது. இந்த மரைக்கால் கோரை ஆற்றில் ஆண்டுதோறும் கரைகண்ட தண்ணீராய் வெள்ளம் பெருக்கெடுத்து ஓடும். திருவாரூர் மாவட்ட டெல்டா பகுதிகளை செழிக்க வைக்கும் காவிரித் தண்ணீர் இந்த ஆற்றின் வழியேதான் வரும். அது நல்ல மழைக்காலம். வாடியக்காட்டை சேர்ந்த ராசாங்கத்தின் குடும்பம் சோற்றுக்கும் வழியில்லாமல் வறுமையால் வாடியது. ஏழெட்டு பிள்ளைகள். ராசாங்கத்தின் பெண்டாட்டி மங்களம் வரிசையாக வருடத்திற்கு ஒன்றாக பிள்ளைகளைப் பெற்றதால் அவள் உடலில் ரத்தம் இல்லாமல் சோகை பிடித்தவளைப்போல வெளுத்துப் போயிருந்தாள். கன்னம் உடம்பெல்லாம் வீங்கிப்போய், நடக்கவும் வேலை செய்யவும் தெம்பற்று வீட்டிற்குள்ளேயே சுருண்டு கிடந்தாள். ராசாங்கம் மட்டும் வேலைக்குப் போய் கொண்டுவரும் கூலியில் குடும்பத்தை ஓட்ட

முடியவில்லை. வீட்டில் ஆட்டுக்குட்டிகள் இரண்டு கிடந்தன. அதில் ஒன்றை கொண்டுபோய் விற்றுவிட்டு வந்து குடும்பச் செலவை பார்க்கலாமென்று நினைத்தான். தன்னுடைய பனிரெண்டு வயது மூத்த மகள் மணியம்மாளை அழைத்துக்கொண்டு ஆட்டுக்குட்டியையும் ஓட்டிக்கொண்டு நாச்சிகுளம் சந்தைக்குப் போனான்.

அடைமழைநாள் என்பதால் ஆடுமாடுகள் அதிகமாய் சந்தைக்கு வரவில்லை. அதனால் வாங்குபவர்களும் யாருமில்லாமல் போய்விட்டது. காலையிலிருந்து ஆட்டுக்குட்டியை தடவிக் கொடுத்தபடி சந்தையிலேயே உட்கார்ந்திருந்தார்கள் இருவரும். சந்தை முடியும் தறுவாயில்கூட ஆட்டுக்குட்டியை வாங்க யாரும் வரவில்லை. இரவாகிவிட்ட பிறகு ஆட்டுக்குட்டியை வீட்டிற்கு திரும்பவும் ஓட்டிக்கொண்டு போவது சிரமமாக இருக்கும். என்ன செய்வதென்று யோசித்தான். ஆட்டுக்குட்டியை விற்காமல் போய்தான் என்ன செய்ய முடியும்? மங்களமும் பசியோடு கிடக்கும் மற்ற பிள்ளைகளும் ஒருகணம் ராசாங்கத்தின் கண்முன்னே தோன்றினர். எப்படியாவது விற்றுவிட்டுத்தான் போக வேண்டும். கவலையில் ராசாங்கத்திற்கு காலையிலிருந்து வெறும் வயிற்றோடு கிடக்கிறோம் என்பதே மறந்து போய் விட்டது. ஆனால் மணியம்மாளுக்கு பசி வயிற்றைச் சுருட்ட அவள் தன் அப்பாவை பரிதாபமாகப் பார்த்தாள். அவளுடைய முகமெல்லாம் வாடிப் போயிருந்தது.

"பசிக்குதா பெரியங்கச்சி" என்றான் ராசாங்கம்.

"இல்லப்பா. மழ பேஞ்சிக்கிட்டே இருக்குறதால பசி தெரியலப்பா" என்றாள். ஆனால், அவள் பொய் சொல்கிறாள் என்பது ராசாங்கத்திற்கு நன்றாகத் தெரிந்தது.

நாச்சிக்குளத்து மரைக்காயர் வீட்டிற்கு ஆட்டுக்குட்டியை இழுத்துக்கொண்டு போனான். மரைக்காயரிடம் தன் நிலைமையை சொல்லி ஆட்டுக்குட்டியை வாங்கிக்கொள்ளும்படி கெஞ்சினான் ராசாங்கம். அவனது நிலையைப் பார்த்து பரிதாபப்பட்டவர் ஆட்டுக்குட்டியை வீட்டின் பின்புறத்தில் கட்டி அதற்குத் தேவையான தழைகளை ஒடித்துப் போட்டு விட்டு வரும்படி கூறினார். ராசாங்கத்திற்கு சற்று தெம்பாக இருந்தது. அந்த இருட்டு நேரத்திலும் ஆட்டுக்குட்டிக்குத் தேவையான தழைகளை மரத்தில் ஏறி ஒடித்துக் கொண்டு வந்து போட்டான். மரைக்காயர் ஆட்டுக்குட்டிக்கான பணத்தைக் கொடுத்தார். ராசாங்கத்திற்கு மரைக்காயரைப் பார்க்க தெய்வத்தைப் பார்ப்பது போலிருந்தது. பணத்தை வாங்கிக் கொண்டு

சு. தமிழ்ச்செல்வி

கையெடுத்துக் கும்பிட்டான். ரோட்டுக்கடைக்கு வந்து டீயும் வரிக்கியும் வாங்கி இருவரும் பசியாறினார்கள். ராசாங்கத்திற்கு நிம்மதியாக இருந்தது. காலையிலிருந்து அவனை மென்று தின்று கொண்டிருந்த கவலைகளெல்லாம் ஒரேநிமிடத்தில் பறந்துபோனது போலிருந்தது. உடனே தன் வீட்டிற்குப் போய் பெண்டாட்டியையும் மற்ற பிள்ளைகளையும் பார்க்க வேண்டும், அவர்களின் பசியைப் போக்க வேண்டுமென்று ஆசைப்பட்டான்.

டீக்கடையை விட்டு வெளியே வந்தார்கள். எங்கும் ஒரே இருட்டாக இருந்தது. வானத்தை அண்ணாந்து பார்த்தான். எங்காவது படுத்துக் கிடந்துவிட்டு காலையில் போகலாமாவென யோசித்தான். வீட்டில் பசியோடு கிடக்கும் பிள்ளைகளின் நினைவும் பிணியோடு கிடக்கும் பெண்டாட்டியின் நினைவும் வந்தது. மறுபடியும் வானத்தை அண்ணாந்து பார்த்தான். ஆங்காங்கே நட்சத்திரங்கள் மின்னிக் கொண்டிருந்தன.

"மீனு பூத்துருக்கு. மழ வராது. ராவாருந்தாலும் நிலாவ பாத்துக் கிட்டே வீட்டுக்குப் போயிச் சேந்துருவம் பெரியங்கச்சி" என்றான்.

"போயிருவம்ப்பா" என்றாள் அவளும். இருவரும் ரயில் ரோட்டோடு வந்து மரப்பாலத்தின் வழியாக மரைக்கால் கோரை ஆற்றின் கீழண்டை கரைக்கு வந்தார்கள். கோரை யாற்றின் இரு கரைகளும் எப்போதும் உயரமாய் உறுதியாயிருக்கும். கரையெடுத்துக் கட்டும் வேலை வருடா வருடம் நடக்கும். எனவே கரை சாலைபோல விசாலமாயிருக்கும். தங்குதடையில்லாமல் சுறுசுறுப்பாய் நடக்கலாம். கீழண்டை கரையைப் பிடித்து தெற்குநோக்கி வேகவேகமாய் நடந்தார்கள். ஆற்றில் சுழித்துச் சுழித்து வேகமாய் தண்ணீர் ஓடுவது நிலா வெளிச்சத்தில் நன்றாகத் தெரிந்தது. ஆற்றின் தண்ணீர்ப் பெருக்கு கரை தட்டுவதைப்போல உயர்ந்திருந்தது. தண்ணீரின் வேகத்தை பீதியுடன் பார்த்துக்கொண்டே வந்த மணியம்மை அதுபற்றி ராசாங்கத்திடம் ஏதேதோ கேட்டுக்கொண்டே வந்தாள். கோரை யாற்றைப் பற்றி தனக்குத் தெரிந்த கதைகளையெல்லாம் ராசாங்கம் மகளுக்குச் சொன்னான். இருவரும் வேகவேகமாய் நடந்தார்கள். திடீரென்று நிலா, விண்மீன்கள் எதுவும் கண்ணுக்குத் தெரியாமல் இருண்டுபோனது வானம்.

"பெரியங்கச்சி, நல்ல மழையா வருது அடிச்சி சாத்தப் போவுது. அத்துவானக்காட்டுல மாட்டிக்கிட்டம். ஒதுங்க ஒரு மரமட்ட கொட கெடயா" என்றான் ராசாங்கம்.

"மழதானப்பா, நனஞ்சிக்கிட்டே பெயிருவம். எனக்கு இந்த ஆத்தப் பாத்தாதாம்ப்பா பயமாருக்கு. இஞ்ச எங்கயும் நிக்காண்டாம். மடில இருக்குற பணத்த நனயாம வச்சிருக் கிறியாப்பா?"

"போயில தாளுக்குள்ளவச்சி நூல போட்டு கட்டி வச்சிருக்குறன். ஆத்துக்குள்ள தூக்கிப் போட்டாலும் ஒரு சொட்டு தண்ணி உள்ள எறங்காது".

பெரும் இரைச்சலுடன் மழை பெய்ய ஆரம்பித்தது. மழைக் கென்று எடுத்துக்கொண்டுபோயிருந்த சாக்கை தலையில் போட்டுக் கொண்டு நடந்தார்கள் இருவரும். மொட்டை சறுக்கை பாலத்திற்கு தெற்கால் சற்று தொலைவில் ஆறு மேற்கில் திரும்பி பின் தெற்கில் திரும்புகிறது. அந்த இடத்தில் தண்ணீர் மோதித் திரும்பும் சத்தம் பேரிரைச்சலாய் கேட்டுக்கொண்டிருந்தது. பயத்துடனே நடந்து கொண்டிருந்தார்கள். வழியில் உயர்ந்த மேடான கரை ஓரிடத்தில் மட்டும் உடைப்பெடுத்திருந்தது. தண்ணீர் அதில் ஓடிக் கொண்டிருந்தது. உடைப்பைக் கவனித்ததும் இருவரும் நின்று விட்டார்கள். சிறிய உடைப்புதான். இப்போது தான் உடைப்பு ஏற்பட்டிருக்க வேண்டும்.

"வா பெரியங்கச்சி ஒடப்பு பெருசாவுறத்துக்குள்ள அந்தண்டயாப் பெயிருவம். அப்பறம் தாண்டிப் போவ முடியாமப் பெயிறப் போவுது" என்றான் ராசாங்கம்.

பார்த்துக்கொண்டு நிற்கும்போதே மண் கரைந்து கொஞ்சம் கொஞ்சமாக உடைப்புப் பெரிதாகிக்கொண்டிருந்தது.

மணியம்மை கிழக்கே திரும்பி நின்று பார்த்தாள். வயல்களை அடுத்து சற்று தூரத்தில் மேலப்பெருமழையின் வீடுகள் தெரிந்தன. ஊரே அமைதியாக இருந்தது. ஓரிரு வீடுகளிலிருந்து விளக்கு வெளிச்சம் தெரிந்துகொண்டிருந்தது.

"அப்பா இத நம்மளால அடைக்க முடியாதா?" என்றாள் மணியம்மை.

"இத எப்புடிங்கச்சி கட்டுற? இன்னம் கொஞ்ச நேரம் இப்புடியே உட்டா ஒடப்புப் பெரிசாயிரும். ஊருக்குள்ள தண்ணி பூந்துரும். ஆறு இருக்குற வேகத்துக்கு ஊருக்குள்ள நொழஞ்சா ஒரு ஊட்டு கூர கொட கண்ணுக்குத் தெம்படாது". ராசாங்கத்திற்கு அப்படி சொல்வதற்கே கஷ்டமாக இருந்தது.

“ஊருக்குள்ள ஓடிப்போயி சொல்லி ஆளுவொள அழச்சாருவ மாப்பா?”

“இஞ்சேருந்து ஊருக்குள்ள போவ ஒழுங்கான பாத கெடயா. வாய்க்காலும் வரப்பும் நடவுக் கொல்லயுமா இருக்கு. அவசரத்துக்கு போவ முடியாதே” என்றான்.

“நிக்காதப்பா, வாப்பா போவம்” அவசரப்படுத்தினாள்.

“ஒன்னால சேத்துக்குள்ளயும் தண்ணிக்குள்ளயும் உடியாற முடியா. நீ இஞ்சயே நின்னு. நாம் போயி கூப்புட்டாறன்” என்று தண்ணீருக்குள் விழுந்தடித்து ஓட ஆரம்பித்தான் ராசாங்கம். சத்தம் போட்டுக்கொண்டே ஓடினான். மழை சத்தத்தையும் மீறி தண்ணீரில் மோதியெழுந்த அவனுடைய குரல் வீடுகளில் தூங்கிக்கொண்டிருந்த வர்களை எழுப்பிவிட்டது. ராசாங்கம் சொன்ன விஷயத்தை தெரிந்துகொண்டு ஆளுக்கொரு மண்வெட்டியும் கூடையுமாக ஓடி வந்தார்கள். எல்லோரும் வந்து பார்த்தபோது உடைப்பெடுத்திருந்த மடை அடைக்கப்பட்டு தண்ணீர் வருவது நின்றுபோயிருந்தது. உடைப்பை தன் உடம்பால் அடைத்துக்கொண்டு மடையாய் படுத்திருந்தாள் மணியம்மை. பதறிப்போய் அவளைத் தூக்கிப் பார்த்தான் ராசாங்கம். தூக்க முடியவில்லை. மணியம்மாளின் மூச்சு நின்றுபோயிருந்தது. மடைக்குள்ளேயே அவளை வைத்து கரையெடுத்துக் கட்டிவிடும்படி சொன்னான் ராசாங்கம். மடையை அடைத்து ஊரைக் காப்பாற்றி யவளை தெய்வமாக வழிபடத் தொடங்கினார்கள் பெருமழை சனங்கள். அங்கே ஒரு ஆலமரத்தை வைத்து அதையே மடை மணியம்மன் கோயிலாகவும் ஆக்கினார்கள். மடைமணியம்மன் என்பது நாளடைவில் படாமுனியம்மனாய் வழக்கு மாறிவிட்டது.

# 18

உள்ளங்கை அளவேயான முகம். அதில் சின்னதாய் மின்னும் கண்கள். சிறிய மூக்கு. சிவந்த உதடுகள். ரோஜாப் பூப்போன்ற தன் மகளின் முகத்தை பார்த்துக் கொண்டிருந்தாள் மணிமேகலை. குழந்தை பிறந்து மூன்று நாட்கள்தான் ஆகியிருந்தது. பஞ்சுபோன்ற அதன் உடலை மெதுவாய் தொட்டுப் பார்த்தாள். பின் ஒரு பூவை எடுப்பது போல எடுத்து தன் மடியில் வைத்துக்கொண்டாள். 'கடவுளே இந்த புள்ளய எனக்குக் குடுத்துரு. மூத்தத பறிச்சிக்கிட்டமேரி இதயும் பறிச்சிடாத. இந்தப் புள்ள எனக்கு வேணும். இத நல்ல படியா காப்பாத்திக் குடு'. மனமுருகி வேண்டிக் கொண்டாள். மணிமேகலைக்கு இரண்டு வருடங் களுக்கு முன் இதைப்போலவே ஒரு பெண் குழந்தை பிறந்தது. சிறியதாய் அழகாய் கிளிக்குஞ்சுபோல இருந்தது. பிறந்து நான்கு நாட்கள்வரை பால் குடித்துக் கொண்டு நன்றாகக் கிடந்த பிள்ளைக்கு நான்காம் நாள் வெட்டு வந்தது. கை கால்கள் வெட்டி வெட்டி இழுத்தது. தூக்கிக்கொண்டு திருத்துறைப்பூண்டி அரசாங்க

ஆஸ்பத்திரிக்கி ஓடினார்கள். ஆஸ்பத்திரியில் பரிசோதித்துவிட்டு டெட்டனஸ் என்றார்கள். கண்ணாடி அறையில் இருட்டுக்குள் தனியாய் வைத்து விட்டார்கள். குழந்தையோடு மணிமேகலை மட்டும் உள்ளே யிருந்தாள். வேறு யாரையும் அனுமதிக்கவில்லை. அப்படி யிருந்தும் மறுமூன்றாம் நாள் குழந்தை இறந்து போய்விட்டது. பத்துமாதம் கனவுகளோடு சுமந்து ஏழெட்டு நாட்கள் பாலூட்டிய மணிமேகலையால் அந்த இழப்பைத் தாங்கிக்கொள்ள முடியவில்லை. எப்போதும் அதை மறக்க முடியாமல் அவதிப்பட்டுக்கொண்டே இருந்தாள். இந்தக் குழந்தை வயிற்றில் தரித்த பிறகுதான் கொஞ்சம் கொஞ்சமாக அந்தத் துயரத்திலிருந்து அவளால் மீள முடிந்தது.

மடியில் கண்மூடிக் கிடக்கும் குழந்தையைப் பார்த்தாள் மணிமேகலை. அது ஒரு புழுவைப்போல் கிடந்தது. 'ஒண்ணுமே தெரியாத புழுமேரி கெடக்குறியே. யாம் மனசு தவிக்கிறது ஒனக்குத் தெரியுமா? நீ எப்ப வளருவ? யாங் கஷ்டத்தயெல்லாம் எப்பத் தெரிஞ்சிக்கிடுவ? யாஞ் செல்வமே நீ நல்லா வளரணும். எனக்கு சொந்த பந்தமெல்லாம் சொல்லிக்கிடத்தான் இருக்கு. தோளுக்குத் தொணயா யாருமில்ல மவளே. ஒன்னயத்தான் நான் மலயா நம்புறன். ஒந்தொண இருந்தா போரும் எனக்கு. யாந்தங்கமே, நீ நூறு வருசம் நல்லா இருக்கணும். ஒன்னயப் பாத்துக்கிட்டே யாங் கண்ண நான் மூடணும். யாந்தங்கமே.... யாஞ்செல்வமே.... யாங்கண்ணே.... யாங் கட்டிக் கரும்பே.... கண்ணாடி ரதமே.... செப்புக்கொடமே.... சிங்காரத் தேரே....' முத்தமிட்டு நெஞ்சோடு சேர்த்து அணைத்துக்கொண்டாள். குழந்தை மீதான பாசம் பிரவாகமாய்ப் பெருகியது. நெஞ்சோடு பதித்துக் கொண்டால் தேவலாம் போலிருந்தது அவளுக்கு.

பிள்ளைத்துணிகளை துவைத்துக்கொண்டு வந்த பாக்கியம் அதனை வேலியில் காயப் போட்டுவிட்டு வீட்டிற்குள் வந்தாள். பச்சைமட்டைத் தடுப்பிற்குள் எட்டிப் பார்த்தாள்.

"யாங்கச்சி புள்ளயத் தூக்கி வச்சிக்கிட்டே ஒக்காந்துருக்குற?"

"இப்பதாம்மா தூக்குனங்".

"கீழப்போட்டு பழக்கு. கை ஒணக்க கத்துக்கிட்டுன்னா அப்பறம் ஒன்னய வேலசெய்ய வுடுமா?" என்று அதட்டினாள்.

மணிமேகலைக்கு பிள்ளையை கீழே போட மனம் வரவில்லை. பாக்கியத்தின் அதட்டலுக்குப் பயந்து கீழே போட்டாள். பாக்கியம் சொன்னது போலவே அதுவரை அவளுடைய அணைப்பிலிருந்த

குழந்தை கீழே போட்டவுடன் வீறிட்டது. அதன் ஓரமாய் படுத்து அணைத்தபடி பால் கொடுத்தாள். கண்மூடி பால் குடித்த குழந்தை நிமிடத்திற்குள் தூங்க ஆரம்பித்தது. மெதுவாக அதனைவிட்டு எழுந்தாள். குழந்தையைப் பார்த்தாள். கடைசியாய் உறிஞ்சிய பாலை விழுங்காமலேயே தூங்கிப் போயிருந்தது. வாயிலிருந்த பால் இதழ்கடையில் வழிந்தோடியது. தன் முந்தானையால் மென்மையாக அதனை ஒற்றியெடுத்தாள்.

"இந்தா இந்த கருக்கக்குடி..... உச்சி சாஞ்சபெறவுதான் பத்தியம் போடணும்" என்றவாறே டம்ளரை எடுத்து வைக்கச் சொல்லி அதில் ஊற்றினாள் பாக்கியம்.

மணிமேகலைக்கு வலி கண்டவுடனேயே பாக்கியத்திற்கு ஆள் போய்விட்டது. குழந்தை பிறந்ததிலிருந்து இங்கேயேதான் இருக்கிறாள். டம்ளரை எடுத்து அதிலிருந்த கருக்கை பார்த்தாள் மணிமேகலை. 'கசக்குமே.... தொண்டக்கிக்கீழ எப்புடி எறக்குற' என்று யோசித்துக் கொண்டிருந்தாள்.

"கண்ண மூடிக்கிட்டு ஒரே மடக்கா குடிக்கிறத வுட்டுப் புட்டு கையில வச்சிக்கிட்டு அழகு பாக்குறியா?"

"இல்லம்மா".

"குடி".

பாக்கியம் சொன்னதுபோலவே கண்களை மூடிக்கொண்டு ஒரே மூச்சில் குடித்தாள்.

"இந்தா இத வாயில போட்டு சப்பு". ஒரு துண்டு பனங் கட்டியை மணிமேகலையின் மடியில் போட்டாள் பாக்கியம்.

பனங்கட்டியை கொஞ்சம் கடித்து சப்பினாள். தொண்டையை அறுத்த கருக்கின் கசப்பும் கருகல் நெடியும் கொஞ்சம் குறைந்தது.

"சின்னத்தங்கச்சி இந்நேரம் ஊட்டுல தனியா என்ன செஞ்சிக்கிட்டுருக்கோ" என்றாள் மணிமேகலை.

"வந்து மூணு நாளாயிட்டு. வூடுவாச எப்புடிக் கெடக்கோ மாடுகண்ண பாத்துச்சோ என்னமோ ஒண்ணுந்தெரியல".

"அதெல்லாம் தங்கச்சி பாத்துக்கிடும்".

"ஆமா அது எங்க பாக்குறது. எந்த நேரமும் புத்தகமும் கையுமாவே இருக்குது. புத்தகத்துல வாய வச்சிச்சின்னா வயறு காயிறதுகொட தெரியாது அதுக்கு. அது எங்க மாடுகண்ண பாக்கப்போவுது?"

"மாடுகண்ண பாக்காட்டியும் பெயிட்டுப் போவுது. தனியாருக்க பயப்புடாதுல்ல?"

"என்ன பயம்? வூட்டுலதான இருக்கு. காருவண்டி ஏறி பட்டணத்துக்கா போவப்போவுது பயப்புட?"

"நம்ம ஊருல ஒண்ணும் பயமில்லதான். ஆனா இந்த ஊருல யெல்லாம் வயசுக்கு வந்த பொண்ண தனியா வுட்டுட்டுப் போயி ராத்தங்க முடியா. இந்த ஊரு பொண்ணுவொளும் நம்ம ஊரு பொண்ணுவொமேரி அடக்க ஒடுக்கமா இருக்காதுவொ. எவன் வந்தாலும் பல்லக் காட்டிக்கிட்டு இளிச்சி இளிச்சி பேசுங்க".

"யாருக்காவுது காதுல வுழுந்துடப் போவுது மெதுவாப் பேசு".

"என்ன பயம்? இல்லாததயா சொல்லுறன். நீனே பாரு.... இந்த ஊருலேருந்து வெளியூருக்கு வாக்கப்பட்டு போயிருக்குற பொண்ணு வொள, எண்ணிச் சொல்லம் பாப்பம். எத்துன பேருன்னு. எல்லாம் ஊருக்குள்ளயேத்தான் கட்டிக்கிட்டு இருக்குதுவொ".

"நல்ல மாடுதான் உள்ளூருல வெலப் போவும்பாவொ. அதுல என்ன தப்பு".

"நீ சொல்லுறமேரியெல்லாம் இஞ்சக் கெடயா. இந்த ஊரு பொண்ணுவொ வயசிக்கி வந்துட்டா போரும் ஒடனே புருசன் புடிக்க ஆரம்பிச்சிடுங்க. வயசிக்கி வந்து ஒரு வருசங்கொட வூட்டுல தங்காதுவொ. பெத்தவ்வொளும் கண்டிக்கிறது கெடயா. அவ்வொளுக் கென்ன பொண்ணு வூடு, மாப்புள்ள வூடப் பாக்கப்போற செலவெல்லாம் மிச்சந்தான. பெரும்பாலும் பாத்தியன்னாக்க வயத்துப் புள்ளயோடதான் தாலி கட்டிக் கிர்றதெல்லாம்".

"பொண்ணுவொள பழிச்சி நீனே இப்புடி பேசாத மணிமேல. ஒனக்கும் ஒரு பொண்ணு வந்து பொறந்துருக்கு. நெனப்பு வச்சிக்க".

"நாம் பழிக்கலம்மா. இந்த வூரு இப்புடியிருக்குன்னு சொல்லுறன்".

"எது சொன்னாலும் பேசுனாலும் அது ஓம் பொண்ணுக்கும் சேத்துதான்னு நெனச்சிக்க. அதுவும் இந்த வூரு பொண்ணுதான?"

“அம்மா நீ என்ன இப்புடி சொல்லிப்புட்ட. யாம் பொண்ணெல்லாம் இப்புடி இருக்கவே இருக்காது. இந்த வூருல பொறந்துருந்தாலும் அது யாங் வயத்துல பொறந்தது”.

“கூழுக் குடிச்சவன் பீயப் பத்தி பேசக்குடா”.

“நான் இந்த ஊருலயே வச்சிருக்க மாட்டன். நம்ம ஊருல கொண்டாந்து வுட்டுருவன். இந்த வூரு நாத்தங்கொட அடிக்க வுட மாட்டன்”.

“போரும். வீராப்பு பேசாத நீ” என்றாள் பாக்கியம்.

“நீ வேணுமுன்னா பாத்துக்கிட்டே இரு. யாம்பொண்ணு என்னமா வளந்து, படிச்சி எப்புடியெல்லாம் வரப்போவுதுன்னு” வாயில் நீர்சுரக்க சொன்னாள் மணிமேகலை.

“ரொம்பத்தான் வாய் வூறிப் போவாத மணிமேல. அரப்புடி புள்ளயப் போட்டுக்கிட்டு ஆகாயத்துக்கு மேல கோட்டக் கட்டக் கொடாது. அது நோயி நொடி இல்லாம நல்லபடியா நெடுவி வரட்டும்” என்றாள், பிள்ளை நல்லபடியாய் இருக்க வேண்டுமென்ற அக்கறையுடன்.

மணிமேகலைக்கு உடனே முகம் சுண்டிப்போனது. பிள்ளையை பெற்று எடுத்துவிட்டதற்கே வானத்தை கையில் பிடித்து வந்து விட்டதைப்போல நினைத்துப் பூரித்துப் போயிருந்தவளுக்கு அதற்கு மேலும் பிள்ளை குறையில்லாமல் வளரவேண்டும், நல்லபடியாய் வளர்க்க வேண்டுமென்பதெல்லாம் அப்போதுதான் உறைத்தது. சிறிதுநேரம் எதுவும் பேசாமல் பிள்ளையையே வெறித்தபடி இருந்தாள்.

“அம்மா. யாம் பொண்ண மாரியம்மனுக்கு தெத்தம் பண்ணிக் குடுக்கணும்மா” என்றாள் திடீரென்று.

“யாங்?”

“எனக்குப் பயமாருக்கு. சோத்த தண்ணியக் குடுத்து செல்வாக்கா வளக்க முடியும். ஆனா நோயிநொடி வராம என்னால காவந்து பண்ண முடியுமா சொல்லு”.

“அது எப்புடி சொல்ல முடியும்?”

“அதான். தெத்தம்பண்ணிக் குடுத்துட்டா மாரியம்மன் பாத்துக் கிடுமுல்ல”.

“தெத்தம் பண்ணிக் குடுக்குறத்தபத்தி ஒண்ணுமில்ல. ஆனா அதுக்கு மின்னாடி ஓம் மாமியா மாமுனாரு புருசனுக்கிட்டயும் ஒரு வார்த்த கேட்டுக்க”.

“வேண்டாமுன்னுடுவாவொளாம்மா?”

“அதுக்காவ சொல்லல.... என்ன சொல்லுறாவொன்னுதான் கேட்டுக்கயேங்குறன். இது என்ன மொளவா கொத்தமல்லி வாங்குற விசயமா? நீ பாட்டுக்கு எதயாவுது நெனச்சி வேண்டிக் கிட்டு பெறவு செய்ய முடியாமப் பெயிட்டுன்னா என்ன செய்யிற? சாமி குத்தமாயிருமுல்ல”.

“யாம் புள்ளக்கி நல்லது நடக்கணுமுன்னுதான வேண்டுறன். அதுகொட யாங் இஷ்டத்துக்கு வேண்டக்குடாதுன்னா என்ன அர்த்தம்”.

“ஒன்னய வேண்டக்குடான்னு யாரு சொன்னா? ஆளாளுக்கு மொட்ட போடுறன் முடியெறக்குறன்னு வேண்டிக்கிட்டா என்ன செய்யிற?”

“யாம் புள்ளக்கி நான் வேண்டுறத்தத்தான் செய்யணும் மத்தவ்வொ என்ன வேண்டிக்கிட்டாலும் எனக்கொண்ணும் அதப்பத்தி அக்கறயில்ல. யாம் புள்ளக்கி முடியெறக்குறன் மொட்ட போடுறன்னு அவ்வொளா எப்புடி வேண்டிக்கிடலாம்”.

“என்ன மணிமேல பேசுற நீ? யாரு காதுலயாவுது உழுந்துறப் போவுது” பல்லைக் கடித்தாள் பாக்கியம்.

‘வுழுவட்டுமே. எனக்கென்ன பயம். பிச்சக்காரனுக்கு அரிசி அள்ளிப் போடுறத்துலேருந்து கூட்டுன குப்பய கொண்டு கொட்டுற வரைக்கிம் இவ்வொள கேட்டுக்கிட்டுத்தான் நாஞ் செய்யணும். ஒரு நாளாவுது ஒரு துரும்பயாவுது யாங் இஷ்டத்துக்கு நாந் தொட முடியுதா சொல்லு. அவ்வொ ஒக்காரச் சொன்னா நான் ஒக்காரணும் நிக்கச் சொன்னா நிக்கணும். அவ்வொ வீடு வாச குடும்பங்குடின்னுதான என்னய அவ்வள அதிகாரம் பண்ணுறாவொ. எல்லாம் என்னோடதா இருந்தா இப்புடி அதிகாரத்துல கடிகாரமும் பச்சத் தண்ணியில பலகாரமும் பண்ணுவாவொளா?”

“புரியாம பேசாத. அவ்வொளும் நீனும் ஒண்ணாயிர முடியுமா? மண்ணாங்கட்டிய புடிச்சி வச்சி மாமியான்னாலும் அதுக்குள்ள

நாட்டாமய காட்டாமப் போவாது. புருசனும் அப்புடித்தான். ஆயிரந்தாஞ் செஞ்சாலும் அவ்வொ செய்யிறது ஞாயமாத்தான் தெரியும். ஆனா நீ எதாவுது ஒண்ணு எதுத்து சொல்லிப்புட்டாலும் அடங்காப்பிடாரின்னு ஊரே பேசும்".

"என்னய யாரு என்ன பேசுனாலும் பேசிப்புட்டுப் போவட்டும். ஆனா யாம் புள்ள விஷயத்துல நாஞ் சும்மாயிருக்க மாட்டன். தூக்கி முத்தங் கொஞ்சுறன்னாக்கொட நான் மனசு வச்சி வுட்டாத்தான் உண்டு. இல்லன்னா இல்லதான்".

"ஒனக்கு மட்டுந்தான் புள்ளயா? அப்பனுக்கு அதுல பங்குல்லயா?"

"அப்பன் பங்குபோட்டு இதுவரைக்கும் என்ன பட்டுருக்கு இந்த புள்ளைக்காவ? வாந்தியெடுத்திச்சா, வலி பட்டிச்சா, இல்ல உசுர குடுத்து முக்கி மொனவி பெத்துப்போட்டுச்சா? எதுக்காவ யாம் புள்ளய நான் பங்குபோட்டுக் குடுக்கணும்?"

"பொறந்து வுளுந்த புள்ளயத் தூக்கி புருசங்கையில குடுத்து 'இந்தாங்க ஒங்க புள்ள புடிச்சிக்கிடுங்கன்னு' சொல்லுற பொம்புளை வொளப் பாத்துருக்குறன். ஒன்னயமேரி பேசி நா யாரையும் கண்டதில்ல".

"வாந்தியெடுக்கக்குள்ள தலயப் புடிச்சி, குறுக்கு வலிக்கக் குள்ள அமுக்கிவுட்டு, வயத்த வலிக்கிதுன்னா விடிய விடிய கண்ணுமுளிச்சி கருக்கு போட்டுக் குடுத்து பொண்டாட்டி வலிய தாவ் வலியா தாங்குற புருசனாயிருந்தா புள்ளய தூக்கிக் குடுக்கறதுதான் பெரிசா உசுரயே குடுக்கலாமே. ஆனா யாம் புருசன் என்ன செஞ்சிப்புட்டு புள்ளைக்காவ? சொல்லு".

"பெத்த பொண்ணேன்னு பாக்குறன். இல்லாட்டி எக்கச்சக்கமா கேட்டுப்புடுவன். ஆமா".

"நானும் பெத்த தாயேன்னு பாக்குறன், இல்லாட்டா ஏடா கூடமாச் சொல்லிப்புடுவன் ஆமா".

"புருசன் இல்லாமதான் ஒனக்குப் புள்ள வந்துட்டு பொலருக்கு".

"குடிபோதையில வந்து என்ன, ஏதுன்னு கொடத் தெரியாம மேலவுழுந்து எழும்பிப் பெயிட்டா மட்டும் போருமா? அதுனாலயே புள்ள அதுக்குச் சொந்தமாயிருமா? இதுக்கெல்லாம் நான் ஒத்துக்கிட மாட்டன். புள்ள எனக்குத் தான் சொந்தம். எனக்கு மட்டும்தான் சொந்தம்".

சு. தமிழ்ச்செல்வி

"தவப்பனுக்கு புள்ளமேல பாசம் இருக்கக்கொடான்னு சொல்லலாமா?"

"நாஞ் சாவுறன்னாக் கொட நெத்தில பத்து போட்டுவுடாது. இதுதான் புள்ள மேல பாசம் வைக்கப் போவுதா. ஆளப் பாத்தா தெரியாது. இன்னமும் அத நம்பச் சொல்லுறியா? இத நம்பியெல்லாம் நாம் புள்ளப் பெத்துக்கிடல தெரிஞ்சிக்க".

"என்ன பேச்சு மணிமேல பேசுற நீ?"

"எனக்கு மட்டும் புருசனா இருக்குறது போரும். யாம் புள்ளக்கி இந்த மனுசன் அப்பனாருக்கக் கொடாது".

"என்னக்கிட்ட பேசுறமேரி வேற யாருகிட்டயும் பேசிப் புடாத. காரி மோரயில துப்பிப்புடுவாவோ".

"நீ இந்த மேரியெல்லாம் பேசிக்கிட்டு நிக்காத. போயி பத்தியம் போடுற வழியப் பாரு. எனக்கு இப்பவே வயத்த சுருட்டுது".

பாக்கியம் சட்டென்று வீட்டிற்குள் போய்விட்டாள். மணி மேகலை பேசுவது அவளுக்குப் பிடிக்கவில்லை. கோபதாபங்களின் போது தானும் இந்த மாதிரியெல்லாம் நினைத்திருக்கிறோம் என்பது இப்போது அவளுக்கு நினைவு வந்தது. இருந்தாலும் பாக்கியம் இதுபோலவெல்லாம் தைரியமாய் யாரிடமும் பேசியது கிடையாது. நெஞ்சுக்குழிக்குள் புகையும் ஆத்திரம் தொண்டைக்குழிக்கு மேலே வந்ததே கிடையாது. ஆனால் மணிமேகலை வெட்டு ஒன்று துண்டு இரண்டாய்ப் பேசுகிறாள். பாக்கியத்திற்கு இது ஆச்சரியமாகவே இருந்தது. அதுவும் அதிகமாய் வாய்பேசாத மணிமேகலையா இவ்வளவு தைரியமாய் பேசுகிறாள் என்று நினைத்தாள். இதுவரை அவள் இப்படியெல்லாம் பேசி பாக்கியம் கேட்டதே கிடையாது. அவளுக்கு எவ்வளவுதான் துன்பங்கள் வந்தாலும் அதனைச் சகித்துக்கொண்டு பேசாமல் போய்விடுவாள். திடீரென்று இவ்வளவு வேகசாகமாய்ப் பேச அவளுக்கு எங்கிருந்து வந்தது துணிச்சல் என்று யோசித்தாள். எல்லாம் அந்த சின்னஞ்சிறு குழந்தை கொடுக்கும் தைரியம்தான் என்பது புரிந்தது. குட்டி போட்ட பூனையின் சீற்றத்தையும் தாய்ப் பசுவின் மூர்க்கத்தையும் தாய்க் கோழியின் ஆவேசத்தையும் பார்த்திருக்கிறாள் பாக்கியம். மணிமேகலையின் வேகமும் அந்த ரகத்தை சேர்ந்ததென்றே தோன்றியது அவளுக்கு.

❃ ❃ ❃

# 19

**வா**டியக்காட்டு கோட்டகம் ஊருக்குத் தெற்கே பரவலாய் கீக்குமுளிவரை கிடந்தது. அதையடுத்து தொண்டியக்காட்டு கோட்டகம் என்பதால் கண்ணுக் கெட்டிய தூரம்வரை எங்கும் ஒரே நீர்பரப்பும் பசுமை யுமாய்த் ததும்பிக் கிடந்தது. கிழக்கில் கற்பகநாதர் குளத்துக் கோட்டகம். மேற்கில் சம்மத்தங்காட்டுக் கோட்டகம். ஒரே பச்சை கம்பளத்தை விரித்ததுபோல் தெரிந்தது. குறுக்கும் நெடுக்குமாய் ஆங்காங்கே வாய்க் கால்கள், மதகுகள். கிழக்குக்கோட்டகத்தை விடவும் சற்று தாழ்வானதாயிருந்தது வாடியக்காட்டு கோட்டகம். வாய்க்கால் கரைகளும் வரப்புகளும் ஒழுங்கில்லாமல் சிதைந்தும் உடைந்தும் போயிருந்தன. தெற்கு வடக்காய் செல்லும் மூன்றாவது வாய்க்காலில் நெஞ்சளவு தண்ணீரில் நாற்றுமாலை இழுத்துப் போய்க் கொண்டிருந்தாள் மணிமேகலை. சுழித்தோடும் தெளிந்த தண்ணீர். அதில் வாய்க்காலுக்கும் கரைக்குமாக படர்ந்தோடிக் கிடக்கும் சிவந்த தண்டும் அடர்பச்சை இலையுமான வள்ளைக் கொடிகள். 'கருகரு'வென

வளர்ந்து நிற்கும் கோரைகள், புற்கள். இவற்றின் நடுவே பசும் மஞ்சள் நிறத்தில் பெரிய மலைப்பாம்புபோல நீண்டிருந்தது நாற்று மாலை. மேல்புறம் நாற்றும் அடியில் வேருமாய் இருக்கும்படி இடமும் வலமுமாய் அடிமாற்றிக் கோர்த்து பூச்சரம்போல தொடுக்கப் பட்டிருந்தது நாற்றுமாலை. மாலையின் முகப்புக் கயிற்றில் கட்டி யிருந்த தடியை புரடியில் படுக்க வைத்து இரண்டுபக்க தோள்களிலும் பதிய இரண்டு கையையும் பின்பக்கமாகக் கொடுத்து கொக்கிபோல மாட்டி இழுத்துக்கொண்டு போனாள். ஆங்காங்கே சில இடங்களில் வாய்க்காலின் அக்கரைக்கும் இக் கரைக்குமாக பிணைந்து குறுக்கே வழிமறைத்துக் கிடந்த வள்ளைக் கொடிகளை நின்று நிதானமாக அறுத்துவிட்டு, நாற்று மாலை சிக்கிக்கொள்ளாமல் வருவதற்கு ஏதுவாய் வழிசெய்து கொண்டும் போக வேண்டியதாயிருந்தது. மணி மேகலையோடு இணையாய் கரையில் நடந்து வந்துகொண்டிருந்த செல்வியும் மஞ்சுளாவும் அவளோடு பேசிக்கொண்டே வந்தார்கள். மஞ்சுளாவின் தலையில் கூடையிருந்தது. கூடைக்குள் மழைக்குப் போட்டுக் கொள்ளும் சாக்குகளும் காபி போடும் குண்டானும் டம்ளர்களும் வெல்லத்தூளும் இருந்தன. செல்வியின் தலையில் காபி போடத் தேவையான விறகுக்கட்டு. விறகென்றால் குச்சிகளோ சிராய்த்துண்டுகளோ அல்ல. எளிதில் பிடித்து எரியக்கூடிய பனை மட்டை செறவுகளும் பன்னடைகளும் பொறுக்கி வைத்து இறுகக் கட்டிய கட்டு.

"கப்புனா கொளத்தக்கா. ஒஞ் சாமர்த்தியம் யாருக்கும் வராது" என்றாள் செல்வி.

"என்ன சாமர்த்தியத்த கண்டுகிட்ட அப்புடி?"

"பத்தாளு தூக்கியாந்து சேக்குற நாத்த, நீயொருத்தியாவே இழுத்தாந்து சேக்குறல்ல. அதத்தான் சொல்லுறன்".

"நாத்துமால கட்டியிழுக்குறத்த நீ இதுவரைக்கிம் பாத்ததே இல்லயா?"

"இதெல்லாம் ஆம்புள செய்யிற வேலதான. பொம்புளயா இருந்துக்கிட்டு நீ கட்டி இழுத்தாறியில்லக்கா. அதத்தான் சொல்லுறன்".

"வேலயில ஆம்புள செய்யிற வேல, பொம்புள செய்யிற வேலயின்னு தனித்தனியாவா இருக்கு. கண்ணு பாத்தா கையி செய்யப் போவுது. ரெண்டு கையாலயும் செய்யிற வேலய யாரு செஞ்சாத்தான் என்ன?"

“நாங்களாயிருந்தா இதக் கொண்டாந்து சேக்க, கோட்டா வத்துக்கும் வூட்டுக்குமா பத்து நட நடப்பம்”.

“இதுல பத்துக்கட்டு நாத்துருக்கு. ஒரு நடயில ஒரு கட்டு நாத்த ஒன்னால கொண்டாந்து சேக்க முடியுமா செல்வி?”

“அதுவும் முடியாதான். இந்த சேத்துலயும் தண்ணீலயும் ஒரு கட்டு நாத்த ஆம்புளைவொளாலயே தூக்கியாந்து சேக்க முடியாது”.

“அதுனாலதான், நாட்டுசால அக்காவூட்டு வரிக்கவுர வாங்கி யாந்து நாத்துமாலயா கோத்துப்புட்டன்”.

“ஒன்னோட யோசன தேவலாங்க்கா. ஆமாங் பத்துக்கட்டு நாத்த இழுக்க செருமயால்லயாக்கா”.

“தண்ணியிலதான மெதக்குது. கனத்தயெல்லாந்தான் தண்ணி தாங்கிக்கிடுதே. புடிச்சி இழுத்துக்கிட்டு வரவேண்டியாங். என்ன ஒண்ணு. மால நீட்டமா இருக்குறத்தால கொஞ்சம் தெம்பக்கட்டி இழுக்க வேண்டியதாருக்கு”.

“யாங்க்கா மச்சானுகிட்ட பேச்சுவார்த்த உண்டா இல்லயா?” என்றாள் செல்வி.

“பேசுறதுதான். யாங் கேக்குற?”

“இல்ல. நீ யாங் இவ்வள செருமப்படுற. மச்சான இழுத்தாந்து தரச் சொல்லிருக்கலாமுல்ல?”

“உள்ளாங்காலுல மண்ணுப்படாம செய்யிற வேலயாருந்தா மட்டுந்தான் மச்சான் வரும். இந்த வேலயெல்லாம் செய்யத் தெரியுமா அதுக்கு? யாஞ் சும்மா அது பேச்சப் பேசி வா வார்த்தய பாழாக்குற? வேற கதயிருந்தாச் சொல்லு”.

பேச்சு ஞாபகத்தில் மஞ்சுளா தடுமாறி அதிக ஒளையுள்ள இடத்தில் கால் வைத்துவிட்டாள். முழங்காலளவுச் சேற்றுக்குள் புதைந்துவிட்டது. காலை இழுக்க முடியாமல் போய்விட்டது அவளுக்கு. மறுகாலையும் இழுக்கும் சேற்றுக்குள் வைத்து விடக் கூடாதென்று சேற்றின்மீது படரவிட்டபடி அப்படியே நின்று கொண்டாள். முட்டிக்கி மேலே மடித்துக் கட்டியிருந்த பாவாடைத் துணி சேற்றில் புரண்டுவிடக் கூடாதேயென்று அதை இன்னும் கொஞ்சம் தூக்கிப் பிடிக்கப் பார்த்தாள். இந்த எத்தனிப்பால்

மறுபடியும் தடுமாற நேர்ந்தது. தலையில் இருந்த கூடை கவிழப் பார்த்தது. அதைக் கெட்டியாக ஒரு கையால் பிடித்துக்கொண்டாள்.

"யாண்டி செல்வி பின்னால வாறவ்வொள திரும்பிப் பாக்குறல்ல. நீ பாட்டுக்குப் போறியே".

மஞ்சுளாவின் குரல் கேட்டு முதலில் மணிமேகலைதான் திரும்பிப் பார்த்தாள்.

"இஞ்சேரு செல்வி, சேத்துக்குள்ள ஒரு காலு வாங்கிப் போயி நிக்கிறத்த". மஞ்சுளா திரும்பிப் பார்த்தாள். மஞ்சுளா நின்ற கோலத்தைப் பார்த்ததும் அவளுக்குச் சிரிப்பு வந்துவிட்டது.

"மின்னாடி நடக்குறது நான். நானே நல்ல அடி எடுத்து வச்சி போவக்குள்ள என்னய பாத்து நடக்குற ஒனக்கு எப்புடி கோண அடி வந்திச்சி. சேத்தப் பாத்தா தெரியாது! வாங்குற சேறா தாங்குற சேறான்னு. அருகில் வந்தாள்.

"வாய்க்கா கோரக்குள்ள ஆக்காட்டி முட்ட இருக்கான்னு பாத்துக்கிட்டு வந்தனா, சேத்தப் பாக்காம கால வுட்டுட்டன்".

"நீ வுளுந்தாலும் ஒண்ணும் சேதாரமாயிடாது. ஆனா கூடய மட்டும் சேத்துல போட்டுறாத. வெல்லந்தூளு பெயிட்டுன்னா அவ்வளதுதான். இருட்டுற வரக்கிம் கொடக் காஞ்சி கெடந்துட்டு வரவேண்டியாங்" என்றாள் செல்வி.

"வெல்லந்தூளு மட்டுமில்ல. ஓங்க ரெண்டியருக்கும் ஆளுக்கு ரெண்டு ரெண்டு கேக்குரொட்டியும் வாங்கி வச்சிருக்குறன். அதுவும் சேந்து பெயிரப் போவுது" என்றாள் மணிமேகலை.

"யாங் கப்புனாக்கொளத்தக்கா நீ படுற செருமயில இதுவேற எதுக்கு வாங்குன? காப்பி போட்டுத் தந்தா போறாதா?"

"இந்த காருகோட்டாவத்து நடவுக்கு யாரு வருவா? யாம் மொவத்துக்காவத்தான நீங்க ரெண்டியரும் வாறிய. இதுகொட செய்யலன்னா அப்பறம் நான் என்ன பொம்புள சொல்லு".

கார் கோட்டகத்து நடவு மற்ற வேலைகளைப்போல அவ்வளவு சாமானியப்பட்டதில்லை. கடைமடைப் பகுதி இது. தவிரவும் மற்ற எல்லா இடத்தைவிடவும் தாழ்வான பகுதி வேறு. கோடைக்காலத்தில் மட்டும்தான் வறண்டுபோய்க் கிடக்கும் தரையைப் பார்க்க முடியும்.

ஆற்றில் தண்ணீர் வந்துவிட்டால் வாய்க்காலில் கிடப்பதுபோல இக்கோட்டகத்திலும் தண்ணீர் தேங்கி நிற்கும். கோடையில் உழவு ஓட்டி அந்த நிலக் கீறலைக் கொண்டே மழைக்காலத்தில் நடவு நட்டாகவேண்டும். வயலுக்கு வரப்புகளெடுத்துக் கட்ட முடியாது. எவ்வளவு உயரமாய் வரப்பெடுத்துக் கட்டியிருந்தாலும் தண்ணீர் வந்த சிறிது நாட்களிலேயே தண்ணீரோடு தண்ணீராய் சமன்பட்டுப் போய் விடும். வரப்பு இருந்த இடமே தெரியாது. கோடையில் எல்லைகளில் உயரமாய் நட்டு வைக்கப்படும் பொழி கற்களைக் கொண்டே அவரவர் வயல்களை அடையாளம் காண்பார்கள். முழங்காலளவு தண்ணீர் சாதாரணமாயிருக்கும். வெள்ளப்பெருக்கென்றால் இன்னும் கூடுதலாகும். தண்ணீருக்குள் முழுந்தி முழுந்திதான் நட வேண்டும். நடும்போதும் சரி, களையெடுக்கும் போதும் சரி சேற்றைக் கண்ணால் பார்க்க முடியாது. கை உத்தேசமாய் நாற்றை கொண்டுபோய் சேற்றுக்குள் ஊன்றிவிட்டு வரவேண்டும். ஒவ்வொரு முறை எடுத்து வைக்கும் போதும் தொபுக் தொபுக்கென்று தண்ணீரை அடித்தபடி நாற்றுவேரை உள்ளே கொண்டு செல்லவேண்டும். சேற்றுக்குள் நாற்றை ஊன்றும்போதும் கவனமாய் ஊன்றவேண்டும். கொஞ்சம் ‘அசமச’ என்று வைத்தாலும் நட்டது நிற்காது. ஊன்றிய கையை தண்ணீரைவிட்டு வெளியே எடுப்பதற் குள்ளாகவே ‘தொபுக்கடீர்’ என்று நாற்று மேலே வந்து மிதக்கும். நீர்மட்டம் அதிகமாயிருப்பதால் இந்தக் கார்கோட்டகத்தில் நடப்படும் நாற்றும்கூட அதற்கேற்றாற் போல உயரமாய் வளர்ந்து நன்கு தடித்து உரமேறிய நாற்றுகளா யிருக்கும். கார் நெல்பயிர் மட்டுமே இந்த கோட்டகத்துக்கு ஏற்றது. எவ்வளவு தண்ணீரையும் வெள்ளப்பெருக்கையும் சமாளித்து நின்று தண்ணீருக்கும் மேலாக உயரமாய் வளர்ந்து விளையக்கூடியது.

இடையே தண்ணீருக்குள் கருவை முள்ளில் சிக்கிக் கொண்டது நாற்றுமாலை. இழுக்க இழுக்க வராமல் அப்படியே கிடந்தது. குச்சியை கீழே விட்டுவிட்டு திரும்பிப் பார்த்தாள் மணிமேகலை. மாலை எதில் மாட்டிக்கொண்டிருக்கிறதென்று கண்டுபிடிக்க முடியவில்லை.

“என்னக்கா கைசோந்து பெயிட்டா” என்றாள் செல்வி.

“இல்ல_ நாத்துமால நவரல”.

“எதுலயாவுது மாட்டிக்கிட்டா”.

“நாம் பாத்துக்கிட்டுத்தான வாறன். வாய்க்கா நல்லாத்தான் இருந்திச்சி” என்றாள் யோசனையுடன்.

"ஓர சைடுலேருந்து கெவகழி எதுவும் கெடந்துருக்கும். ஓம்மேல தட்டுப்பட்டிருக்காது. மாலயில கோத்துருக்கும்".

நாற்றுமாலையை இழுத்துப் பார்த்தபடியே பின்னுக்குப் போனாள். செல்வி சொல்லியதுபோல்தான் ஆகியிருந்தது. ஒரு கரையிலிருந்து எப்போதோ வெட்டிப் போடப்பட்டிருந்த கருவை முள் வள்ளைக்கொடிகளுக்கும் கீழே கிடந்தன. அதிலிருந்த வாகான ஒரு கவையில் மாட்டிக்கொண்டிருந்தது மாலை கோர்க்கப்பட்டிருந்த கயிறு. அதை எடுத்துவிட்டு நாற்றுமாலையை முள்ளிலிருந்து ஒதுக்கித் தள்ளிவிட்டாள். அது நெளிவுகளோடு முன்னே நகர்ந்து போனது.

"நா வேணுன்னா எறங்கி செத்த இழுத்தாறவாக்கா?"

"வேண்டாஞ் செல்வி. இன்னங்கொஞ்ச தூரந்தான? நீவேற எதுக்கு துணிய நனச்சிக்கிட்டு".

"இந்த ஓடப்புலயும் ஒலயில்யும் வாறத்த ஓங்களமேரி வாய்க்கா தண்ணிக்குள்ள எறங்கியே வந்துரலாம் பொலருக்கு" என்றாள் மஞ்சுளா.

"யக்கா. ஒனக்கு எப்புடி இந்த ஆச வந்திச்சி?"

"எந்த ஆச செல்வி?"

"ஆளானப்பட்ட ஆம்புளையாளுவொளே காருகோட்டா வத்த தரிசா போட்டுருக்கக்குள்ள, நீ நட்டு பாக்கணுமுன்னு செய்யிறியில்ல இதத்தான் சொல்லுறன்?"

"போன வருசம் வரைக்கிம் இந்தக் கோட்டாவத்துல எங்களுக்கு கொல்ல கெடக்குற விசயமே எனக்குத் தெரியா".

"அப்புடியா?"

"ஆமாங்".

"எங்க கோயித்தாவு பெரியப்பாவுக்கு மரம் வெட்டக்குள்ள கண்ணுல குச்சி குத்திப்புட்டுன்னு சேதி வந்திச்சி. பாத்துட்டு வருவமேன்னு போனங். வரும்போது இட்டிலி சுட்டுத் தின்னுன்னு ரெண்டு மரக்கா காரரிசி குடுத்திச்சி எங்க பெரியம்மா. அதக் கொண்டாந்து 'எவ்வள பெரிய அரிசியாருக்கு பாத்தியளாத்த?'ன்னு யாம் மாமியாகிட்ட காட்டுனங். அதுக்கு யாங் மாமியா, 'கார் அரிசிய

கண்டதில்லயா நான். அதிசயமாக் காட்டுற? காரு நெல்லு வெளஞ்சி மூட்ட மூட்டயாக் கொட்டி வச்ச வூடுதான். வாறவ்வொளுக்கும் போறவ்வொளுக்கும் கணக்கு வழக்கில்லாம வடிச்சிக்கொட்டுன வூடுதான். இன்னக்கி காரு கோட்டாவத்துல கருவ வளந்துகெடக்கு. போயி பாக்க ஆளுவுண்டா, போவச் சொல்லதான் நீதியுண்டான்னு' பொலம்பித் தள்ளுனாவோ. அதுக்குப் பெறவுதான் எனக்கே தெரியும். அதுலேருந்து யாம் மாமியாவ போட்டுத் தொல்ல பண்ணி எடுத்துப்புட்டன். 'கோட்டாவத்த வந்து கைய காமிச்சி வுட்டுட்டு வந்துடுங்க போருமுன்னங்'. ஒருநாளு அழச்சிக்கிட்டு வந்து அடயாளங்காட்டி வுட்டாவொ. அதுக்குப் பொறவு அந்த சித்திர வையாசிலயே நான் கோட்டாவத்த சீருபண்ண ஆரம்பிச்சிட்டன்".

மணிமேகலை கார்கோட்டகத்தைத் திருத்த பெரும்பாடு பட வேண்டியதாயிருந்தது. வருடக்கணக்கில் தரிசாய்க் கிடந்த கொல்லையில் கருவை குத்தடிகள் ஆங்காங்கே முளைத்து வளர்ந்திருந்தன. அவற்றைப் பார்த்தபோது இத்தனையையும் வெட்டி வேர் பறித்து நம்மால் சீர்திருத்திவிட முடியுமா என்று தோன்றியது அவளுக்கு. கோடையின் சுட்டெரிக்கும் வெயிலையும் தாங்கி ஆறுமாத பெரு வெள்ளத்தையும் தாக்குப்பிடித்து எப்படித்தான் இந்த கருவை வளர்கிறதோ என்று நினைத்தாள். 'இது என்ன அதிசயம்? இந்த மரத்தவிட மோசமாத்தான் நம்ம நெலமயும் இருக்கு. செத்தா பெயிட்டம். உசுரோட ஒலாத்தல'. தானே கேள்வி கேட்டு பதிலும் சொல்லிக்கொண்டாள். வெயிலென்றும் பார்க்காமல் கடப்பாரை கத்தியுடன் கார்கோட்டகத்திற்கு தினமும் போக ஆரம்பித்தாள். ஒவ்வொரு கருவை குத்தடியாக வெட்டிக் கழித்து, கடப்பாரையால் தோண்டி, வேர் பறித்து எல்லாவற்றையும் அழித்தாள். வெட்டியவற்றை கட்டுக்கட்டாய் கட்டி விறகுக்காக வீட்டிற்கு கொண்டுவந்து சேர்த்தாள். மாமனாரிடம் கெஞ்சிக் கூத்தாடி உழவு ஓட்டித்தரச் சொன்னாள். வற உழவு ஆள் வைத்து கொழுஏர் கட்டி உழுது கொடுத்தார் அவர். கரடுமுரடில்லாமல் சமமாய்க் கிடந்தது வயல். கோயில்தாழ்வு போய் விதைநெல் வாங்கி வந்தாள். ஆற்றில் தண்ணீர் வந்த சமயத்தில் மானாவாரியில் நாற்று விதைத்தாள்.

'கருகரு'வென்று தடித்து வளர்ந்து வந்தது நாற்று. அதைப் பார்க்கும்போதெல்லாம் மணிமேகலைக்கு ஆச்சரியமாக இருக்கும். நாற்றே இவ்வளவு உயரமாக வளர்ந்தால் இன்னும் பயிர் எவ்வளவு உயரமாக வளரும், விளையும்போது எவ்வளவு உயரமிருக்குமென்று நினைத்தாள்.

"ஒரு நட நட்டுத்தான் பாத்துருவமே. வெளஞ்சாலும் வெளயிது போனாலும் போவுது".

"வெளயாம யாங்க்கா போவப் போவுது? ஓன் நல்ல மனசுக்கு பொன்னா வெளயும்" என்றாள் செல்வி.

"நீட்டுறதும் மொழக்குறதும்.... பெரிய பொம்முனாட்டி தோத்துருவா பொலருக்கு செல்வி ஒன்கிட்ட".

"யாங்க்கா. ஓம் மவளப்போயி பாத்துட்டு வந்தியா?"

"ம். நேத்துகொட ஓடிட்டுத்தான் உடியாந்தன். ரெண்டு நாளக்கி ஒரு நட போயி எட்டிப்பாக்கலன்னா யாங் கண்ணு ரெண்டும் பூத்துப் பெயிரும்".

"பொண்ணு பொண்ணுன்னு உசுர வுடுவ. எப்புடி உட்டுட்டு இருக்குற?"

"என்ன செய்யிற மஞ்சுளா. இஞ்ச வச்சிருந்தா என்னால என்ன செய்ய முடியுங்குற! யாம் பொண்ணு மொவத்த பாத்துக்கிட்டருந்தா, யாங் வயறுதான் பசிக்காது. மத்த மூணுபேரு வயத்துக்கும் என்ன பண்ணுற? சொல்லு".

"நீந்தாஞ் சோறு போடுறியாக்கா எல்லாருக்கும்".

"ஆமா, வேற என்ன பண்ணுற? மாமனாரால வூட்டவுட்டு வெளிக் கௌம்ப முடியல. கண்ணுபுரியாம பெயிட்டு. மாமியாளுக்குந்தான் கொட எறங்கிப் போயி நடக்க முடியலங்குறாவொ.... மச்சாந்தான் மைனராச்சே, பல்லு நோகாம மென்னு முழுங்கணுங்குறவ்வொ. அப்பறம் நாங் ஓடிக்கெடந்து ஒழச்சாத்தான வண்டி ஓடும்"

"இருந்தாலும் ஓங் கொடும பெரிய கொடுமக்கா".

"இதப் பத்தியெல்லாம் நான் ஒண்ணுமே நெனக்கிறல்ல செல்வி. எனக்கு என்னன்னா, யாம் பொண்ண நல்லா வளக்கணும். எங்க கெடந்தாலும் அதுக்காவ நான் உசுரோட கெடக்கணும். ஒரலுக்குள்ள உழுந்த நெல்லு குத்துக்குப் பயந்து செத்துப்போற மேரி இதயெல்லாம் பாத்தா பயப்படுற?"

மணிமேகலை தன் இரண்டுவயது மகள் கலாவை தன் அம்மா பாக்கியத்திடம் கொண்டுபோய் விட்டிருந்தாள். தன்னோடு மகளை

வைத்துக்கொள்ள முடியாதது அவளுக்கு ஒரு குறைதான். என்றாலும் தன் மகள் தான் பிறந்த ஊரிலேயே வளரவேண்டுமென்றுதான் உள்ளூர ஆசைப்பட்டாள். அதற்குத் தகுந்தாற்போல் அவளுடைய குடும்ப சூழ்நிலையும் அமைந்து விட்டது.

“அந்தாக் கெடக்கு பாத்தியளா எங்க கொல்ல” என்று கை காட்டினாள் மணிமேகலை.

“ஏகத்துக்குந் தண்ணியா கெடக்கு. எப்புடிக் கண்டு புடிச்சக்கா ஓங்கொல்லயின்னு”.

“அருவுதுருவு இல்லாம ஏகத்துக்கும் தண்ணியா கெடக்குல்ல. மத்த கொல்லயிலயெல்லாம் கருவயும் கோரயுமாக் கெடக்குறது தெரியிதுல்ல”.

“அட ஆமாங். எப்புடிக்கா இவ்வள சுத்தமா இருக்கு. யாக்குறத்துக்கு கொளம்மேரி இருக்கு”.

“கோடயில அவ்வள வேர்வய வாங்குன கொல்ல இது. அதான் இப்புடிக் கெடக்கு”.

“அது சரி, இஞ்ச எங்கவச்சி காப்பி போடுறன்னு நெனச்சிக் கிட்டு வெல்லந்தூளெல்லாம் வாங்கியாந்த?”

“இஞ்ச எப்புடி போடுற? அந்தோ தெரியிது பாரு கலுங்கடி. அங்கப் போயிதான் போட்டு எரிச்சாறணும்”.

“அதுவரக்கிம் இந்தக் கூட, தோவகட்டயெல்லாம் சொமந்து கிட்டே நிக்க வேண்டியதுதானா!”

“நல்லா கதய கெடுத்தபோ. தலயிலயே வச்சிக்கிட்டு நின்னா பெறவு நடவு யாரு நடுறதாம்”.

“அதத்தாங்க்கா நானும் கேக்குறன்?”

“சுத்தியுள்ள கொல்லயிலயெல்லாம் எத்துன கருவகுத்தடி இருக்கு. அதுல ஒரு குத்தடியில தொத்தி வக்க வேண்டியாங்”.

“நிக்கிமா?”

“யாம் நிக்காம போவுது?”

“யக்கா ஓங்கொல்ல மட்டும் தொடச்சி வச்சமேரி சுத்தமாருக் குறத்தப் பாருக்கா. இஞ்சேருந்து பாக்கவே விரிச்சிப்போட்ட வேட்டி

யாட்டம் என்னமா அழகாருக்கு". பார்த்துப் பார்த்து வாய்வூறிப் போனாள் மஞ்சுளா.

"கோர வேருகொட ஒண்ணுவுடாம நோண்டிப் புடுங்குனத் தெரியுமுல்ல".

"என்ன இருந்தாலும் ஒஞ்சாமர்த்தியம் யாருக்கும் வராதுக்கா" மெச்சினாள் செல்வி.

"இதோட எத்துன நட சொல்லிப்புட்ட".

தண்ணீர் பரப்பியிருந்த கொல்லைக்குள் நாற்றுமாலையை இழுத்து வருவதும் சிரமமில்லாத வேலையாக இருந்தது. வேறு இடமாக இருந்தால் இப்படி வாய்க்காலைவிட்டு கொல்லைக்குள் இழுத்துவர முடியாது. பிரித்துத்தான் கரையேற்ற வேண்டியிருக்கும். பக்கத்து கொல்லையில் நின்ற ஒரு கருவைக் குத்தடியின் வளர்ந்த முள்சிம்புகளை வளைத்து ஒன்றுக்குள் ஒன்றுவிட்டு பரண்போல் அமைத்தார்கள். அதன்மீது கூடையையும் விறகுக்கட்டையும் வைத்தார்கள். இரண்டுமே அதிக கனமில்லாததால் வைத்த இடத்திலேயே தொத்திக்கொண்டு கிடப்பதைப்போல இருந்தது.

ஒவ்வொரு கட்டு நாற்றாக எண்ணிப்போட்டு நட ஆரம்பித்தார்கள். ஒரு கட்டு நாற்றுக்கு ஐம்பது நாற்று முடிகள்.

மணிமேகலைக்கு மட்டுமல்லாமல் செல்விக்கும் மஞ்சுளாவுக்கும்கூட கார்கோட்டகத்து நடவு புது அனுபவமாக இருந்தது. மூவருமாக சேர்ந்து பேசிக்கொண்டும் சிரித்துக்கொண்டும் நட்டார்கள். ஒரு கட்டு நாற்றுகூட நட்டு முடிக்கவில்லை.

"நாம்போயி காப்பித்தண்ணி போட்டாரவா?" என்றாள் மணிமேகலை.

"குனிஞ்சி கொஞ்ச நேரங்கொட ஆவல. அதுக்குள்ள என்னாத்துக்கு இப்புடிப் பறக்குற?" என்றாள் செல்வி.

"அள்ளிப் போட்டுக்கிட்டு வந்த பழயசோறு இன்னங் கெடக்கா ஒன் அடிவயித்துல?"

"அது கெடந்தான்ன கெடக்காட்டி என்ன? வேல செய்ய வந்தமா இல்ல வயித்த நொப்ப வந்தமா!"

"இப்படியே குடிச்சிட்டா பொழுது போற வரைக்கிம் தாக்குப் புடிக்காண்டமா" என்றாள் செல்வியோடு சேர்ந்து மஞ்சுளாவும்.

"நம்ம மூனியருதான நிக்கிறம். மூனியருக்கும் ரெண்டுவேள காப்பிப் போட்டுக் குடிக்கலாம். வெல்லந்தூளு நெறயாத்தான் வாங்கியாந்தன். நாம் போயி போட்டாரவா?"

"செத்த குனிஞ்சி நின்னு ஊணுக்கா. அப்பறம் போவலாம்".

"இல்ல செல்வி. மானம் நல்லாருக்கக்குள்ளயே போயி போட்டு எரிச்சாந்தர்றன். மழகிழ வந்துச்சின்னா எல்லாம் நனஞ்சி பெயிரும் அப்பறம் ஒண்ணுஞ் செய்ய முடியா".

"கப்புனாக்கொளத்தக்காவால காப்பி போடுற வேலய முதுவுல தூக்கி வச்சிக்கிட்டு குனிஞ்சி நட முடியல போலருக்கு. அதப் போவச் சொல்லு. போயி போட்டுக்கிட்டு வந்துரட்டும்" என்றாள் மஞ்சுளா.

மணிமேகலை பனை ஓலைக்கட்டையும் கூடையையும் எடுத்துக் கொண்டு தூரத்தில் தெரிந்த கீக்குமுளி ஆற்றின் கரையை நோக்கி நடந்தாள். கரையெங்கும் ஈரமாகவும் வழுக்கலாகவும் இருந்ததனால் கலுங்கு மதகின் மீது வைத்து அடுப்புக்கூட்டி காபி போட்டாள். கொல்லையிலிருந்து கலுங்கடிக்கி நடந்துவந்த தூரத்தை கணக்குப் பண்ணிய மணிமேகலை 'இனிமே இன்னோரு நட இஞ்ச வந்துக் கிட்டுருக்க முடியா. ஒரேதிரியா எல்லா வெல்லத்தூளயும் போட்டு எரிச்சிக்கிட்டே பெயிருவம்' என்று நினைத்தாள். இரண்டு வேளையாக போட வேண்டிய காப்பியை ஒரே குண்டில் போட்டு எடுத்துக்கொண்டாள். பாலில்லாத வரக் காப்பிதான். பாலுக்கு எங்கே போவது?

"ரெண்டுவேள காப்பியயும் ஒண்ணாவே போட்டாந் துட்டன். குடிக்கிறத்த குடிங்க. முடியலன்ன மூடி வச்சிருந்து அப்பறமா சுடவச்சிக் கொண்டாந்து குடிச்சிக்கிடலாம்".

"ரெண்டு தம்ளருக்கு நாலு தம்ளரா காப்பித்தண்ணி குடிக்க முடியாமயா கெடக்கு? இத சுட வக்கிறத்துக்காவ இன்னோரு நட போப்போறியாக்கும். ஊத்துக்கா குடிப்பம். கேக்குரொட்டி வேணு முன்னா கூடக்குள்ளயே கெடக்கட்டும். ஊட்டுக்குப் போவக்குள்ள கடிச்சிக்கிட்டுப் போவம்" என்றாள் மஞ்சுளா.

ஆளுக்கு நான்கு டம்ளருக்கும் அதிகமாகவே இருந்தது காபி. போதும் போதும் என்று குடித்தார்கள். மறுபடியும் நட

ஆரம்பித்தார்கள். எங்கோ தூரத்தில் பெய்யும் மழை தண்ணீர் புரண்டு வருவதுபோல் தோன்றியது. அரை குனியலில்தான் நட்டுக்கொண்டிருந் தார்கள். இப்போது பாதியாய்க்கூட குனிய முடியாதபடி இருந்தது தண்ணீர். ஒவ்வொரு முதையை ஊனும் போதும் தாவாயும் மாராப்பு துணியும் லேசாக தண்ணீரில் நனைந்தது. வானம் மூடித் திறந்திருந்தது.

"கருக்குது அப்பறம் வெளுக்குது. என்னமா ஆட்டங் காட்டுது பாத்தியா மானம்".

"அது பேஞ்சான்ன காஞ்சான்ன. அது ஒத்தாச இனிமே யாருக்கு வேணும்?" என்றாள் மஞ்சுளா. நடவு வேலை 'மளமள'வென்று நடந்துகொண்டிருந்தது.

"நாளக்கி நட்டு முடிச்சிறலாமா செல்வி" கேட்டாள் மணிமேகலை.

"நிமிர்ந்து நின்று நாற்றைப் பார்த்தாள் செல்வி. நல்ல நடவாருந்தா ஒரு நாளயிலயே பத்துக்கட்டு நாத்தும் தீந்து பெயிரும். நாளக்கி மசண்ட வரக்கிங்கொட நாத்துக் கெடக்கும் போலருக்கு".

"எப்புடி இருட்டுனாலும் நாளக்கி நட்டு முடிச்சிப்புட்டுத் தான் கரையேறுவம் நாங்க. நீ ஒண்ணும் கவலப்படாத" என்றாள் செல்வி.

வானம் மறுபடியும் மூடிக்கொண்டது. தென்மேற்கிலிருந்து திரண்டு வந்த கருத்த மேகத்தை அண்ணாந்து பார்த்தாள் மணிமேகலை.

"செல்வி மானந் தெரட்டிக்கிட்டு வாறத்தப் பாத்தா கொட்டு கொட்டுன்னு கொட்டித்தான் ஓயும் பொலருக்கு" என்றாள்.

"சாக்க எடுத்து தலக்கிப் போட்டுக்கிடுவமா" என்றாள் மஞ்சுளா.

"யாண்டி மஞ்சுளா, கெழச்செறுக்கியாட்டம் நீ எதுக்கு இப்புடிச் சாக்குக்குப் பறக்குற? இந்த மானத்து மழய தாங்க முடியாத நீ பனமரத்துல பாதியிருக்குற கிருஷ்ணசாமி மச்சான எப்புடி தாங்குவ?"

கைநாற்றை செல்வியின் மீது விசிறியடித்தாள் மஞ்சுளா. "அங்க சுத்தி இங்க சுத்தி கடசீல யாந்தலயிலயே வக்கிறியா கொள்ளிய? ஒன்னய என்ன செய்யிறம் பாரு" பொய்க் கோபத்தோடு இடித்தாள் மஞ்சுளா. இருவரும் தடுமாறி தண்ணீருக்குள் விழுந்தார்கள். இவர்கள்

விழுந்து உழற்றியதில் நட்ட நடவு நான்கைந்து முதை வேர் விடுபட்டு மேலே மிதந்தது. கைநாற்றும் கலைந்து போய் பிய்த்துப் போட்ட தாமரைப் பூவின் உள்முடிகளைப்போல மிதந்தன.

"ஓங்க சண்டையால யாங் நாத்தும் நடவும் சந்தில போவணுமா? எழும்புங்க ரெண்டியரும்" பொய்க்கோபத்தோடு அதட்டினாள் மணிமேகலை. "வேல தலயில பரியாயத்த வாய் வார்த்தயோட நெறுத்திக்கிர்றல்ல. இப்புடியா தண்ணிக்குள்ள கட்டிப்புடிச்சி பெறளுவாவொ".

"எக்கா– இஞ்சயாவுது பொம்புளப் புள்ளய்யொ நாங்க ரெண்டியிருந்தான பெறளுறம். ஆனா சம்மத்தங்காட்டு கோட்டாவத்துல நீங்க பாத்துருக்கணுமே. பரியாயம் பண்ணிக் கிட்டு நடுத்தேவரு மவங்கொட செல்வி இப்புடி கட்டிப் பெரண்ட காட்சிய".

இப்போது செல்வி மஞ்சுளாவின் மீது பாய்ந்தாள். இருவரும் மறுபடியும் கட்டிப்புரண்டார்கள். கொஞ்சநஞ்சம் ஒதுங்கியிருந்த தலையும் சடையும் முழுவதுமாக நனைந்தது. ஜார்ஜெட் சாக்கெட்டும் தாவணியும் போட்டிருந்த மஞ்சுளாவுக்கு துணி உடலோடு ஒட்டிக் கொண்டது. இளமையின் செழுமை கண்சிமிட்டிக் காட்டுவதுபோல் தெரிந்தது.

"கப்புனாக்கொளத்தக்கா, இவ ஜாக்கெட்டு போட்டுருக் குறத்த பாறன். நம்மளுந்தான் போட்டுருக்குறம். ஒரு பக்கம் தொங்குது இன்னோரு பக்கம் இழுக்குது. காசு குடுக்காமயா தச்சி வாங்குறம். இவளுக்கு மட்டும் இப்புடி கச்சிதமா கணக்கெடுத்து தச்சிக் குடுக்குறான்னா என்ன அர்த்தம் சொல்லு".

"தெரியலயே செல்வி".

"இவ அளவுகுடுக்க தொணயோட போயிருப்பான்னு நெனக்கிறியா" செல்வி சொல்லி முடிக்கவில்லை.

"அடி செருப்பால. யாங் சக்களத்தியரே" என்று கையை ஓங்கிக் கொண்டு போனாள் மஞ்சுளா.

"அப்புடி இருந்தாக்கொட நல்லாதான் இருக்கும் இல்லயாடி மஞ்சுளா?" என்று கேட்டாள் செல்வி.

மூவரும் விழுந்து விழுந்து சிரித்தார்கள். மழையும் அவர்களோடு சேர்ந்து சிரிக்க ஆரம்பித்தது.

"ஓங்க ரெண்டியருக்கும் சாக்கு வேணுமா?" என்று கேட்டாள் மணிமேகலை.

"சாக்கா... எங்களுக்கா?" தொப்பலாய் நனைந்து நின்ற இருவரும் ஒருவரை ஒருவர் பார்த்து சிரித்துக்கொண்டார்கள்.

"முழுசா நனஞ்ச ஓங்களுக்கு முக்காடு வேண்டாந்தான். நாம் போயி யாந்தலய காப்பாத்திக்கிர்றன்" என்று கூடைக்குள் கிடந்த சாக்கு ஒன்றை எடுத்து தலைக்குப் போட்டுக் கொண்டாள்.

"அக்காவப் பாத்தியா செல்வி இந்த விஷயத்துக்கெல்லாம் போயி எந்த பழமொழிய சொல்லிக்கிட்டிருக்குன்னு".

"அதான. யாங்க்கா நாங்க பேசிக்கிட்டதயெல்லாம் நீ உண்மன்னு நம்புறியா?"

"அய்ய.... இதயெல்லாம் நம்புவனா நான். எனக்குத் தெரியாதா கொலைக்கிற நாயிவொளுக்கு கடிக்கத் தெரியாதுன்னு. ஆசப் பட்டதயெல்லாம் வாய்ப்பேச்சா பேசியே குளுந்துபோறிய இல்ல?"

"எக்கா".

"அஞ்சி வயசில கிச்சுக்கிச்சு மூட்டி வெளயாடுறிய்ய. பயிஞ்சி வயசிலயும் அதையேவா வெளயாட முடியும்? கிளுகிளுப்பு மூட்டிக் கிர்றதுதான இந்த வயசிக்கு ஏத்தது".

"எக்கா".

"அத நான் தப்பா நெனக்க மாட்டஞ் செல்வி".

மழை விடாமல் கொட்டியது. வயலிலும் நீர்மட்டம் கொஞ்சம் கொஞ்சமாக உயர்ந்துகொண்டு வருவது போலிருந்தது.

"கப்புனாக்கொளத்தக்கா நீ ஒரு கதசொல்லங்" என்றாள் மஞ்சுளா.

"ஓங்களுக்கு புடிக்கிறமேரியெல்லாம் எனக்கு கதசொல்ல தெரியாதே".

"தெரிஞ்சத சொல்லுக்கா. நேரம் போவணுமுல்ல" என்றாள் செல்வி.

"தவளக் கத சொல்லட்டுமா" என்று கதை சொல்ல ஆரம்பித்தாள் மணிமேகலை.

"ஊருகாட்டுக் கெணத்துக்குள்ள ரெண்டு தவளைங்க கெடந்துச்சாம்".

"ரெண்டும் பொம்புள தவளதான?"

"யாஞ் செல்வி அப்புடி கேக்கு?"

"நீதான் ஆம்புளைவொளயே அண்டவுட மாட்டியே, அதாங் கேட்டங்".

"அண்டவுட மாட்டனா?"

"ஆமாங்.... ஒனக்கு பூ வாங்கிக் குடுக்குறத்துக்கும் பூசுர மாவு வாங்கிக் குடுக்குறத்துக்கும் வளவி வாங்கிக் குடுக்குறத்துக்கும் எத்துன பேரு நம்மூருல ஆசப்படுறாவொ தெரியுமா?"

"என்ன செல்வி சொல்லுற நீ?"

"ஒண்ணுமே தெரியாதமேரி நடிக்காதக்கா. ஒன்னயப்பத்தி தான் ஊருல எல்லாருமே பேசிக்கிர்றாவொளே".

மணிமேகலைக்கு பகீர் என்றது. "என்ன செல்வி சொல்லற? நான் என்ன தப்பு பண்ணுனங். என்ன பத்தி யாரு பேசுறா?" பதறினாள் மணிமேகலை.

"யாங்க்கா இப்புடிப் பதறுற? நீ தப்பு பண்ணுறன்னு யாரு சொன்னா. ஒன்னயப் பத்தி ஒயர்வா பேசிக்கிர்றாவொன்னுதான் சொன்னங்".

இப்போது மணிமேகலைக்கு அப்பாடா என்றிருந்தது. "ஒரு நிமிசத்துக்குள்ள யாஞ் சர்வநாடியும் ஒடுங்கிப்பெயிட்டுப் போ" என்று மூச்சை இழுத்துவிட்டாள்.

"சரி அப்பறஞ் சொல்லு, என்ன பேசிக்கிர்றாவொ".

"வாடியக்காட்டுக்கு வாக்கப்பட்டு வந்த பொண்ணு வொல்லயே கெட்டுப்போவாம இருக்குறது நீ மட்டுந்தானாம்".

"......"

"ஒன்னக்கிட்ட பழக்கம் வச்சிக்கிடணுமுன்னு ஆசப் படுறவ்வொ கொட, செல்வராசு பொண்டாட்டி நெருப்பு, அது கிட்ட எப்புடி

நெருங்குனாலும் கத ஆவாது. சும்மா கெட்ட பேரு வாங்கிக்கிட கூடாதுன்னு பெயிடுறாவொளாமுல்ல".

"எனக்கே தெரியாம இந்த மேரியெல்லாங்கொட்ட என்னப் பத்தி பேசிக்கிர்றாவொளா?"

"எக்கா. நம்ம சும்மா எச்சி துப்புனாக்கொட அதயும் யாராவுது நோட்டம் வுட்டுக்கிட்டுத்தான் இருப்பாவோ. மறுநாளு அதப்பத்தி அம்பதுபேரு பேசுவாவொ. பூன கண்ண மூடிக்கிட்டா ஒலகமே இருண்டு போயிருக்குன்னு நெனக்கிமாமுல்ல".

"அதுமேரியெல்லாம் நம்பிக்கிட்டு யாரும் எந்தத் தப்பும் பண்ண முடியா, ஆமா".

"இத யாருக்காவ செல்வி சொல்லுற?"

"யாருக்காவயுஞ் சொல்லல. சும்மா வாயில வந்திச்சி சொன்னங்".

"அதுக்காவ நீயாண்டி இவ்வள கவலப்படுற?" என்றாள் மஞ்சுளா.

"எட்டி, நீ மறுபடியும் ஆரம்பிச்சிராதடி, நல்லாருப்ப. கப்புனாக் கொளத்தக்கா, நீ வுட்ட கதயச் சொல்லு. ரெண்டுத வள இருந்துச்சாம் அப்பறம்?"

"ரெண்டும் சோடித் தவளதான்".

"அய்... மஞ்சுளா. பாத்தியாடி அக்கா தவளைவொள சோடி சேத்துப்புட்டு".

"இதுமேரி எடயில எடயில பேசுனா எனக்குப் புடிக்காது. அப்பறம் நாஞ் சொல்ல மாட்டன்".

"சேரிப் பேசல, நீ சொல்லு".

"ஒரு நாளு புருசங்கிட்ட கோச்சிக்கிட்டு பொண்டாட்டி தவள போயி ஒரு அவரப் பந்தலுல ஏறி ஒக்காந்துக்கிட்டாம். பொண்டாட்டி இல்லாம பொழுது போவலயாம் புருசனுக்கு. அது பக்கத்து வூட்டுத் தவளய கூப்புட்டு மத்திசம் பண்ணி யாம் பொண்டாட்டிய அழச்சிக்கிட்டு வாங்கன்னுச்சாம். அதுவும் போச்சாம்".

"இருக்கா. மத்திசம் பண்ணப்போனது ஆம்புளத் தவளயா பொம்புளத் தவளயா?"

“பொம்புளத் தவளதான்”.

“அதான பாத்தன்” என்றாள் செல்வி. மஞ்சுளாவை சாடையாய்ப் பார்த்தாள். இருவரும் விழுந்து விழுந்து சிரித்தார்கள்.

சணல் சாக்கு எவ்வளவு நேரத்திற்குத்தான் தாக்குப் பிடிக்கும்? நனைந்து கனத்துப்போனது. மணிமேகலையின் தலைக்குள் சொத சொதவென்று தண்ணீர் இறங்கியது. எடுத்து எங்கேயும் போட வழியில்லாமல் தலையிலேயே போட்டிருந்தாள்.

“சிரிச்சி முடிச்சாச்சா... மிச்சமிருக்கா?”

“இனிமே சிரிக்கமாட்டம் நீ சொல்லுக்கா”.

“பக்கத்தூட்டு தவள போயி அவரப்பந்தலுக்கு கீழ நின்னுக்கிட்டு,

‘தங்கா தங்கா தவள தங்கா
ஓம்புருசன் உண்குறானில்ல ஒறங்குறானில்ல
ஒருகவுளி வெத்துல மெல்லுறானில்ல....
வீட்டுக்குப் போவம் எறங்கிவாயன் தவளதங்கா’ன்னுச்சாம்.

‘உங்கலன்னான்ன ஒறங்கலன்னான்ன
ஒரு கவுளி வெத்துல மெல்லலன்னான்ன....
எவனும் எனக்கு ஒறவுமுல்ல இருந்து வாழ இஷ்டமுமில்ல....
ஓம் பானவயறு நோவுதுபாரு
வந்தவழிய மறந்தேனுன்னு திரும்பிப் போயன்
தவளயக்கா’ன்னு திருப்பி வுட்டுச்சாம்.

மறுநாளும் கூப்புடப் பேசுச்சாம் அந்தப் பக்கத்தூட்டுத் தவள.

‘தங்காதங்கா தவள தங்கா....
ஓம்புருசன் தத்தறானில்ல தாவுறானில்ல....
குந்தி ஒக்காந்து நோக்குறானில்ல....
வீட்டுக்குப் போவம் எறங்கி வாயன் தவளதங்கா’ன்னுச்சாம்.

அதுக்கு

‘தத்தலன்னான்ன தாவலன்னான்ன....
குந்தி ஒக்காந்து நோக்கலன்னான்ன

எவனும் எனக்கு புருசனில்ல இருந்துவாழ மொறயுமில்ல....

ஓங்காலு நாலும் நோவுதுபாரு

வந்தவழிய மறந்தேனுன்னு திரும்பிப் போயேன் தவளயக்கா....'ன்னு சொல்லுச்சாம்.

திரும்பிப் பெயிட்டுதாம் பக்கத்தூட்டுத் தவள.

மறுநாளும் அந்த புருசங்காரன் தொல்ல தாங்கமுடியாம அவரப் பந்தல பாக்க வந்துச்சாம் பக்கத்தூட்டுத்தவள.

'இப்புடியெல்லாஞ் சொல்லிக் கூப்புட்டா இவ வரமாட்டா. இன்னக்கி வைக்கிறம்பாரு வேட்டு' அப்புடின்னு திட்டம் போட்டுக் கிட்டே போச்சாம். போயி,

'தங்கா தங்கா தவள தங்கா....
ஓம்புருசன ஆத்துத்தவள அழக்கக் கண்டேன்
கொளத்துத் தவள கூப்புடக்கண்டன்....
ஏரித் தவள இழுக்கக் கண்டன்....
அவனுக்கொன்னும் கொறச்சயில்ல
வந்தபாதயும் மறந்துபெயிட்டு
பந்தலவுட்டு எறங்கிடாத....' அப்புடின்னிச்சாம்.

அதக்கேட்டதுதாம் தாமதம். உடனே அவரப் பந்தலவுட்டு தொபீர்ன்னு குதுச்சிச்சிதாம்.

'அய்யய்யோ அக்கா தவளயக்கா....
உங்கலயிங்குற ஒறங்கலயிங்குற
ஒரு கவுளி வெத்துல மெல்லலயிங்குற....
தத்தலயிங்குற தாவலயிங்குற
குந்தி ஒக்காந்து நோக்கலயிங்குற....
யாம் புருசன இப்பயே பாக்கணும்
வந்த பாதைய கண்டுபுடிச்சி
சட்டுன்னு வாயன் தவளயக்கா....'

என்று அந்தத் தவளய தரதரன்னு இழுத்துக்கிட்டுப் போச்சாம்".

கதையை சொல்லி முடித்தாள் மணிமேகலை.

"நம்ம பொம்புளைவொகொட இப்புடித்தாங்கா இருக்குறாவொ. அது யாங்க்கா" என்றாள் மஞ்சுளா.

"அரிசி கடங்குடுத்தாலும் ஆம்புடையான குடுக்க மாட்டாளாம் பத்தினி".

"அதான் யாங்க்கா".

"அப்பத்தான் பத்தினியா இருக்க முடியுமாங். ஆம்புடையாங்காரன் வேற எவளுகிட்டயாவுது பெயிட்டு வந்தான்னாக்க இவன் எப்படி வேணுமுன்னாலும் போவலாம் நம்ம மட்டும் ஒழுங்காருக்கணு மாக்கும் அப்புடிங்கிற நெனப்பு பத்தினிக்கும் வந்துடுமாம். அந்த நெனப்பு வந்துட்டாலே பத்தினி சொல்லு பலிக்காம பெயிடுமாம். அதுக்காவத்தானாம்".

"உத்தமியாவுது பத்தினியாவுது. சொல்லு பலிக்கணுமுங்குறத் துக்காவ இவ்வள கஷ்டப்படணுமாக்கும். நானெல்லாம் இப்புடி இருக்கவே மாட்டன் ஒருநாளும்".

"அப்புடின்னா கிருஷ்ணசாமி மச்சான அப்பப்ப எனக்கும் கடங்குடுக்குறியாடி மஞ்சுளா" கண்சிமிட்டிக் கேட்டாள் செல்வி.

"அப்பப்ப என்ன? எப்பயிமே நீனே வச்சிக்கிட்டுப் போயன்" என்றாள் தாராளமாக.

"இப்ப அப்புடித்தான் சொல்லுவ நீ. ஆனா கல்யாணத் துக்குப் பெறவு ரோட்டுல போற பயித்தியத்த ஓம் புருசன் உத்து பாத்தாக்கொட ஒன்னால தாங்கிக்கிட முடியாது மஞ்சுளா".

"......"

"நம்ம மனசு என்ன பாடுபடும் தெரியுமா? ச்சே.... அந்த வலிய நீங்கல்லாம் ஒருநாளும் அனுவிக்கக் கொடாது" மணிமேகலையின் குரல் கம்மியது. தொண்டையை அடைப்பது போலிருந்தது அவளுக்கு.

"என்ன கப்புனாக்கொளத்தக்கா. அழுவுறியா!" என்று கேட்டவாறே இருவரும் நிமிர்ந்து மணிமேகலையை நோக்கினார்கள். அவர்களின் பார்வையைச் சந்திக்கும் திராணியற்றவளாய் தலை கவிழ்ந்துகொண்டாள் மணிமேகலை. மழை நீரோடு அவள் கண்ணீரும் கலந்து பெருகியது கார்கோட்டகத்தில்.

## 20

**ம**ணிமேகலை பாயில் புரண்டுகொண்டிருந்தாள். படுத்து நீண்ட நேரமாகியும் இன்னும் தூக்கம் வரவில்லை அவளுக்கு. வீட்டில் அவளைத் தவிர வேறுயாருமில்லை. எப்போதும் திண்ணையிலிருந்து வரும் மாமியாரின் முனகல் சத்தமும், எதுவோ தொண்டையில் மாட்டிக் கொண்டதைப்போல அவ்வப் போது செறுமிக்கொண்டிருக்கும் மாமனாரின் சத்தமும் இல்லாமல் திண்ணை வெறிச்சோடிக் கிடந்தது. நான்கு நாட்களாய் திண்ணை இப்படித்தான் கிடக்கிறது. இதே தெருவில் ஏழெட்டு வீடுகள் தள்ளியிருக்கும் தாண்டிக் கிழவரின் வீட்டுக்கு இருவரும் பொழுதானால் போய் விடுகிறார்கள். தாண்டிக் கிழவர் செத்து நான்கு நாட்கள்தான் ஆகியிருக்கிறது. பதினாறாம் நாள் கருமாதி முடிந்த பிறகுதான் பழையபடி மாமனார் மாமியாருக்கு திண்ணையில் படுக்க பாய்போட்டுக் கொடுக்க வேண்டும்.

இரண்டு மூன்று நாட்களாய் வேலைக்கும் போகவில்லை. நிமிட நேரம்கூட உட்காராமல் உழைத்த உடம்புக்கு

ஒருநாள் ஓய்வென்றால் நன்றாக இருக்கும். இரண்டுமூன்று நாட்கள் ஓய்வென்றால் அதுவே உடம்பு வலியாக மாறிவிடும். மணி மேகலைக்கும் அப்படித்தான் கடிந்து வயல் வேலையெதுவும் செய்யாத மதமதப்பில் உடம்பு வலித்தது. உடம்பை துண்டுதுண்டாய் மடக்கி முறுக்கிப் பிழிந்தால் தேவலாம் போலிருந்தது. வலியால் தூக்கமும் இல்லாமல் போய் விட்டது. தன்னுடைய மகள் கலாவை அணைத்துக்கொண்டு படுத்திருந்தால் இந்நேரம் தூக்கம் வந்திருக்குமோவென்று தோன்றியது. ‘பாவம் அதுவும் நம்மளவுட்டு அங்க கெடக்கு’ என நினைத்தாள். இன்று மதியம் கற்பகநாதர் குளத்திற்குப் போய் கலாவை பார்த்துவிட்டு வந்தது நினைவுக்கு வந்தது. கிளம்பும்போது தானும் கூட வருவேனென்று அடம்பிடித்து அழுத கலாவின் முகம் கண்முன் வந்து நின்றது. பாக்கியம்கூட கலா அழுவதைப் பார்த்துவிட்டு,

“ரெண்டு நாளக்கித்தான் தூக்கிக்கொண்ட ஏக்கந்தீர வச்சிருந்து, அப்பறங் கொண்டாந்து வுட்டான்ன?” என்றாள்.

“தாண்டிக்கெழவரு செத்ததுலேருந்தே வேலவெட்டி எதுக்கும் போவல. வெல்லந்தூளு வாங்கி எரிச்சிக் குடிக்கக் கொட காசில்ல. நாளைக்காவுது போலாமுன்னு பாத்தன். இத தூக்கிக்கொண்ட வூட்டுல வுட்டுட்டு நான் எங்க போவமுடியும்?”

“ஓம் மாமியா, வூட்டுல சும்மாதான ஒக்காந்துருக்குறாவொ. அவ்வொளுக்கிட்ட வுட்டுட்டுப்போனா பாத்துக்கிட மாட்டாவொளா?”

“அவ்வொ பாத்துக்கிடுறமேரி இருந்தா இத்துன நாளா யாம் புள்ளய ஒன்னக்கிட்ட எதுக்காவ நான் வுட்டு வச்சிருக்குறன். ஒனக்கு செருமயாருந்தா சொல்லு நான் தூக்கிக் கிட்டுப் பெயர்றன்”. சினந்து போய் பேசினாள் மணிமேகலை.

“ஓங்கோவத்த என்னக்கிட்ட காட்டாத. புள்ள இப்புடி அழுவுதேன்னுதான் சொன்னங். அது இருக்குறதால எனக்கென்ன செரும? அதுக்குன்னு தனியாவா ஒலவச்சி வடிக்கிறன். காயா, கறியா? என்ன கேக்குது அது. நாலு சோத்த உப்பு போட்டு பெணஞ்சி அள்ளிப் போட்டா தின்னுட்டு யாங் கொசுவத்த புடிச்சிக்கிட்டு திரியும். மூணுபுள்ள பெத்தவ, பச்ச மண்ணப் போயி வச்சிக்க முடியலன்னு மனசாரச் சொல்லுவனா?”. வருத்தப்பட்டாள் பாக்கியம்.

ஏன் அவசரப்பட்டு இப்படிக் கேட்டோமென்று சங்கடமா யிருந்தது மணிமேகலைக்கு.

இப்போதும் பாக்கியத்தின் சுண்டிய முகம் நினைவுக்கு வந்தது. “பாவம் நம்ம அம்மா. அதுமட்டும் இந்த குடிகார அப்பாக்கிட்ட இருந்து என்ன சௌரியத்த கண்டிச்சி”. பாக்கியத்தின் மீது பரிவு ஏற்பட்டது.

‘என்ன இருந்தாலும் நம்ப அம்மா இருக்குறத்தாலதான துணிச்சலா கொண்டுபோயி வுட்டுட்டு கவலப்படாம இருக்குறம். அம்மா இல்லன்னா இந்த ஆதரவும் நம்பளுக்கு இல்லாமயில்ல பெயிரும்’ என்று தோன்றியது.

செல்வராசு இவ்வளவு நேரமும் எங்கேபோய் சுற்றிக் கொண்டு இருக்கிறானோவென்று நினைத்தாள். பெரும்பாலும் இரவு சாப்பாடு போடவேண்டுமே என்றுதான் அவனுக்காக காத்துக்கொண்டிருப்பாள். அந்த வேலை முடிந்துவிட்டால் அதற்குப் பிறகு அவன் எங்கே போனாலும் எப்போது திரும்பி வந்தாலும் அதைப் பற்றியெல்லாம் யோசிக்க மாட்டாள். ஆனால் இன்று அவன் ஏழு மணிக்கெல்லாம் சோறுபோடச் சொல்லி தின்றுவிட்டு கிளம்பியிருந்தான். கூட்டாளி களோடு சேர்ந்து சுற்றிவிட்டு எப்போதாவது வந்துவிட்டுப் போகிறான் என்று அவளால் அலட்சியமாய் இருக்க முடியவில்லை. அடிக்கடி அவன் நினைவே வந்தது. அவன் வந்து படுத்தால் தூக்கம் வந்துவிடும் என்பதுபோல தோன்றியது. இந்த எண்ணம் கொஞ்சம் கொஞ்சமாக அவள் மனதில் அதிகமாகிக்கொண்டேயிருந்தது. அவன் குடி போதையுடன் திண்ணையில் வந்து படுத்தால்கூட வீட்டில்தான் யாருமில்லையே, ஐயருவில்லாமல் உள்ளேவந்து படுக்கச் சொல்லலா மென்று நினைத்தாள். அவன் எப்போது வருவானென்ற எதிர்பார்ப்பு நெஞ்சுக்குள் நெருப்பைப் போல கனிய ஆரம்பித்தது. அவளால் அதற்குமேல் படுத்திருக்க முடியவில்லை. எழுந்து வாசலில் வந்து உட்கார்ந்தாள். நீண்ட தூரம்வரை தெருவையும் சுற்றுப்புறங்களிலுள்ள மற்ற பாதைகளையும் பார்த்துக்கொண்டிருந்தாள். இருட்டில் யாரும் வருவதைப் பார்க்குமளவிற்கு நிலா வெளிச்சமில்லை. ஆனால் தாண்டிக்கிழவரின் வீட்டில் ஒளிர்ந்துகொண்டிருந்த பெட்ரோமாக்ஸ் விளக்கின் மெல்லிய வெளிச்சம் எங்கும் பரவியிருந்தது. தூரத்தில் வந்தால்கூட நிழலாடுவதையும் உருவம் அசைவதையும் கண்டு கொள்ளும் அளவிற்கு பரவியிருந்தது அவ்வெளிச்சம். நீண்டநேரம் உட்கார்ந்திருந்து பார்த்தவளுக்கு அதிலும் சலிப்பு ஏற்பட்டது. எழுந்து நாய் எதுவும் உள்ளே நுழைந்துவிடாதபடி உள்கதவை இழுத்துச் சாத்தினாள். வாசல்தட்டியை எடுத்து வாசலில் சாத்தி அடைத்து விட்டு தாண்டிக்கிழவரின் வீட்டை நோக்கி நடந்தாள்.

மழை பெய்யாத இரவென்றாலும் கார்த்திகை மாதமென்பதால் சாரல் காற்று ஊதியது. புடவை முந்தானையைத் தோளில் போட்டு சுற்றிப் போர்த்திக்கொண்டாள்.

சாவுப் பந்தலின் நடுவில் பெட்ரோமாக்ஸ் விளக்கு கட்டித் தொங்கவிடப்பட்டிருந்தது. விளக்கைச் சுற்றி வண்டுகளும் பூச்சிகளும் மொய்த்து வட்டம் போட்டுக்கொண்டிருந்தன. பந்தலில் விரிக்கப் பட்டிருந்த தார்ப்பாயில் வட்டமாய் உட்கார்ந்து இளவட்ட ஆண்கள் சீட்டு விளையாடிக்கொண்டிருந்தனர். சீட்டு விளையாட்டை விரும்பாத சிலரும் வயதானவர்களும் அங்கு கிடந்த பலகைகளில் உட்கார்ந்து சிரிப்பும் வெவண்டையுமாக பேசிக்கொண்டிருந்தார்கள். ஊதும் சாரலுக்கு துண்டைப் போர்த்தியபடி அட்டானிக்கால் போட்டு மேலுள்ள முழங்காலை இரு கைகளாலும் கோர்த்து தாங்கிப் பிடித்தபடி உட்கார்ந்திருந்தார் மாமனார். கட்டைச் சுவரின்மீது வைத்து அடைத்திருந்த மூங்கில் தட்டிகளைப் பிரித்து அடுக்கி விட்டதால் பந்தலோடு சேர்ந்தாற்போலவும் புழக்கத்துக்கும் வசதியாக இருந்தது திண்ணை. மேலண்டை திண்ணையில் விளக்குத்தண்டின் மீது நல்ல விளக்கு எரிந்துகொண்டிருந்தது. தாண்டிக்கிழவர் பயன்படுத்திய ஊன்றுகோல், இடுப்புவார், மூக்குப்பொடி டப்பா, பனை ஓலையால் செய்த வெற்றிலைப்பாக்கு பெட்டி போன்றவை விளக்கின் ஓரமாக வைக்கப்பட்டிருந்தன. தாண்டிக்கிழவரின் பெண்டாட்டி பவுனுக் கிழவி விளக்குக்கு முன்பாக கிழக்குப் பக்கமாய் காலை நீட்டிக்கொண்டு உட்கார்ந்திருந்தாள். அவளைச் சுற்றிலும் அந்தத் திண்ணை முழுவதுமே பெண்கள் கூட்டமாக இருந்தது. அந்தத் தெருவின் இருபது இருபத்தைந்து வீட்டுப் பெண்களும் அங்கேதான் இருந்தார்கள். அரைமணி நேரத்திற்கு ஒருதரம் போல பவுனுக்கிழவி,

"யாம் மனம்போன அய்யாவே....
என்ன உட்டுத்தான் போனியளே...."

என்று ஆரம்பித்து ஒப்பாரி சொல்லியழுது ஓய்ந்து, பின்பு மற்ற பெண்களுடன் சேர்ந்து கதை பேசிக்கொண்டிருந்தாள். பேச்சில் பெரும்பாலும் தாண்டிக்கிழவர் அடிபடுவார். தாண்டிக் கிழவரோடு தான் வாழ்ந்த வாழ்க்கை, அவரைப் பற்றிய அருமை பெருமைகள், இதுவரை மற்றவர்கள் யாரும் அவரைப்பற்றி அறியாத செய்திகளை யெல்லாம் சொல்லிக்கொண்டிருப்பாள். பெரும்பாலும் அப்பேச்சு அழுகையை தூண்டிவிடுவதாக அமைந்துபோகும். உடனே அந்தக்

கதையையே ஒப்பாரியாய்ச் சொல்லி அழுவாள். கிழவி ஒவ்வொரு முறை அழும்போது இரண்டு மூன்று பெண்களாவது அவளோடு சேர்ந்து ஒப்பாரி வைப்பார்கள்.

மணிமேகலை அங்கு போய்ச் சேர்ந்த நேரம்,

"மஞ்சஏத்த போன வண்டி - எனக்கு
மணலேத்தி வந்ததடி
இஞ்சியேத்த போனவண்டி - எனக்கு
எளனியேத்தி வந்ததடி....."

என்று அழுதுகொண்டிருந்தாள் கிழவி. மணிமேகலை அவளோரமாய்ப் போய் உட்கார்ந்து கண்ணை கசக்கிவிட்டு பின்பு சற்று தள்ளி உட்கார்ந்தாள்.

சாவு வீட்டில் ஆண்களும் பெண்களும் கூடியிருப்பது வழக்கம். இரவு ஒருமணிவரை இப்படி விழித்திருப்பார்கள். அதற்குப் பிறகுதான் எல்லோரும் தூங்க ஆரம்பிப்பார்கள். ஆண்கள் பந்தலிலும் பெண்கள் அவரவர் உட்கார்ந்திருந்த இடத்திலுமாக சுருண்டு கொள்வார்கள். அங்கு தூங்குவதில் வசதி போதாது என்று நினைப்பவர்கள் மட்டும் தங்களுடைய வீடுகளுக்குப் போவார்கள். மணிமேகலை பெண்கள் கூட்டத்தோடு போர்த்தியபடி உட்கார்ந்திருந்ததை அப்போதுதான் கவனித்தாள் மணிமேகலையின் மாமியார் மாமணி.

"அங்க ஒக்காந்துருக்குறது யாரு மணிமேலயா" என்றாள் மாமணி.

"ஆங்... நாந்தான்".

"எப்பங்கச்சி வந்த....?"

"இப்பதான் வந்தன்".

"ஊட்டுக்குள்ள நாயி கீயி நொழஞ்சிடாது?" ஏன் வந்தாய் என்பதுபோல் மாமணி கேட்டதும் மணிமேகலைக்கு என்னவோ போலிருந்தது.

"கதவ மூடிப்புட்டு வாசத்தட்டியயும் கெட்டியா சாத்தி வச்சிட்டுத்தான் வந்துருக்குறன்".

"அப்ப அவன் இன்னமும் வல்லயா?"

உதட்டைப் பிதுக்கி, கையை விரித்து சைகை காண்பித்தாள் மணிமேகலை.

"அய்யய்யோ.... அவன் வந்துட்டா என்னங்கச்சி செய்யிற? வூட்டுல ஒருத்தரும் இல்லயின்னா கதவுலேருந்து எல்லாத்தையும் போட்டு ஒடப்பானே".

"தனியா படுத்துருக்க அலுப்பாருந்திச்சி. தூக்கமும் வல்ல. அதான் வந்தன்".

"வந்துடப் போறாங்கச்சி".

'வந்தா வரட்டுமே. அப்புடிப் பயந்தா நீங்க போயி இருந்துக்கிறது தான' தொண்டை வரை வந்ததை அப்படியே போட்டு விழுங்கிவிட்டு, "நாம் போறன்" என்று எழுந்தாள்.

"யாங்கச்சி இப்புடி வெந்நீர ஊத்துனமேரி வெடுக்குன்னு எளும்புற" என்றாள் பக்கத்தில் உட்கார்ந்திருந்த பெண்ணொருத்தி.

"வந்ததுதான் வந்துட்ட. செத்தநேரம் ஒக்காந்து ஒப்பாரி கேட்டுட்டுப் போயன்" என்றாள் இன்னொருத்தி.

"இல்ல நாம் போறன். அவவொ வந்தாலும் வந்துருவாவொ".

"மாமியா எதுவும் சொல்லிப்புடுவான்னு பயப்புடுறியாப்பா?" என்றாள் பவுனுக்கிழவி.

"இல்ல...."

வெற்றிலையின் பின்பக்கத்தை துடைத்து சுண்ணாம்புத் தடவிக்கொண்டிருந்த மாமணி, "நின்னு நெளிச்சி கதைக்காவாது.... ஊட்டப் பாக்க நட வந்துடப்போறான்" என்றாள்.

"ஒப்பாரி கேக்கவந்த பொண்ண இப்புடிக் குந்தவுடாம வெரட்டியடிக்கிறியே" என்று மாமணியை கடிந்துகொண்ட பெண்ணொருத்தி, "நீ ஒக்காருப்பா" என்று மணிமேகலையின் கையைப் பிடித்து இழுத்து உட்கார வைத்தாள்.

"ஒப்பாரி கத்துக்கிர்ற வூட்டுலயா அது வந்து வாக்கப் பட்டுருக்கு. பொல்லாத பயங்கச்சி அவன். இது இஞ்சருக்குற நேரம் அவன் அங்க வந்துட்டான்னா எனக்குஞ் சேத்தே பாட கட்டிப்புடுவான் தெரியுமுல்ல".

"என்ன மாமணி நீ ஒரேதா பூச்சாண்டி காட்டுற. நீ செத்தா ஓம்மருமவ அழுவுறதில்ல. அது எங்கபோயி கத்துக்கிடும்".

"ஆமா... நாஞ் செத்த பெறவு அழுதான்ன... சிரிச்சான்ன! பேசாம ஊட்டுக்குப் போச்சொல்லு".

"அப்புடி சொல்லாத மாமணி. பத்து சனம் பாத்து தெவக்க, ஓம்மருமவ ஒப்பாரி வச்சி அழுதாத்தான் சாவு பந்த நெறயும். ஓஞ்சவம் பூரிப்பா போய்ச்சேரும். தெரிஞ்சிக்க".

'அக்கரகாரம்கூட்டி அரக்குறுண நொய்வாங்கி

ஆக்கிட்ட தாயாருக்கு - இன்னக்கி

கொட்டென்ன மொழக்கென்ன

பொம்பொலிக்க தேரென்ன'ங்குற மேரி,

"செத்ததுக்குப் பெறவு தேருகட்டி சிங்காரிச்சி பூரிப்பா போனான்ன புழுபுழுத்து போனான்ன? எல்லாம் ஒண்ணுதான். முளிச்சிருந்தா பாக்கப் போறம். ஊரு மெச்சிருக்க ஓட்டுனம் பூந்தேரு, நாடு மெச்சிருக்க நடத்துனப் பூந்தேருன்னு.... கண்ணுல காசவச்சி காலுகட்டி அழுதாளுன்னா, மவராசி மவப்பொறப்பு மருமவளா வாச்சிதுன்னு கண்டசனம் போயி சொல்லும் கதகதயாச் சேதி சொல்லும். அதுனால பெரும யாருக்குங்குற?" என்றாள் மாமணி.

"ஒரு வார்த்த சொன்னத்துக்கு நீ இத்தன வக்கண வச்சி பதில் சொல்லறல்ல மாமுனியக்கா.... அந்தப் பொண்ணு வாயில்லா பூச்சி மேரி பாக்கவே பாவமாருக்கு. அது எங்க போவுது எங்க வருது? யாம் இப்புடி வெரட்டியடிக்கிற?" என்றாள் மாமணியின் பக்கத்தில் உட்கார்ந்திருந்தவள்.

"வக்கண குத்துற ஒலக்கதான் பூணும் புதுசாருக்கணும் மாவும் நயிசாருக்கணுமுன்னு நெனக்கிமாம்" என்றாள் தாண்டிக்கிழவரின் பெண்டாட்டி பவுனுக்கிழவி.

ஊரான்வூட்டு எழவுக்கு சவுனஞ்சொல்லுற பல்லிதான் ஊடு முழுக்க எழயிது போலருக்கு". மாமணி வெற்றிலைப் பாக்கை வாயில் போட்டு தாவாயை நீளமாய் அசையவிட்டு சாவகாசமாய் மென்றாள்.

"இது யாருக்குச் சொல்லுற வக்கணடி மாமணி?" என்றாள் பவுனுக்கிழவி.

"யாருக்குச் சொல்லப் போறன். நாத்த முதுவு வேத்தாளுக்குத் தான, தனக்கேவா தெரியப் போவுது?" வெற்றிலைபாக்கு குதப்பலை கக்கத்தில் அடக்கிக் கொண்டு சொன்னாள் மாமணி.

தாண்டிக்கிழவரின் பெண்டாட்டிக்கு மனது குறுகுறுத்தது. தன்னைத்தான் மாமணி குத்திக்காட்டுகிறாளோவென்று நினைத்தாள்.

"கம்ப வூணிக்கிட்டே இன்னம் ஏழெட்டு வருசத்துக்கு இருந்திருப்பாரு. காலா காலத்துல வழிகூட்டி உட்டுட்டிய". மாமணி தாண்டிக்கிழவரைப்பற்றி நான்கு நாட்களாய் அடிக்கடி சொல்லிக் கொண்டிருந்தது நினைவுக்கு வந்தது. 'நம்ம புருசன பாக்காம வுட்டுட்டம், வயித்தியம் பண்ணாம சாவடிச்சிட்ட முன்னுதான் மாமணி குத்திக்காட்டுகிறாள்' என்பது புரிந்தது.

தாண்டிக்கிழவருக்கு திடீரென்று வயிற்றுப்போக்கு ஏற்பட்டது. நன்றாக சாப்பிட்டுக்கொண்டு நடமாட்டமாயிருந்தவர் ஒரே நாளில் அன்ன ஆகாரமில்லாமல் படுக்கையில் விழுந்துவிட்டார். கை வைத்தியம் எதுவும் பலனளிக்கவில்லை. உள்ளூர் செவந்தி டாக்டரைக் கூப்பிட்டுவந்து காட்டினார்கள். அவசரத்திற்கு இரண்டு ஊசி போட்டுவிட்ட செவந்தி உடனே திருத்துறைப்பூண்டி ஆஸ்பத்திரிக்கி வண்டி வைத்து ஏற்றிக்கொண்டு போகச் சொன்னார்.

அதைக்கேட்ட பவுனுக்கிழவி, வண்டி கட்டி ஆஸ்பத்திரிக்கி அழைத்துக்கொண்டு போனால் நிறைய செலவாகும் என்று நினைத்தாள். 'செலவு செஞ்சிம் பயனில்லாம பெயிட்டா என்ன செய்யிற? தாங்குற கையா நம்ம புள்ளைவொ கையி' என்று யோசித்தாள்.

'சாமியழச்சிக் கேக்காம, இல்லன்னாக்க சோசியம் பாக்காம எங்கயும் தூக்கக்கொடா' என்றாள். அப்போதே சாமியாடி ஒருவரை அழைத்து வந்து சாமியழைத்துக் கேட்டாள்.

சாம்பிராணிப் புகையில் உட்கார்ந்திருந்த சாமியாடியின் உடலில் ஏறிவந்த பெரியடப்பு ஐயனாரு, வரும்போதே சத்தம்போட்டு சங்கூதியபடியே வந்தது. அதைப் பார்த்த உடனேயே பவுனுக்கிழவிக்கு பயமாகிவிட்டது. கிழவருக்கு நல்ல வாக்குக் கிடைக்காது என்று தெரிந்துபோய்விட்டது. "சாவு கொட்டு கேக்க ஆசயாருக்கு" என்று சொன்ன சாமி "குருத்து மட்ட வெட்டியாடா தேருகட்ட" என்று தாண்டிக்கிழவரின் பெரியமகனை விரட்டிவிட்டது. பெரியடப்பு ஐயனாரு சொன்னால் அது அப்படியே நடந்துவிடும் என்று நம்பும்

சனங்கள், தாண்டிக்கிழவரை போட்டுவிட்டு வேலை வெட்டிக்கோ வெளியூர்களுக்கோ போவதை நிறுத்திவிட்டார்கள். உயிரோடு கிடக்கும் வரைக்கும் கூட இருந்து பேசிப் புழங்குவோமென்று நினைத்து அந்த தெரு சனங்கள் பெரும்பாலும் தாண்டிக்கிழவர் வீட்டிற்கு போவதும் வருவதுமாக இருந்தார்கள்.

சாமி சொன்னதை மட்டுமே நம்பி இருந்துவிடக் கூடாதென்று நினைத்த தாண்டிக்கிழவரின் நடுமகன் விடிந்ததும் விடியாததுமாக சாதகத்தை எடுத்துக்கொண்டு அண்ணாப் பேட்டை சோசியர் வீட்டிற்கு ஓடினான்.

சோசியர் பார்த்துவிட்டு "தருப்ப புடிக்கிற கெரகம்தான் பேரப் புள்ளக்கி இருக்கு. அப்பனுக்கு கொள்ளி வக்கிற மேரிதான் புள்ளைவொ சாதகமும் இருக்கு. எங்க கொண்டு பாத்தாலும் காப்பாத்த முடியா. இரும்புப் பெட்டிக்குள்ள பூட்டி வச்சிருந்தாலும் தட்டிக் கிட்டு பெயிரும். எங்கயும் தூக்காண்டாம், வூட்டுலயே போட்டு வையிங்க" என்றான்.

வீட்டிலேயே போட்டு வைத்ததில் இரண்டு நாட்கள்வரை 'தொண்டைக்கும் வாய்க்குமாக' இழுத்துக்கொண்டு கிடந்தது. மூன்றாம் நாள் விடிவதற்குள் உயிர் போய்விட்டது.

காலையில் துக்கத்துக்கு வந்த செவந்தி "நாஞ் சொன்ன மேரி ஆஸ்பத்திரிக்கி தூக்கிக்கிட்டுப் போயிருந்தா காப்பாத்தியிருக்கலாம் என்று சற்று வருத்தத்தோடு சொன்னாள். அதைக் கேட்ட தாண்டிக் கிழவரின் கடைக்குட்டி மகன், "எல்லாம் எங்கம்மா கெடுத்த கேடு தான்" என்று ஆத்திரத்தோடு சொல்லி விட்டான்.

'எல்லாருமே கிழவியால்தான் தாண்டிக்கிழவர் செத்து விட்டார்' என்று பேச ஆரம்பித்தார்கள். 'இருந்தாலும் கிழவர் முடியாதவர்தானே. வயதா வாலிபமா, இழுத்து கரையேத்த சின்னஞ்செறுசுவொளா இருக்கு. எல்லா சோலியும் முடிஞ்சிட்டு. பெத்து பெருவி பேரப் புள்ளைவொ கையால குட்டும் பட்டுட்டாரு. இனிமே போய்ச்சேந்தா என்ன' என்பதுபோல் சமாதானப்படுத்தி அதோடு அந்தப் பேச்சை விட்டுவிட்டார்கள். பவுனு கிழவிக்கு மட்டும் மனது அவ்வப்போது குறுகுறுத்துக் கொண்டே இருந்தது.

அதைத்தான் இப்போது மாமணி குத்திக்காட்டுகிறாள் என்று நினைத்தவளுக்கு சுய இரக்கமும் அழுகையும் அதிகமானது.

‘காட்ட கலச்சிவச்சி

கருநாய ஏவலுன்னான்.

கருநாயிக்கும் சங்கிலிக்கும் - நான்

கைகுடுக்க வல்லவியோ....

செடிய கலச்சிவச்சி

செறுநாயே ஏவலுன்னான்.

செறுநாயிக்கும் சங்கிலிக்கிம் - நான்

சேதிசொல்ல வல்லவியோ....?’

பவுனுக் கிழவியின் நீண்ட ஒப்பாரி ஓங்கி ஒலித்தது. அவள் ஆரம்பித்த விதமே சாமானியத்தில் ஓயப்போவதில்லை என்பது போலிருந்தது.

மணிமேகலையால் அதற்குமேலும் அங்கே உட்கார்ந்திருக்க முடியவில்லை. நாம் வந்ததால் ஏற்பட்டது எதில் போய் முடியுமோ வென்று நினைத்து வருத்தப்பட்டாள். ஆனால் மற்ற பெண்கள் பவுனுக் கிழவியை சமாதானப்படுத்த தலைப்பட்டதைப் பார்த்ததும் சற்று ஆறுதலாக இருந்தது. எழுந்து மெதுவாக வெளியே வந்தாள்.

செல்வராசு வீட்டிற்கு வந்திருப்பானோ என்ற எண்ணம் தோன்றியது. பந்தலைக் கடந்து தெருவுக்கு வந்தாள். வேகவேகமாக வீட்டை நோக்கி நடந்தாள். சற்று தூரத்தில் வரும்போதே வீடு திறந்திருக்கிறதா, விளக்கு வெளிச்சம் எதுவும் தெரிகிறதாவென்று பார்த்துக்கொண்டே நடையைச் சற்று வேகமாய்ப் போட்டு நடந்து வந்தாள். வாசல் தட்டி சாத்தியிருந்தது.

‘ஆளு இன்னம் வல்ல பொலருக்கு, வராத வரக்கிம் புண்ணியந்தான்’ என்று நினைத்துக்கொண்டே வாசல் தட்டியைத் திறக்க எத்தனித்த நேரம் வீட்டிற்குள்ளிருந்து ‘குசுகுசு’வென்ற பேச்சுக்குரல் கேட்டது.

‘வாசத்தட்டி சாத்திருக்கு. உள்ள பேச்சுக்கொர கேக்குதே’ மணிமேகலைக்கு என்னவாக இருக்குமென்று ஒருகணம் ஒன்றும் தோன்றவில்லை. ஓரமாய் ஒதுங்கி நின்று உற்றுக் கேட்டாள். பேசுவது எதுவும் இன்னதென்று புலப்படவில்லை. வாய்ப் பேச்சோடு ஏதோ கைவேலை செய்யும் சத்தமும் லேசாய்க் கேட்டது. மெதுவாக தட்டியை விலக்கி தலையை மட்டும் உள்ளே நீட்டிப் பார்த்தாள். உள்கதவு ஒருக்களித்து வைக்கப்பட்டிருந்தது. விளக்கு வெளிச்சம்

பின்கட்டில் தெரிந்தது. கொஞ்சமாய்த் தட்டியை விலக்கிக்கொண்டு ஓசைப்படாமல் உடலை உள்ளே நுழைத்தாள். பூனையைப்போல் மெதுவாக அடிமேல் அடிவைத்து கதவோரமாக போய் நின்று கொண்டாள். உள்ளேயிருந்து மூன்றுபேர் பேசிக்கொள்வது ஓரளவு புரிந்தது. மூன்றும் ஆண் குரல்தான். மணிமேகலைக்கு அதுவே ஓரளவு நிம்மதியளிப்பதாயிருந்தது.

கதவை மெதுவாக தள்ளித் திறந்து உள்ளே போனாள். உள்வீட்டின் நிலைப்படி ஓரமாய் சுவற்றோடு ஒண்டி நின்று எட்டிப் பார்த்தாள். செல்வராசுடன் அவனுடைய அடைஞ்சை விளாகத்து கூட்டாளிகள் இரண்டுபேர் இருந்தார்கள். மூன்று பேரும் முக்கனிக்க நாய்க்குந்தலாய் உட்கார்ந்திருந்தார்கள். அவர்களுக்கு மத்தியில் பெரிய கூழக்கிடாய் ஒன்று கிடந்தது. உயிரோடிருந்த கூழக்கிடாயின் நீண்ட தடித்த அலகை மெல்லிய நூல் கயிற்றால் இறுகக் கட்டியிருந்தார்கள். கட்டப்பட்ட அலகை செல்வராசு தன் காலுக்கடியில் வைத்து அழுத்தியிருந்தான். கொக்கிபோன்ற அதன் கால்நகங்களால் தரையைப் பிராண்டவும் பிடிமானமற்றுப் போனதால் 'விசுக்விசுக்'கென்று அந்தரத்தில் மோதிக் கிழிந்தது.

"காலப் புடிச்சி கட்டிப்புடணும் செல்வராசு. மூஞ்சியில பட்டுச்சி கண்ணு மூக்கயெல்லாம் கிழிச்சி எடுத்துரும் போலருக்கு" என்றான் ஒருவன்.

படபடக்கும் பெரிய நீண்ட சிறகுகளை இரண்டுபேர் விரித்துப் பிடித்துக்கொள்ள ஒருவன் அதன் இறக்கைகளை பிய்த்துக் கொண்டிருந்தான். கூழைக்கிடாயின் திமுறலில் மூன்று பேரும் நிலைதடுமாறி பின்பக்கமாய் சரிந்து சாய்வதும் பின் சமாளித்துக் கொண்டு சரியாய் தங்களை நிலைப்படுத்திக் கொள்வதுமாக இருந்தார்கள்.

"இவ்வளவு செரும எதுக்காவ படணுமுன்னு கேக்குறன். ஒரே அறுப்பா அறுத்து தலய தனியா எடுத்துப் போட்டுட்டா இந்த விசும்பு விசும்புமா இது?" என்றான் செல்வராசு.

கஷ்டத்த பாத்தா கறி மட்டுந்தான் திங்கலாம். நெய்யி கெடக்காது" என்றான் ஒருவன்.

"இப்ப யாரு வாதம் புடிச்சி இழுத்து, நொண்டியா நொடமாக் கெடக்குறாங்குற?"

"கெடக்கலன்னான்ன? வைத்தியத்துக்கு ஆவுறத்த எதுக்கு வீணாக்கணும். எடுத்து வச்சா யாருக்காவுது ஒதவுமில்ல".

"ஆயா, அப்பம், பொண்டாட்டி, புள்ளைவொ கெடந்தா அக்கறயோட எடுக்க வேண்டியாங். யாருக்காவுது ஆவுமுன்னு எடுத்து வைக்கிறதெல்லாம் வேலயத்த வேலயில்லயா?"

'பண்ணுறது தில்லுமுல்லு. இதுல பவிசுப் பேச்சபாறன். கேடுகெட்டப் பயலுவொளுக்கு யாங் வூடுதான் கெடச்சி தாக்கும்'. மணிமேகலைக்கு அதற்குமேல் பார்த்துக்கொண்டு நிற்க சகிக்க வில்லை. தான் வந்தது தெரியாதவாறு மெதுவாக பின்னோக்கி நடந்தாள். தட்டிற்குள் நுழைந்து வெளியே வந்துவிட்டாள். திரும்பியும் தாண்டிக்கிழவர் வீட்டிற்கே போய் விடுவோமாவென்று நினைத்தாள். தான் அப்படிப் போய்விட்டால் செல்வராசுடன் வந்திருக்கும் மற்ற இரண்டு பேருக்கும் இடம் கொடுத்துப்போகும். பிறகு அடிக்கடி இது போன்ற வேலைகளைச் செய்ய நினைப்பார்கள். அப்போது தன்னை தடையாக நினைத்துக்கொண்டு விரட்டியடிக்கப் பார்ப்பான் செல்வராசு. அதற்காக வம்பு வளர்ப்பான், அடிப்பான், உதைப்பான், தேவையில்லாத பிரச்சினைகளெல்லாம் வந்து சேரும். நல்லதோ கெட்டதோ ஆரம்பத்திலேயே அச்சுறுத்துவதுதான் நல்லது என்று எண்ணமிட்டவளாக அப்போதுதான் வருவது போல வந்து சடாரென்று வாசல் தட்டியைத் திறந்து தூரப் போட்டுவிட்டு 'திடுதிடு'வென்று உள்ளே வந்தாள் மணிமேகலை. வரும் வேகத்தை கவனித்த இருவரும் எழுந்து சுவரோரமாக நின்றுகொண்டார்கள். செல்வராசு சற்று தயங்கி,

"மணிமேல வந்துட்டியா! சாவூட்டுலயா இருந்த இன்ன மட்டும்" என்று தணிவாய்க் கேட்டான்.

"அப்பறம், ஒத்தகொர வச்சி இஞ்சயா அழுவ முடியும். அதான் அங்கபோயி ஒப்பாரி வச்சிட்டு வாறன்".

மணிமேகலையின் காட்டமான பேச்சு செல்வராசுவின் கூட்டாளிகள் இருவரையும் அச்சுருவு அடையச் செய்தது. சுவற்றோடு சுவராய் ஒடுங்கிப்போய் நின்றார்கள். பிடிப்பை விட்டதும் இறகால் அடித்து நெஞ்சுவரை உயர்ந்து படபடத்தது கூழக்கிடாய்.

"இது என்ன அநியாயமாருக்கு. சோறாக்குற எடத்துல போட்டுக் கிட்டு குருவி உரிக்கிறிய? இது என்ன ஊடுன்னு நெனச்சியளா?

என்னன்னு நெனச்சிய? அடக்கடவுளே.... இவ்வளவு பெரிய உசுர போட்டுத் துள்ளத் துடிக்கி தோவய பிக்கிறியளே. கொஞ்சங்கொட ஈவு எறக்கமில்லயா நெஞ்சில?"

எந்த தைரியத்தில் இவ்வளவு அதிகாரமாய் நாம் பேசுகிறோம் என்ற வியப்பு ஏற்பட்டது மணிமேகலைக்கு.

"மணிமேல" செல்வராசுவின் குரலில் கெஞ்சலும் அதட்டலும் கலந்து வெளிப்பட்டது.

"வெளிய போட்டு ஆய வேண்டியான?" பதிலுக்கு அரட்டினாள் மணிமேகலை.

"வேகமா பேசாத. யாருக்காவுது கேட்டுறப் போவுது".

"நான் பேசல. இத மொதல்ல வெளிய தூக்கிக்கிட்டுப் போங்க".

"வெளீல போட்டு உரிக்க முடியுமுன்னாக்க, நாங்க யாங் கதவ சாத்திக்கிட்டு உள்ள ஒக்காந்து ஆயிறம்!"

"பாரஸ்ட்டுகாரன் நடுச்சாமத்துலயா வூடுவூடா தேடிக் கிட்டு வந்து கண்டுகிடப் போறான்?"

"பாரஸ்டுகாரன் வரமாட்டான். எத்துக்காலு வீராச்சாமி கண்டு கிட்டான்னா என்ன செய்யிற? அதான்" செல்வராசு அலட்சியமாய்ச் சொன்னதைக் கேட்டு மணிமேகலைக்கு 'பக்'கென்றது.

'அடப்பாவியொள. அந்தாளு பாவத்த எப்புடி வாங்கிருப் பானுவொ'. எண்ணமிட்டவளாக "அவருக்காவ நீங்க யாம் பயப்புடணும்?" என்றாள்.

"அந்தாளு கட்டிருந்த கண்ணி வலயில ஆம்புட்டு பின்னிக்கிட்டு கெடந்ததுதான இது".

"கஷ்டப்பட்டு கண்ணிவல தயார் பண்ணி, அவரு குத்திப் போட்டு வச்சிருந்த வலயில ஆம்புட்டத புடிச்சாந்துருக்குறமுன்னு சொல்ல வெக்கமால்ல! காலு முடியாத ஆளுல்லயா அவரு?"

"ஒனக்கு வெக்கமாருந்தா, இந்தக் கறியில கொஞ்சம் தின்னுபாரு சரியாப் பெயிரும்" சொல்லிவிட்டு நக்கலாய் சிரித்தான் செல்வராசு.

"இப்பயே தூக்கிக் கொண்டுபோயி அவரு ஊட்டு வாசலுல போட்டாறியளா, என்ன சொல்லுறிய?"

"ஆமா.... வலிக்காம எத்து காலு வீராச்சாமியும் அவம் பொண்டாட்டியும் ஆக்கித்திங்கிறத்துக்காவத்தான் நாங்க நாலுமாத் தீவு வரக்கிம் ஒள மிறிச்சமாக்கும்".

"அவ்வள தூரம் ஒளமிறிச்சிப்போயிங்கொட திருட்டு செறவிதான் புடிச்சாறணுமா?"

"வேற என்ன செய்யச் சொல்லுற?"

"யாங் தெக்க தீவாயில்ல. எத்துன தீவுருக்கு. ஒரு தீவுல கொட ஓங்களுக்கு கண்ணி குத்த எடமில்லாமயாப் பெயிட்டு?"

"கண்ணிய யாரு ஓங்கப்பனா கட்டிக் குடுப்பான்?"

"நீங்க திங்கறத்துக்கு எங்கப்பன் யாங் கண்ணிகட்டிக் குடுக்கணு முங்குறிய? நாக்கச் சப்புக் கொட்டிக்கிட்டு திங்கிறவ்வொ தான் கட்டிக் கிடணும்".

"எவன் ஒக்காந்துக்கிட்டு செய்வான் அதயெல்லாம். கணு இல்லாம கழி செதுக்கி, பிசிறில்லாம நாறுகிழிச்சி, நரம்பு உருவாம கண்ணி கட்டிக்கிட்டிருக்க என்ன யாருன்னு நெனச்ச? போனமா குத்திருக்குற பத்துக் கண்ணிய பாத்தமா? எந்தக் கண்ணியில நல்ல அயிட்டமாக் கெடக்குன்னு கவனிச்சி அமுக்கிக்கிட்டு வாரமான்னு இருக்கணும். அதான் எனக்குப் புடிக்கிம்" பெருமை பொங்க பேசினான் செல்வராசு.

"அப்ப மெனக்கெட்டு கண்ணிகட்டிக் கொண்டுபோயி குத்திப் புட்டு ஒக்காந்துருக்குவ்வொல்லாம் முட்டாளுன்னு நெனச்சியளா?"

"அதுல என்ன சந்தேகமுங்குற. முட்டாளா இருந்ததால தான் தாங்காலு எத்து காலுங்குறதகொட நெனக்காம மரத்துலேருந்து தொப்புன்னு குதிச்சி, எங்கள வெரட்டி புடிச்சிறலாமுன்னுட்டு மொழங்கா மட்டு சேத்துக்குள்ள தொபுக்கடீர் தொபுக்கடீர்ன்னு உழுந்து உழுந்து எளும்பி தொண்டயக்காடு வரைக்கிம் எங்கள தொரத்திக்கிட்டு வந்தான். கொஞ்சமாவுது அறிவிருந்திச்சின்னா அவன் அப்புடி உடியாந்திருப்பானா? உடியாந்த நேரத்துக்குள்ள கண்ணிய சிக்கெடுத்து மறு எடத்துல குத்திருந்தாக்கொட வேற செறவிய புடிச்சிருக்கலாமுல்ல".

செல்வராசுவின் பேச்சில் கலந்திருந்த எகத்தாளமும் கேலியும் மணிமேகலையின் நெஞ்சை குமுறவைத்தது.

செல்வராசு தன் நண்பர்களைப் பார்த்து அதே குரலில்,

"எத்துகாலு என்ன சொல்லி வெரட்டிக்கிட்டு வந்தான்...? 'ஏலேய் வக்காள ஓழியளே.... யாஞ் செறவிய திருடிக்கிட்டு ஓடாதியடோய்.... ஒங்கள பாம்பு கடிக்குமுண்டோய்.... அண்டங்காக்கா கொத்து முண்டோய்....' செல்வராசு நீட்டி ராகம் போட்டுச் சொல்லவும் இரண்டு பேரும் கொல்லென்று சிரித்தார்கள். அவர்களோடு சேர்ந்து செல்வராசுவும் சிரித்தான். மணிமேகலைக்கு பசபசவென்று எரிவது போலிருந்தது. அதற்கு மேல் அங்கு நின்றால் ஏடாகூடமாய் ஏதாவது பேசிவிடுவோமா வென்று நினைத்தாள்.

"வூட்ட நாசம் பண்ணுறது மட்டுமில்லாம ஊரான் பாவத்தயெல்லாம் கொண்டாந்து அடுப்படில கொட்டிறிய. திங்க சோறுகொட கெடக்கப்போறல்ல ஒங்களுக்கு. நீங்க செய்யிற பாவத்துக்கு குடிக்க தண்ணி கெடக்காம பல்லுகாஞ்சி தான் சாவ போறிய பாருங்க. நாம் போறன். நீங்க என்ன வேணுமுன்னாலும் பண்ணுங்க". திரும்பி நடந்தாள் மணிமேகலை.

"இஞ்ச பாரு மணிமேல. இப்ப எங்கபோற நீ?"

"தாண்டிக்கிழவரூட்டுக்குத்தான்".

"இந்தச் செறவிய உப்பள்ளிப்போட்டு குலுக்கி ஊறுகா போடவா புடிச்சாந்தம்?"

'என்ன செய்யச் சொல்கிறாய்' என்பதுபோல் அவன் முகத்தைப் பார்த்தாள்.

"நீ பாட்டுக்கு பெயிட்டியன்னா மொளவா செலவு யாரு அரக்கிற? இன்னஞ் செத்து நேரத்துக்குள்ள கொழம்ப கொதிக்க வச்சி, தின்னு, விடியிறத்துக்குள்ள செரிச்சிப் பெயிறணும் ஆமா".

"இந்த நேரத்துல எப்புடி அரக்கிற?"

"அரச்சித்தான் ஆவணும்".

"இந்த நேரத்துல அரச்சா அக்கம் பக்கத்துக்காரவ்வொளுக்கு அம்மி சத்தங் கேக்காதா?"

"கேக்காமத்தான் அரைக்கணும்". கூழக்கிடா கிட்டதட்ட நான்கு நான்கரை கிலோவுக்கு மேல் கறி இருக்கும். அவ்வளவு கறிக்கும்

மிளகாய் அரைப்பதென்பது சாமானியப்பட்ட காரியமா? இந்த நேரத்தில் இந்த வேலை நமக்குத் தேவைதானா என்று தோன்றியது.

"என்ன நாஞ் சொல்லுறது காதுல வுழுவல ஒனக்கு?"

"நீங்க பாட்டுல சொல்லிப்புட்டா அரச்சிற முடியுமா? மொளவா செலவு வேண்டாமா?"

"மொளவா செலவு இல்ல?"

"ஊட்டுல ஒண்ணுமில்ல".

"அஞ்சறப் பொட்டிய கொண்டா பாப்பம்".

'இல்லன்னு சொன்னா வுட்டுட்டுப் போறவனா இவன்'. அஞ்சறைப் பெட்டியை எடுத்துவந்து முறத்தில் கவிழ்த்தாள்.

கொஞ்சம் மல்லி, சோம்பு, சீரகம், பத்துப் பதினைந்து மிளகாய். ஒரு அம்மிக்கு சாமான்கள் தேறியது.

மிளகாய்களை அவன் பார்க்க வேண்டுமென்பதற்காக இரண்டிரண்டாய் எடுத்து எண்ணிப் போட்டாள். ஒன்பது எண்ணி ஒற்றையாய் ஒதுங்கியது ஒரு மிளகாய். நீண்ட தடித்த மிளகாய் என்றாலும் அவ்வளவு கறிக்கும் அதுவா பத்தும்? முறத்தோடு தூக்கி செல்வராசு முகத்திற்கு நேராய்க் காட்டினாள். அவனுடைய கூட்டாளிகள் இருவரும் கூழைக்கிடாயை மல்லாக்கப்போட்டு தொண்டையிலிருந்து வயிற்றுப் பக்கமாய் நீளவாக்கில் லேசாகக் கிழித்துப் பிளந்தார்கள். உள்ளேயிருந்த குடலையும் ஈரலையும் தனித்தனியே எடுத்துப்போட்டார்கள். ஈரலோடு ஒட்டியிருந்த பாளை போன்ற பகுதியைப் பத்திரமாய் எடுத்து தனியாய் வைத்தார்கள். ஈரல் அளவிற்கு மெல்லிய வெள்ளை நிறத்தில் இருந்தது அது. அதை உருக்கித்தான் நெய்யெடுக்க வேண்டும். கூழைக்கிடாய் நெய் வீட்டில் வைத்திருப்பது தெரிந்துவிட்டால் போதும், வாதம் பிடித்து இழுத்த கைகால்களைக் குணமாக்கவென்று வெளியூர்களிலிருந்தெல்லாம் தேட்டம் தேடிக்கொண்டு வருவார்கள். விற்றாலும் நல்ல விலை போகும். ஆனால் வைத்தியத்திற்கு ஆகுமென்று வைத்திருக்கும் இதுபோன்ற அரிதான பொருட்களை யாரும் காசுக்கு விற்பதில்லை.

சப்பைகளைத் தனித்தனியாக அறுத்து கறியைக் கழித்துக் கொண்டிருந்தார்கள் இருவரும். அவர்களுக்கு உதவியாக கூழைக்

கிடாயை தூக்கிப் பிடித்துக்கொண்டிருந்த செல்வராசு, மணிமேகலை நின்ற பக்கமாய்த் திரும்பி,

"செல்வி வூட்டுல மொளவாச் செலவு இருக்குமா?" என்றான்.

"எனக்கெப்படித் தெரியும்?"

"ஒனக்கு என்னதாம் தெரியும்? நீ என்ன செய்வியோ எனக்குத் தெரியா. இவ்வள கறியும் இன்னஞ் செத்த நேரத்துக்குள்ள கொழம்புல கொதிச்சாவணும். போயி எங்கயாவுது வாங்கியாந்து அரக்கிற வேலயப் பாரு".

"இந்த ராத்திரியில நான் யாரூட்டுலபோயி கேப்பன்".

"எனக்குத் தெரியா. நீ நிக்கக்கொடா போ சீக்கிரம்".

"என்னால முடியா..."

"முடியா?"

"முடியா".

கையிலிருந்ததை அப்படியே போட்டுவிட்டு சடாரென்று எழுந்து வந்தவன் ரத்தக்கறை கையுடன் கொத்தாய் மணிமேகலையின் முடியைப் பிடித்து தலையை உலுக்கினான்.

"இப்ப சொல்லு பாப்பம், முடியான்னு".

புரடி மயிர் அவன் கையோடு பிய்த்துக்கொண்டு வந்து விடுவதுபோல வலித்தது அவளுக்கு. முடியை இழுத்து முகத்தை அண்ணாத்தியதில் தொண்டை தெறித்தது. வாயசைத்துப் பதில் சொல்ல முடியாமல் போனது. விழி பிதுங்கியது. கழுத்தைத் திருப்ப முடியாதபடி முதுகோடு இழுத்துப் பிடித்திருந்தான்.

கறி அரிந்துகொண்டிருந்த இருவரில் ஒருவன் எழுந்து வந்து, "வுடு செல்வராசு" என்று அவனைப் பிடித்திழுத்தான்.

"எங்களக் கொண்டாந்து வச்சிக்கிட்டு நீ இப்புடித்தான் பண்ணுறதா?" என்றான் இன்னொருவன்.

முடியைப் பிடித்திருந்த கையை தளர்த்தியவன், அதே கையால் ஓங்கி முதுகில் ஒரு குத்துவிட்டு முன்னே தள்ளிவிட்டான்.

"அஞ்சி நிமிசத்துக்குள்ள நீ மொளவா செலவோட வல்ல...." மிரட்டினான்.

வலி தாங்கமுடியாத மணிமேகலை எழுந்து முதுகை நெளித்து, கழுத்தைத் தடவியபடி வெளியே போனாள்.

"படுபாவி... நாசமாப் பெயிடுவ.... இந்தப் பாடு படுத்துறியே... அரியிற கறிய ஆக்கித் திங்காம் போவமாட்டியா... ஒன்னய எடுத்து முழுங்கிப்புட்டு என்னக்கி நான் நிம்மதியா இருப்பன்னு தெரியலயே". நெஞ்சிலிருந்து குமுறிக்கொண்டு வந்த ஆத்திரத்தையும் அழுகை யையும் அடக்கமுடியாமல் திட்டிக்கொண்டே நடந்தாள்.

தாண்டிக்கிழவர் வீட்டில் கூட்டத்திற்குள் உட்கார்ந்திருந்த செல்வியின் அம்மாவை கைகாட்டிக் கூப்பிட்டாள். அவளை இருட்டுக்குள் அழைத்துக்கொண்டு போனவள் அவளுடைய கைகளைக் கெட்டியாகப் பிடித்துக்கொண்டு அழுதாள்.

குழவியால் மஞ்சள் தட்டி அம்மி இழுத்தரைக்கும் சத்தம் இரண்டு வீட்டிலும் கேட்டது. மணிமேகலைக்காக தன் வீட்டிலும் அம்மி அம்மியாய் மிளகாய் அரைத்து வழித்து உருட்டிக் கொண்டிருந்தாள் செல்வியின் அம்மா.

☯ ☯

# 21

“கப்புனாக்கொளத்துத் தங்கச்சி... கப்புனாக்கொளத்து தங்கச்சி.... ஊட்டுக்குள்ள இருக்குறியா இல்லயா?” கூப்பிட்டுக் கொண்டே வந்தாள் நாட்டுசாலைப் பெண்.

“வாங்கக்கா ஊட்டுக்குள்ளதான் இருக்குறன்”.

“நீ இருக்குறியோ இல்லையோன்னுட்டு வந்தன்”.

“நான் ஊட்டுல இருக்காம எங்க பெயிரப் போறன்?”

“கடகன்னிக்கி, தண்ணிவெண்ணிக்கி போயிருந்தியன்னா?”

“உள்ள வந்து ஒக்காருங்கக்கா?”

“நா ஒக்கார வல்லங்கச்சி” என்றவள் கொஞ்சம் கிட்டே நெருங்கி வந்தாள். ஏதோ ரகசியம் சொல்பவளைப்போல தணிந்த குரலில் கேட்டாள்.

“கையில எதுவும் காசிபணம் வச்சிருக்குறியா?”

“இருக்கு. யாங்?”

“இருந்தா கைமாத்தா குடன். ரெண்டுநாளுல திருப்பித் தந்தர்றன்”.

“எவ்வளது வேணும்?”

“இருந்தா ஒரு பயிஞ்சிரூவாக் குடன்”.

“அவ்வளது இருக்கோ என்னமோ தெரியலயே. இருங்க வாறன்” என்று வீட்டிற்குள் போனாள். பத்து ரூபாயும் சில்லறையுமாகப் பொறுக்கி கொண்டுவந்து கொடுத்தாள்.

“மவராசி ஒனக்கு புண்ணியமாப் போவும் போ”.

“இதுல என்னக்கா புண்ணியம். ஒரு ஒத்தாசதான். நாளக்கே எனக்கொரு தேவன்னா நீங்க குடுக்கப் போறிய”.

“யாங் வூட்டச்சுத்தியும் இருக்குறாளுவொளே, அறுத்த கையிக்கி எரக்கப்பட்டு சுண்ணாம்பு தர மாட்டாளுவொ. அறவே இல்லன்னுட்டாளுவொங்கச்சி”.

“வச்சிக்கிட்டா இல்லன்னுருப்பாவோ. இருந்துருக்காதுக்கா”.

“நீ வேறங்கச்சி. அவளுவொளபத்தி ஒனக்குத் தெரியா”.

“......”

“சுக்கு குடுத்தா புள்ள பொழச்சிக்குமேன்னு நெனக்கிறவளுவொ”.

“யாங்க்கா, நீங்க வேற”.

“நெசமாத்தாங்கச்சி சொல்லுறங். அவளுவொகிட்ட யெல்லாம் என்னக்கிம் பணம் இல்லாம இருக்காதுங்கச்சி. நீ பாத்துருக்க மாட்ட பணத்த ஒண்ணுக்குள்ள ஒண்ணா வச்சி சுருட்டி நெல்லுக்குள்ளயும் அரிசிக்குள்ளயுமா துணிச்சி வச்சிருப்பாளுவொ”.

“அப்புடியாவுது சாமர்த்தியமா வச்சிருக்கட்டுமேக்கா”.

“ஆமாமா. சாமர்த்தியக்காரிவொ சம்பாரிக்கிறத்த இறுக்கி வச்சிக்கிட்டுதான் எளக்க மாட்டங்கிறாளுவொ. நம்மள மேரியா எல்லாத்தயும் உட்டுட்டு ஓட்டாண்டியா நிக்கிற?”

சில்லறையையும் பணத்தையும் இந்த கையிக்கும் அந்த கையிக்கு மாக மாற்றி மாற்றி நிரடிக்கொண்டிருந்தாள் நாட்டுசாலைப் பெண்.

"இந்தக் காசிக்கி அப்புடி என்னக்கா அவசரம்?"

"அதாஞ் சொன்னனேங்கச்சி".

"எப்ப சொன்னிய?"

"சொல்லல?"

"இல்லயே".

"மளியக்கட மதி, முத்துப்பேட்ட சந்தக்கி சாமாம் போட போவுதாங். காசு குடுத்தனுப்புனா சீட்டித்துணியில ஒரு சட்டத் துணி எடுத்தாந்து குடுத்துரும். அதான். போட்டுகிட சுத்தமா சட்டத்துணி இல்லங்கச்சி".

அப்போதுதான் மணிமேகலையின் முகத்தை நன்றாக உற்று பார்த்தவளைப்போல கேட்டாள்.

"இது என்னங்கச்சி நெத்தியெல்லாம். இன்ன மட்டும் நாம் பாக்கலயே. இப்புடி கொப்புளிச்சி போயிருக்கு".

"அதயாங்க்கா கேக்குறிய? மண்டவலி தாங்கமுடியாம ராத்திரி, ஒருகட்டி பூண்டவச்சி நச்சி நெத்தியில அப்பிக்கிட்டு படுத்தன். காலயில எளும்பிப் பாத்தா நெத்தியெல்லாம் இப்புடி கொப்புளிச்சிப் போயிருக்கு. எப்பயும் வெங்காயத்தத்தான் நச்சிப் போடுவன். ராத்திரி வெங்காயம் இல்லன்னுட்டு பூண்ட நச்சிப் போட்டுட்டன்".

"என்னகிட்ட கேட்டுருந்தா தந்துருக்க மாட்டன்".

"அந்த நேரத்துல எங்கவந்து கேக்குற?"

"தெனமுந்தான் மண்டவலி மண்டவலிங்குற. ஒரு நாளக்கி இடுமானம் போயி ஊசிபோட்டுப் பாத்தான்ன".

"ஆமா ஊசிபோட்டுப் பாத்தன், நான் மண்ணாப் போனங்".

"யாங்கச்சி இப்புடி பெருமூச்சு வுடுற? யாராரு தலயில என்னன்ன எழுதியிருக்கோ அத அனுவிச்சித்தான ஆவணும்? அதுசேரிங்கச்சி. ஒம்புருசன் எங்கருக்கு ஏதுன்னு எதுவும் சேதி தெரிஞ்சிதால்லயா ஒனக்கு?"

"எனக்கு எப்புடிக்கா தெரியும்? ஊட்டவுட்டுப் போயி அம்பது அறுவது நாளுக்கு மேலாவுது. இந்த ஊருல இருக்குறன். இன்ன வேல

செய்யிறன்னு எதாவுது கடுதாசிகிசி போட்டாத் தான. நாம் பொம்புள ஊருஊரா புருசனத் தேடிக்கிட்டு போவ முடியுமா சொல்லுங்க".

"நீ யெங்கபோவ?"

"நாத்தனா வூட்டுக்கும் நாலஞ்சி நட போயி, ஒங்க தம்பிய காணு முன்னு சொல்லிப்புட்டு வந்துட்டன். அவ்வொளும் அறிஞ்ச எடம் தெரிஞ்ச எடமெல்லாம் ஆளவுட்டுத்தான் தேடிப் பாக்குறாவொ. கெடச்சாத்தான?"

"போனா பெயிட்டு போறான் வுடுங்கச்சி. அவம் போன பெறவு தான் ஓவ்வூடு கரச்ச சத்தம் எதுவும் இல்லாம ஓஞ்சி கெடக்கு".

"நின்னுக்கிட்டே எவ்வளநேரம் பேசுவிய. இப்புடி ஒக்காருங் களேங்க்கா".

"இல்லங்கச்சி நாம் போவணும்?" என்றவாறே திண்ணையில் உட்கார்ந்தாள் நாட்டுசாலைப் பெண்.

"ஆமாங் ஓம்மவ வெளயாண்டமேரி தெரிஞ்சிச்சி. இப்ப எங்க?"

"பக்கிரி வூட்டு மாட்டுக் கொட்டாவ பரணிமேல ஒரு பூன குட்டி போட்டுக் கெடக்கு. அத வேடிக்க பாக்கறன்னு பொழுதேனக்கும் அங்கயே கெடயாக் கெடக்குக்கா".

"பரணிமேலயெல்லாம் ஏறுறாளா ஓம்மவ?"

"இல்லக்கா. மாட்டுவண்டி ஒண்ணு உள்ள தள்ளி கெடக்கு. அதுல ஏறி நின்னுக்கிட்டுத்தான் இந்த வேடிக்கயெல்லாம்".

"நீதான் ஒரு குட்டியப் புடிச்சாந்து வூட்டுல போட்டான்ன? இஞ்சயே வெளயாண்டுக்கிட்டுக் கெடக்குமுல்ல".

"புடிச்சாந்து போட்டாலும் நல்லதுதான். ஒரு மூட்ட முடிச்சக் கொட போட வுடமாட்டங்குது எலி. எலித் தொல்லை தான் பெருந் தொல்லயாருக்கு. துணிமணி, பாபறி, மொறத்தக் கூட கடிச்சி வச்சிட்டுப் பெயிடுது".

"அப்பறம் என்ன, தூக்கியாந்து போடு".

"எல்லாம் கண்ணு முளிக்காத குட்டிக்கா. இப்பயே தூக்கியாந்து எப்புடிக் காவந்து பண்ணுற? நம்மகிட்ட மாடு கண்ணா இருக்கு. பாலு கறந்து ஊத்த?"

"யாராவுது குட்டிவொள தூக்கிப்புடுவாவொன்னு பூன தாம் போட்ட குட்டிவொள எட்டெடம் மாத்துமாம். கண்ணு முளிக்கலயேன்னெல்லாம் பாக்காத. ஒரு குட்டியத் தூக்கியாந்து போடு".

"சேரிக்கா".

"பாலுல்லயேன்னெல்லாம் பாக்காத. வடிச்ச கஞ்சியில ரெண்டு உப்புகல்ல போட்டு ஊத்துனா பாலுன்னு நெனச்சிக் குடிச்சிரும்".

"யாம் மவளும் இந்த ஒரு மாசம் மட்டுந்தாங்க்கா இஞ்ச கெடக்கப்போவுது. பள்ளிக்கொடம் தொரந்தா பெயிரும்".

"கப்புனாகொளத்து பள்ளிக்கொடத்துலதான் படிப்பு முடிஞ்சி பெயிட்டுன்னு சொன்னியேங்கச்சி?"

"ஆமாங்க்கா. சின்ன பள்ளிக்கொடம் தான அது. ஆறாவுதுக்கு வேற எங்கயாவுது கொண்ட சேக்கணும்".

"வேற எங்ககொண்டு சேக்கப் போற நீ. பேசாம வூட்டுலயே போடு. சோறாக்க, கொழம்பு வக்கக் கத்துக்கிடாண்டாம்? இன்னம் ரெண்டு வருசம் போச்சின்னா கூடயே அழச்சிக்கிட்டு தெக்காக்க வடக்காக்க ஓடலாம். படிக்கவச்சி என்ன பண்ணப் போற?"

"இல்லக்கா. யாம் பொண்ணு வேல வெட்டிக்கெல்லாம் வராது. நான் படிக்க வக்கப் போறன்".

"இடுமானத்துக்குப் போற பொண்ணுவொளயெல்லாம் விளாங்காட்டுப் பயலுவொ கையப் புடிச்சி இழுக்குறானுவொளாம்".

"நான் யாம் மவள இடுமானத்துல சேக்கப் போறதுல்ல".

"வேற எங்ககொண்ட வுடப்போற?"

"கும்பகோணத்துல யாந்தங்கச்சி வூட்டுக்கிட்டயே பெரிய பள்ளிக்கொடம் இருக்குதாம். பன்னண்டாவுது வரைக்கிம் அங்கயே படிக்கலாம். அங்கதான் கொண்டு சேத்தூடப் போறன்".

"நெசமாவாங்கச்சி?"

"ஆமாங்க்கா".

"ஒந்தங்கச்சி வூட்டுசனம் ஒண்ணும் சொல்லாதா?"

“யாந்தங்கச்சி புருசன்மேரி தங்கமான மனுசன இந்த ஒலகத்துல எங்கயும் பாக்க முடியா. அதுமேரி, அது மாமியா, மாமுனாரு, கெ.ாழுந்தன், கூட்டாளி எல்லாருமே படிச்சவ்வொ. நம்பளமேரி, படிக்காதவ்வொ பேசுறமேரியெல்லாம் பொறணி பேசிகிட்டும் பொணசுருட்டுப் பண்ணிக்கிட்டும் இருக்க மாட்டாவொ”.

“ஒரு பொண்ணு வச்சிருக்குற. அதயும் கண்ணு காணாம கொண்டவுட்டுட்டு என்னமாங்கச்சி இருப்ப?”

“யாம் பொண்ணு படிக்கணுங்குறத்துக்காவ நான் என்ன வேணுமுன்னாலும் தாங்கிக்கிடுவங்க்கா”.

“வூட்டுல ஒரு வேலயும் ஆவல. எல்லாம் அப்புடி அப்புடியே கெடுக்கும். நான் பெயிட்டு வாறங்கச்சி” என்று கிளம்பினாள் நாட்டுசாலைப் பெண்.

“கண்ணு முளிக்காட்டியும் போனாப் பெயிட்டு போவுது. ஒரு குட்டிய தூக்கியாந்து வூட்டுல போடு ஓம் மவளுக்கு. இருக்குற வரைக்கிம் வெளயாண்டுட்டுப் போவட்டும்” போகிற போக்கில் மறுபடியும் ஒருமுறை சொல்லிவிட்டுப் போனாள்.

‘நாட்டுசாலைப் பெண் சொல்லியதுபோலவே ஒரு குட்டியைத் தூக்கிவந்து போட்டாலென்ன’ என்று தோன்றியது மணிமேகலைக்கு. ‘மேச்ச தலயில யாரூட்டு ஆட்டுலயாவுது பாலு கறந்தாந்து ஊத்தி காவந்து பண்ணிப்புடலாம். போயி தூக்கியாருவம்’ என்று நினைத்தவளாக கலாவை கூப்பிட்டுக் கொண்டே பக்கிரி வீட்டு மாட்டுக்கொட்டகையை நோக்கி நடந்தாள்.

கொட்டகைக்குள் கிடந்த மாட்டுவண்டியின் சக்கரத்தில் ஏறி வண்டியின் கங்குக்கழியில் உட்கார்ந்தவாறு பூனைக்குட்டி களையே வேடிக்கை பார்த்துக்கொண்டிருந்தாள் கலா.

“ஏழரக் கழுத வயசாவுது. இன்னமும் பச்சபுள்ளமேரி என்ன வேடிக்க ஒனக்கு?”

“சத்தம் போடாதம்மா” வாயில் விரலை வைத்து அடக்கினாள் கலா.

மணிமேகலையும் மெதுவாக வண்டிச்சக்கரத்தில் அடி வைத்து ஏறி பரணியை எட்டிப்பார்த்தாள்.

சிறிது சிறிதாய் ஐந்தாறு குட்டிகள். எல்லாம் கண்விழிக்காத குட்டிகள். தாய்ப்பூனையின் பால்காம்பை விட்டு வாயை எடுக்காமல் உறிஞ்சிப் பிடித்துக்கொண்டிருந்தன. மணிமேகலை வந்த சத்தத்தில், தலையைத் தூக்கி இவளைப் பார்த்த பூனை உறுமியது. தலையைச் சாய்க்காமல் தூக்கியபடியே இவளை சிறிதுநேரம் பார்த்துக்கொண்டு இருந்தது. ஆபத்தில்லாதவள் என்று நினைத்தோ என்னவோ மறுபடியும் தலையைச் சாய்த்து குட்டிகளுக்கு வாட்டமாகப் படுத்துக்கொண்டது.

குட்டிகளைப் பார்க்க பார்க்க மணிமேகலைக்கே ஆசையாக இருந்தது.

"கலா இதுல ஒரு குட்டிய தூக்கிக்கிட்டுப் போவமா?"

"ம்" சந்தோஷமாக தலையாட்டினாள் அவள்.

"அந்த வெள்ளக்குட்டி நல்லாருக்கும்மா".

"எல்லாக் குட்டியுமே நல்லாத்தான் இருக்கு".

"நீ எத வேணுமுன்னாலும் தூக்கும்மா".

இவர்கள் பேசிக்கொண்டு அங்கேயே நீண்டநேரமாய் நிற்பதில் சந்தேகம் கொண்ட பூனை தலையைத் தூக்கிப் பார்த்து மறுபடியும் உறுமியது.

"பூனை உறுமிக்கிட்டேருக்கு. குட்டிய தூக்க பயமாருக்கு" என்றாள் மணிமேகலை.

"நிக்கிறாப்புல நின்னுட்டு பொசுக்குன்னு தூக்கிப்புடும்மா".

"நீ கீழ எறங்கிக்க. நாந் தூக்கிக்கிட்டு குதிச்சர்றன். பூன கடிச்சாலும் கடிச்சிப்புடும்".

"சேரிம்மா".

கலா கீழே இறங்கிக்கொண்டாள். மணிமேகலை தன் துணி மணிகள் வண்டிக்கடியில் மாட்டிக்கொண்டு விடாதபடி இழுத்துக் கட்டிக்கொண்டாள். பூனைக்கு நெருக்கமாய் கொஞ்சம் கிட்டே போனாள். இந்த முறை அவளைப் பார்த்த பூனை சற்று வேகமாக சீறியது. வீட்டில் வளர்க்கும் பூனையை விடவும் பெரியதாக இருந்தது.

“இது காட்டுப் பூனை கலா. அதான் இவ்வள பெரிசாருக்கு. வூட்டுப் பூனைன்னா ஒண்ணுஞ்செய்யாது. காட்டுப்பூன கடிச்சிப் புடுதோ என்னமோ”. பயந்துகொண்டே எந்தக் குட்டியைத் தூக்கலா மென்று யோசித்தாள். எந்தத் தொந்தரவும் செய்யாமல் பார்த்துக் கொண்டு நிற்கும் மணிமேகலையை சந்தேகக் கண்ணுடன் மிரளமிரளப் பார்ப்பதும் சீறுவதும் உறுமுவதுமாக இருந்தது பூனை. இதுபற்றி யெல்லாம் எதுவும் அறியாத குட்டிகள் பூனையை எழும்பவிடாதபடி அட்டை போல வயிற்றோடு ஒட்டி உறிஞ்சிக்கொண்டிருந்தன.

பூனையையே உற்று பார்த்துக்கொண்டிருந்த மணிமேகலை கண்ணிமைக்கும் நேரத்திற்குள் கையை நீட்டி கலா கேட்ட வெள்ளைக் குட்டியை வெடுக்கென்று பிய்த்து எடுத்தாள். மணிமேகலை சிறிதும் எதிர்பார்க்காத வேகத்தில் சீறிப் பாய்ந்த பூனை அவளின் முழங்கைக்கு மேலே கவ்வி நறுக்கென்று கடித்தது. அதன் கூரிய கால்நகங்கள் அவளின் வயிற்றிலும் கையிலும் பூரின. வலி தாங்கமுடியாத மணிமேகலை வண்டிச் சக்கரத்திலிருந்து கீழே குதித்தாள். அவள் தூக்கிய குட்டி அவளுக்கும் முன்பாக முகத்தடி ஓரமாய் கீழே கிடந்த வைக்கோல் பிறி கட்டில் போய் விழுந்தது.

பூனை சீறியெழுந்த வேகத்தில் அதன் வயிற்றோடு ஒட்டிக் கொண்டு கிடந்த குட்டிகள் கலைந்தன. தாய் மடி தேடி அவை பரண்மீது அங்குமிங்குமாய் துழாவின. நொடிப் பொழுதில் நிகழ்ந்து விட்ட சீர்குலைவை சரிசெய்யும் விதமாக பூனை ஒவ்வொரு குட்டியாக வாயால் கவ்வி தன் வயிற்றுக்குள் அரவணைத்துக் கொண்டது. அவை ஆளுக்கொரு காம்பில் வாய்வைத்து உறிஞ்சத் தொடங்கின. வாஞ்சையோடு தன் குட்டிகளை நக்கிக்கொடுத்தது பூனை. தன் மார்க்காம்பில் ஒன்று உறிஞ்ச குட்டியில்லாமல் பால் சுரந்து விறுவிறுப்பதை உணர்ந்ததும் வயிறு மேலேறி இறங்கும் விதமாக அடித்தொண்டையால் உறுமிக்கொண்டிருந்தது பூனை.

கீழே விழுந்த குட்டியை தூக்கிக்கொண்டு மணிமேகலைக்கும் முன்பாகவே வீட்டிற்கு ஓடிவிட்டாள் கலா. அவளுக்கு அம்மாவை பூனை கடித்துவிட்டது என்பதுகூட தெரியவில்லை. மணிமேகலையின் கையிலிருந்து ‘குபுகுபு’வென்று ரத்தம் வழிந்தோடியது. சேலை முந்தானையால் அழுத்திப் பிடித்துக் கொண்டு ஓடினாள். புடவை நனைந்து ரத்தச் சிவப்பானது. ரத்தம் சொட்டச் சொட்ட மணிமேகலை ஓடிவருவதை அவ்வழியாக வந்துகொண்டிருந்த வெள்ளிக்கிடங்கு பெண் கவனித்துவிட்டு கிட்டே ஓடிவந்தாள்.

"என்னங்கச்சி இது?" பதறினாள் அவள்.

"பூன கடிச்சிப்புட்டுண்ணி".

"அடக்கடவுளே...." என்றவள் மணிமேகலையை இழுத்து உட்கார வைத்து ரத்தத்தை துடைத்துவிட்டாள்.

"ரத்தம் மறி குடுக்கலங்கச்சி" என்றவள்.

"செத்த அழுத்திப் புடிச்சிக்கிட்டு அப்படியேரு" என்று சொல்லி விட்டு ஓடினாள். தன் வீட்டிலிருந்து சுண்ணாம்பு கலயத்தை எடுத்துக் கொண்டு வந்தாள். அதிலிருந்து சுண்ணாம்பை வழித்து கடிவாயில் வைத்து அழுத்தினாள்.

"நல்ல அழுந்தல்ல புடிச்சி கடிச்சிருக்கு. என்னம்மாங்கச்சி பூன கிட்ட கையக் குடுத்த".

மணிமேகலை நடந்தவற்றைச் சொன்னாள்.

ரத்தம் வருவது கொஞ்சம் கொஞ்சமாக குறைந்தது.

"பூன கெடக்கக்குள்ள யாராவுது குட்டிய தூக்கப் போவா வொளா? தூக்கவுடுமா பூன? எங்குட்டாவுது எரதேட போனபெறவு தூக்கக்குடா?"

"எனக்கு அந்த யோசனயே இல்லாம பெயிட்டுண்ணி".

"பூன வெஷம் பொல்லாத வெஷமாச்சே".

"என்னண்ணி செய்யும்?"

"என்ன செய்யுமா? திட்டு திட்டுன்னு வாங்கும். மூச்சி இழுத்து வுடமுடியா. கர்ருமுர்ருன்னு இழுக்கும்".

"என்னண்ணி பண்ணுற இப்ப?"

"இன்னக்கி ராத்திரிக்கே பூனக்டி வைத்தியம் பண்ணிப்புடு ஆமா".

"அண்ணி..." தயங்கினாள் மணிமேகலை.

"நீ பாட்டுக்கு வெக்கப்பட்டுக்கிட்டு, போனா பெயிட்டு போவுதுன்னு இருந்துடாத. தனி முருங்கமரம் இருக்கா".

"ம்" முனகினாள் மணிமேகலை.

"எங்கருக்கு?"

"வூட்டுக்குப் பின்னால".

"நல்லதாப் போச்சி போ. ராத்திரிக்கே அத செஞ்சிப்புடு". எதுவும் சொல்லாமல் அமைதியாயிருந்தாள் மணிமேகலை.

"பூனகடி வைத்தியம் எப்புடின்னு தெரியுமுல்ல ஒனக்கு? ஒரு ஒட்டுத்துணி, வளவி, மூக்குத்தி, கொண்டவூசிகொட இருக்கக் கொடாது ஒடம்புல. மரத்துலருக்குற அத்துன கௌக்கிம் எலக்கிம் கேக்குறமேரி சத்தமாச் சொல்லணும்".

"என்ன சொல்லுவ?"

"அதயும்தான் ஒரு நட நீங்களே சொல்லிக் காட்டிப்புடுங்களேன்".

"கைய ரெண்டயும் இப்புடி பின்னால கட்டிக்கிட்டு மரத்த மூணுசுத்து சுத்தி வரணும். ஒவ்வொரு சுத்துக்கும் ஒரு கடி பூன கடிச்சமேரியே மரத்த வுளுந்து கடிக்கணும்".

கையை பின்னால் கட்டிக்கொண்டு கடிப்பதுபோல பாவனை செய்து காட்டினாள் அவள்.

"பூனகடி எனக்கில்ல ஒனக்குத்தான். பூன வெஷம் எனக்கில்ல, ஒனக்குத்தான்னு மூணு நடயும் சொல்லணும்?"

"ம்" தலையாட்டினாள் மணிமேகலை.

"திரும்பிப் பாக்காம வந்துரு. வூட்டுக்குள்ள வந்துதான் துணிய கட்டணும்".

பூனைக்குட்டிக்கு பால் வாங்க வீடுவீடாய் டம்ளரை எடுத்துக் கொண்டு ஓடினாள் கலா.

பூனைக்கடிக்கு வைத்தியம் செய்ய நள்ளிரவு வரை விழித்துக் கொண்டிருந்த மணிமேகலை பூனைக்குட்டியை ஒருபக்க மடியிலும் கலாவை இன்னொருபக்க மடியிலுமாகப் போட்டு தடவிக்கொடுத்துக் கொண்டு உட்கார்ந்திருந்தாள்.

● ● ●

## 22

**ம**ணிமேகலை மட்டும் தனியாக வீட்டிற்குள் இருக்கிறாள். அவளுடைய மாமனார் முனியப்பன் வாசலில் வந்து நின்று கொண்டு கூப்பிடுகிறார்.

"உள்ள வாங்களேம் மாமா" என்கிறாள் மணிமேகலை.

"உள்ள வாறமேரியா இருக்கு இந்தவூடு. நான் ஒரு அடியக் கொட எடுத்து உள்ள வைக்கமாட்டன்" என்கிறார் அவர்.

"மீனு கொழம்பும் சுடுச்சோறும் இருக்கு. போட்டு எடத்தாரன் சாப்புடுறியளா மாமா?"

"எனக்கு சோறெல்லாம் வேண்டாம். ஊட்டுக்குள்ள சொரக் குடுக்க தொங்குது பாரு. அதுல ஒரு பனங்கட்டி கெடக்கும். அத எடுத்தா, போதும்" என்கிறார்.

மணிமேகலை ஓடிப்போய் சுரைக்குடுக்கைக்குள் கையை விட்டு பார்க்கிறாள். அது காலியாகக் கிடக்கிறது. தடவித் தடவிப் பார்த்து விட்டு வெறுங்கையோடு திரும்பி வந்து விசயத்தைச் சொல்லுகிறாள்.

“அதயும் அவன் எடுத்துத் தீத்துக்கட்டிப்புட்டானா? நீயெல்லாம் பாத்துக்கிட்டு சும்மாதான் இருந்தியா?” கோபமாக சத்தம் போட்டு விட்டு வேகமாக போகிறார் அவர்.

“மாமா.... மாமா.... போவாதிய.... போவாதிய்ய....” உரக்க சத்தம் போட்டுவிட்ட மணிமேகலை திடுக்கிட்டு கண்விழித்தாள்.

‘என்ன கனவு இது. செத்தத்துக்குப் பெறவு இந்த ரெண்டு வருசத்துல இன்னக்கித்தான் நம்ம மாமனார கனவுல கண்டுருக்குறம். அப்புடியே உசுரோட பாத்தமேரி இருக்கு. என்ன பேச்சு? என்ன கோவம்? என்ன நட..... வேகம்’ நினைக்க நினைக்க அவளுக்கு உடல் சிலிர்ப்பது போலிருந்தது.

மாமனாரைப்போல கனவு கண்டால் அது குல தெய்வம் அய்யனார்தான் என்று மணிமேகலையின் மாமியார் சொன்னது நினைவுக்கு வந்தது.

மாமியார் மாமணி உயிரோடு இருக்கும்போது அடிக்கடி புலம்பிக்கொண்டேயிருந்தாள். அய்யனாருக்கு பூசைபோட்டு வருடக் கணக்காகிவிட்டதென்றும், பூசை போடாததால்தான் செல்வராசு புத்தி கெட்டுப்போய் இப்படியெல்லாம் நடந்துகொள்கிறான் என்றும் எப்படியாவது சீக்கிரமே பூசை போட்டுவிட வேண்டுமென்றும் சொல்லிக்கொண்டே இருந்தாள். அவள் சாகும்வரை ஏனோ அது முடியாமலே போய்விட்டது. மாமணி செத்து ரெண்டேகால் வருடம் கழித்துத்தான் மாமனார் முனியப்பன் செத்தார். அவர் இருந்தபோதும் போடவில்லை.

‘பூச போடலன்னுதான் அய்யனாரு திரும்பிக்கொட பாக்காம கோவமா போவுது போலருக்கு. என்ன செய்யிற? நம்மளால என்ன செய்ய முடியும்? மாமியா மாமனாரு இருக்க வரைக்கிமாவுது ஏதோ அங்குன அளந்து கொட்டாட்டியும் ஆக்கிக் கொட்டியாவுது காலத்த ஓட்டுனம். வூடு வூடாருந்திச்சி. அவ்வொளும் செத்த பெறவு இப்ப அல்லோல கல்லோலப்பட்டு நிக்கிறம். இதுல அய்யனாருக்கு கிடா வெட்டுறது எப்புடி படயப்போடுறது எப்புடி?’ மனதிற்குள் எண்ண மிட்டவளாக மெல்ல எழுந்தாள். உடம்பு வலி அவளை எழும்பாதே என்றது. கைகளிரண்டிலும் கால்களிலும் முள்ளடித்த இடங்களில் வீங்கிப்போய் ஊதியது. பச்சை கருவைமுள்ளின் விஷம் கொஞ்சமும் குறையவில்லை. குத்திய இடங்களிலெல்லாம் கடுத்துக்கொண்டிருந்தது. உள்ளங்கைகளிரண்டையும் உரசி சூடு கிளப்ப நினைத்தாள். ஆனால்

கைகளை அழுத்தி உரச முடியவில்லை. சோம்பல் முறித்துக்கொண்டு எழுந்தாள். சுவரின் ஓர் ஓரமாய் எரிந்துகொண்டிருந்த அரிக்கனை சற்று தூக்கி விட்டாள். பாயில் கலா துணிமணி விலகிக் கிடப்பது கூடத் தெரியாமல் தூங்கிக்கொண்டிருந்தாள். அவள் பக்கத்தில் நீளவாக்கில் குழந்தையைப்போல பூனைக்குட்டியும் நீட்டிப் படுத்துக் கிடந்தது. தூக்கிவந்த பத்து பதினைந்து நாட்களுக்குள் பூனைக்குட்டி நன்றாகப் பழகிவிட்டது. எந்த நேரமும் கலாவின் கால்களுக்குள்ளேயே தான் பின்னிப் பின்னிக்கொண்டு கிடக்கிறது. அவளைவிட்டு நகருவதேயில்லை. கலாவிற்கும் அதனோடு சதா விளையாட்டுத்தான். குறும்பையை உருட்டிவிட்டும், ஊதாங்குச்சி, தகர டப்பாக்களை உருட்டிவிட்டும் விளையாடிக்கொண்டிருந்தாள். பசித்தால் மட்டும் தான் மணிமேகலையைத் தேடிக்கொண்டு அடுப்பங்கரைக்கு வருகிறது பூனைக்குட்டி. அந்த சிறிய குட்டி இவ்வளவு விஷயங்களை கற்று வைத்திருக்கிறதே என்று நினைத்து மணிமேகலையே வியந்து போனாள்.

குனிந்து கலாவின் பாவாடைத் துணியை சரியாக இழுத்து விட்டவள் வாஞ்சையோடு பூனைக்குட்டியையும் ஒருமுறை மெதுவாக தடவிக்கொடுத்தாள். பிறகு வாசலை திறந்துகொண்டு வெளியே வந்து பார்த்தாள். விடியும் நேரம் தான். பல்துலக்கி வாய் கொப்பளித்தாள். அடுப்புச் சாம்பலை அள்ளிக் கொட்டிவிட்டு வந்து சாணி கரைத்துப் போடலாமென்று வீட்டிற்குள் போனாள். அரிக்கன் சட்டியை எடுத்து வைத்து அடுப்பிலிருந்த சாம்பலை தள்ளினாள். இரவு எரிந்த வேர்க்கட்டை விறகு அடுப்பிற்குள் அணையாமல் இன்னும் நெருப்பாக கனிந்துகொண்டிருந்தது. கரண்டியால் அவற்றைத் தள்ளி அள்ளினாள். அடுப்பின் பக்கவாட்டில் கைவைத்துப் பார்த்தாள். அடுப்பிற்குள் அதுவரை நெருப்பு கிடந்ததால் அதன் சூட்டை ஏற்றிருந்த களிமண் அடுப்பு, கதகதவென்று சூடாக இருந்தது. உள்ளங்கைகளிரண்டையும் அந்தச் சூட்டில் வைத்து ஒத்தி எடுத்தாள். வலிபட்ட கைகளுக்கு ஒத்தடம் இதமாக இருந்தது. வலியால் ஊதுவது குறையும்வரை கையை வைத்து ஒத்திக்கொண்டே இருந்தாள். தூக்குவதற்கு பாரமாய் கனமாயிருந்த கைகள் சற்று லேசானதுபோல் தோன்றியது. விரல்களை மடக்கியும் கைகளை மூடியும் திறந்தும் பார்த்தாள். வலி குறைந்து மூட, திறக்க முடிந்தது. இப்போது கால்களையும் அடுப்பு மீது மாற்றிமாற்றி, வைத்து சிறிதுநேரம் ஒத்தி எடுத்தாள்.

அரிக்கன் சட்டிச் சாம்பலை குப்பைமேட்டில் கொட்டி விட்டு சாணம் கரைத்து வாசலில் தெளித்துக் கூட்டினாள். வழக்கமாக

எடுத்துக்கொண்டு போகும் தூக்குவாளியில் கொஞ்சம் பழைய சோறும், தொட்டுக்கொள்ள கொஞ்சம் கிண்ணத்தில் பழங் குழம்பையும் ஊற்றி எடுத்துக்கொண்டாள். கலாவிற்கு தனியாக உறியில் எடுத்து வைத்துவிட்டு மீதியை துணியைப்போட்டு வேடுகட்டி மூடி கவிழ்த்து வைத்தாள். அரிக்கனை அடக்கி அணைத்து மேலே மாட்டினாள்.

"கலா.... கலா..."

"என்னம்மா?"

"நான் கருவ வெட்டப் போறன். உறியில சோறு ஊத்தி வச்சிருக்குறன். திங்கிறியா?"

"ம்".

"நேத்தாட்டமே மேலண்ட வூட்டுல கேட்டு கொஞ்சம் ஆட்டுப்பாலு வாங்கியாந்து, பூனகுட்டிக்கி ஊத்திடு".

"ம்".

"வூட்டவுட்டு எங்குட்டும் போக்குடா".

"சேரிம்மா". தூக்கத்தில் பூனைக்குட்டியை அணைத்தபடி திரும்பிப் படுத்துக்கொண்டாள் கலா.

துணிக்குள் கத்தியை வைத்து சுற்றி எடுத்துக்கொண்டாள். தூக்குவாளியை இன்னொரு கையில் எடுத்துக்கொண்டு கிளம்பினாள். செல்வியும் மஞ்சுளாவும் மணிமேகலைக்காக காத்துக்கொண்டு வழியிலிருந்த ஒரு வரப்பில் உட்கார்ந்திருந்தார்கள்.

"என்ன செல்வி மின்னாடியே வந்துட்டியளா?"

"செத்த மின்னாடிதான் வந்தம்".

"நீ தூங்கிட்டியாக்கா?" என்றாள் மஞ்சுளா.

"இல்ல மஞ்சுளா. முள்ளு குத்துன வலி, கையி, கால அசைக்க முடியல. அடுப்புல செத்தநேரம் ஒத்தடங் குடுத்துக் கிட்டு ஒக்காந்துருந்துட்டன்".

"ஆமாங்க்கா, என்னாலயும் இன்னக்கி எளும்பவே முடியல. வேல தலயில போயி கத்தியக் கையால புடிக்க முடியுமான்னே தெரியல" என்றாள் செல்வி தன் கைகளை புரட்டிப் பார்த்தபடியே.

“நானும் வூட்டுல யாருகிட்டயும் கையக் கால வலிக்கிதுன்னு சொல்லலக்கா. சொன்னா எங்கம்மா வேலக்கே போவாண்டா முன்னுடும். அதான் வாயவே தொறக்கல”.

“வராண்டாமுன்னா வூட்டுலயே இருந்துட வேண்டியான”.

“நா வல்லன்னா நீங்க ரெண்டியரும் மட்டும்தான போவிய?”

“ஆமாங்”.

“ரெண்டியருக்கு மூணியரா போனா அலுப்புத் தெரியாதுல்ல, அதான்”.

“கப்புனாகொளத்தக்கா, நான் ஒண்ணு சொல்லட்டா?”

“சொல்லு மஞ்சுளா”.

“நாங்க ரெண்டியரும் கருவ வெட்ட வாறதே ஒனக்காவத்தான்”.

“எனக்கும் அது தெரியும். என்ன செய்யிற சொல்லு. நீங்க ரெண்டியரும் வந்தாலும் வராட்டியும் ஒண்ணும் நஷ்டமில்ல. எனக்கு அப்புடியா? பள்ளிக்கொடம் ஆரம்பிக்க இன்னம் பத்துநாளு கொட இல்ல. கலாவ வேற பள்ளிக்கொடத்துல சேக்கணும். அந்த பள்ளிக் கொடத்துக்கு தகுந்தமேரி பாவாட சட்ட தைக்கணும். நோட்டு புத்தகம், பேனா பென்சிலுன்னு எவ்வள செலவு இருக்கு தெரியுமா? சோறு போட்டு பள்ளிக்கொடம் அனுப்பி படிக்க வைக்கிறன்னு யாந் தங்கச்சி ஒத்துக்கிட்டு. அதுக்காவ எல்லா செலவயும் அது தலயிலயா கட்ட முடியும். புண்ணியத்துக்கு எரங்குன மாட்ட பல்லப்புடிச்சி பதம்பாக்குற கதயாயிரும். அதான், நாலு நாளைக்குப் போயி வெட்டுன முன்னாக்க கையில கெடக்கிற காச வச்சிக்கிட்டு முடிஞ்சதச் செய்யலாமுல்ல?”

“இருந்தாலும் இந்த வேல ரொம்ப செருமதான்க்கா”.

“புதுசா செய்யிறமுல்ல. அதான் இப்புடி தெரியிது. ரெண்டு மூணு நாளக்கி தொடர்ந்து செஞ்சமுன்னா கையி மரத்துப் பெயிரும். முள்ளடிக்கிறதெல்லாம் ஒறுத்துக்கும்”.

“எப்புடிக்கா இந்த வேலக்கி போவலாமுன்னு ஒனக்கு யோசுன வந்திச்சி?”

“புள்ளய பள்ளிக்கொடத்துல சேக்கணுமே என்ன செய்யிறன்னு நெனச்சிட்டுருந்தன். அப்பதான் தெக்க கருவ வெட்டி கரி சுடுற

ஆளுவொ சூள வச்சி எரிச்சிவுட்டுக்கிட்டு இருந்ததப் பாத்தன். கரிக்கி கருவ வெட்டுற ஆளுவொ நம்ம குணசேகரன் கடக்கி வந்துட்டு போச்சிவொ. விசாரிச்சன்".

"ஆம்புள ஆளுவொ செய்யிற வேல. நீ எப்புடிக்கா கேட்ட?"

"கருவ வெட்டுறது நம்மளுக்குத் தெரியாதா? நேரா மொதலாளி கிட்டயே கேட்டுருவமுன்னுட்டு போனங். ராம நாட்டுலேருந்து ஆளு கொண்டாந்து வச்சி இஞ்சவுள்ள கருவய வெட்டுறியளே நாங்கல்லாம் வேலவெட்டி எதுவும் இல்லாம சும்மாதான ஊட்டுல ஒக்காந்துருக்குறம். எங்க ஊரு ஆளுவொள கூப்புட்டா வரமாட்டமா அப்புடின்னங்". ஒங்களுக்கு இந்த வேலயெல்லாம் ஒத்துவராதும்மா. ராமநாட்டு ஆளுவொமேரி சுறுசுறுப்பா வெட்டமாட்டிய அதான், அப்புடின்னாரு மொதலாளி".

"வெட்டுறமா வெட்டலயான்னு வேலயப் பாத்துட்டு பெறவு சொல்லுங்கன்னன்". 'எத்துன பேரு வருவியன்னாரு'. நாங் கேட்டுட்டு, சாங்காலமா வந்து சேதி சொல்லுறன்னு வந்துட்டன். நம்ம ஊருல கருவவெட்டுற வேலக்கின்னா யாரும் வரமாட்டங்குறாவொ. நீங்க ரெண்டியரும் வல்லயின்னா இந்த வேலய நானும் செஞ்சிருக்க முடியா" என்றாள் மணிமேகலை.

இன்றோடு மூன்றாவது நாளாக மூவரும் முள் கழிக்கும் வேலைக்குப் போகிறார்கள். இவர்கள் மூன்று பேர் மட்டும்தான் வேலைக்கு வருகிறார்கள் என்பதனால் மரம் வெட்டும் வேலை யெல்லாம் வேண்டாம் ராமநாட்டு ஆட்கள் வெட்டிக்கழித்துப் போட்டிருக்கும் முள் மிளாறுகளை கழித்து அடுக்கினால் போதும் என்று அந்த வேலைக்கு வரச்சொல்லியிருந்தார் முதலாளி. ராமநாட்டு ஆட்களின் வேகத்திற்கு ஈடுகொடுத்து அவர்கள் வெட்டிக்கழித்துப் போட்ட முள்ளையெல்லாம் மறுபடியும் கழித்து அடுக்குவது என்பது சாதாரண வேலையாக இருக்கவில்லை. முள் குத்துவதையும் வேகமாய் வந்து அடிப்பதையும் பொருட்படுத்தாமல் மூன்று நாட்களும் வேலை செய்ததன் விளைவு இந்த அளவுக்கு மூன்று பேரின் உடலும் நைந்து வலிகண்டு போயிருந்தது.

செல்வியையும் மஞ்சுளாவையும் நினைக்க நினைக்க மணி மேகலைக்கு பாவமாக இருந்தது.

வாடியக்காட்டின் புறம்போக்கு கருவைக்காட்டை குத்தகைக்கு எடுத்திருந்த அதிராம்பட்டினத்துக்காரர் ரெத்தினம், ராமநாட்டு

ஆட்களை கொண்டுவந்து வைத்து வேலை செய்துகொண்டிருந்தார். ரெத்தினம் இடும்பவனத்தில் சீனிவாச ஐயர் ஓட்டலில் சாப்பிட்டுக் கொண்டு அங்கேயே தங்கியிருந்தார். வாடகைச் சைக்கிளை எடுத்துக் கொண்டு தினமும் வேலை நடப்பதை கண்காணித்துவிட்டுப் போவார். ராமநாட்டு ஆட்களெல்லாம் கருவைக் காட்டுக்குள்ளேயே தங்கியிருந்தார்கள். பகல் முழுவதும் வேலை செய்வது, பொழுது சாய்ந்தால் வெட்டவெளியில் அடுப்புகூட்டி சோறாக்குவது, சாப்பிடுவது, அங்கேயே படுத்துத் தூங்குவது, விறகு சேர்ந்ததும் அவற்றை அடுக்கி இரவுப்பொழுதுகளில் கரி சுடுவது என்று முழுநேரமும் வேலையிலேயே கவனமாயிருந்தார்கள். ராமநாட்டு ஆண்களுடன் பெண்களும் வந்திருந்தார்கள். ஆண்களுக்கு ஒத்தாசையாக அவர்கள் வெட்டிப்போடும் மரங்களை சுமந்து வந்து ஓரிடத்தில் சேர்ப்பது, அடுக்கி வைப்பது போன்ற வேலைகளை அவர்கள் செய்தார்கள். ராமநாட்டு ஆட்களுக்கு நாள்கூலியோ ஆள் கூலியோ கிடையாது. எல்லாம் ஒப்பந்தக் கணக்குதான். இத்தனை லோடு கரி ஏற்றிவிட்டால் இவ்வளவு பணம் என்று பேசிக்கொண்டு வேலை செய்பவர்கள். இரவு பகல் ஓய்வு ஒழிச்சல் பார்க்காமல் வேலை செய்துகொண்டிருந்தார்கள்.

ராமநாட்டு ஆண்களுக்கு ஒத்தாசையாக அவர்களுடன் வந்திருக்கும் பெண்கள் செய்யும் வேலையைத்தான் முதலில் ரெத்தினம் மணிமேகலையிடம் செய்யச் சொன்னார். ஆனால் மணிமேகலை அதற்கு ஒத்துக்கொள்ளவில்லை.

"நாங்க காலயில வந்துட்டு பொழுது சாஞ்சா வூட்டுக்குப் பெயிருவம். உழுந்தக் கூலியா வேல செய்யிறவ்வொகொட எங்களால செய்யமுடியா. சஞ்சாய வேலயாவே நாங்க செய்யிறம். அவ்வொளோட சேராத தனி வேலயாருந்தா குடுங்க" என்றாள் மணிமேகலை.

ரெத்தினம் யோசித்துப் பார்த்துவிட்டு மணிமேகலை சொல்வதும் சரிதான் என்று ஒத்துக்கொண்டார்.

கருவைக்காடு குத்தகை என்றால் தரைக்கு மேலே வளர்ந்திருக்கும் மரத்தை மட்டும்தான் வெட்டிக்கொள்ள வேண்டும். குத்தடியின் அடிக் கட்டையையோ வேர்க்கட்டையையோ தோண்டி எடுக்கக்கூடாது. கரி சுடுவதற்கு தடித்த மரங்களை மட்டும்தான் எடுத்துக்கொள்வார்கள். மீதம் ஒதுங்கும் அலம்பலான முள்ளை ராமநாட்டு ஆட்கள் கழித்துப் போட்டுவிடுவார்கள். அப்படி கழித்துப் போட்டுக் கிடக்கும் முள்ளை வாகாய் கழித்து, பொறுக்கி அடுக்கி வைக்கும் வேலையை மற்ற

இரண்டு பேரையும் மணிமேகலையையும் செய்யச் சொல்லியிருந்தார் ரெத்தினம். அப்படி அடுக்கிவைக்கும் முள்ளை ஊர்க்காட்டில் வீடுகளுக்கும் டீக்கடைகளுக்கும் விறகுக்காக கேட்பவர்களிடம் விற்றுவிடுவார்.

பேசிக்கொண்டே போனதில், வழி அவர்களை ராமநாட்டு ஆட்கள் தங்கியிருக்கும் இடத்திற்கு நேராக கொண்டு வந்துவிட்டது. தட்டுமுட்டுச் சாமான்களும் துணிகளும் ஆங்காங்கே கிடந்தன.

"நம்ம இந்த வழியால வந்தது தப்பு" என்றாள் மணிமேகலை.

"யாங்க்கா?"

"ராமநாட்டு ஆளுவொ வெளிய தெருவ போயிக்கிட்டு அரையிம் கொறயிமா நிப்பானுவொ. நம்ம வாறது தெரிஞ்சா கொட அஞ்சி பயந்து எளும்ப மாட்டானுவொ. அடை பட்டரை கணக்கா அப்புடியே ஒக்காந்துருப்பானுவொ" என்றாள்.

"மேற்க தள்ளித்தான இன்னக்கி காடு வெட்டப் போறானுவொ? வாக்கா, நம்ம அப்புடியே போயி சுத்தி வருவம்" என்றாள் மஞ்சுளா.

மூவரும் காட்டுக்குள் போகும் ஒத்தையடிப் பாதையைப் பிடித்துப் போனார்கள். பாதை வடக்காகவும் பின் மேற்காகவும் வளைந்து நெளிந்து போனது. இரண்டு பக்கத்திலும் நீட்டிக் கொண்டிருக்கும் கருவை முள்ளை லாகவமாய் ஒதுக்கி விட்டபடி நுழைந்து சென்றார்கள்.

"ரெண்டியருக்கும் ஒண்ணு சொல்லுறன், கேட்டுக்கிடுங்க".

"ராமநாட்டுக்காரனுவொ சிரிப்பா வெளயாட்டா பேசுறானு வொன்னு நம்மளும் பல்லக் காட்டிக்கிட்டு மட்டும் பேசிப்புட கொடாது. கொஞ்சம் நேக்கா நடந்துக்கிடணும்".

"யாங்க்கா. இப்புடிச் சொல்லுற? பாவங்க்கா.... ஒடம்ப வருத்தி ஒழச்சி பொழைக்கிறவனுவொ தில்லுமுல்லு வேலையெல்லாம் செய்ய மாட்டானுவொக்கா".

"அது சரிதான் செல்வி. ஆனா ரெண்டு வருசத்துக்கு மின்னாடி தொண்டயக்காட்டுல என்ன நடந்துச்சித் தெரியுமா?"

"தெரியாதே".

“இதுமேரி கரி சுட வந்த ஆளு ஒருத்தனோட எங்கவூரு தங்கவேலு தலயாரி மவ ஓடிப்பெயிட்டு”.

“நெசமாவாக்கா?”

“ஆமாம். ரெண்டு புள்ளைவொள வுட்டுட்டு ஓடிப்போனது, இன்னேர வரைக்கிம் திரும்பி வரவேயில்ல. தாயத்த புள்ளைவொ ரெண்டும் தவிச்சிதான் நிக்குதுவொ”.

“எப்புடிக்கா இதுமேரியெல்லாம் நடக்குது?”

“வேல செய்யப்போன எடத்துல எப்புடி மனச கெடுத்தானோ? இல்ல இதுவாவே ஆசப்பட்டு போச்சோ தெரியல”.

“போன பொம்புள புள்ளைவொளயும் அழச்சிக்கிட்டு போயிருக்கக் கொடாது” என்றாள் மஞ்சுளா.

“புள்ளைவொள வேண்டான்னுருப்பான் அந்த ஆளு”.

“புள்ளைவொள வேண்டாமுன்னு சொல்லுறவங்கொட நம்ப மட்டும் எதுக்குப் போவணுமுன்னு நெனச்சிப் பாக்காண்டாம்”.

“பொம்புள புத்தி அவ்வளதுதான். சூடுசொரணயும் இருக்குறல்ல. சொந்தப் புத்தியும் இருக்குறல்ல. ஆம்புள சொன்னா அப்புடியே நம்பிடுறது”.

சற்று தூரத்தில் மரம் வெட்டும் சத்தம் கேட்டது. ஏழெட்டு கத்திகள் மாற்றிமாற்றி மரத்தில் இறங்கும் சத்தம் விட்டுவிட்டுக் கேட்டது.

“கப்புனாகொளத்தக்கா, ராமநாட்டு ஆளுவொ வெளிய தெருவ போயிக்கிட்டு நிப்பானுவொன்னியே பாத்தியா மரம் வெட்டுற சத்தம் கேக்குது”.

மணிமேகலை உற்று கேட்டுவிட்டு, “ஆமாஞ் செல்வி. இவனுவொளுக்கு தூக்கமே வராதா?” என்றவள், “வேகமா நடங்க. அவனுவொ பாட்டுல வெட்டி, அம்பாரமா குவிச்சிப் போட்டுருப்பானுவொ. நம்ம எடுத்துக் கழிச்சி அடுக்குறத்துக்குள்ள போரும் போருமுன்னு ஆயிரும்” என்று வேகப்படுத்தினாள்.

மூன்றுபேரும் வேகமாக நடந்தார்கள். காலில் மாட்டியிருந்த மிதியடிக் கட்டையில் அகப்பட்ட காய்ந்த முட்கள் ‘நறநற’வென்று

நொறுங்கின. மஞ்சுளா கருவை வெட்ட வருவதற்கென்றே எறவானத்தில் செறுகி வைத்திருந்த மிதியடிக் கட்டைகளை எடுத்து அதில் கால்களை மாட்டிக்கொள்ள வாகாய் அவனிப்பட்டையை கோர்த்து கட்டியிருந்தாள். புது அவனிப்பட்டை காலின் மேற்புறத் தோலை அறுத்து ரத்தம் கசிய வைத்தது.

மூன்றுபேரும் வேகமாக நடந்துபோய் கைத்துணியை ஓரிடத்தில் போட்டுவிட்டு கட்டியிருந்த சீலைத் துணிமணிகளை சுருக்கிக் கட்டிக்கொண்டு, கத்தியுடன் முள்ளெடுத்து அடுக்க ஆரம்பித்தார்கள். ஒன்றுடன் ஒன்று பின்னிக்கொண்டு இழுக்க முடியாமல் கிடப்பவற்றை கத்தியால் கழித்து வேகவேகமாக முள்ளை பொறுக்கி அடுக்க ஆரம்பித்தார்கள்.

ராமநாட்டு ஆட்கள் யாரும் அதிகமாய் பேசவில்லை. மரம் வெட்டுவதிலேயே மும்முரமாயிருந்தார்கள். சூரியன் சற்று மேலே வந்ததும் வெட்டிய கத்திகளைப் போட்டுவிட்டு எல்லோரும் காலை ஆகாரத்திற்கு கலைந்து போனார்கள்.

“நம்மளும் ரெண்டுவா அள்ளிப் போட்டுக்கிட்டு வந்துருவ மாக்கா?” என்றாள் மஞ்சுளா.

மணிமேகலைக்கும் காலையிலிருந்து வெறும் வயிற்றோடு கிடப்பது வயிற்றைக் காந்துவது போலத்தான் இருந்தது.

மூவரும் கையைக் கழுவிவிட்டு உட்கார்ந்து சாப்பிடத் தொடங்கினார்கள். மணிமேகலை தொட்டுக்கொள்ள பழங் குழம்பும், செல்வி வெங்காயமும், பச்சை மிளகாயும் எடுத்துக் கொண்டு வந்திருந்தார்கள்.

“தொட்டுக்கிட என்ன மஞ்சுளா எடுத்தாந்த?” என்றாள் செல்வி.

மஞ்சுளா சுற்றியிருந்த துணியைப் பிரித்து அதற்குள் தான் போட்டு சுற்றி வைத்திருந்த சுட்டக் கருவாட்டை எடுத்து வைத்தாள்.

“மடவாக் கருவாடு. சதயாருந்திச்சி, நல்லாருக்கும். இந்தா கப்புனாகொளத்தக்கா நீனும் செல்வியும் ஆளுக்கொன்னா எடுத்துக் கிடுங்க” என்று வாளி மூடியில் இரண்டை எடுத்துப் போட்டு கொண்டு பழைய சோற்றை சாப்பிட்டார்கள். மணிமேகலைக்கு கருவாடு ருசியாக இருந்தது.

“கருவாடு நல்லாருக்கு மஞ்சுளா” என்றாள்.

"ம்".

"கருவாடு சுட்டு தொட்டுக்கிட்டு சோறுதின்னு ரொம்ப நாளாயிட்டு".

"யாங்க்கா?"

"அதயெல்லாம் யாரு நெனக்கிறா. எங்க வூட்டுல அவ்வொ இருந்தா தெனமும் கருவாட்ட போட்டு பொசுக்கிக் குடுத்துக் கிட்டே இருக்கணும்பாவொ. அவ்வொ தின்னுட்டுப் போடுற மிச்சம் மீதிய நாந் தொட்டுக்கிடுவேன். அதுக்கெல்லாம் வேலயில்லாம பெயிட்டு இப்ப".

"மச்சான் எங்கக்கா இருக்குறாவொளாம்?" என்றாள் மஞ்சுளா.

"யாருக்குத் தெரியும்?" பெருமூச்சுவிட்டாள் மணிமேகலை.

செல்வி இருவருடைய முகத்தையும் மாறிமாறி பார்த்தாள். நெஞ்சுக்குள் ஏதோ கள்ளத்தனம் புகுந்துகொண்டது போலிருந்தது. அவள் 'திருதிரு'வென்று விழிப்பதைப் பார்க்க,

"என்ன செல்வி எங்க ரெண்டியரு மூஞ்சயும் மாத்தி மாத்திப் பாத்துட்டு ஆந்தயாட்டம் முழிக்கிற?" என்றாள் மணிமேகலை.

"ஒன்னக்கிட்ட ஒரு விசயம் சொல்லட்டுமாக்கா".

"சொல்லங்".

"எங்கம்மா ஒன்னக்கிட்ட சொல்லக்குடான்னு சொன்னிச்சி".

"என்னன்னு சொல்லு செல்வி".

"நீ கவலப்பட்டு அழுவமாட்டியே?"

"யாம் பயப்புடுற? எதுன்னாலும் சொல்லு. நான் யாம் மவளுக்காவ மட்டுந்தான் கவலப்படுவன். வேற யாரப்பத்தியும் கவலப்பட்டு அழுவமாட்டன், சொல்லு".

"செல்வராசு மச்சான எங்கப்பா பட்டுக்கோட்டையில பாத்திச்சாம்".

"எப்ப?"

"போன வியாழக்கெழம. ஒரு நொண்டிப் பொண்ணு கொட சினிமா கொட்டாயில படம் பாத்துட்டு வெளியே வந்தாவொளாம்.

எங்கப்பா யாரு எவருன்னு தெரிஞ்சிக்கிடுறத்துக்காவ அவ்வொளுக்குத் தெரியாம பின்னாலயே போயிப் பாத்துருக்கு. காய்கறி, சாமாஞ் செட்டெல்லாம் வாங்கிக்கிட்டு மல்லிப்பட்டுணத்து பஸ்சுல ஏறி ஒக்காந்தாவொளாம். காசு போனா பெயிட்டுப் போவுதுன்னு எங்கப்பாவும் பஸ்சுல ஏறி பின்னாலயே போயிப் பாத்துச்சாம். அந்த பொண்ணு பேரு இந்துராவாம். மல்லிப்பட்டணத்து லாஞ்சுல கடலுக்குப் போவுதாம் செல்வராசு மச்சான்".

"சம்பாரிக்கிறாவொ இல்ல?"

"ஆமாங்க்கா... லாஞ்சுல இன்னக்கி ஏறுனா நாள மறுநாளுதான் கரைக்கி வரலாமாம். கரயேறுனா கையில காச குடுத்துருவாவொளாம். நூறு, நூத்தம்பது, எறநூறு ரூவாக் கொட கெடக்கிமாம். சம்பாரிக்கிறதயெல்லாம் அந்த பொண்ணுகிட்ட குடுத்துட்டு அங்கதான் இருக்குதாம்".

"இருக்கட்டும்... இருக்கட்டும்".

"எங்கப்பா அக்கம் பக்கத்துல விசாரிச்சிப் பாத்துருக்கு. மச்சான் இப்பயெல்லாம் குடிக்கிறதில்லயாம். சீட்டாடுறதில்லயாம்.... நல்ல மனுசன்மேரி நல்ல குடும்பம் பண்ணிக்கிட்டிருக்குதாம். நீ போயி கூப்புட்டு பாத்துட்டு வாயங்க்கா".

"நாம் போயி யாங் கூப்புடணும்? எங்கயாவுது புடிக்கிற எடத்துல புடிக்கிறவ்வொளோட இருந்துட்டுடப் போவட்டுமே. அத யாங் நாங் கெடுக்கணுமுங்குற?"

"இல்லக்கா நீ ஒரு நட போயி பாத்துட்டு, அவ நாக்க புடுங்கிக் கிர்றமேரி ரெண்டு வார்த்த கேட்டுப்புட்டு வா" என்றாள் மஞ்சுளா.

"இப்பயெல்லாம் எங்கயும் போவமுடியா மஞ்சுளா. கலாவை பள்ளிக்கொடத்துல சேத்துப்புட்டு வந்து எதுன்னாலும் அப்பறமா பாத்துக்கிடுவம்" என்றாள் மணிமேகலை.

"எங்கம்மாக்கிட்ட நீ கேட்டுப்புடாதக்கா. அப்பறம் என்னய உசுரோட வைக்காது" என்றாள் செல்வி.

"இதயாங் என்னக்கிட்ட சொல்லக்கொடாதுன்னு ஒங்கம்மா சொன்னாவோ".

"நீ கவலப்பட்டு அழுவன்னுதான். ஊரு ஆலயெல்லாம் சுத்துனாலும் ஒர வாயிக்கித்தான வரணும் கப்பி. அவன் எங்கெங்க

சு. தமிழ்ச்செல்வி

பொறுக்கணுமோ பொறுக்கிப்புட்டு வந்து சேரட்டும். அதுவரைக்கி மாவுது கப்புனாகொளத்து தங்கச்சி நிம்மதியா இருக்கட்டும். அது கிட்டயில்ல சொல்லிப்புடாதியன்னு எங்கப்பாவயே எங்கம்மா கண்டிச்சிப்புட்டு” என்றாள் செல்வி.

“சேரி எளும்பி வாங்க. ராமநாட்டு ஆளுவொ வாறத்துக் குள்ள வெட்டிக் கெடக்குற அலம்பல கொஞ்சம் ஓரிசு பண்ணுவொம்” என்று எழுந்துகொண்டாள் மணிமேகலை.

மறுபடியும் மூன்றுபேரும் முள்ளில் கைவைத்து அடுக்க ஆரம்பித்தார்கள். நீண்டநேரம் வரை மணிமேகலை இருவரிடமும் எதுவும் பேசவில்லை. கை அனிச்சையாக வேலையைச் செய்து கொண்டிருந்தது. மனதிற்குள் மறுபடியும் மறுபடியும் நொண்டிப் பெண் இந்திராவுடன் மல்லிப்பட்டணத்தில் செல்வராசு நடத்தும் குடித்தனமும் அது பற்றிய நினைவுகளுமே வந்துகொண்டிருந்தன.

## 23

மழை 'சோ' வென்று கொட்டிக்கொண்டிருந்தது. தூக்கம் வரவில்லை மணிமேகலைக்கு. புரண்டு படுத்தாள். பக்கத்திலும் கால் மாட்டிலும் தடவிப் பார்த்தாள். பூனையைக் காணவில்லை. முன்பெல்லாம் பெரும்பாலும் இரவில் இவளோடு படுத்திருக்கும் பூனை இப்போ தெல்லாம் பெரும்பாலும் இரவில் இவளோடு படுப்பதே யில்லை. எங்காவது இரவு வேட்டைக்குப் போய் விடுகிறது. நள்ளிரவுக்கு மேல் அல்லது விடியற்காலையில் வந்து இவள் படுத்திருக்கும் பாயில் படுக்கிறது. பகல் நேரத்தில் நீண்ட நேரம் வரை அடுப்பங்கரையில் படுத்து நன்றாக தூங்குகிறது. இவளோடு விளையாடுவது, மியாவ் மியாவ் என்று கத்திக்கொண்டே வந்து மடியில் ஏறி குலாவுவதெல்லாம் சாயங்கால நேரத்தில்தான். பூனைக் குட்டி இப்போது பக்கத்தில் கிடந்தால் தேவலாம் போலிருந்தது மணிமேகலைக்கு. எழுந்து உட்கார்ந்தாள்.

"மியாவ்.... மியாவ்...." வீட்டிற்குள்ளேயே எலி பிடிக்க எங்காவது பதுங்கி உட்கார்ந்திருக்குமோ என்ற

யோசனையில் கூப்பிட்டுப் பார்த்தாள். சுவர்களின் மீதோ பரண் மீதோ ஏறியிருந்தாலும் கூப்பிட்ட குரலுக்கு ஏன், என்பதுபோல கத்திக் கொண்டு இந்நேரம் ஓடி வந்திருக்கும். எழுந்து வெளியே வந்தாள். வாசலில் நின்று சற்று உரக்கக் கூப்பிட்டாள். பூனை சுற்றுப்புறத்திலும் அருகாமையிலும் எங்கும் இருப்பதுபோலத் தெரியவில்லை. இரவு வேட்டைக்கு அது வீட்டை விட்டு வெகுதூரம் சென்றிருக்க வேண்டுமென்று தோன்றியது. திரும்பி வந்து படலைச் சாத்திக் கொண்டு படுத்தாள். தூக்கம் கண்களில் குடி கொள்வேனா என்றது. கலாவின் நினைவு வந்தது. இந்நேரம் பள்ளிக் கூடம் போய்வந்த களைப்பிலும் வீட்டுப்பாடம் எழுதிய அசதியிலும் தூங்கிப் போயிருக்கும். அது நம்மைப் பற்றியா நினைத்துக்கொண்டிருக்கப் போகிறது என்று நினைத்தாள். கலாவை கும்பகோணத்தில் வளர்மதியின் வீட்டில் கொண்டுபோய் விட்டுவிட்டு வந்து நான்கைந்து மாதங்களுக்கு மேல் ஆகிவிட்டது. இடையில் ஒருமுறைதான் போய் பார்த்துவிட்டு வந்தாள்.

'கண்டிப்பான பள்ளிக்கொடம். நல்லா படிச்சிக்கிடலாம். அது தலயெழுத்து எப்புடியிருக்கோ' என்று நினைத்தாள்.

வளர்மதி அதிகமாய் கலாவை அதைச்செய் இதைச்செய் என்று வேலை வாங்குபவளில்லை. முடிந்தவரை கலாவிற்குத் தேவையான வேலைகளைக்கூட வளர்மதியேதான் செய்து தருகிறாள். வளர்மதி யிடம் இதுபற்றி நேரடியாக சொல்லி விட்டாள் மணிமேகலை.

"தங்கச்சி.... நீ மட்டும் இல்லயின்னா.... யாரு எனக்கு இதுமேரியல்லாம் ஒதவி செய்வா?" நன்றி கூறுவதுபோல கண்கள் பனிக்க மணிமேகலை சொன்னபோது வளர்மதியின் கணவனும் அதைக் கவனித்துவிட்டான்.

"இது என்ன பெரிய உதவி. கலாவும் எங்க பொண்ணு தான். பள்ளிக்கொடம் பெயிட்டு வந்தா இந்தப் புள்ளைங்களுக்கு விளையாட்டுக் காட்டி அதுங்கள எப்புடி பாத்துக்குது தெரியுமா! கலாவால ஒங்க தங்கச்சிக்கு எவ்வள வேல மிச்சம் தெரியுமா? எனக்கும் புள்ளைங்களப் பாத்துக்கணுமேங்குற கவலயில்ல. கலா வந்த பெறவு தான் நாம் பாட்டுக்கு யாவ் வேலய நிம்மதியா செய்ய முடியுது" என்றான்.

வளர்மதியும் அதை ஆமோதிப்பதுபோல புன்னகைத்து நின்றாள். அவர்கள் இரண்டு பேரையும் பார்க்க மணிமேகலைக்கு பெருமையாக

இருந்தது. 'எவ்வளவு பொருத்தம் இரண்டு பேருக்கும். ஒருவரை ஒருவர் மதித்து எவ்வளவு அழகாய் குடும்பம் செய்கிறார்கள். இதுபோல ஏன் எல்லோருக்கும் வாழ்க்கை அமையாமல் போய்விடுகிறது' என்று தோன்றியது.

'நம்ம தங்கச்சி யோகக்கார பொண்ணு. அதுனாலதான் அதுக்கு இப்புடி ஒரு புருசனும் குடும்பமும் கெடச்சிருக்கு. நம்ம எந்த சென்மத்தில என்ன பாவம் செஞ்சமோ இப்புடியெல்லாம் கெடந்து அலக்கழியிறம்' என்று நினைத்தாள். வளர்மதிக்கு இப்படியொரு வாழ்க்கை அமைந்ததை நினைத்தால் ஆச்சர்யமாகத்தான் இருக்கிறது. வளர்மதியின் கணவன் அப்போது திருத்துறைப்பூண்டியில் தாலுகா அலுவலகத்தில் வேலை பார்த்துக்கொண்டிருந்தான். அலுவலகத்திற்கு வரும் கிராம அலுவலர்களிடம் அன்பாகப் பழகக் கூடியவன். அவர்களுடைய வேலைகளை தாமதப்படுத்தாமல் உடனுக்குடனே செய்து கொடுத்து நல்ல பெயர் வாங்கினான். அலுவலக விஷயமாக தாசில்தாருடன் கற்பகநாதர்குளம் சென்றபோது, அங்கு பார்த்த வளர்மதியை அவனுக்குப் பிடித்திருந்தது. அந்த ஊர் கிராம அலுவலரின் மூலமாகப் பேசி பெண் பார்க்கப் போனான். பெண்ணுக்கு எதுவும் செய்யவேண்டாம் என்று கண்டிப்பாக மறுத்து திருமணத்தை எளிமையாக நடத்திக்கொண்டான்.

வளர்மதியின் சிவப்பு தோலைப் பார்த்துவிட்டுத்தான் அரசாங்க சம்பளம் வாங்கும் மாப்பிள்ளை சும்மாவே கட்டிக்கொண்டு போனான் என்று ஊர்சனங்களெல்லாம் பேசிக்கொண்டார்கள். ஆனால் பாக்கியமும் சண்முகமும் மணிமேகலையும் வளர்மதியின் நல்ல மனசுக்குத்தான் அப்படியொரு வாழ்க்கை கிடைத்ததென்று சொல்லி மகிழ்ந்தார்கள்.

எப்படியோ வளர்மதிக்கு கிடைத்த நல்ல வாழ்க்கையால் தான் இப்போது மணிமேகலையும் சற்று ஆறுதலடைய முடிகிறது.

திடீரென்று நினைவு செல்வராசுவிடம் தாவியது. 'குடிக்காமல், சீட்டாடாமல், திருடாமல், பொய் சொல்லாமல் சம்பாரிச்சி நல்ல குடும்பம் பண்ணுதாம்'.

அவன் வீட்டைவிட்டு கிளம்பியது நினைவுக்கு வந்தது. மாசி மாதம். தெக்குத்தெரு வரதராசன் வீட்டுத் தென்னந்தோப்பில் இரவோடு இரவாக தேங்காய் திருடிக்கொண்டு வந்தது. கையும்களவுமாக பிடிபட்டது. அவமானம் தாங்க முடியாமல் ஓடியது. எல்லாம் ஒவ்வொன்றாக நினைவுக்கு வந்தது.

வரதராசுவின் வீட்டுத் தென்னந்தோப்பில் மரத்துக்கு மரம் பொறுக்கடித்து சாயங்காலம்தான் எஞ்சின் வைத்து தண்ணீர் இறைத்திருந்தார்கள். நல்ல பராமரிப்புள்ள தோப்பு என்பதால் காய்ப்பு நன்றாக இருந்தது. பல நாட்களாகவே அது செல்வராசுவின் கண்களை உறுத்திக்கொண்டேயிருந்தது. அன்றைக்கென்று பார்த்து நடுஇரவில் கத்தியை எடுத்துக்கொண்டு அந்த தோப்பிற்குள் போனான். மரங்களெல்லாம் உயரம் குறைவான இளம்மரங்கள். காய்ப்பு கண்டே ஓரிரு வருடங்கள்தான் ஆகியிருந்தது. மரத்தில் ஏறி குலைகுலையாகத் தேங்காய்களை வெட்டி அள்ளிக்கொண்டுவந்து அத்தனையையும் வீடு சேர்த்து விட்டான். நடுவீட்டிற்குள் ஒரு மூலையில் முட்டாகக் கொட்டி அதன்மீது சாக்கைப் போட்டு மூடிவிட்டான். தேங்கா யென்றால் ஐந்து காய் பத்துகாயில்லை. அறுபது எழுபது காய்களிருக்கும். எத்தனை தடவை வீட்டிற்கும் தோப்பிற்குமாக நடந்தானோ தெரியவில்லை. ஒரு தடவைகூட யார் கண்ணிலும் அகப் படாமல் கொண்டுவந்து சேர்த்துவிட்டான். மறுநாள் ராத்திரி அவற்றை உரித்து மட்டைகளை புதைத்துவிட்டால், உரித்த தேங்காயின் அடையாளம் தெரியாது. பின்பு சாவகாசமாய் எடுத்துக் கொண்டுபோய் பெருமழை கடைகளில் போட்டுவிட்டு காசாக்கி விடலாமென்று திட்டமிட்டிருந்தான். வரதராசுவால் தேங்காயைத் திருடியது யாரென்று கண்டுபிடிக்க முடியாதென்று நினைத்தான். ஆனால் வரதராசுவின் பெண்டாட்டி தம்பிக்கோட்டைப் பெண். மிகவும் கெட்டிக்காரி என்பது செல்வராசுவுக்குத் தெரியாமல் போய்விட்டது. கொழகொழப்பான பொறுக்கு மண்ணில் தேங்காய் விழுந்த சுவட்டையும் காலடி சுவட்டையும் கவனித்தாள். காலில் சப்பென்று ஒட்டிக்கொண்ட பொறுக்கு மண்ணை வழிநெடுக புல்லில் தேய்த்துவிட்டு நடந்த அடையாளத்தை பார்த்துக்கொண்டே செல்வராசுவின் வீட்டிற்கே வந்துவிட்டாள். என்ன ஏதென்றுகூட காரணம் சொல்லாமல் வீட்டிற்குள் நுழைந்தவள் மூலையில் கொட்டிக் கிடந்த தேங்காய்களைப் பார்த்துவிட்டாள்.

ஊரைக்கூட்டி ஞாயம் கேட்டாள். இது வேறு இடத்தில் வாங்கிய தேங்காய் என்று சாதிக்க முடியாதபடி தேங்காயின் மீது நனைந்த பொறுக்கு மண் அப்பியிருந்தது.

தேங்காய் திருடிய செல்வராசுக்கு என்ன அபராதம் போடலா மென்று ஆளாளுக்கு ஏதேதோ பேசினார்கள். இது பற்றி மணி மேகலையிடமும் கேட்டார்கள்.

"என்ன வேணுமுன்னாலும் செஞ்சிக்கிடுங்க.... நான் எதுவும் வருத்தப்படமாட்டடன். இல்லன்னா நான் என்ன செய்யணுமுன்னு சொல்லுங்க, செய்யிறன். யாம் புருசன் செஞ்ச தப்ப கண்ணால பாத்துக்கிட்டே நாம் பேசாம படுத்துருந்தத்துக்காவ எனக்கும் என்ன தண்டனை குடுத்தாலும் குடுங்க. நான் ஏத்துக்கிர்றன்" என்று பஞ்சாயத்தார் முன் தலைகவிழ்ந்து நின்றாள். அப்போது ஒன்றுக்கு விடப் போவதுபோல கிளம்பி ஊரைவிட்டு ஓடியவன்தான்; இன்று வரை திரும்பி வரவில்லை. தேங்காய்களை திருப்பிக் கொடுத்ததோடு அபராதமாச ஒரு சிறு தொகையை மணிமேகலையிடமிருந்து வாங்கி வரதராசுவுக்குக் கொடுத்தது பஞ்சாயத்து.

அந்தத் திருட்டுதான் அவனுக்கு கடைசித் திருட்டு. சூடுபட்ட பூனை உறியைப் பார்க்காது என்பதுபோல எல்லாக் கெட்ட பழக்கங்களையும் ஒழித்துவிட்டு திருந்தி இன்னொரு பெண்ணோடு குடும்பம் நடத்திக்கொண்டிருக்கிறானாம். 'நம்மளோட மட்டும் நல்ல குடுத்தனம் பண்ண முடியாது போலருக்கு' தனக்குத்தானே முனகிக் கொண்டாள். எப்படி இருக்கிறானென்று ஒருமுறை அவனைப் போய் பார்த்துவிட்டு வந்தால் என்ன என்று தோன்றியது. போகத்தான் வேண்டும் என்று நினைத்தாள்.

கண்களை மூடிக்கொண்டே கிடந்தவள் எப்போது தூங்கினாளோ தெரியவில்லை. விடியப் போகும் நேரத்தில் நன்றாகத் தூங்கிக் கொண்டிருந்தாள். எங்கோ சென்று வேட்டை யாடிவிட்டு வந்த பூனை வழக்கமாய் பாயில் படுத்து அமைதியாக தூங்குவதுபோல இல்லாமல் இன்று ஏனோ விடாமல் கத்திக் கொண்டே அவள் படுத்திருக்கும் பாயை சுற்றிச் சுற்றி வந்தது. அவ்வப்போது வீட்டிற்கும் வாசலுக்குமாய் அலைந்தது. அவளது காலை ஓரிருமுறை சுரண்டியது. அது ஏன் இப்படிச் செய்கிறதென்று மணிமேகலைக்குப் புரியவில்லை. தொடர்ந்து அது சுத்துவதை சகித்துக்கொண்டு படுத்திருக்க முடியவில்லை அவளால்.

"யாம் இப்புடி கத்துற" என்று கேட்டுக்கொண்டே எழுந்து உட்கார்ந்து பூனையைப் பிடித்து மடியில் போட்டாள். பூனை அவளின் மடியில் படுக்காமல் பிடியிலிருந்து நழுவி நிலைப்படி ஓரமாய் போய் நின்றுகொண்டு கத்தியது.

மணிமேகலை எழுந்து அதன் பின்னால் போய்ப் பார்த்தாள். அரைகுறை இருட்டில் திண்ணையில் யாரோ போர்த்திக்கொண்டு படுத்திருப்பது தெரிந்தது.

'இது யாரு? ஆம்புள இல்லாத வூட்டுல இவ்வள துணிச்சலா யாரு வந்து படுத்துருப்பா? பாக்குறவ்வொ என்ன நெனப்பாவோ? நம்பளுக்கு கெட்ட பேரு உண்டாக்கனுமுன்னு யாரும் திட்டம் போட்டு செய்யிறாவொளா?' மணிமேகலையின் மனதில் ஏதேதோ தோன்றியது. மனது லேசாய் பதைபதைத்தது. வீட்டிற்குள் போய் அரிக்கனை தூண்டிவிட்டு எடுத்துக்கொண்டு வந்தாள். தூங்குபவனின் முகத்திற்கு நேராக வெளிச்சம்படும்படி அரிக்கனைப் பிடித்துக் காண்பித்தாள். தலை வரை வேட்டியால் முக்காடிட்டுக்கொண்டு தூங்கியதால் முகம் தெரியவில்லை.

"யாருது படுத்துருக்குறது? யாராயிருந்தாலும் எளும்புங்க".

படுத்திருக்கும் உருவம் அசைந்து கொடுப்பதாய் தெரியவில்லை.

"இப்ப எளும்புறியளா? இல்ல அக்கம் பக்கத்து சனத்தக் கூப்புட்டாரவா?"

மணிமேகலை சற்று அதட்டலாய் கேட்டதும், படுத்திருந்தவன் மூடியிருந்த முக்காட்டை எடுத்துவிட்டு முகத்தைத் திருப்பி அவளைப் பார்த்தான். மணிமேகலைக்கு ஆச்சரியமாய் இருந்தது.

"நீங்களா? எப்ப வந்திய? யாங் இந்தக் குளுருல இஞ்சயே படுத்துட்டிய? உள்ள வந்தான்ன?" என்றாள்.

எழுந்து உட்கார்ந்தான் செல்வராசு. அவளுடைய அத்தனை கேள்விகளுக்கும் ஒருவார்த்தைகூட பதில் சொல்லவில்லை அவன்.

வாசல் படலை சற்று ஓரமாய் தள்ளி வைத்துவிட்டு தலையை வெளியே நீட்டிப் பார்த்தாள். முத்தத்தில் சாணி கரைத்துப் போட முடியாதபடி தூறல் போட்டுக்கொண்டிருந்தது வானம். வீட்டிற்குள் போய் ஒரு சொம்பை எடுத்துக்கொண்டு வந்தவள், வாசலோரம் வரிச்சிக் கம்பில் மாட்டி வைத்திருந்த சாக்கை எடுத்து தலைக்குப் போட்டுக்கொண்டு டீக்கடைக்கு ஓடினாள். அப்போதுதான் அடுப்பு பற்ற வைத்து டீ போட்டுக்கொண்டிருந்தான் அப்பு. அந்த நேரத்திலும் நான்கைந்து பேர் துண்டால் உடம்பை போர்த்திக்கொண்டு டீ குடிக்க உட்கார்ந்திருந்தார்கள்.

"என்னப்பா கப்புனாகொளத்துத் தங்கச்சி இன்னக்கி அதிசயமா இந்த நேரத்துல டீ வாங்குற?" என்றார் உட்கார்ந்திருந்தவர்களில் ஒருவர்.

செல்வராசு வந்திருப்பதைச் சொல்ல அவளுக்கு ஏனோ சங்கடமாக இருந்தது. பொய் சொல்லவும் வாய் வரவில்லை. பொத்தாம் பொதுவாய், "விருந்தாடிக்கி" என்றாள்.

அதிக நேரம் வளர்த்தாமல் அப்பு உடனே டீ போட்டுக் கொடுத்தது அவளுக்கு ஆறுதலாயிருந்தது. நின்றால் மறுபடி மறுபடி யார் எவரென்று கேட்டுவிடுவார்களோ என்று பயந்தாள்.

ஒரு சொம்பில் வாய் கொப்பளிக்க தண்ணீரைக் கொண்டு வந்து கொடுத்துவிட்டு வாங்கிவந்த டீயை ஒரு கலக்கு கலக்கி டம்ளரில் ஊற்றி அவனுக்கு முன்னால் வைத்தாள்.

"இந்தாங்க. சூடாருக்கு குடிங்க" என்றாள்.

அப்போதும் எதுவும் பேசாமல் டீயை எடுத்து உறிஞ்சினான்.

"ஒடம்பு கிடம்பு சவுரியமில்லயா?"

"......"

மறுபடியும் படுக்க விரும்புபவனைப்போல வேட்டியால் முக்காடிட்டுக்கொண்டு கால்களை நீட்டினான்.

"யாங் இந்த குளுருல திரும்பியும் இஞ்சயே படுக்குறிய. எளும்பி உள்ள வாங்க. உள்ள வந்து படுங்க" என்றவள் அரிக்கனை இரண்டு பக்கமும் வெளிச்சம் தெரியும்படி நிலைப்படி ஓரமாக வைத்துவிட்டு வீட்டிற்குள் போய் தன் பாயை எடுத்து உதறி மறுபடியும் விரித்துப் போட்டு தலையணையையும் எடுத்துப் போட்டாள். செல்வராசு எழுந்து வரவில்லை. அப்படியே அசையாமல் உட்கார்ந்திருந்தான்.

"உள்ள எழும்பி வாங்களேன்" என்றாள் சற்று உரத்து. எழுந்து உள்ளே வந்தான் அவன். வீட்டிற்குள் அங்குமிங்கும் ஒருமுறை நோட்டமிட்டவன் பாயில் படுத்துக்கொண்டான்.

'வந்ததுலேருந்து ஒரு வார்த்தகொட பேசாம ஊம சாமி மேரி யாங் இருக்கணும்? பேசுனா இவ்வள நாளும் எங்க இருந்திய? யாம் இப்புடி செஞ்சியன்னெல்லாம் கேள்வி கேப்பன்னு பயந்துக்கிட்டு இருக்குறாவொளோ. பெத்த புள்ளய பத்திகொட எங்க ஏதுன்னு கேக்கலயே' என்று நினைத்தாள்.

மணிமேகலை அதற்குமேல் அவனிடம் எதுவும் கேட்கவில்லை. பேசும்போது பேசட்டும் என்று தன் வேலைகளை செய்ய ஆரம்பித்தாள்.

சுடு சோறாக்கி தோலிக் கருவாடும் கொம்மடிப் பிஞ்சும் போட்டு குழம்பு வைத்து, காலை ஆகாரத்தை எடுத்துப்போய் வைத்தாள். பின்பக்க வாசல்படியிலேயே உட்கார்ந்துகொண்டு பல்துலக்கி வாய்க் கொப்பளித்துத் துப்பியவன், நடுவீட்டில் உட்கார்ந்து சாப்பிட்டான் அதுவரையில் அடுப்படியில் படுத்திருந்த பூனை அவன் தின்றுவிட்டுப் போடும் கருவாட்டு முள்ளுக்காக தட்டைச் சுற்றிச் சுற்றி வந்து, அவன் முகத்தை தயக்கமாய் பார்த்து கத்தியது. புறங்கையால் பூனையை விரட்டியவன் 'ஏது இது' என்பதுபோல பூனையையே பார்த்தான்.

"ஒருமாச லீவுக்கு வந்த புள்ள, பூனைக்குட்டிமேல ஆசப்பட்டுத் தூக்கியாந்து போட்டுட்டுப் பெயிட்டு. இந்த செல்ல வளப்பு காலுக்குள்ளயும் கைக்குள்ளயும் பின்னிப்பின்னிக்கிட்டு நம்மள வுடமாட்டங்குது. இதுவும் இல்லாட்டி நாதியத்த பொணம்மேரித் தான் நான் தனியா கெடக்கணும். இடுமானம் பள்ளிக்கொடத்துல சேத்து நம்மளோட தோளுக்கு தொணயா போட்டுவச்சிருக்கலாமுன்னு தான் நெனச்சன். ஆனா அங்கயெல்லாம் படிக்க வச்சா எட்டாவுது வரைக்கிம் கொட நீ ஒழுங்கா பள்ளிக்கொடம் போவ வுடமாட்ட, நாங்கொண்ட அத படிக்கவக்கிறன்னு யாந்தங்கச்சி அழச்சிக்கிட்டு பெயிட்டு. கும்பகோணத்துல நல்ல பள்ளிக்கொடத்துலதான் சேத்து வுட்டுருக்குதாம். புள்ள மொவத்த பாக்குறமேரி இந்த பூன மொவத்தத்தான் பாத்துக்கிட்டுருக்குறன்".

அவனாக கேட்கவில்லை என்றாலும் கலாவைப் பற்றிய செய்தியை சொல்லிவிட்டோம் என்று நினைத்தாள் மணிமேகலை. சாப்பிட்டு முடித்து கை கழுவியவன் சற்று தயக்கமாய்,

"மணிமேல" என்றான்.

"என்ன?"

"நீனும் மல்லிப்பட்டணத்துக்கு வந்தர்றியா?"

"எதுக்கு?"

"கலாதான் இல்லயே. நீ யாங் இஞ்ச தனியாருந்துக்கிட்டு?"

"அங்க வந்து நா என்ன செய்யப்போறன்?"

"நா அங்க லாஞ்சுக்குப் போறன். ஒரு நாளக்கி எறநூறு முன்னூறு கொடக் கெடக்கும். வாரத்துல ரெண்டு தடவ பெயிட்டு வரலாம். நான் இப்ப குடிக்கிறது சீட்டாடுறது எல்லாத்தயும் உட்டுட்டன்".

என்னதான் சொல்கிறானென்று பார்ப்போம் என்று பேசாமல் இருந்தாள் மணிமேகலை.

“நீனும் வந்துரு மணிமேல போவம்”.

“நீங்க லாஞ்சுக்குப் போவிய.... சம்பாரிப்பிய.... நான் என்ன பண்ணுற?”

“ஒதவி ஒத்தாசயா இருக்கலாம்”.

“யாருக்கு? இந்துராவுக்கா!”

இப்படி கேட்பாளென்று அவன் கொஞ்சமும் எதிர்பார்க்க வில்லை எல்லாம் தெரிந்துவிட்டதா என்ற அதிர்ச்சியில் கொஞ்ச நேரம் எதுவும் பேச முடியாமல் அமைதியாய் இருந்தான். ஆனால் அதுவே அவனது தயக்கத்தைப் போக்குவதாகவும் அமைந்தது. எப்படி இந்திரா பற்றிய செய்திகளையெல்லாம் இவளிடம் சொல்வதென்று யோசித்துக் கொண்டிருந்தவனுக்கு முன்பாகவே அவள் தெரிந்து வைத்திருந்தது வசதியாகப் போய்விட்டது.

“இந்துரா மாசமாருக்கு” என்றான். அதைக்கேட்டதும் வேதனையால் மனது துடித்தது அவளுக்கு. கல்லாக்கிக் கொண்டு பேசாமல் நின்றாள்.

“வாந்தி மயக்கம் நிக்கவேல்ல. பாவம் நொண்டிப் பொண்ணு. தொணயில்லாம செருமப்படுது”.

“அதுக்கு நான் வந்து சோறாக்கிப் போடணும், துணி தொவச்சிக் குடுக்கணுமுங்குறியளா?”

“நீ இஞ்சயிருந்து என்ன செய்யப்போற?”

“எனக்கு வேலயில்லங்குறத்துக்காவ சக்களத்தியாளுக்கு புளுக்க வேல செய்ய வரச்சொல்லுறியளா?”

மணிமேகலையால் தாங்கிக்கொள்ள முடியவில்லை. அதற்கு மேலும் அங்கு நின்றால் அழுகை வந்துவிடுமோ என்று நினைத்தவள் விருட்டென்று வெளியே போனாள்.

“இஞ்சபாரு மணிமேல. அடமழ வுடாம பெய்யிது. இந்துராவத் தனியா வுட்டுட்டு வந்துட்டன். நேரத்தோட போவணும்”.

"சட்டுபுட்டுன்னு கெளம்பு". வாசலுக்கு வந்தவளை துரத்திக் கொண்டே வந்தது செல்வராசின் குரல். மழை விட்டு விட்டு பெய்து கொண்டிருந்தது. சன்னமான தூறல் விழுந்து கொண்டேயிருந்தது. மணிமேகலைக்கு எங்கே போவதென்று ஒன்றும் தோன்றவில்லை. அக்கம் பக்கம் யார் வீட்டிற்கும் போகப் பிடிக்கவில்லை. கிழக்கே செல்லும் சாலையில் நடந்தாள். நடையில் வேகம் கூடியது. வழியில் யார் நிற்கிறார்கள் எதிரில் என்ன வருகிறது என்பதையெல்லாம் அவள் கவனிக்கவில்லை. தூறல் வலுத்தது. முந்தானைத் துணியை எடுத்து தலையில் போட்டுக்கொள்ள வேண்டுமென்று அவளுக்குத் தோன்ற வில்லை. ஊரின் எல்லைவரை வந்துவிட்டாள். பிறகுதான் நாம் எங்கே போகப் போகிறோம் என்ற யோசனை வந்தது. நடையின் வேகம் குறைந்தது. உடம்பு தளர்ந்து நடக்க முடியாதது போல் வந்தது. மழை வாடியக்காட்டைவிடவும் கற்பகநாதர்குளத்தில் அதிகமாய் பெய்து கொண்டிருந்தது. ஊரில் மரமட்டை வீடு வாசல் எதுவும் கண்ணுக்குத் தெரியவில்லை. மனதின் சோர்வு தாங்காமல் கொட்டும் மழையில் மணிமுத்தா நதி மதகின்மீது உட்கார்ந்துவிட்டாள். மனதின் பாரத்தை எல்லாம் வழித்தெடுத்துக் கரைத்துக்கொண்டு போவதுபோல அவள்மீது 'சடசட'வென்று கொட்டியது மழை. இடி முழக்கத்திற் கிடையே அவள்மீது பெய்யும் மழை அவளுக்கு இதமாயிருப்பது போலிருந்தது. இவ்வளவு மழையில் நனைந்துகொண்டு செய்யு மளவுக்கு யாருக்கும் அவசரமான வேலையெதுவும் இல்லையோ என்னவோ அவ்வழியாய் ஈகாக்கைகூட வந்து போகவில்லை. மணிமுத்தா நதியின் இரண்டு கரைகளையும் தட்டிக்கொண்டு போனது தண்ணீர். சுழித்தோடும் தண்ணீரில் அணில் கடித்த தென்னங் குடுக்கைகள் மிதந்து போயின. ஓடும் தண்ணீரின் வேகச்சுழிப்பு தெரியாதவாறு தெறித்து விழும் மழைநீரின் திவலைகள், அவை ஏற்படுத்தும் வட்டங்கள், தண்ணீர் பரப்பெங்கும் நீரின் போக்கை மாற்றிக் காண்பித்து ஒரு மாயத்தோற்றத்தை ஏற்படுத்திக்கொண்டிருந்தன.

கற்பகநாதர் குளத்திற்கு தன் அப்பா வீட்டிற்கு போய் விடுவோமா என்று நினைத்தாள். அங்கு எதற்காக போகவேண்டும் என்று எதிர்கேள்வி கேட்டது மனது. பாக்கியத்தை பார்த்தாலாவது மனது சற்று ஆறுதலடையுமென்று தோன்றியது. ஆனால் அங்கு போனால் அடுக்கடுக்காய் பல கேள்விகளைக் கேட்டு தன்னை அவள் துளைத்தெடுப்பாள் என்றும் நினைத்தாள். பாக்கியத்திடமோ சண்முகத்திடமோ வேறு சொந்தக்காரர்களிடமோ செல்வராசுவைப் பற்றி எதுவும் பேசுவதை அவள் விரும்பமாட்டாள். எப்போதுமே அவனைப் பற்றிய குற்றங் குறைகளை அவர்களிடம் சொல்லப்

பிடிக்காது அவளுக்கு. அவர்களாகவே அவளைப்பற்றி விசாரித்தாலும் கண்டங்கத்திரியை மென்று வாயில் அடக்கிக்கொண்டு பதில் சொல்வது போலத்தான் கசந்தபடி பதில் சொல்லுவாள்.

எவ்வளவு நேரம்தான் மதகில் உட்கார்ந்திருக்க முடியும்? வீட்டிற்கே போய்விடுவோமென்று நினைத்து எழுந்தாள். வாடியக் காட்டில் அந்த வீட்டை விட்டால் அவளுக்கு போக்கிடம் ஏதுமில்லை என்பதுபோல தோன்றியது. செல்வராசு எது செய்தாலும் செய்துவிட்டுப் போகட்டும். எதுவும் நமக்குப் புதிதில்லை. எதனாலும் நமக்கு வலியுமில்லை. மனதை திடப்படுத்திக்கொண்டாள். திரும்பி வீட்டை நோக்கி நடந்தாள். நடையில் வேகமில்லை. உறுதியுமில்லை. மெதுவாய் நடந்தாள். அப்போதுதான் நடை பழகுபவளைப் போலிருந்தது அவளுடைய நடை. எண்ணி எண்ணி எடுத்து வைப்பவளைப் போல ஒவ்வொரு அடியாக நடந்து வீட்டிற்கு வந்து சேர வெகு நேரம் ஆனது. அவள் வீட்டிற்கு வந்தநேரம் மழை நின்று போயிருந்தது.

வீட்டிற்குள் செல்வராசு கோபத்தின் உச்சியில் கொதித்துப் போய் நின்றான். அவன் பேசியது எதையும் காதில் வாங்காமல் மணிமேகலை போய்விட்டது பெருங்கோபத்தை ஏற்படுத்தியிருந்தது அவனிடம். வீட்டைவிட்டு வெளியே வந்து நான்கைந்து முறை அக்கம் பக்கமெங்கும் தேடிப் பார்த்தான். பார்த்தவர்கள் இவனிடம் எங்கே போயிருந்தாய் எப்போது வந்தாய் என்றெல்லாம் துருவித்துருவி விசாரித்தார்களே தவிர யாரும் மணிமேகலையைப்பற்றி எதுவும் சொல்லவில்லை. அவள் மழையில் நனைந்தபடியே கற்பகநாதர் குளத்தை நோக்கிச் சென்றதை அங்கு ஒருவரும் பார்த்திருக்கவுமில்லை.

வீட்டைவிட்டு வெளியே போய் கொல்லையில், தோப்பில் தேடிப் பார்க்கவும் செல்வராசுவுக்கு சங்கடமாக இருந்தது. தன் கோபத்தையெல்லாம் அடக்கிக்கொண்டு வீட்டிற்குள்ளேயே அடிபட்ட மிருகம்போல உறுமிக்கொண்டு கிடந்தான். மணிமேகலை மெதுவாக வந்து திண்ணையில் உட்கார்ந்தாள்.

அவளைப் பார்த்தவுடன் செல்வராசுவின் கோபம் பல மடங்கானது.

"தட்டுவாணி முண்ட எங்கடி பெயிட்டு வாற?" என்று சீறினான்.

மணிமேகலை அண்ணாந்து அவன் முகத்தை ஒருமுறை பார்த்துவிட்டு மறுபடியும் குனிந்துகொண்டாள்.

கேக்குறன்ல்லடி. நீ பாட்டுக்கு ஒக்காந்திருந்தா என்ன அர்த்தம். எந்தக் கள்ளப்புருசன் வூட்டுக்குடி பெயிட்டு வந்த?" தலையில் கைவைத்து, பல்லைக்கடித்து தன்னை அமைதியாக்கிக் கொள்ள முயற்சித்தாள் மணிமேகலை.

"எது கேட்டாலும் வாயத்தொரக்காதன்னு சொல்லிக் குடுத்தானடி அவன்?"

"பேசுறத்த மரியாதையாப் பேசுங்க".

"ஒனக்கென்னடி மரியாத? தேவுடியா செறுக்கி". தலை முடியைப் பிடித்து உலுக்கினான். உயிரற்ற ஒரு பொம்மையைப் போல அவன் இழுத்த இழுப்புக்கெல்லாம் ஆடியது அவள் உடம்பு. வலியில் உயிரே போனாலும் வாய் திறந்து கத்தக் கூடாது என்று வைராக்கியமாய் இருந்தாள்.

தெருவில் போய்க்கொண்டிருந்த பக்கிரி பெண்டாட்டி இதை பார்த்துவிட்டு ஓடிவந்தாள்.

"ஐய்யய்யோ தம்பி- நீ நல்லாருப்ப அத வுட்டுருப்பா. பாவம் அத யாம் போட்டு இந்த பாடுபடுத்துற" என்று பதறியபடியே கிட்டே வந்து அவனது கையைப் பிடித்து இழுத்து விலக்கி விட்டாள்.

"என்ன பெரச்சன? யாம் போட்டு அந்த பொண்ண இப்புடி அடிக்கிற?"

"மல்லிப்பட்டுணத்துல லாஞ்சுக்குப் போறன். சம்பாரிக் கிறன். அங்க வாடி போவமுன்னு கூப்புட்டா வரமாட்டங்குறா. இப்ப நான் குடிக்கிறது சீட்டாடுறது எல்லாத்தயும் உட்டுட்டு சம்பாரிச்சிக்கிட்டு இருக்குறன். நல்லவனா இருக்குறவன, மனுசனா வாழணுமுன்னு ஆசப்படுறவன உடுறாளா பாருங்க. ஆசயா வந்து கூப்புட்ட என்னய எப்புடி மிருகமாக்கிப்புட்டா பாருங்க" சொல்லிக்கொண்டே மறுபடியும் அவள்மீது பாய்ந்தான்.

"நீ பேசாம இருப்பா செத்த. நான் கேக்குறன்". மறுபடியும் அவனை இழுத்து தூரமாய் விட்டாள் பக்கிரி பெண்டாட்டி.

"நல்ல பொம்புளன்னா புருசன் கூப்புட்டா கூப்புட்ட எடத்துக்கு வரவேண்டியான?"

"யாங்கச்சி நீதான் வாறன்னு சொன்னான்ன?"

"புருசங் கூப்புட்டா எங்க வேணுமுன்னாலும் பெயிற முடியுமாக்கா?"

"உத்தமின்னா வருவா. நீ திருட்டு தேவுடியாதானடி. நீ எப்புடி வருவ" என்றான் செல்வராசு.

"......"

"என்ன தம்பி இப்புடியெல்லாம் பேசுற? அதுவும் இந்த பொண்ணப் பாத்து இதுமேரி வார்த்தயெல்லாம் பேசாத. கண்ணவிஞ்சி நின்னு தெறாவி பெயிறணும்".

"நாஞ் சொல்லுறது பொய்யின்னா வரச்சொல்லுங்களேன் அவள".

"இஞ்சபாரு கப்புனாகொளத்து தங்கச்சி, நீ கௌம்பு. கொண்டு போயி ஒன்னய காவா குடுத்துறப் போவுது? அப்புடியே குடுத்தாலும் குடுத்துட்டுப் போவட்டும். உசுரா பெரிசி. பொம்புளைக்கி மானம் மரியாததாம் பெரிசி. மானங்கெட்ட பேச்ச வாங்கிக்கிட்டு நீ இஞ்ச கெடக்குறத்த அங்க போயி செத்தாலும் பரவால்ல, போங்கச்சி" என்று கோபத்தோடு பேசியவள், "போவக்குள்ள அதுவும் வரும். சும்மா சும்மா போட்டு அடிச்சி ஒதக்காம ஒவ்வேலயப் பாரு" என்று செல்வ ராசுவைப் பார்த்து சொன்னாள்.

"இல்லக்கா... யாரு சொன்னாலும் நான் மல்லிப்பட்டணத்துக்கு போவமாட்டன்" என்றாள் மணிமேகலை.

"ஏய் நீ வரமாட்ட, வரமாட்ட? வாறியா இல்லயான்னு நான் பாக்குறண்டி".

"பாருங்க".

"நான் நெஞ்சுல மசுரு மொளச்ச உண்மையான ஆம்புளதானா இல்லயான்னு அப்பறஞ் சொல்லுடி".

"ஏய் இப்ப எளும்புறியா இல்லயாடி? ராத்திரி நான் வந்தப்ப உள்ளருந்துட்டு எளும்பிப் போனவன் யாருன்னு எனக்கு தெரியாதுன்னு நெனச்சியாடி".

அடப்பாவி இல்லாததை இருப்பதுபோல சொல்லுகிறானே என்ற அதிர்ச்சியில் அவனை அண்ணாந்து பார்த்தாள்.

"அந்த கொணசேகரன வச்சிக்கிட்டுத்தானடி நான் கூப்புடக் கூப்புட நீ வரமாட்டங்குற?"

வாயடைத்துப் போய்விட்டாள் மணிமேகலை. யாரைப் போய் சொல்கிறானென்று நினைக்க நினைக்க அதிர்ச்சியாகவும் அசிங்க மாகவும் இருந்தது அவளுக்கு.

குணசேகரன் பக்கத்து வீட்டுக்காரன். செல்வராசுவின் கூட்டாளி. மணிமேகலைக்கு அவன் அண்ணன் முறையானவன். எப்படி நாக்கு கூசாமல் இப்படி அபாண்டமாகப் பேச முடிகிறது என்று நினைத்த மணிமேகலையால் அதைத் தாங்கிக்கொள்ளவே முடியவில்லை. இவன் அவளிடம் தகராறு செய்வதைப் பார்த்து விட்டு தெருவில் போய்க்கொண்டிருந்தவர்கள் எல்லோரும் கூடிவிட்டார்கள். மணிமேகலையால் எதுவும் பதில் சொல்ல முடியவில்லை. அவமானம் பிடுங்கித் தின்றது. பக்கிரி பொண்டாட்டிக்கோ செல்வராசுவின் அபாண்டப் பேச்சைக் கேட்டு ஆத்திரம் ஆத்திரமாக வந்தது. மணிமேகலையைப் பழிபோட்டு பேசுவதுபோல நம்மையும் ஏதாவது வாயிக்கு வந்தபடி பேசிவிட்டால் என்ன செய்வதென்று பயந்தாள்.

"வழியில போற ஓணான புடிச்சி காதுக்குள்ள வுட்டுக்கிட்டு குத்துதே கொடயுதேன்னு நம்ம யாங் கஷ்டப்படணும்" என்று நினைத்தவள் மெதுவாக கூட்டத்தைவிட்டு நழுவிவிட்டாள். அதற்கு மேல் எதுவும் செய்ய முடியாது என்பதுபோன்று ஆகிவிட்டது மணி மேகலைக்கு. எழுந்து வீட்டிற்குள் போனாள். தன் துணிமணிகளை ஒரு பையில் சுருட்டி வைத்துக்கொண்டு அவனோடு கிளம்பிவிட்டாள்.

பூனைக்குட்டியின் உருவம் பேருந்தில் ஏறும்வரை அவள் கண்முன்னே வந்து நிழலாடிக்கொண்டிருந்தது.

## 24

ஊரெங்கும் கிழிபட்ட சுவரொட்டிகளும் தேர்தல் சின்னங்கள் அச்சிடப்பட்ட அட்டைகளும் பத்திரிகைகளுமாக கிழிந்தும் சுவர்களில் தொங்கிக்கொண்டும் தோரணங்களாகவும் காட்சியளித்தன.

இடும்பவனம் ஊராட்சிக்குள் அடங்கிய கிராமங்கள் தான் கிழவாடியக்காடு, மேலவாடியக்காடு, அடைஞ்ச விளாகம் ஆகியவை. இடும்பவனம் பெரிய ஊராட்சி. தேர்தலில் நின்று வெற்றிபெறுவ தென்பது கௌரவமான விஷயம். தேவர், கள்ளர், வெள்ளாளர் என்று எல்லா சாதிக்காரர்களும் வசிக்கும் கிராமங்களைக் கொண்டது. எத்தனையோ பேர் போட்டியிட்டும் பணத்தை தண்ணீராய் செலவு செய்தும் கடந்த இரண்டு முறையும் சந்திரசேகரன்தான் வெற்றிபெற்று ஊராட்சி மன்றத் தலைவராய் வந்திருக்கிறார். நேற்று தேர்தல் முடிந்து ஊரெங்கும் அமைதியாகிவிட்டது. நாளை மறுநாள் ஓட்டு எண்ணும் வேலை முடிந்தால் தெரிந்துவிடும். இந்த முறை யார் தலைவராக வருவாரென்று. பெரும்பகுதி

வாய்ப்பு இந்த முறையும் சந்திரசேகருக்குத்தான் இருக்கிறதென்றும் அவர்தான் தலைவராய் வருவாரென்றும் ஜனங்களெல்லாம் பேசிக்கொண்டார்கள். புதிய தலைவரை எதிர்பார்க்கும் மக்களும் இருக்கத்தான் செய்தார்கள். எத்தனை பேர் வந்தாலும் சந்திர சேகரனைப்போல் இருக்கமுடியா தென்று அடித்துக் கூறுபவர்கள் அதிகமாயிருந்தார்கள்.

"யாங் கப்புனாகொளத்துத் தங்கச்சி. இந்த நடயும் சந்துர சேகருதான் செயிக்குமாமுல்ல" என்று கேட்டுக்கொண்டே வந்தாள் நாட்டுசாலைப் பெண்.

"யாரு செயிச்சா நம்பளுக்கென்னக்கா?"

"அது என்ன அப்புடிக் கேட்டுப்புட்ட?"

"ஆமாங். ராமன் ஆண்டாலும் ராவணன் ஆண்டாலும் நம்ம வயத்துக்கு நம்மதானக்கா தேடணும், திங்கணும்".

"என்ன இருந்தாலும் சந்துரசேகரு செயிச்சி வாறமேரி ஆவுமா? அது சரி நீ யாருங்குங்கச்சி ஓட்டு போட்ட?"

"யாருக்கு போட்டுருப்பன்னு நெனக்கிறிய?"

"சந்துரசேகருக்குத்தான் போட்டுருப்ப. தெரியாதா எனக்கு?"

"எப்புடி சொல்லுறிய்ய?"

"என்ன இருந்தாலும் சம்மந்தியாவப்போற மனுசனில்லயா?"

"என்னக்கா சொல்லுறிய?"

"கலாவ சந்துரசேகரு மவனுக்கில்ல கட்டிக்குடுக்கப் போறியாம். ஊரெல்லாம் ஒரே பேச்சாக் கெடக்கு".

"யாரு சொன்னா? யாம் இப்புடியெல்லாம் பேசுறிய்ய? யாம் மவளுக்கு இந்த ஊரு நாத்தங்கொட அடிக்கக் கொடாதுன்னு தான் கண்ணு காணாம கொண்டு உட்டுருக்குறன். மழ வுட்டும் தூவானம் உடலங்குறமேரி இது என்ன பேச்சி".

"நீ என்னக்கிட்ட மல்லுமல்லுன்னு சண்டக்கி வராத. ஒதடு தேஞ்சதே போதுமுன்னு, ஒவ்வூட்டு கதய பேசுன சனமெல்லாம் கமுக்கமா எளும்பி போவுதுவொ. அதோட உள்ளங்காலும் தான் தேஞ்சுட்டுப் போவுதேன்னு ஒன்னக்கிட்ட வுடியாந்து சொல்லுறம் பாரு".

"யாரு எது வேணுமுன்னாலும் பேசிக்கிடட்டும். என்னக் கிட்ட யாரும் வந்து சொல்லாதிய்ய".

"யாங்கச்சி இப்புடிக் கோவப்படுற?"

"இன்னக்கி என்னக்கிட்ட கேக்குறமேரிதான் நாளக்கி யாம் பொண்ணுகிட்டயும் வந்து கேட்டுக்கிட்டு நிப்பிய. 'நீ பெரசரண்டு மவனயில்ல கட்டிக்கிடப் போறியாமுன்னு'. ஒண்ணும் அறியாத யாம் பொண்ணு மனசயும் கெடுத்துப்புட்டு போறத்துக்கு. அதுனாலதாஞ் சொல்லுறன். எந்தப் பேச்சயும் இஞ்ச வந்து பேசாதிய்ய".

"ஓம் மவளுக்கு ஒண்ணுமே தெரியாது. வாயில வெரல வச்சா கடிக்கக்கொட தெரியாதுன்னு நீ நெனச்சிக்கிட்டுருக்குற போலருக்கு".

"என்ன சொல்லுறிய்ய?"

"ஓம் மவதான் கும்பகோணத்துலேருந்து அந்த குமாருக்கு கடுதாசி போட்டுச்சாமுல்ல?"

மணிமேகலையின் தலையில் ஓங்கி யாரோ சுத்தியால் அடித்தது போலிருந்தது. அவளால் எதுவும் பேச முடியவில்லை. உண்மைதானா என்று அவளால் நம்பவும் முடியவில்லை.

'மகமாயி இதெல்லாம் உண்மையா இருக்கக் கொடாது' என்று மனது படபடத்தது.

"யாரோ ஒங்களுக்கிட்ட கதகட்டி வுட்டுருக்குறாவொக்கா. நம்பாதிய. சரி ஒங்களுக்கிட்ட யாரு சொன்னா இதயெல்லாம்?"

"எல்லாருந்தான் பேசிக்கிர்றாவொ. கடுதாசி வந்துச்சின்னு சொன்னது மொனங்கையருட்டு அண்ணிதான்".

"அவ்வொ பேச்ச நம்புறியளாக்கா நீங்க. அவ்வொளப்பத்தி ஒங்களுக்குத் தெரியாதா? கட்டு வார்த்தயாவே கட்டி, இல்லாதத இருக்குமேரி சொல்லுறவ்வொளாச்சே அவ்வொ".

"கடுதாசிய தபால்காரன் கொண்டாந்து குடுத்தப்ப, அந்தண்ணி அங்கதான் இருந்தாவொளாம்".

"....."

அப்புடி கடுதாசி போட்டுருந்தாத்தான் என்ன தப்புங்குற? மாமன் மச்சான் மொறதான. கட்டிக்கிர்ற உரிம உள்ளவனுக்கு படிச்ச பொண்ணு கடுதாசி போட்டான்ன?"

"குனிஞ்ச தல நிமுராம பள்ளிக்கொடம் பெயிட்டு வாற யாம் பொண்ணப் பாத்துட்டு கும்பகோணத்து சனங்களே யாந்தங்கச்சிக் கிட்ட பெருமயா பேசுதுவொளாம். அப்புடியாப் பட்ட பொண்ண, அதுவும் பன்னண்டாவுது படிக்கிற பொண்ண, அஞ்சாவுதுகொட படிக்காத புள்ளகொட சேத்துப்பேச எப்புடி மனசு வருது எல்லாருக்கும்?"

"நீ இவ்வள புடிவாதமா பேசுறத்துக்கு வேற ஒருத்தியாருந்தா நம்மளுக்கென்ன அக்கறயின்னு பேசாம பெயிருவா. இன்னமும் ஒண்ணுந்தெரியாத மண்ணாங்கட்டியின்னு ஓம்மவள நீ நம்பிக்கிட்டு இருக்குறியேன்னு தாங்கச்சி இவ்வள தூரம் நான் பேசிக்கிட்டு நிக்கிறன். அப்புடியே இன்னோண்ணயும் சொல்லுறங் கேட்டுக்க". இதற்கு மேலும் என்ன சொல்லப் போகிறாய் என்பதுபோல அவளையே பார்த்துக்கொண்டு நின்றாள் மணிமேகலை.

"ஓங்கப்பா செத்தப்ப நானே யாங் கண்ணால பாத்தங்கச்சி. பம்புசெட்டு ஆத்துக்கும் தெக்கால பூசர மரத்தடியில நின்னுக்கிட்டு ஓம்மவ அழுதுக்கிட்டே அந்த குமாருக்கிட்ட பேசிக்கிட்டு இருந்தது. இந்த வாழுற வாசலுல நின்னுக்கிட்டு சொல்லுறன். சத்தியமா நான் யாங் ரெண்டு கண்ணாலயும் பாத்தன்".

மணிமேகலைக்கு லேசாக நெஞ்சை வலிப்பது போலிருந்தது. இவ்வளவு தூரம் நடந்திருக்கிறதா? நமக்கு ஒன்றுமே தெரியாமல் போய்விட்டதே என்று வருந்தினாள்.

சண்முகம் இறந்தபோது நடந்தவற்றை மறுபடியும் நினைவு படுத்திப் பார்த்தாள் மணிமேகலை. பதினொன்றாம் வகுப்பு படித்துக் கொண்டிருந்த கலா, சண்முகம் சாகும் தறுவாயில் தானும்தான் கூடவே இருப்பேனென்று பிடிவாதம் பிடித்தது. பள்ளிக்கூடம் போகாமல் இங்கேயே பதினைந்து நாட்களுக்குமேல் தங்கியிருந்தது எல்லாமே நினைவுக்கு வந்தது. 'அது தாத்தா மீது வைத்திருந்த பாசத்தால் இல்லையா' என்று நினைக்கவும் மணிமேகலையின் வேதனை இன்னும் அதிகமானது.

அதிகமாய் குடித்துக்கொண்டே இருந்ததாலோ என்னவோ சண்முகத்திற்கு தொண்டையில் புற்றுநோய் வந்துவிட்டது. சாப்பிட

முடியாமலும் எச்சில் விழுங்க முடியாமலும் சிரமப்பட்டான். நாகப்புட்டினம் வெளிப்பாளயம் ஆஸ்பத்திரியில் போய் காட்டிய போது, அங்கிருந்த டாக்டர் பரிசோதித்துவிட்டு இது புற்றுநோய் என்றும் சென்னையிலுள்ள அடையாறு ஆஸ்பத்திரிக்கு கொண்டு போகவேண்டுமென்றும் சொல்லிவிட்டார். கடன் வாங்கி சண்முகத்தை அழைத்துக்கொண்டுபோய் அடையாறில் சேர்த்தாள் பாக்கியம். வீட்டைச் சுற்றியிருந்த இரண்டு மாநிலத்தின் பேரிலும் கடன் வாங்கி, பின்பு அதையும் விற்றுவிட்டு ஏழெட்டு மாதங்களுக்குமேல் சென்னையிலேயே சண்முகத்தை வைத்துக்கொண்டிருந்தாள். நோய் முற்றிப் போய்விட்டதென்று சொல்லி அதிகப்படியாய் கரண்ட் வைத்தார்கள். பின்பு அதனால் மூச்சுக்குழாயில் ஓட்டை விழுந்து விட்டதென்றும் இனிமேல் சண்முகம் பிழைக்கமாட்டானென்றும் கூறி வீட்டுக்கு அழைத்துக்கொண்டு போகச் சொல்லிவிட்டார்கள். வீட்டில் கொண்டுவந்து போட்ட பிறகும் வலிக்கு சில்லுண்டிய வைத்தியமாய் செய்துகொண்டிருந்தாள் பாக்கியம். சாகப்போகும் தறுவாயில் இருந்த சண்முகம் தன் மகள்கள் எல்லாம் கூடவே இருக்க வேண்டுமென்று ஆசைப்பட்டான். ஒண்டிக்கட்டையாயிருந்த மணி மேகலை சண்முகத்துடனேயே இருந்து அவனை கவனித்துக் கொண்டாள். உள்ளூரிலிருந்த மூத்தமகள் பூரணமும் சதா ஓடிவந்து பார்ப்பதும் தன் வீட்டில் போய் வேலை செய்வதுமாக இருந்தாள். கும்பகோணத்திலிருந்து வளர்மதியும் எல்லாவற்றையும் அப்படி அப்படியே போட்டுவிட்டு வந்திருந்தாள். அவளோடு சண்முகத்தைப் பார்க்க வந்த கலாவை இரண்டு நாளில் திரும்பிப் போகச் சொன்னாள் மணிமேகலை. ஆனால் அவள் போகமாட்டேன் என்று சொல்லி விட்டாள். 'பள்ளிக்கூடம் கெடுகிறது, போ' என்று எல்லோரும் எவ்வளவோ சொல்லிப் பார்த்தும் அவள் பிடிவாதமாய் மறுத்து விட்டாள். சிறிய வயதிலிருந்து சண்முகத்திடமும் பாக்கியத்திடமும் வளர்ந்தவள் என்பதால் வளர்த்த பாசத்தினால்தான் இப்படி பிடிவாதம் பிடிக்கிறாளென்று நினைத்த எல்லோரும் இருந்துவிட்டுப் போகட்டு மென்று விட்டுவிட்டார்கள்.

அப்போது மணிமேகலைக்கு கலாவைப்பற்றி சிறு சந்தேகம்கூட ஏற்படவில்லை. குமாருடன் ஏற்பட்ட பழக்கம்தான் அதற்கெல்லாம் காரணமாக இருந்திருக்குமோ என்று நினைக்க நினைக்க மணி மேகலைக்கு கலாவின் மேல் ஆத்திரமாக வந்தது.

'பதினோரு வயசுலேருந்து கும்பகோணத்துலயே இருந்து வளந்த பொண்ணுக்கு இவங்கொட எப்புடி பழக்கம் வந்துருக்கும்' என்று

யோசித்துப் பார்த்தாள். பத்தாம் வகுப்பு தேர்வு முடிந்து அந்த விடுமுறைக்கு வந்திருந்தபோதுதான் ஒரு மாதத்திற்கும் மேலாக வாடியக்காட்டில் தங்கியிருந்தாள். அப்போதுதான் இருவருக்கும் பழக்கம் ஏற்பட்டிருக்க வேண்டுமென்று தோன்றியது. 'அந்த நேரத்துல மட்டும் கொஞ்சம் கண்காணிப்பா இருந்துருந்தமுன்னா இன்னக்கி இந்த நெலம வந்திருக்காதே' என்று வருத்தப்பட்டாள்.

'அந்த ஒரு மாசமும் வாடியக்காட்டுல வச்சிருந்ததுதான் தப்பு. எப்பயும் லீவுக்கு வந்தா கப்புனாகொளத்துல கொண்டு வச்சிருந்து திருப்பி அனுப்புறமேரி செஞ்சிருந்தமுன்னா இப்புடி ஆயிருக்காதே' என்று நினைத்தாள்.

அந்த நேரத்தில்தான் சண்முகத்திற்கு உடம்பு முடியாமல் போயிருந்தது. தொண்டைவலி என்று அங்குமிங்கும் அழைத்துக் கொண்டு அலைந்ததும் பின்பு அடையாறுக்கு அழைத்துக்கொண்டு போனதும் அந்த நேரத்தில்தான். கற்பகநாதர்குளத்தில் பாக்கியம் இல்லாமல் கலாவை யாரிடம் விடமுடியும்? அதனால்தான் ஒருமாதம் மட்டும்தானே வாடியக்காட்டிலேயே இருந்துவிட்டுப் போகட்டு மென்று மெத்தனமாய் இருந்து விட்டாள். அதன் விளைவு எவ்வளவு மோசமாகிவிட்டதென்று நினைத்தவளுக்கு மனது ஆறவேயில்லை.

"என்ன கப்புனாகொளத்து தங்கச்சி. நாஞ் சொல்லுறத்த நம்பமுடியலயா ஒன்னால?"

"நம்பத்தான் முடியல" என்றாள் பலவீனமாக.

"இப்ப பள்ளிக்கொடம் முடிஞ்சி லீவுக்கு வருமாமுல்ல ஓம்மவ?"

"ம்".

"வந்தா நீ ஒத்துக்கிட்டான்ன? ஒத்துக்கிடாட்டி என்ன? புடிச்சிக் கட்டிவச்சர்றதுன்னு இருக்குறாவொளாம். ஒனக்கு இந்த எடம் புடிக்கலன்னா ஓம் மவள இஞ்ச கொண்டாராத. பழவுனத்துக்கு பங்கம் வரக்கொடான்னுதான் யாம் மனசுக்கு தெரிஞ்சத்த ஒளிக்காம மறைக்காம சொல்லிப்புட்டன். யாம் மேல வேகந்தட்டாத. நாம் போறன். நேரம் ஆவுது" என்று அடுத்த கல்லையும் தலையில் தூக்கிப் போட்டுவிட்டுப் போனாள் நாட்டுசாலைப் பெண்.

அவள் போன பிறகும் மணிமேகலைக்கு அதே யோசனையாக இருந்தது. 'இந்த முறை பன்னிரெண்டாம் வகுப்பு தேர்வு முடிந்து வந்தால் அதன் பிறகு கலா இங்கேயேதான் இருந்தாக வேண்டும். இதற்கு

மேல் படிக்க வைக்கவும் வசதியில்லை. கலாவை நம்பி கடன் உடன் வாங்கி படிக்க வைக்கவும் முடியாது. படிப்பில் அவ்வளவு கெட்டிக்காரி கிடையாது. ஏதோ எந்த வகுப்பிலும் தங்காமல் பன்னிரெண்டாம் வகுப்புவரை படித்து வந்திருப்பதே பெரிய விஷயம். இந்த பன்னிரெண்டாம் வகுப்பிலும் தேர்ச்சி பெற்றுவிட்டால் போதுமென்று இருந்தது மணிமேகலைக்கு. வேலை வாய்ப்பு அலுவலகத்தில் பதிந்து வைத்திருந்தால் பாலர் பள்ளி டீச்சர் வேலைக்கோ சத்துணவு பொறுப்பாளர் வேலைக்கோ எழுதிப் போட்டுப் பார்க்கலாம். அதுவரை தையல் கற்றுக்கொள்ள அனுப்ப வேண்டும்' என்று பலவாறு திட்டமிட்டுக்கொண்டிருந்தாள். ஆனால் இந்த நிலைமையில் வாடியக்காட்டில் எப்படி கொண்டுவந்து வைப்பது என்று யோசித்தாள். அவளுடைய அம்மா பாக்கியம் இருந்தாலாவது அவளுடன் கற்பகநாதர்குளத்தில் விட்டு வைக்கலாம். ஆனால் கற்பகநாதர் குளத்தில் இப்போது எதுவுமே இல்லை. சண்முகம் இறந்த பிறகு அவனுக்காக வாங்கிய கடன்களுக்காக, இருந்த கட்டுமனை யையும் விற்று எல்லாவற்றையும் கொடுத்துவிட்டு மீதமிருந்த பணத்தை மூன்றாகப் பிரித்து மூன்று மகள்களுக்கும் கொடுத்தாள் பாக்கியம். தனக்கு கொடுத்த அந்த சொற்பத் தொகையையும் வீணாக்கி விடக்கூடாதென்று நினைத்த மணிமேகலை அதைக்கொண்டு தன் அப்பாவின் நினைவாக கரம்பாய் கிடந்த தோப்பு ஒன்றை வாங்கிப்போட்டாள். பாக்கியத்தை தன்னோடு அழைத்துக் கொண்டு போய்விட்டாள் வளர்மதி.

'பொண்ணு வூட்டுல வந்து எப்புடி இருக்குற?' என்று நிறைய தயங்கினாள் பாக்கியம்.

"இப்புடியெல்லாம் யோசிக்காண்டாமுன்னு சொல்லு ஒங்கம்மாகிட்ட. நம்ம புள்ளைவொளுக்குத் தொணயா வந்துருக்கட்டும்" என்று பாக்கியத்தின் காதுபடவே வளர்மதியிடம் அவளுடைய கணவன் கூறி, இருவரும் பாக்கியத்தை அழைத்துக் கொண்டு போயிருந்தார்கள். இருக்க இடமில்லாமலும் வேறு வழியில்லாமலும் பாக்கியம் கும்பகோணத்திற்குப் போய் விட்டாள். பாக்கியமே செத்தால்கூட சொந்த ஊரில் கொண்டு வந்து போட்டு எடுக்க உள்ளங்கையளவு இடமும் இல்லை.

இதையெல்லாம் யோசித்துப் பார்த்த மணிமேகலைக்கு ஒன்றுமே புரியவில்லை. 'நம்ம தங்கச்சிக்கிட்ட சொல்லிப் பாப்பம்' என்ற எண்ணத்திற்குப் பிறகு சற்று ஆறுதலடைய முடிந்தது அவளால்.

## 25

"நாலு நாளக்கி இருந்துட்டுப் போக்குடாதாக்கா?" என்று மணிமேகலையைப் பார்த்து கேட்டாள் வளர்மதி.

"யாந்தங்கச்சி?"

"இந்தப் புளிய அரிஞ்சிக்குடுத்துட்டுப் போயன்".

"இது அரிய நாலு நாளு தங்கணுமா?"

"நெல் அவிக்கிற வேல வேற இருக்கு. நீனும் கலாவும் இருக்கக் குள்ளயே அவிச்சா ஆளும் பேருமா அள்ளிக்கொட்ட நல்லாருக்கும். வேலயும் சீக்கிரமா முடிஞ்சிரும். நானும் அம்மாவும் மட்டும் எவ்வளத்த கண்டு செய்யிற?"

"அதுக்கென்ன தங்கச்சி, இருந்து எல்லா வேலயயும் முடிச்சிட்டே போறனே" என்றாள் மணிமேகலை.

"ஊருல ஒனக்கொண்ணும் சோலியில்லையில்ல?"

"அங்க என்ன சோலி. மோட்டுவளய பாத்துக்கிட்டு சும்மா ஒக்காந்துருக்க வேண்டியாங்".

மணிமேகலைக்கு வளர்மதி அவளாகவே தங்கிவிட்டுப் போகச் சொன்னது நிம்மதியாயிருந்தது. அவளுக்கு கலாவை தன்னுடன் அழைத்துக்கொண்டு போகவே விருப்பமில்லாமல் இருந்தது. தேர்வு முடிவு வரும் வரைக்குமாவது அவளை இங்கேயே விட்டுவிட்டுப் போனால் தேவலாம் என்று நினைத்தாள். ஆனால் கலாவோ தேர்வு முடிந்த மறுநாளே தன்னுடைய துணிமணிகளையெல்லாம் மடித்து வைத்துக்கொண்டு ஊருக்குப் போவதற்கு தயாராக இருந்தாள்.

வளர்மதிக்குத் தெரியாமல் பாக்கியத்திடம் இதுபற்றி மெதுவாகக் கேட்டாள்.

"கலாவ இஞ்சயே வுட்டுட்டு போவட்டாம்மா?"

"யாங்?"

"இன்னங் கொஞ்ச நாளக்கி இருக்கட்டுமே".

"அது எப்புடி வுட்டுட்டுப் போவ?"

"வாடியக்காட்டு நெலம ஒண்ணுஞ் சரியில்ல. இதக் கொண்டு வச்சிக்கிட பயமாருக்கு".

"நீ பேசுறது நல்ல கதயாருக்கே. இத்துன வருசமா சோறு போட்டு துணிமணி எடுத்துக்குடுத்து படிக்க வச்சது போறாதா. இதுக்கு மேலயும் அவ்வொள கஷ்டப்படுத்துனா நல்லாருக்குமா? நான் இஞ்ச இல்லாட்டியும் பரவால்ல. நான் வேற ஒரு வருசமா சோத்துக்குத் தெண்டமா வந்து ஒக்காந்துருக்குறன். இதுல எத்துன பேரவச்சிக்கிட்டு அது சோறு போடும்? நம்ம தங்கச்ச வுடு. அந்த தம்பி என்ன நெனக்கிம்? இவ்வள நாளும் படிக்கணுமுன்னு இருந்திச்சி. இனிமே என்ன சொல்லி வுட்டுட்டுப் போவ?"

"நானும் அதான் நெனச்சன். ஆனா ஊருலகொண்டு இத வச்சிக்கிட எனக்குப் பயமாருக்கு".

"ஊரு ஒலகத்துல பொண்ணுவொளே இல்லாதமேரியும் ஒம் பொண்ணு மட்டுந்தான் தெரவியம் மேரியும் பேசாத மணிமேல".

பாக்கியத்திடம் தன்னுடைய கஷ்டங்களை எப்படிச் சொல்லி புரியவைப்பதென்று தெரியவில்லை மணிமேகலைக்கு. தன் மனதைத் தேற்றிக்கொண்டு பேசாமல் இருந்துவிட்டாள்.

**கயி**ற்றுக் கட்டிலில் வேட்டியை விரித்துப்போட்டு அதில் கூழ் வடத்தை பிழிந்துகொண்டிருந்தாள் வளர்மதி. ஒரு அச்சுப் பிழிவதற்குள் இன்னொரு முறுக்கச்சியில், கிண்டிய கூழை வழித்து வைத்து மாற்றி மாற்றிக் கொடுத்துக் கொண்டிருந்தாள் மணிமேகலை. அவளுடைய மனம் கொஞ்சமும் நிம்மதியில்லாமல் இருந்தது. முகம் தெளிவில்லாமல் சோர்ந்து போயிருந்தது. அதைக் கவனித்த வளர்மதி, தானே கேட்டாள்.

“யாஞ் சின்னக்கா வந்ததுலேருந்து நானும் கவுனிச்சிக்கிட்டுத் தான் இருக்குறன். ஓம் மொவத்துல கொஞ்சங்கொட தெளிவே இல்லயே, யாங்க்கா?”

“ஒண்ணுமில்ல தங்கச்சி”.

“என்னத்த நெனச்சி நீ இப்புடி கவலப்படுற? சொல்லங். அத்தான நெனச்சில்ல கவலப்படுறியாக்கா”.

“வூட்ட வுட்டுப் போயி ஏழெட்டு வருசமாவப் போவுது. இப்ப தான் புதுசா அத்தான நெனச்சி நான் அழுவப்போறனா?”

“அப்பறம்?”

“கலாவ அழச்சிக்கொண்டு வச்சிக்கிட்டு என்ன செய்யிறன்னு நெனச்சாத்தான் பயமாருக்கு”.

“யாங்க்கா?”

“ஆத்துல தண்ணி வராததால ரெண்டு மூணு வருசமாவே நடவு, நாத்து, வேலவெட்டி எதுவும் இல்ல தங்கச்சி. சோத்துக்கே செருமயாத்தான் இருக்கு. இதக்கொண்டு வச்சிக் கிட்டு சோப்புக்கும் துணிமணிக்கும் நான் என்ன செய்யப் போறன்னு தெரியல”.

வளர்மதியால் இதற்கு பதிலேதும் சொல்ல முடியவில்லை. வளர்மதியின் கணவன் நல்லவனாய் இருப்பதால்தான் இவ்வளவு தூரம் தன் சொந்தங்களுக்கு அவளால் உதவ முடிகிறது. இதற்கு மேலும் தான் எப்படி அவளுக்கு உதவுவது என்று யோசித்தாள். பரிதாபமாக தன் அக்காவின் முகத்தை நிமிர்ந்து பார்த்தாள்.

"என்னக்கா செய்யிற? என்னால எதுவும் பணங்காசி குடுத்து ஒதவ முடிஞ்சாக் குடுப்பன்".

"அய்யய்யோ, தங்கச்சி... நான் இப்ப ஒன்னக்கிட்ட பணங்காசா கேட்டன்? கலாவ எங்கயாவுது ஒரு ஆஸ்பத்திரியில இல்லன்னா மருந்து கடயில எடுபுடி வேலக்கி சேத்துவுட்டா தேவலாமுன்னு பாத்தன்".

"யாங்க்கா. அத நீ ஊருக்கு அழச்சிக்கிட்டு போவலயா?"

"கலாவ ஊருல கொண்டு வக்கப் பயமாருக்கு தங்கச்சி".

"யாங்க்கா?"

தன் அம்மா பாக்கியத்திடம் சொல்லாமல் மறைத்துவிட்ட செய்திகளையெல்லாம் மனம் தாங்காமல் வளர்மதியிடம் சொல்லி விட்டு அழுதாள் மணிமேகலை.

"வாயில்லா பூச்சிமேரி இருந்துக்கிட்டு இதுவா கடுதாசி போட்டுச்சிங்கிற? என்னால நம்பவே முடியலக்கா" என்று ஆத்தாத்துப் போனாள் வளர்மதி.

"இதெல்லாம் யாங் வூட்டுக்காரவ்வொளுக்குத் தெரிஞ்சா என்ன நெனப்பாவோ".

"......"

"ஒண்ணு செய்வமாக்கா?"

"என்ன?"

"நீ கலாவ வூட்டுக்கு அழச்சிக்கிட்டு போறமேரி பெயிரு. ரெண்டு நாளு கழிச்சி எதாவுது சொல்லிப்புட்டு நானும் கௌம்பி அங்க வாரன். ரெண்டுபேரும் கலாவ அழச்சிக் கொண்டு குருகொலத்துல வுட்டுட்டு வந்துருவம்".

"குருகொலத்துல இத சேத்துக்கிடுவாவொளா?"

"நான் படிச்ச பள்ளிக்கொடம்தான. எனக்குத் தெரிஞ்ச அக்காங்க நெறயாப்பேரு இருக்குறாவொ. தறியில இல்லன்னாக்க அச்சகத்துல வேல செஞ்சிக்கிட்டு இருக்கட்டும். காசு, பணம் அதிகமா சம்பாரிக்க முடியா. சாப்பாடு, துணிமணி, அது செலவு போக மாத்தக்கி நூறு எறநூறுதான் மிச்சம் பண்ண முடியும்".

“பணங்காச வுடு. காவந்தா இருக்குமுல்ல. ஒனக்குப் புண்ணியமாப் போவும். இதமட்டும் கடசியா செஞ்சிடு சின்னத் தங்கச்சி” கெஞ்சுவது போலிருந்தது மணிமேகலையின் குரல். அவளைப் பார்க்கவே பாவமாக இருந்தது வளர்மதிக்கு.

“அப்புடின்னா நான் நாளக்கி, போவட்டா தங்கச்சி?”

“யாங் இன்னம் ரெண்டுநாளு இருந்துட்டுப் போயங்க்கா”.

“புளி அரியணும், நெல்லவிக்கணும், வத்த போடணு முன்னு ஒவ்வொரு நாளா வளத்திக்கிட்டுப் போனம். இப்பதான் எல்லா வேலயும் முடிஞ்சிபோச்சே. இனிமே நான் எதச் சொல்லிக்கிட்டு இருக்க முடியும்?”

“என்னக்கா இப்புடிச் சொல்லுற?”

“ஆமாந்தங்கச்சி. நீ எப்புடி நெனச்சியோ தெரியாது. யாம் மனசுல இப்புடித்தான் நெனச்சிக்கிட்டு இருந்தன். வந்தன்னக்கி மறுநாளெல்லாம் என்ன சாக்க வச்சிக்கிட்டு இன்னம் ரெண்டு நாள வளத்தலாமுன்னு நான் நெனச்சதெல்லாம் உண்மதான் தங்கச்சி”.

வளர்மதியால் எதுவும் சொல்ல முடியவில்லை.

“இப்பதான் நீ குருகொலத்துல கொண்டு வுடுறன்னுட்டியே. இனிமே எனக்கு கவலயில்ல. நாளக்கி நாங்க போறம்” என்றாள் சிரித்துக்கொண்டே.

மறுநாள் கலாவை அழைத்துக்கொண்டு மத்தியானத்திற்கு மேல் கிளம்பினாள். இருட்டிய பிறகுதான் ஊருக்குள் போகவேண்டும் என்று நினைத்தாள். எட்டுமணி வண்டிக்குப் போனால் இடும்பவனத்தில் இறங்கி நடந்துபோவதை அதிகமாய் யாரும் கவனிக்க மாட்டார்கள். வளர்மதி வரும்வரை இரண்டுமூன்று நாட்கள் வீட்டை விட்டு வரவிடாமல் கண்காணிப்போடு வைத்திருக்க வேண்டும். வளர்மதி வந்தவுடன் கொண்டுபோய் குருகுலத்தில் விட்டுவிட்டு வந்துவிடலாம். பிறகு நிம்மதியாய் இருக்கலாம். படுத்தாலும் சற்று தூக்கம் வரும் என்று நினைத்தாள். பொழுது சாய்ந்து மசண்டையான நேரம் இடும்ப வனத்தில் போய் இறங்கிவிட்டார்கள். அங்கிருந்து தோப்பு வழியாக குறுக்குவழியில் அழைத்துக்கொண்டு போனாள். அப்படியும் வழியில் இரண்டு மூன்றுபேர் பார்த்து விட்டு விசாரித்தார்கள். கப்பிச்சாலை வழியே போயிருந்தால் இன்னும் எத்தனை பேர் கண்களில்

பட்டிருப்போமென்று நினைத்தாள். கலா வேறு நெடுநெடுவென்று வளர்ந்து பார்க்க அழகாயிருந்தாள். அவளுடைய பயத்தை இன்னும் அதிகமாக்கியது அது.

"நல்லா இருட்டிப்போயி போறம். வூடுவாசல்லாம் இருண்டு போயி கெடக்கும்" என்றாள் மணிமேகலை.

கலா பதிலேதும் சொல்லவில்லை. அவள் காலையிலேயே கிளம்பி விட்டாள். தன் அம்மாதான் இவ்வளவு நேரத்தை தேவையில்லாமல் வளர்த்தி இப்போது இருட்டுக்குள் அழைத்துக்கொண்டு வருகிறாள் என நினைத்தாள். அவள்மீது சற்று எரிச்சலாக இருந்தது. கலாவிற்கு எப்போதோ தேர்வுகள் முடிந்தும் இவ்வளவு நாட்களும் அந்த வேலை இந்த வேலையென்று சொல்லிக்கொண்டு கும்பகோணத்திலேயே இருக்க வேண்டியதாகிவிட்டதே என்று மனதிற்குள் அலுத்துக் கொண்டிருந்தவள் இன்றைக்கு கிளம்பும் போதாவது நேரத்தோடு கிளம்பியிருக்கக்கூடாதா நம் அம்மா என்று நினைத்தாள்.

வாடியக்காட்டு நிலவரம் பற்றி கலாவிற்கு எதுவும் தெரியாது. மணிமேகலை அவளிடம் எதையும் காட்டிக் கொள்ளவில்லை. குமாருக்கு கடிதம் எழுதினாயாமே அது உண்மையா? தாத்தா இறந்த போது அவனிடம் பேசிக்கொண்டிருந்தாயாமே அதுவும் உண்மையா? என்றெல்லாம் எதுவும் கேட்கவில்லை.

"போயி ஆளுக்கொரு வேலயா செஞ்சி, சோறு மட்டும் ஆக்குவம். தண்ணியிஞ் சோறுமா தின்னுட்டு படுத்துக்கிடுவம். நாளக்கிக் கொழம்பு வச்சிக்கிடலாம்". ஏதேதோ பேசிக் கொண்டே வந்தாள் மணிமேகலை.

நிறைய மரமட்டைகள் அடர்ந்திருந்ததால் தூரத்திலிருந்து பார்க்க வீடு இருப்பது தெரியவில்லை. அருகில் வந்து பார்த்த போது தான் தெரிந்தது. வீட்டிற்குள் விளக்கு எரிந்துகொண்டிருந்தது. ஆள் நடமாடுவதும் தெரிந்தது.

"கலா... நம்ம வூட்டுக்குள்ள வெளக்கு எரியிது பாத்தியா?"

"ஆமாம்மா".

"யாராருக்கும்?"

"சித்தமல்லி அத்தயில்ல வந்துரப்பாவொளாம்மா?"

“அவ்வொ வந்தா தங்க மாட்டாவொ. அவ்வொளாருக்காது”.

மணிமேகலை சற்று வேகமாய் நடந்தாள். பின்னாலேயே ஓடி வந்தாள் கலா. இருட்டில் யாரோ வருவதைப் பார்த்த அடுத்த வீட்டு நாய் சத்தமாய் குரைத்துக்கொண்டு ஓடிவந்தது.

“யாருன்னு தெரியலயா? இப்புடிக் கொலச்சிக்கிட்டு வுடியாற?” என்று அதட்டினாள் மணிமேகலை.

நாய் இவளை அடையாளம் கண்டுகொண்டதும் காலருகில் குழைந்து வந்தது.

வாசலில் மணிமேகலையின் குரல் கேட்டு வீட்டிற்குள்ளே யிருந்து ஒரு சிறுவனும் சிறுமியும் ஓடிவந்தார்கள். அவர்களின் பின்னாலேயே கால் தாங்கிதாங்கி நடந்துவந்து எட்டிப் பார்த்தாள் ஒரு பெண். மணிமேகலைக்கு எல்லாம் அடுத்த நொடியே புரிந்துவிட்டது. செல்வராசு தன் குடும்பத்தை அழைத்துக்கொண்டு வந்திருக்கிறான்.

பைகளின் கனம் இரு கைகளையும் இழுக்க வாசலிலேயே நின்றாள் மணிமேகலை.

“உள்ள வாங்க” என்றாள் அவள்.

தன் பிள்ளைகளின் முதுகில் லேசாக தட்டி, “பெரியம்மாவ உள்ள கூப்புடுங்க” என்றாள்.

அவர்கள் கூப்பிடத் தயங்கியோ கூச்சப்பட்டுக்கொண்டோ தன் அம்மாவுக்குப் பின்னால் போய் மறைந்தார்கள்.

கலா மணிமேகலையின் தோளோடு ஒட்டி நின்றுகொண்டாள். கலாவிற்கு தன் அப்பா பற்றிய எல்லா விஷயங்களும் தெரிந்தேதான் இருந்தது. அவர்கள் எங்கோ இருக்கிறார்கள். நமக்கும் அவர்களுக்கும் எதுவும் சம்பந்தமில்லை என்று நினைத்துக்கொண்டிருந்தாள். ஆனால் இப்புடி இவர் களுடைய வீட்டிற்கே வந்துவிடுவார்கள் என்று சிறிதும் அவள் எதிர்பார்க்கவில்லை.

‘அம்மா என்ன செய்யப்போகிறது. கோபத்தில் ஏதாவது பேசி விடுமோ, சண்டை பெரிதாகிவிடுமோ’ என்று பயந்து மணி மேகலையின் தோள்பட்டையை அழுத்திப் பிடித்துக் கொண்டாள்.

“உள்ள வாங்க” என்றாள் மறுபடியும் தயங்கியபடியே.

“நான் உள்ள வாறது இருக்கட்டும். மல்லிப்பட்டணத்துலேருந்து வந்து எத்துன நாளா்வுது?”

“நாங்க வந்து அஞ்சாறு நாளாவும்”.

“காத்துக்கிட்டு இருந்தமேரி நான் அங்குட்டுப் போன வொண்ணே இங்குட்டு வந்தாச்சாக்கும்” என்றாள் மணிமேகலை.

பதிலேதும் சொல்லாமல் நின்றாள் இந்திரா.

“சேரி வா போவம்” என்று கலாவைக் கூப்பிட்டுக் கொண்டு திரும்பினாள் மணிமேகலை.

“இருக்க ஊடாவது இருக்கேன்னு நெனச்சிக்கிட்டு இருந்தன். இப்ப இதுவும் எனக்கில்லன்னு பெயிட்டு”.

“அம்மா”

“வா போவம். மரம் வச்சவன் தண்ணி ஊத்தாமயாப் பெயிருவான்? நம்மள படப்பிச்ச ஆண்டவன் ஏதாவுது ஒரு வழியக் காட்டாம பெயிடமாட்டான் வா”.

“நீங்க எங்கயும் போவாண்டாம். புள்ளய அழச்சிக்கிட்டு வூட்டுக்குள்ள வாங்க. எல்லாரும் ஒண்ணாவே இருப்பம்” என்றாள் இந்திரா. அவள் தணிந்த குரலில் அப்படிச் சொன்னாலும் அதைக் கேட்க மணிமேகலைக்கு கோபமும் ஆத்திரமும் பொங்கியது.

“இஞ்ச பாரு, வூட்டுக்கு வா எல்லாரும் ஒண்ணாவே இருப்ப முன்னு நாந்தான் ஒன்னயக் கூப்புடணும். நீ என்னய கூப்புடக் கொடாது” மனது துடித்ததில் நாக்கு குழறியது. திருத்தமாக அவளால் பேச முடியாததுபோல் தோன்றியது.

“நீ கூப்புட்டு நான் வந்து ஒங்ககொட ஒண்டிக்கிட்டு, புருசன பங்குபோட்டுக்கிட்டு வாழுற ஆசயெல்லாம் எனக்கில்ல. ஓம் புருசன். அவ்வொளுக்குச் சொந்தமான வூடுவாச. நீங்களே இருந்துட்டுப் போங்க” சொன்னவள் விடுவிடென்று வேகமாய் நடந்தாள். அவளின் வேகத்திற்கு ஈடுகொடுக்க முடியாமல் ஓட்டமும் நடையுமாக பின்னாலேயே ஓடிவந்தாள் கலா.

வழிநெடுக மணிமேகலை எதுவும் பேசவில்லை. கலாவும் வாய் திறக்கவில்லை. வாடியக்காட்டிற்கு வந்து அங்கு தங்க முடியாமல் திரும்பிப் போவது கலாவிற்கு ஏமாற்றமாக இருந்தது.

மணிமேகலையின் வேகம் மணிமுத்தா நதிக்கரை வந்த பிறகுதான் குறைந்தது. கைகளிலிருந்த இரண்டு பைகளையும் மதகில் வைத்து விட்டு உட்கார்ந்தாள். கலாவும் தன் தோளில் மாட்டியிருந்த பையை வைத்துவிட்டு மணிமேகலையின் பக்கத்தில் உட்கார்ந்தாள். கோடை காலமென்றாலும் எப்போதும் காயாத மணிமுத்தா நதியின் பசுமையால் காற்று சில்லென்று வீசியது. வடக்கே பார்த்தாள். தூரத்தில் கீழண்டைக் கரையில் உயரமாய் கொழுந்துவிட்டு எரிந்து கொண்டிருந்தது பிணம். கோயிலடியில் யாரோ செத்துப்போய் விட்டார்களென்று நினைத்தாள்.

"கலா, யாங் நெலமயப் பாத்தியா?" என்றாள் திடீரென்று. கலாவுக்கு என்ன சொல்வதென்று ஒன்றும் புரியவில்லை.

"வாடியக்காட்டுல வாக்கப்பட்டு நான் வாழுற வாழ்க்கயப் பாத்தியில்ல? வாடியக்காட்டுப் பக்கம் தலவச்சிப் படுக்கணு முன்னுகொட நீ நெனக்கக்கொடாது. கடுதாசி போடுறியாமுல்ல? இதுமேரி கடுதாசி எழுதுறத்துக்காவத்தான் நான் ஒன்னயப் படிக்க வச்சனா?"

கலாவிற்கு அதிர்ச்சியாக இருந்தது. அம்மாவிற்கு தெரிந்து விட்டதை நினைத்து அவமானமாக இருந்தது. தலையைக் குனிந்து கொண்டு பேசாமல் உட்கார்ந்திருந்தாள்.

"ஒனக்காவத்தான் நான் இந்த உசுர வச்சிக்கிட்டு இருக்குறன். யாம் பேச்சக் கேட்டுக்கிட்டு ஒழுங்கு மரியாதயா இருக்குறதா இருந்தா யாங்கொட வா. இல்லயின்னா திரும்பிப் பெயிரு. ஒங்கப்பங்கிட்ட போனியின்னா இன்னம் எண்ணி பத்து நாளுக்குள்ள நீ ஆசப்பட்ட மாப்புள்ளக்கே ஒன்னயக் கட்டி வச்சிரும்".

கலாவிற்கு அழுகை வந்தது. முகத்தை மடியில் புதைத்துக் கொண்டு அழுதாள். கொஞ்சநேரம் அழட்டுமென்று பேசாமல் உட்கார்ந்திருந்தாள் மணிமேகலை.

"யாம் இப்ப அழுவுற? நீ வாடியக்காட்டுக்குப் போறன்னா போ".

"………"

மணிமேகலை பைகளைத் தூக்கிக்கொண்டு கற்பகநாதர்குளத்தை நோக்கி நடந்தாள். கலாவும் அவள் பின்னாலேயே வந்தாள். கலாவிட மிருந்து விசும்பல் சத்தம் வந்து கொண்டிருந்தது.

'இவ்வள நேரத்துக்கு மேல எங்க போற?' யோசித்தவள்,

'அக்கா வூட்டுக்குப் போயிப் பாப்பம்' என்று நினைத்தபடி நடந்தாள். கற்பகநாதர்குளத்தில் பூரணத்தை விட்டால் சொந்தமென்று சொல்லிக்கொள்ள வேறு யார்தான் இருக்கிறார்கள்?

'அக்கா வூடாருந்தாலும் இந்த நேரத்துல போயி நின்னா என்ன சொல்லுமோ தெரியலையே' தயக்கமாகத்தானிருந்தது அவளுக்கு.

மணிமேகலையையும் கலாவையும் பார்த்துவிட்டு உள்ளே கூப்பிட்டாள் பூரணம். திருச்சி வானொலியில் நாடகம் கேட்டுக் கொண்டு படுத்திருந்த, பூரணத்தின் மகள்கள் இருவரும் இவர்களைப் பார்த்துவிட்டு எழுந்துவந்து விசாரித்தார்கள்.

பூரணத்தின் கணவன் காற்றுக்காக வீட்டிற்குத் தெற்கே கயிற்றுக் கட்டிலைப்போட்டு படுத்திருந்தான். இவர்கள் வந்திருப்பது எதுவும் அவனுக்குத் தெரியாது.

மணிமேகலை கும்பகோணத்திலிருந்து வந்ததையும், வந்து பார்த்தபோது இந்திரா பிள்ளைகளுடன் செல்வராசு வீட்டில் இருப்பதையும், அதைப் பார்த்துவிட்டு அங்கிருக்கப் பிடிக்காமல் கோபமாய் கிளம்பி வந்துவிட்டதையும் பூரணத்திடம் சொன்னாள்.

"நீயாங் வூட்டவுட்டு வந்த? ஒனக்கில்லாத உரிமயா? நேத்தக்கி சேத்துக்கிட்டு வந்தவ. அவள வூட்டுக்குள்ள இருந்து அதிகாரம் பண்ண வுட்டுட்டு நீ கௌம்பி வரலாமா?" என்றாள் பூரணம்.

"நேத்தக்கி வந்தான்ன? இன்னக்கி வந்தான்ன? மனசுக்குப் புடிக்க வேண்டாமா?"

"யாங் ஒனக்குப் புடிக்கலயா?"

"எனக்குப் புடிக்கலன்னு என்னக்கி நாஞ் சொன்னங்? அவ்வொளுக்கு என்னயப் புடிக்கல. புடிச்சவ்வொகொட வாழ்ந்துக் கிட்டுப் போவட்டுமே".

"நீ இப்புடி நெனச்சி வுட்டுக்குடுத்ததாலதான் இந்தளவுக்கு குடும்பங்குடியா கௌச்சி போயிருக்கு. அப்பயே கண்டிச்சி, சண்ட போட்டு, தகராறு பண்ணி ஒம் புருசன வூட்டுக்கு கூப்புட்டாந் திருந்தியன்னா இப்புடியெல்லாம் ஆயிருக்குமா?"

“தானா கனியிறதுதாங்கா பழம். அடிச்சிக் கனிய வக்கிறது ருசிக்குமா சொல்லு?”

“ருசியாருக்கு ருசியால்ல. நம்மளுக்கு ஒடமப்பட்டத நம்ம தான் அனுவிக்கணும். அடுத்தவ்வொளுக்கு உட்டுக்குடுக்கக் கொடாது”.

“நீ வாயால சொல்லற. எல்லாத்தயும் அனுவிச்சது நாந்தான. எனக்குத்தான தெரியும் அந்த மனுசனுக்கிட்ட நாம் பட்ட வாதனயும் வலியும்”.

“.......”

“அந்த நொண்டிய வச்சி எவ்வள பொறுப்பா குடும்பம் பண்ணுறாவொ? வேலவெட்டிக்கி அனுப்புறாவொளா? கஷ்டம் நஷ்டமுன்னு பட்டினி போடுறாவொளா? தாம் மட்டுமே சம்பாரிச்சிக் கொண்டாந்து போடல. புள்ளக்குட்டிய பெத்துக் கிட்டு வளக்கல? துணிமணி நல்லது கெட்டது வாங்கிக் குடுக்கல? யாங்கொட ஒரு நாளாவுது நல்ல குடும்பம் பண்ணியிருப்பாவொளா? நாம் மட்டும் என்ன பாவத்த செஞ்சன். திங்கிற சோத்துல மண்ணயா அள்ளி வச்சன். என்னய வுடு. இந்தப் பொண்ணு என்ன பாவம் பண்ணிச்சி. பொறந்தது லேருந்து ஒரு சட்டத்துணி எடுத்துக் குடுத்துருப்பாவொளா? அப்புடியாப்பட்ட புருசன இழுத்துப்புடிச்சி வச்சி என்ன சொகத்த கண்டுகிடப் போறன். மேலமேலயும் நம்பமேல வஞ்சந்தான் வளரும். இப்பக்கொட இப்புடி நான் வெலவி வந்ததுதான் நல்லது. சாவுற காலத்துல நெனச்சிப் பாத்து ரெண்டு சொட்டுக் கண்ணுத் தண்ணியாவுது வுடாதா?”

“இப்ப என்ன செய்யிறன்னு நீ கௌம்பி வந்த?”

“ரெண்டு மூணு நாளுல சின்னத்தங்கச்சி இஞ்ச வாறன்னுருக்கு. அது வந்துட்டுன்னா கலாவ அழச்சிக் கொண்டு குருகொலத்துல வுட்டுரும். அதோட எனக்கும் எதாவுது சமக்கிற வேல கூட்டுற வேல இருந்தா கேட்டுக்கிட்டு அங்கயே இருந்துறலாமுன்னு நெனச்சிக் கிட்டுருக்குறன்”.

“தங்கச்சி ரெண்டு நாளயில வந்துருமா?”

“வந்தர்றன்னுதான் சொன்னிச்சி”.

“அதுவரைக்கிம் கலாவ வச்சிக்கிட்டு எங்க இருக்கப் போற?”

பூரணம் அப்படி ஒரு கேள்வியைக் கேட்பாளென்று மணி மேகலை சிறிதும் எதிர்பார்க்கவில்லை. அதிர்ச்சியை மறைத்துக் கொண்டு கேட்டாள்.

"யாங்க்கா... இஞ்ச இருக்கக்கொடாதா?"

"இருக்கலாம். ஆனா மாமா எதுவும் நெனப்பாவொளோ என்னமோ?"

"என்னக்கா நெனப்பாவொங்குற?"

"கலா வாடியக்காட்டு பெரசரண்டு மவனுக்கு கடுதாசி போட்ட விசயத்த, அந்த ஊரு கருவாடு விக்கிற பொம்புள வந்து, யாம் புருசனுக்கிட்ட சொல்லிப்புட்டு. அதுனாலதான் யோசன பண்ணுறன். இதமேரியுள்ள பொண்ணயெல்லாம் யாம் நம்ப வூட்டுல இவ தங்க வைக்கணுமுன்னு நெனச்சாவொன்னா?"

"என்னைக்கோ ஒரு கடுதாசி போட்டத்துக்கும் இஞ்ச ரெண்டு நாளு தங்குறத்துக்கும் என்னக்கா சம்பந்தம்?"

"என்ன புரியாதமேரி கேக்குற? யாவ் வூட்டுலயும் வயசிக்கி வந்த ரெண்டு பொண்ணுவொ இருக்கால்லயா? ஓம் பொண்ண பாத்துட்டு இதுவொளும் கத்துக்கிர்றதுக்கா? கலாகொட பழகவுட்டுட்டு நான் பாத்துக்கிட்டு இருக்க முடியுமா? நாளக்கி யாம் பொண்ணுவொளுக்கு சம்பந்தம் வந்து, நான் அதுவொள நல்ல மொறயில கட்டிக்குடுக்குறதா இல்லயா?" மணிமேகலை அவமானத்தால் குறுகிப்போனாள். கலாவின் முகம் அதை விடவும் சுண்டிப்போனது. கண்களை முட்டிக்கொண்டு கண்ணீர் வந்தது அவளுக்கு. தன் வார்த்தைகளில் இருந்த விஷம் மணிமேகலையையும் கலாவையும் எப்படிப் பாதித்திருக்கும் என்பதைப் பற்றியெல்லாம் கொஞ்சமும் சிந்தித்துப் பார்க்காமல் கலாவைப் பார்த்து சிரித்துக்கொண்டே கேட்டாள் பூரணம்.

"யாங் கலா. அப்புடி என்னதான் கடுதாசியில எழுதியிருந்த? என்னயக் கட்டிக்கிடுங்கன்னா எழுதுன?"

"அம்மா ஒனக்கு கொஞ்சங்கொட அறிவே இல்லயா?" என்று பூரணத்தை அவளுடைய பெரிய மகள் அதட்டினாள்.

"சும்மா தெரிஞ்சிக்கிடத்தான கேட்டன். அதுக்கு யாங் நீ இப்புடி வள்ளுன்னு வுழுவுற?" என்றாள் தன் மகளைப் பார்த்து.

"நீ ஒண்ணும் தெரிஞ்சிக்கிடாண்டாம். ஒவ்வாய மூடிக்கிட்டு சும்மாரு" என்றாள் சின்னவள்.

மணிமேகலைக்கு ஆத்திரம் ஆத்திரமாக வந்தது. இது ஒழுங்காருந்தா இந்த கேள்விய எல்லாம் நம்ம கேட்டுக்கிட்டு நிக்கவேண்டி வந்துருக்குமா?" என்று மனதிற்குள் வருத்தப் பட்டாள்.

"கேக்குதுல்ல. சொல்லித்தொலயன். என்னதான் அந்தக் கடுதாசியில எழுதியிருந்த?" வெறுப்பால் அவளின் தலையைத் தட்டினாள்.

"நான் சத்தியமா லெட்டுரெல்லாம் எழுதலம்மா".

"அப்பறம்?"

"பொங்கல் வாழ்த்துதான் ஒண்ணு அனுப்புனன்" தயங்கியபடியே மெதுவாய் முனகினாள் கலா.

"பொங்கல் வாழ்த்துல என்ன எழுதுன?"

"யாம் பேர மட்டுந்தாம்மா எழுதுனன். சத்தியமா வேற ஒரு வார்த்தகொட எழுதல".

"அத யாந்தான் நீ அனுப்பித் தொலஞ்ச? இப்ப ஊரு முழுக்க நீ கடுதாசி போட்டன்னு பேராயிட்டு பாத்தியா? யாங்கூட பொறந்ததே என்ன கேள்வி கேக்குது பாத்தியில்ல? பெத்து வளத்தத்துக்கு எனக்கு நீ வாங்கிக் குடுக்குற நல்லபேரு இது தானா?" புண்பட்டு பேசிய தன் அம்மாவின் முகத்தை கலாவால் நிமிர்ந்து பார்க்க முடியவில்லை. தான் செய்துவிட்ட காரியத்திற்காக மனதிற்குள்ளேயே அழுதாள். அசட்டுத் தனமாக தான் செய்துவிட்ட காரியத்தை நினைத்து வருத்தப்பட்டாள்.

"எதுவும் பேசி சின்னம்மாவ அழவச்சிறாதம்மா. நீ போயி படு" என்று தன் அம்மாவை மறுபடியும் அதட்டி விரட்டி விட்டாள் பூரணத்தின் பெரிய மகள்.

"சோறு திங்கிறியா மணிமேல? தண்ணிவூத்தி மூடிப்புட்டன். கருணக்கெழங்கு போட்டு வச்ச புளிக்கொழம்பு இருக்கு. புழிஞ்சி போட்டு ஆளுக்கு ரெண்டுவா தின்னுங்க" என்றாள் பூரணம்.

"வேண்டாங்க்கா, பசிக்கல?" என்று சொல்லிவிட்டு இருவரும் படுத்துக்கொண்டார்கள். பூரணத்தின் மகள்கள் இருவரும் பலமுறை இருவரையும் சாப்பிடச் சொல்லி வற்புறுத்தினார்கள். மணி

மேகலைக்கு பசி வயிற்றைச் சுருட்டியது. இருந்தாலும் வேண்டாமென்று உறுதியாக மறுத்துவிட்டாள். சாப்பாடு மட்டுமில்லை ஒரு டம்ளர் பச்சைத் தண்ணீரைக்கூட இந்த வீட்டில் வாங்கிக் குடிக்கக்கூடாது என்று நினைத்தாள். 'கலாவும் பசியோடுதான் கிடக்கும், கிடக்கட்டும் பட்டினி கிடந்தால்தான் புத்திவரும் என்று மனதை திடப்படுத்திக் கொண்டு படுத்துவிட்டாள். விடிவதற்கு முன்பாகவே கிளம்பிவிட வேண்டும் என்ற எண்ணத்துடனேயே படுத்திருந்தாள். பசி மயக்கமும் பயணச்சோர்வும் அதிகமாயிருந்தும் அவளுக்கு தூக்கம் வரவில்லை. பொழுது விடிந்து யார் வீட்டிற்குப் போவது? எங்கே தங்குவது? என்ற யோசனையாகவே இருந்தது.

நினைத்தது போலவே பொழுது விடிவதற்கு முன்பாகவே எழுந்துவிட்டாள். கலாவையும் எழுப்பி அழைத்துக் கொண்டாள். 'எங்கே போகிறாய்?' என்று கேட்ட பூரணத்திடம் "எங்கேயோப் போறன்" என்று மட்டும் சொல்லிவிட்டு கிளம்பிவிட்டாள். சாலையில் மேற்காகப் போவதைப் பார்த்து, திரும்பியும் வாடியக் காட்டிற்குத்தான் போகிறாள் என்று நினைத்துக்கொண்டாள் பூரணம்.

பூரணத்தின் வீட்டிற்கு மேற்கே கூப்பிடு தூரத்தில் இருந்த வெங்கிடுசாமியின் வீட்டிற்குப் போனதை அந்த இருட்டு வேளையில் பூரணம் கவனிக்கவில்லை. அவ்வளவு அதிகாலை நேரத்தில் வாசலில் வந்துநின்று கூப்பிட்ட மணிமேகலையையும் கலாவையும் பார்த்து விட்டு வெங்கிடுசாமிக்கும் அவன் பெண்டாட்டி பத்மாவதிக்கும் என்ன ஏதென்று ஒன்றும் புரியவில்லை. வீட்டிற்குள் கூப்பிட்டு உட்காரவைத்து விசாரித்தார்கள். நடந்தது எல்லாவற்றையும் சொன்னாள் மணிமேகலை.

"கும்பகோணத்துலேருந்து எங்க சின்ன தங்கச்சி வார வரைக்கும் ஒங்க கொட்டாயில இருந்துக்குர்றம் அண்ணி" என்று பத்மாவதியின் கையைப் பிடித்துக்கொண்டு கேட்டாள். அதைப் பார்த்துக் கொண்டிருந்த வெங்கிடுசாமிக்கு மனது கலங்கிவிட்டது.

"என்னப்பா தங்கச்சி. இப்புடிக் கேக்குற? மாட்டுக் கொட்டாயிலயா இருக்கணும். நீ பேசாம வூட்டுலயே இருந்துக்க. யாரு ஒன்னய இங்க இருக்கக்கொடாதுன்னு சொல்லுறா" என்றான்.

பத்மாவதி பைகளிரண்டையும் வாங்கி சுவற்றோரமாய் கொண்டு போய் வைத்தாள். மணிமேகலைக்கு தேறுதல் சொல்லி ஆற்றினாள்.

அதிகமாய் வெளியே தலைகாட்டாமல் வெங்கிடுசாமியின் வீட்டிலேயே தங்கியிருந்தார்கள் இருவரும். இருந்தாலும் அது கிராமம் என்பதால் அடுத்த ஒருமணி நேரத்திற்குள்ளேயே பூரணத்திற்கு மணிமேகலை வெங்கிடுசாமியின் வீட்டில் தங்கியிருப்பது தெரிந்து போய்விட்டது. செய்துகொண்டிருந்த வேலைகளை அப்படியே போட்டுவிட்டு ஓடிவந்தாள்.

"ஒவ்வூட்டுக்குத்தான் போறன்னு நெனச்சா நீ இங்க வந்து ஒக்காந்துக்கிட்டியா? இதுக்குத்தான் அவ்வள அவசரமா எளும்பி வந்தியா?" என்று கோபமாய் சத்தம் போட்டாள்.

எதுவும் பேசாமல் அமைதியாயிருந்தாள் மணிமேகலை.

"வெங்கிடுசாமண்ண வூட்டுல தெனமும் மீனுகருவாடுன்னு கவுச்சியா ஆக்குவாவொ. யாவ் வூட்டு மரக்கறி புடிக்குமா ஒனக்கு?"

"யாம் பெரியங்கச்சி இப்புடி பேசுற? சோத்துக்காவ நாக்க தூக்கிக்கிட்டு அலயிற பொண்ணா அது?" என்றாள் பத்மாவதி.

"அப்புடியின்னா யாங் வூட்டுல இருந்தது எதுக்காவண்ணி அந்த பொண்ணயும் அழச்சிக்கிட்டு இஞ்ச வுடியாறணும் சொல்லுங்க" என்றாள் பத்மாவதியிடம். பத்மாவதிக்கே பூரணம் பேசுவதை சகித்துக்கொள்ள முடியவில்லை.

"மணிமேலயும் அது மவளும் நீ நெனக்கிறமேரி யாவ் வூட்டுக்கு விருந்து சாப்புட வல்லங்கச்சி. ரெண்டு நாளக்கி கொட்டாயில இருந்துக்கிர்றமுன்னுதான் கேட்டுச்சி. புள்ள குட்டி பெத்த நம்மளுக்கு, எப்புடி அந்தப் பொண்ண இஞ்ச இருக்கக்கொடான்னு வெரட்டிவுட மனசு வரும்? அதுக்காவ அது கேக்குறமேரி மாட்டுக் கொட்டாயில இருந்துக்கன்னு வுட்டுடத்தான் முடியுமா? அதான் வூட்டுலயே இரு, கூடப் பொறந்த அண்ணனாருந்தன்னா கொண்டாந்து வச்சி சோறு போட மாட்டனா? நீ எத்துன நாளக்கி வேணுமுன்னாலும் இருந்துக்கப்பா அப்புடின்னுட்டாவொ ஒங்கண்ணன்".

"........"

"அரமனசு கொறமனசாத்தான் அதுவொளும் இருக்குதுவொ".

"ஒங்க வூட்டுல மட்டுந்தான் மாட்டுக் கொட்டாவ இருக்கா. வூட்டுல இருக்கப் புடிக்கலன்னா யாவ் வூட்டு மாட்டுக் கொட்டாயில

இருந்துக்கிடுறது? ஒண்ணுக்கு ரெண்டா நாங் கட்டிப் போட்டுருக் கக்குள்ள இஞ்ச யாங் வந்து கேக்கணும்?"

அதுவரை பேசாமல் இருந்த மணிமேகலை எழுந்து பூரணத்தின் அருகே வந்தாள்.

அவளுடைய முகம் வேதனையால் வாடிப்போயிருந்தது. கண்கள் கலங்கியிருந்தன. குரலைத் தாழ்த்தி அதேசமயம் உறுதியான குரலில், "அக்கா ஒடம்பு எளச்சி ஒடப்பொறந்தா வூட்டுக்கு போக்குடாம்பாவொ. அது உண்மதான். ஒவ்வூட்டுக்கு நான் வந்தது தப்புன்னு தெரிஞ்சிக் கிட்டுத்தான் இஞ்ச வந்து இருக்குறன். இஞ்ச இருக்குறதும் ஒனக்குப் புடிக்கலன்னா சொல்லு நான் எங்கயாவுது பெயர்றன். ஆனா இஞ்ச நின்னுக்கிட்டு இதுக்குமேல நீ வம்பு வளக்காத" என்றாள்.

பூரணத்தின் குரல் கேட்டு அதற்குள் அக்கம் பக்கத்து வீட்டுப் பெண்களெல்லாம் வந்து கூடிவிட்டார்கள். எல்லோருக்கும் பூரணத்தின் மீது எரிச்சலும் கோபமும் ஏற்பட்டது.

மணிமேகலையின் நிலையை எடுத்துச் சொல்லி மெதுவாக பூரணத்தை வீட்டிற்கு போக வைத்தார்கள்.

இரண்டு நாட்களும் அந்த தெரு பெண்களெல்லாம் ஒருவர் மாற்றி ஒருவர் நேரம் கிடைக்கும்போதெல்லாம் மணிமேகலையிடம் வந்து அவளுடைய வருத்தத்தை குறைக்கும்விதமாக பேசிக் கொண்டிருந்து விட்டுப் போனார்கள். சோற்றுக்கோ டீக்கோ குறை வைக்காமல் வேளாவேளைக்கு நன்றாக கவனித்துக்கொண்டாள் பத்மாவதி.

வளர்மதி மணிமேகலையை அதிக நாட்கள் காத்திருக்க வைக்கவில்லை. தான் சொல்லியதுபோலவே மூன்றாம் நாள் வந்தாள்.

வாடியக்காட்டிற்குப் போய் பார்த்துவிட்டு கற்பகநாதர் குளத்திற்கு அன்று சாயங்காலமாய் வந்து சேர்ந்தாள் வளர்மதி. அன்றைக்கு இரவு மட்டும் வெங்கிடுசாமியின் வீட்டிலேயே படுத்திருந்தார்கள். விடிவதற்கு வெகுநேரத்திற்கு முன்பாகவே எழுந்துகொண்டார்கள். பத்மாவதி அந்த நேரத்திலும் வரக் காப்பி வைத்து அதில் கேழ்வரகு மாவைப்போட்டு ஆற்றி ஆளுக்கொரு டம்ளர் கொடுத்தாள். அதைக் குடித்துவிட்டு கிளம்பிவிட்டார்கள் மூவரும். கற்பகநாதர் குளம் கோயிலடி வேப்பமரத்தடிக்கு நடந்தே வந்தார்கள். பொழுது லேசாக விடிந்துகொண்டிருந்தது. வேதாரண்யம்

போக மேற்கேயுள்ள பட்டுக்கோட்டையிலிருந்து வரும் பேருந்தில் ஏற வேண்டும். ஆனால் வளர்மதி கிழக்கேயுள்ள வேதாரண்யத்திலிருந்து வரும் வண்டியில் ஏறுவதற்கான இடத்தில் நின்றுகொண்டாள்.

"அங்குட்டு நின்னுதான வண்டியேறணும். அங்குட்டே போயி நின்னுகிடுவமா தங்கச்சி" என்றாள் மணிமேகலை.

"இல்லக்கா. இங்குட்டுத்தான் நின்னு ஏறணும்".

மணிமேகலைக்கு ஒன்றும் புரியவில்லை. திரும்பத் திரும்ப வளர்மதியிடம் கேட்கவும் ஏனோ அவளுக்கு ஒருவித தயக்கமாகவும் சிறிது அச்சமாகவும் கூட இருந்தது.

வளர்மதி நேற்றைக்கு வாடியக்காட்டிற்கு வந்து பார்த்து விட்டு வெங்கிடுசாமியின் வீட்டிற்கு வந்ததிலிருந்து ஏனோ அதிகமாய் பேசவில்லை. வெங்கிடுசாமியிடமும் பத்மாவதியிடமும் கூட வழக்கமாய் பேசுவதுபோல கலகலப்பாய் பேசவில்லை. எதைப் பற்றியோ தீவிரமாக யோசித்துக் கொண்டிருப்பவளைப்போல முகத்தை எப்போதும் கொஞ்சம் இறுக்கமாய் வைத்திருந்தாள்.

அவள் வந்ததிலிருந்து, 'கலாவோட எனக்கும் எதாவுது வேல யிருக்குமா தங்கச்சி. இனிமே வாடியக்காட்டுக்கு வர முடியா' என்று பலதடவை கேட்டுவிட்டாள். ஒவ்வொரு தடவையும் 'பாப்பம் வாக்கா' என்று பதில் சொல்கிறாளே தவிர ஒரு தடவைக்கூட 'ஒன்னையும் எதாவது வேலயில சேத்து வுட்டர்றன். கவலப்படாத என்றோ நா இருக்குறன் நீ எதப்பத்தியும் நெனக்காத' என்றோ நம்பிக்கையளிப்பது போல ஒரு வார்த்தைகூட அவள் பேசவில்லை. இதெல்லாம் நமக்கு தேவையில்லாத தலைவலி என்று நம் தங்கை நினைக்கிறதோ என்று வளர்மதியின் மீது சந்தேகப்படத் தோன்றியது மணிமேகலைக்கு. 'யாரு என்ன நெனச்சாலும் யாரு மேலயும் குத்தஞ் சொல்ல முடியா. நம்ம நெலம அப்புடியிருக்கு' என்று தன் நிலையை நினைத்து வருந்தினாள்.

நம்ம தங்கச்சி மட்டுந்தான் இப்ப நம்மளுக்கு இருக்குற ஒரே ஆதரவு. அதையும் கெடுத்துக்கிடக்கூடாது என்று நினைத்தவள் எதுவும் பேசாமல் அமைதியாய் நின்றாள். கலா கிட்டத்தட்ட ஒரு ஊமை போலவே ஆகியிருந்தாள். இந்த இரண்டு நாட்களில் எதுவும் வாய்திறந்து பேசுவதே இல்லை. யார் எது கேட்டாலும், உண்டு இல்லையென்று தலையை ஆட்டுவதோடு சரி. ஆறு வருடங்களாக எந்தச் சிரமத்தையும் நேரடியாய் அனுபவிக்காமல் வளர்மதி வீட்டில்

வெகு இயல்பாக நாட்களை ஓட்டியவள். சித்தியின் வீட்டை விட்டு வந்த அன்றிலிருந்தே இதுபோன்ற துன்பங்களையெல்லாம் அனுபவிக்கப் போகிறோமென்று அவள் கனவிலும் நினைத்துப் பார்த்தது கிடையாது. நம் அம்மாவுக்கு அப்பாவால் ஒரு பக்க இடி என்றால் நம்மால் இன்னொரு பக்கம் என்றாகி விட்டதே என்று நினைத்து நினைத்து உள்ளுக்குள்ளேயே வருந்திக்கொண்டிருந்தாள். அதிர்ச்சியாலும் குற்றவுணர்வாலும் வாயடைத்துப் போயிருந்தாள்.

வேதாரண்யம் செல்லும் பேருந்து சாலையில் வேகமாய் வந்தது. அதைப் பார்த்த மணிமேகலை, “தங்கச்சி வண்டி வருது பாரு” என்றாள்.

“ம்” என்பதோடு முடித்தாள் வளர்மதி. மணிமேகலைக்கு குழப்பமாக இருந்தது. ‘எதற்காக நம் தங்கை இப்படி நடந்துகொள்ள வேண்டும். நம்மை இப்படியே விட்டுவிட்டுப் போய்விடலாம் என்று ஏதாவது நினைக்கிறதா என்றெல்லாம் பலவாறாக யோசித்தாள்.

அவர்களைக் கடந்துபோன வண்டி தூரத்தில் புள்ளியாய் ஒளிர்ந்து மறைந்துபோனது.

“நம்ம இப்ப குருகொலத்துக்குப் போவலயா தங்கச்சி?” என்றாள்.

“இல்லக்கா”.

அவளுடைய தணிந்த நிதானமான வார்த்தை மணிமேகலைக்கு சற்று நம்பிக்கையை அளித்தது.

“வேற எங்க தங்கச்சி அழச்சிக்கிட்டுப் போப்போற?”

“திருப்பூருக்கு... அங்க கம்பேனியில நீனும் வேல செய்யலாமாம். ஒரு நாளக்கி அம்பது, அறுபது, நூறு ரூவாகூடச் சம்பாரிக்கலாமாம்”.

“எங்க தங்குற?”

“கும்பகோணத்துப் பொண்ணு ஒண்ணு போன வருசம் வரக்கிம் அங்க வேல பாத்துக்கிட்டிருந்த கம்பெனி அடயாளத்தயெல்லாம் சொல்லிருக்கு. போயி விசாரிச்சிப் பாப்பம்”.

“இத யாங் என்னக்கிட்ட மின்னாடியே சொல்லல?”

“எனக்கே எங்க கொண்டு வுடுறதுன்னு ஒரே கொழப்பமா இருந்திச்சி. கலாவ மட்டுமுன்னா குருகொலத்துல வுடலாமுன்னுதான்

வந்தன். ரெண்டு பேருமுங்குறதால திருப்பூருக்கே பெயிடலாம். சும்மா எதார்த்தமாத்தான் திருப்பூரப் பத்தி அந்த பொண்ணுக்கிட்ட விசாரிச்சன். ஆனா இங்க வந்து பாத்தா இப்புடிருக்கு நெலம. அந்த பொண்ணுகிட்ட விசாரிச்சது நல்லதாப் பெயிட்டு".

"செலவாவுமே தங்கச்சி".

"அத நெனச்சித்தான் நானும் யோசன பண்ணிக்கிட்டிருந்தன். குருகொலத்துக்குன்னா வண்டி செலவு மட்டுந்தான் ஆவுமுன்னு நெனச்சி ஏனோதானான்னு வந்துட்டன்".

"பணம் இல்லாம எப்புடி போற?"

"பணமா இல்லாட்டி என்ன? இஞ்ச பாரு எத்துன பிராங்காசி யாங்கழுத்துல கெடக்குன்னு" என்றவள் தன் தாலிக்கயிற்றை வெளியே எடுத்து இரண்டு கையாலும் பிடித்து தூக்கிக் காட்டினாள். தாலிக்கு இரண்டு பக்கமும் குண்டுகளும் காசுகளுமாக பக்கத்திற்கு ஏழெட்டுக்கு மேல் கோர்க்கப்பட்டிருந்தன. மாங்காய் காசுகளும் கல் வைத்த காசுகளும் லட்சுமி படம் போட்ட காசுகளுமாய் பக்கத்திற்கு ஒன்றாய் அழகாய் கோர்த்துக் கட்டியிருந்தாள்.

நம் தங்கை கொடுத்து வைத்தது என்று நினைத்தவள் மெதுவாக தன் புடவை மாராப்புக்கும் கீழே கையை விட்டு தன் தாலிக்கயிற்றைத் தடவிப் பார்த்தாள். இடும்பவனம் கோயில் திருவிழாவில் வாங்கிய இரண்டு பவளங்களும் இரண்டு மூன்று ஊக்குகளும் கிடந்தன. 'எல்லாத்துக்கும் ஒரு கொடுப்பின வேணும். ராசி வேணும். அங்காடி வித்தாலும் அகராசி வேணும். அவுசாரி போனாலும் மொவராசி வேணுமுன்னு தெரியாமயா சொல்லுறாவொ? நம்மளுக்கு எந்த ராசியும் கெடயா. இதயெல்லாம் பாத்துட்டு ஆசப்பட்டா மட்டும் போருமா' என்று நினைத்தாள்.

'சரி இத எதுக்காவ எடுத்துக்காட்டுது, அடவு வச்சிக்கலாமுன்னு சொல்லுதா' என்ற யோசனை அதற்குப் பிறகுதான் மணிமேகலைக்கு ஏற்பட்டது.

"யாந்தங்கச்சி. பிராங்காச அடவு வைக்கப் போறியா?"

"அடவு வச்சி, யாருவந்து திருப்பிக்கிட்டுருக்குற? பேசாம வித்துப்புட வேண்டியதுதான்".

"வேண்டாந்தங்கச்சி. அதயெல்லாம் விக்காண்டாம்" என்றாள் மணிமேகலை.

"இஞ்ச பாருக்கா. என்னக்கிட்ட எரநூறு ரூவாதான் இருக்கு. நீ எவ்வளது வச்சிருக்குற?"

"என்னக்கிட்ட ஏது தங்கச்சி காசி. ஓவ்வூட்டுலேருந்து வரக்குள்ள வச்சிருந்த சில்லறக் காசுதான் பத்தோ பன்னண்டோ இருக்கு" என்றாள் பரிதாபமாக.

"இத வச்சிக்கிட்டு எவ்வள தூரம் போற?".

"நம்ம குருகொலத்துக்கே போக்குடாதா தங்கச்சி".

"குருகொலத்துக்குப் போவலாம். அங்க பாதுகாப்பா ரெண்டு பேரும் இருந்துக்கிடலாம். காசுபணம் அதிகமாச் சம்பாரிக்க முடியாது. அதோட ஒனக்கு அங்க எடம் கெடக்கிமா கெடக்காதான்னு வேற தெரியல. அங்கன்னா ரெண்டுபேரும் வேலக்கிப் போவலாம். ஒரு நாளக்கி ரெண்டுபேரும் சேந்து நூத்தி இருவது ரூவா சம்பாரிச்சி, மத்த செலவெல்லாம் போவ பாதிக்கி பாதியாவுது சேத்து வய்க்கலாமுல்ல. இந்த பொண்ண கட்டிக்குடுக்குறன்னா ஓங் கையில காசு வேண்டாமா?"

"அது சரிதான். ஆனா அதிக செலவாகுமுன்னு சொல்லுறியே".

"செலவு ஆவுந்தான். செலவப் பாத்தா முடியுமா? இந்தக் காசியில ரெண்ட வித்துக்கிடுவம். அப்பறம் முடிஞ்சா நீனே எடுத்துக் குடுத்துறலாம். அதுக்காவயெல்லாம் கவலப்படாத".

"ஓம் புருசன் எதுவும் சொல்லமாட்டாவொளா?"

"அவ்வொளுக்கிட்ட இதயெல்லாம் சொன்னாத்தான?"

"தெரிஞ்சிட்டுன்னா?"

"யாந் தாலிக் கயத்த எடுத்து தினமும் எண்ணி பாத்துக்கிட்டா இருக்கப் போறாவொ. அப்புடியே கேட்டாலும் ரெண்டு காசிய கயட்டி வச்சிருக்குறன்னு சொல்லிப்புட்டுப் போறன்".

"இருந்தாலும் எனக்கு என்னமோ கஷ்டமாருக்கு தங்கச்சி. நீ இத விக்காண்டாம்" என்றாள்.

“சும்மா பவுன கழுத்துல கோத்துத் தொங்கப் போட்டுக் கிறதால யாருக்குப் புண்ணியஞ் சொல்லு. இதுமேரி ஆவத்து சமயத்துக்கு எடுத்து பயன்படுத்திக்கிட வேண்டியதுதான்”.

“வெங்கிடுசாமி அண்ணங்கிட்டயெல்லாம் குருகொலத் துக்குத்தான் போறமுன்னு சொல்லிப்புட்டு வந்தம்”.

“எனக்கே எங்க அழச்சிக்கிட்டுப் போவலாமுன்னு ஒரே யோசனயாத்தான் இருந்திச்சி. அதான் நான் ஒண்ணுஞ் சொல்லல” என்றாள் வளர்மதி.

வேதாரண்யத்திலிருந்து பட்டுக்கோட்டைக்குப் போகும் வண்டி வந்தது. மூன்றுபேரும் ஏறிக்கொண்டார்கள். ஒரே சீட்டில் உட்கார்ந்தார்கள்.

“எப்புடிப் போவணும். வழி தெரியுமுல்ல?” என்று தயக்கமாய்க் கேட்டாள் மணிமேகலை.

“தெரியுங்க்கா. திருச்சி போயி கரூர் போயி அங்கேருந்து திருப்பூருக்குப் போவணும். பட்டுக்கோட்டையில காசிய வித்துப் புட்டு பெயிட்டமுன்னா நல்லது. ஆனா ரொம்ப நேரம் ஆவும் பொலருக்கு. ஒம்போது மணிக்கு மேலதான் நகக்கடயெல்லாம் தொறக்கும்”.

மணிமேகலை பதிலேதும் சொல்லாமல் தன் தங்கையையே பார்த்துக்கொண்டிருந்தாள்.

“பெரிய ஊருவொள்ள நகக்கட இல்லாமயா இருக்கும். கரூருக்குப் பெயிடுவம். அலஞ்சி திரிஞ்சாவுது அங்க போயி வித்துக்கிடுவம்”.

‘எவ்வளவு நல்லமனசோட நமக்காவ நம்ம தங்கச்சி செருமப் படுது. அத புரிஞ்சிக்கிடாம கொஞ்ச நேரத்துக்கு மின்னாடி சந்தேகப் பட்டுட்டமே’ என்று நினைத்தாள் மணிமேகலை. அவளுக்குக் கூச்சமாக இருந்தது.

☯ ☯ ☯

# 26

கும்பகோணத்துப் பெண் சொன்ன அடையாளங்களை மறுபடியும் ஒருமுறை நினைவுபடுத்திப் பார்த்துக் கொண்டாள். பல்லடம் ரோடு, தமிழ்நாடு சினிமாக் கொட்டகை பின்புறம், ஸ்டார் டைம் கம்பெனி. நன்றாக நினைவிருந்தது. கம்பெனிக்குப் போய் வேலைக்கு ஏற்பாடு செய்துகொண்டு பிறகு கம்பெனி வழியாகவே வீடு பார்த்துக்கொள்ளலாம் என்று நினைத்தாள் வளர்மதி.

பல்லடம் போகும் பேருந்து ஒன்றில் ஏறிக்கொண்டார்கள். வண்டியில் கூட்ட நெரிசல் அதிகமாக இருந்தது. நிறைய பேர் 'தமிழ்நாடு தியேட்டர்' டிக்கெட் கேட்டது காதில் விழுந்தது. பலபேர் அந்த இடத்தின் பெயரை உச்சரிக்கக் கேட்ட வளர்மதிக்கு அந்த இடத்தைப்பற்றி முன்பே தெரிந்தது போன்ற தெம்பும் நம்பிக்கையும் ஏற்பட்டது மனதில்.

அந்த கூட்டநெரிசலிலும் வளர்மதியோடு உரசிக் கொண்டு நின்ற மணிமேகலை காதோரமாக கிசுகிசுத்துக் கேட்டாள்.

"வேல கெடக்கிமா, தங்குறத்துக்கு எடமெல்லாம் கெடக்கிமா தங்கச்சி?"

"கெடச்சிருங்க்கா".

"கெடக்கலன்னா?"

"கெடக்கிம். பேசாம வா".

"தமிழ்நாடு தியேட்டரெல்லாம் வெளிய வா" என்று சத்தம் போட்ட நடத்துனர் வண்டி நிற்க விசிலையும் ஊதினான்.

முண்டியடித்துக்கொண்டு இறங்கியவர்களோடு மூவரும் இறங்கிக்கொண்டார்கள். அங்கிருந்து 'ஸ்டார் டைம்' கம்பெனியை கண்டுபிடிப்பது ஒன்றும் அவ்வளவு சிரமமாக இருக்கவில்லை. யாரிடம் விசாரித்தாலும் தமிழ்நாடு தியேட்டருக்கு பக்கமாக மேற்கு நோக்கி செல்லும் சாலையை கை காண்பித்துவிட்டார்கள். அந்த சாலையைப் பிடித்து நடந்தவர்களைக் கடந்து போனது ஒரு சரக்குவண்டி. அதைப் பார்த்த கலா "இந்தாப் போவுது கம்பெனி வண்டி. வண்டியில ஸ்டார் டைம்ன்னு எழுதிருக்கு" என்றாள். இந்த இரண்டு நாட்களில் வாய் திறந்து கலா பேசியதை இப்போதுதான் கேட்டாள் வளர்மதி. மணிமேகலையும் வளர்மதியும் ஒருவரையொருவர் பார்த்துக்கொண்டனர்.

"ஓம் மவளுக்கு இனிமே வாயி பேச வராமயே பெயிடுமோன்னு பயந்தியில்ல. இப்பப் பாத்தியா".

மணிமேகலை அதற்கு பதிலேதும் சொல்லாமல் கலாவைப் பார்த்தாள். கலா உதட்டைக் கடித்துக்கொண்டு அமுக்கலாய் சிரித்தாள்.

எதிரே வந்த ஒருவரிடம், "ஸ்டார் டைம் கம்பெனிக்கு இப்படியே போகலாமா" என்று விசாரித்தாள் வளர்மதி.

"நேரா போங்கம்மா. இதான் வழி. அந்தக் கடசீல இருக்கு கம்பெனி" என்று கையைக் காட்டி வழி சொன்னார் அவர்.

பழக்கமில்லாத புதிய ஊருக்குள் நுழையும்போது ஏதோ ஒரு முகவரியை தெரிந்துகொண்டு வந்திருப்பது எவ்வளவு பலனளிப்பதாய் இருக்கிறது என்று நினைத்த வளர்மதி, கும்பகோணத்துப் பெண் வனிதாவை மனதிற்குள் நன்றியோடு நினைத்துக்கொண்டாள்.

ஸ்டார் டைம் கம்பெனி பெரிய கம்பெனியாகத்தான் இருக்க வேண்டும். அதன் வளாகமே விஸ்தீரணமாய் நீண்டு பரந்து கிடந்தது. புதிதாகக் கட்டட வேலையும் நடந்து கொண்டிருந்தது.

வாட்ச்மேன் அவ்வளவு சீக்கிரமாக இவர்களை உள்ளே விடவில்லை. யாரைப் பார்க்க வேண்டும்? என்ன வேலை வேண்டும்? என்ன வேலை செய்யத் தெரியுமென்று துருவித் துருவிக் கேட்டான்.

"மேனேஜர் ராஜாவைப் பாக்கணும். நாங்க அவருக்கிட்ட பேசிக்கிர்றம்" என்று சற்று கண்டிப்புடன் சொன்னாள் வளர்மதி.

கம்பெனியின் வரவேற்பறையில் போடப்பட்டிருந்த நாற்காலி களில் உட்காரச் சொல்லிவிட்டு போய்விட்டான் அவன்.

சிறிது நேரத்திற்குப் பிறகு மேனேஜர் ராஜா வந்து இவர் களுக்கு முன்பாக தன்னுடைய ஆசனத்தில் உட்கார்ந்தான். இளம் வயது ஆள்தான். நல்ல உயரம், சிவப்பு நிறம். முகப் பருக்களோடு மிடுக்கான தோற்றம் கொண்டிருந்தான். கரடு முரடாய் பேசக்கூடியவன் என்பது வளர்மதிக்கு அப்போது தெரியாமல் போய்விட்டது.

"என்ன வேணும்" என்றான்.

"இவங்க ரெண்டுபேருக்கும் வேல வேணும்".

"எங்கேருந்து வர்றீங்க?"

"எங்களுக்கு ஊரு திருத்துறைப்பூண்டி. அங்கேருந்துதான் வாறம்".

"என்ன வேல தெரியும்?"

பனியன் கம்பெனியில் என்ன வேலை செய்வார்களென்று வளர்மதிக்குமே தெரியாது. 'அடடா வனிதாவிடம் இதைப் பற்றி எதுவும் கேட்காமல் வந்துவிட்டோமே' என்று வருத்தப் பட்டாள்.

"நாங்க இப்பதான் இங்கயே வர்றம். வேலயப்பத்தியெல்லாம் ஒண்ணும் தெரியாது. போன வருசம் கும்பகோணத்துலேருந்து வந்து இங்க வேலபாத்த வனிதாங்குற பொண்ணுதான் எங்கள இந்த கம்பெனிக்கு அனுப்பி வச்சி, ஒங்கள பாக்கச் சொன்னிச்சி".

"வேற எந்த கம்பெனிக்காவுது பெயிட்டு வர்றீங்களா?"

"இல்ல. நேரா இங்கதான் வாறம். எங்களுக்கு வேற எந்தக் கம்பெனியயும் தெரியாது".

"அப்புடியா?"

"......"

"இவங்க ரெண்டுபேரும் ஒங்களுக்கு என்னா வேணும்?"

"இது எங்க அக்கா, அது அக்கா மவ".

"இவங்க வீட்டுக்கார்ரு என்ன செய்றாரு?"

"அவருகூட இப்ப இவங்க இல்ல".

"என்ன காரணம்?"

"அது அவங்க குடும்பப் பிரச்சன?"

"சரி என்ன படிச்சிருக்கு இந்தப் பொண்ணு".

"பன்னண்டாவுது".

'சர்டிபிகேட்ட காட்டுங்க".

"இந்த வருசந்தான் பன்னண்டாவுது எழுதிருக்கு. சர்டிபிகேட்டு எதுவும் இப்ப இல்ல".

"சர்டிபிகேட்டு எதுவும் இல்லாம நாங்க எப்புடி வேல குடுக்குறது?"

"......."

"சர்டிபிகேட்டுக்கொட கையில இல்லாம எதுக்காவ இங்க வர்றீங்க?"

"வனிதா சொல்லிச்சேன்னுதான் வந்தம்".

"அதுவே ஒரு தில்லுமுல்லு கேசு. அது சொல்லிச்சின்னு எப்புடி வூட்டவுட்டு கௌம்பி வந்திங்க?"

தேவையற்று வனிதாவைப்பற்றி அவன் பேசுவது வளர்மதிக்கு எரிச்சலை உண்டுபண்ணியது. இருந்தும் கோபத்தை அடக்கிக் கொண்டு "திருப்பூருல வேல பாக்குற எல்லாருமே சர்டிபிகேட்ட குடுத்துட்டுத் தான் வேல பாக்குறாவொளா?" என்றாள் வெடுக்கென்று.

"எங்க கம்பெனிக்கு சர்டிபிகேட் வேணும்".

"அது இப்ப எங்களுக்கிட்ட இல்ல. வேல இருக்கா இல்லயா?"

"வீடு எங்க இருக்கு?"

"கும்பகோணத்துலதான் இருக்கு".

"இவங்க, இப்ப எங்க தங்கியிருக்காங்கன்னு கேக்குறேன்".

"இதுவரைக்கும் வீடு பாக்கல. வேல கெடச்சாத்தான் வீடு பாக்க முடியும்".

கடிகாரம் கட்டியிருந்த தன் கையைத் திருப்பி நேரத்தைப் பார்த்துவிட்டு, "இப்பயே மணி அஞ்சாவுது. வீடு கெடக்கலன்னா என்ன செய்வீங்க? எங்க தங்குவீங்க?"

"இதப்பத்தியெல்லாம் நீங்க யோசிக்க வேண்டாம். வேலயப்பத்தி மட்டும் சொல்லுங்க".

"ஆதரவில்லாத ரெண்டுபேர அழச்சாந்து வச்சிக்கிட்டு இப்புடி திமுறா பேசலாமா?"

"அவங்களுக்கு ஆதரவில்லன்னு யாரு சொன்னது. ஒங்களுக்கிட்ட வேலதான் கேட்டு வந்தம். ஆதரவா கேட்டம்".

"இதுமேரி பேசினா எப்புடி வேல குடுப்பம்?"

"இங்க வேலயில்லயின்னா இன்னொரு கம்பெனி".

"இவங்களோட போனீங்கன்னா எந்த கம்பெனியிலயும் ஒங்களுக்கு வேல கெடைக்காது" என்றான் மணிமேகலையையும் கலாவையும் பார்த்து.

மணிமேகலை எந்தப் பதிலும் சொல்லவில்லை. வளர்மதியையும் மேனேஜரையும் மாறிமாறி பார்த்தாள்.

"எங்கயுமே வேல கெடக்கலன்னா இவங்கள யாவ் வீட்டுக்கே அழச்சிக்கிட்டு பெயிட்டுப் போறன். அதுக்காவது ஒங்களுக்கிட்ட கெஞ்சிக்கிட்டு நிக்கணுமுன்னு எதிர்பாக்குறியளா?"

மணிமேகலைக்கு வேலை கிடைக்காமல் போய்விடுமோ என்ற பயத்தால் முகம் வெளிறிப்போனது.

வளர்மதிக்கேகூட வீராப்பாய் நாம் பேசுவதால் இவர்களுக்கு வேலை கிடைக்காமல் போய்விடுமோ என்ற பயம் ஏற்பட்டது. திருப்பூர் முழுவதும் நிறைய கம்பெனிகள் இருப்பது தெரியும். ஒன்றில் இல்லாவிட்டாலும் வேறொரு கம்பெனியில் வேலை கேட்டுக் கொள்ளலாம் என்றுதான் தோன்றியது. இருந்தாலும் எல்லா கம்பெனிகளுமே இப்படி இருந்துவிட்டால் என்ன செய்வது என்று நினைத்து உள்ளூர பயந்தாள். மேனேஜர் ராஜா மூவரையும் மாறிமாறி பார்த்துக் கொண்டு பேசாமல் அப்படியே உட்கார்ந்திருந்தான். சிறிது நேர மௌனத்திற்குப் பிறகு,

"ரெண்டு நாள் கழிச்சி வந்து பாருங்க, சொல்லுறன்" என்றான்.

"இல்ல. இவங்களுக்கு வீடு பாத்து வுட்டுட்டு நாளக்கே நான் ஊருக்குப் போவணும். அதுனால ரெண்டு நாள் கழிச்சி வந்தா நிச்சயமா வேல செய்யலாமா? உண்டு இல்லன்னு முடிவாச் சொல்லிடுங்க" என்றாள் சற்று தணிந்த குரலில்.

"இல்லன்னு சொன்னா என்ன செய்வீங்க?"

"வேற கம்பெனிக்குப் போயி பாப்பம்".

"பாத்துக்கிங்க" என்றான்.

நூலிழையில் ஊசலாடியபடி தொங்கிக்கொண்டிருந்த நம்பிக்கை அந்த வினாடியே அறுபட்டு தொப்பென்று குப்புற விழுந்ததுபோல் இருந்தது மூவருக்கும்.

வளர்மதி தன் ஏமாற்றத்தை வெளிக்காட்டிக் கொள்ளாமல் எழுந்துகொண்டாள்.

"வாக்கா போவம்" என்றவள் கம்பெனியைவிட்டு வெளியே வந்தாள். பின்னாலேயே மணிமேகலையும் கலாவும் வந்தார்கள்.

வளர்மதிக்கு தாம் இப்படியெல்லாம் பேசியிருக்கக் கூடாதோ என்று தோன்றியது. மணிமேகலையின் முகத்தில் ஈயாடவில்லை. அவள் எதுவும் பேசாமல் வந்தாள். வந்த வழியிலேயே மூவரும் திரும்பி நடந்தார்கள்.

மணிமேகலையின் மௌனம் தாங்கிக்கொள்ள முடியாததாய் இருந்தது வளர்மதிக்கு.

"நான் அகராதியாப் பேசி எல்லாத்தயும் கெடுத்துப்புட்டன்னு நெனக்கிறியாக்கா?"

"இல்ல தங்கச்சி".

"இருந்தாலும் நாங் கொஞ்சம் வாய அடக்கிக்கிட்டு இருந்துருக்கலாம்".

"அந்தாளு பேசுறத்துக்கெல்லாம் வேற என்னதாஞ் சொல்ல முடியும்" என்றாள் மணிமேகலை. அவள் தனக்காக ஒப்புக்குச் சொல்கிறாளோவென்று தோன்றியது வளர்மதிக்கு.

"நீ கவலப்படாதக்கா. நான் எப்புடியாவது ஒனக்கும் ஓம் மவளுக்கும் எந்தக் கம்பெனியிலாவுது வேல வாங்கிக் குடுத்தர்றன்".

வழியில் 'ரிச் & ரிச்' என்ற கம்பெனி. சாலையை ஒட்டியே இருந்தது. போகும்போது அதன் பெயரை படித்துப் பார்க்க அது என்ன கட்டடம் என்பது பற்றியெல்லாம் தெரிந்து கொள்ள தோன்றவில்லை. ஆனால் இப்போது எந்தக் கட்டடம் இருந்தாலும் நின்று நிதானித்து அதன் பெயரை படித்துப் பார்த்துக்கொண்டே வந்தார்கள் மூவரும். ரிச் & ரிச்சும் பனியன் கம்பெனிதான். மூன்று தளங்களைக்கொண்ட பிரமாண்டமான கட்டடமாக இருந்தது. மேல் தளங்களில் இயந்திரங்கள் ஓடும் சத்தம் கேட்டது.

"அக்கா இந்த கம்பேனில போயி கேட்டுப் பாப்பமா?"

"ம்".

"வா" என்று அழைத்துக்கொண்டு போனாள்.

இதுவும் பெரிய கம்பெனிதான் என்று கம்பெனிக்குள் நுழைந்ததுமே தெரிந்தது. ஒரு பக்கம் வரிசையாய் இருபதுக்கும் மேற்பட்ட ஆட்கள் கட்டுக்கட்டாய் துணிகளை தூக்கிக்கொண்டு மேலேயிருந்து கீழேயும் கீழேயிருந்து மேலேயுமாய் போய்க் கொண்டிருந்தார்கள். கும்பல் கும்பலாய் கம்பெனியை விட்டு வெளியேறிக்கொண்டும் இருந்தார்கள். நீண்ட நேரம் வேலை செய்துவிட்டு டீ குடிக்கச் செல்வதைப் போலிருந்தது அவர்களைப் பார்க்க. வாசல் கேட்டை ஒட்டியிருந்த வெளிவராண்டாதான் வரவேற்பறைபோல் இருந்தது. மேஜை நாற்காலி போட்டுக்கொண்டு உட்கார்ந்திருந்த வயதானவர் வாட்ச்மேனாகத்தான் இருக்கவேண்டு மென்று தோன்றியது வளர்மதிக்கு. யூனிபார்ம் எதுவும் போடாமல் சாதாரண வேட்டி சட்டையிலிருந்தார் அவர். தயங்கித் தயங்கி இவர்கள் வந்து நிற்பதைப் பார்த்ததும் உட்கார்ந்திருந்தவர் எழுந்து வந்து விசாரித்தார்.

"நாங்க மேனேஜரப் பாக்கணும்" என்றாள் வளர்மதி. அப்போது மாடிப்படிகளில் இறங்கி வந்துகொண்டிருந்தவன் வளர்மதி வாட்ச் மேனிடம் சொல்லியதை கேட்டுக்கொண்டே வந்திருக்க வேண்டும். 'குடுகுடு'வென்று ஓடுவது போலவே நடந்து இவர்களிடம் வந்தான். அவனிடம் திரும்பி வாட்ச்மேன் சொல்வதற்குள், "சொல்லுங்க என்ன விஷயம்" என்றான்.

மெலிந்த உடல்வாகு, இளம் வயதுக்காரன்தான். பார்க்க சுறுசுறுப்பான ஆளாகவே தெரிந்தான். இவனிடம் சொல்ல வேண்டுமா என்று ஒருகணம் யோசித்த வளர்மதி சொல்வதால் என்ன வீணாகிவிடப் போகிறது என்று நினைத்து "நாங்க மேனேஜரப் பாக்கணும்" என்றாள்.

"நாந்தான் மேனேஜர், சொல்லுங்க".

மூவராலும் அதை நம்ப முடியவில்லை. ஆச்சர்யமாக இருந்தது. அந்த கம்பெனி மேனேஜர் எவ்வளவு டிப்டாப்பாய் இருந்தான். இவன் எவ்வளவு எளிமையாய் இருக்கிறான் என்று நினைத்தார்கள்.

எங்கோ அவசரமாகக் கிளம்பிக்கொண்டிருந்தவன் நிற்க நேரமில்லாதவனாகத் தெரிந்தான்.

"இவங்க ரெண்டு பேருக்கும் வேல வேணும்".

"என்ன வேல தெரியும்".

"ஊருக்குப் புதுசு. மத்தவங்க செய்யிறத பாத்துதான் செய்யணும்".

"அப்புடியா? நாளக்கி வாங்க" என்றபடியே வராண்டாவில் கிடந்த வண்டியைத் தள்ளினான்.

"நாளக்கி வந்தா வேல செய்யலாமா?" தயங்கியபடியே கேட்டாள் வளர்மதி.

"ம்... செய்யலாம்" வண்டியை தள்ளிக்கொண்டே சொன்னான்.

அவன் பின்னாலேயே நடந்த வளர்மதி, "இவங்க ரெண்டு பேருக்குமே வேல இருக்குமா?"

"ம். வரச்சொல்லுங்க".

"வேலய கத்துக்கிடணுமா?"

“செக்கிங் வேலதான். கஷ்டமாருக்காது”.

“சம்பளம் எவ்வளவு குடுப்பிய?”

“புதுசுதான. ஷிப்டுக்கு அம்பத்தஞ்சிதான். வேலய சுறுசுறுப்பாச் செஞ்சா அறுபது தருவம்”.

வண்டியைக் கிளப்பிக்கொண்டு போய்விட்டான். வளர்மதியால் நம்ப முடியவில்லை. வந்து ஒரு நிமிட நேரம்கூட ஆகியிருக்காது, போகிற போக்கில் வேலைக்கு வரச்சொல்லி விட்டு வேகமாய் போய்விட்டானே என்று நினைத்தாள்.

அப்படியும் நம்பிக்கை வராமல் அங்கு நின்றுகொண்டிருந்த வாட்ச்மேனிடம் விசாரித்தாள் வளர்மதி.

“ஐநூறு பேரு வேல செய்யிற கம்பெனிம்மா இது. ஒங்களுக் கிட்ட எதுக்காக பொய் சொல்லணும். பொயிட்டு நாளக்கி வாங்க” என்றார்.

“பாத்தியாக்கா எவ்வள ஈசியா வேலக்கி வரச்சொல்லிப் புட்டுப் போறத்த”.

மணிமேகலையாலும் அதை நம்ப முடியவில்லை. அவள் முகத்தில் நிம்மதி தெரிந்தது. ஸ்டார் டைம் கம்பெனியின் மேனேஜர் முகம் ஒருகணம் கண்முன் வந்தது வளர்மதிக்கு.

அந்தக் கரடி நம்மள எப்புடியெல்லாம் கேள்வி கேட்டு பயமுறுத்திப்புட்டு பாத்தியாக்கா?”

“யாங் அப்புடி நடந்துக்கிட்டான் அந்தாளு”.

“நம்மளப் பத்தி நல்லா தெரிஞ்சிக்கிட்டாரு சித்தி அந்தாளு. இவ்வொ வீட்டவுட்டு வந்துட்டாவொ. ஊருக்குப் புதுசு. ஒண்ணும் விவரந் தெரியாது. நம்ம எப்புடி உதார்விட்டாலும் நம்பிடுவா வொன்னு நெனச்சிட்டாரு போலருக்கு” என்றாள் கலா.

“நீ அந்தாளுக்கிட்ட அப்புடி பேசுனதுதான் தங்கச்சி சரி” என்றாள் மணிமேகலை.

“அந்த வாட்ச்மேனிடமே இங்கு தங்குவதற்கு ஏதாவது வீடு கிடைக்குமா என்று விசாரித்தாள் வளர்மதி.

"இங்க எல்லா எடத்துலயுமே வீடு கெடைக்கும்மா. தீப்பெட்டி பெரிசிக்கி கட்டி வச்சிக்கிட்டு ஒங்கமாதிரி வாறவங்கக்கிட்ட அதிக வாடகைக்கு வுட்டு சம்பாதிக்கிறதுதான் இந்த ஊரு ஆளுங்களுக்கு தொழிலே. ஒரு எடத்துல இல்லாட்டியும் ஒரு எடத்துல வீடு கெடைக்கும். போயி பாருங்க" என்றவர் மறுபடியும் இவர்களைப் பார்த்து, "நம்ம கம்பெனிக்கிப் பின்னால விஸ்வநாதன் காம்பௌண்டுல கூட வீடு இருக்கும். கம்பெனிக்கு வர்றதும் ஈசியாயிருக்கும். மொதல்ல அங்கபோயி பாருங்க. இல்லன்னா வேற இடம் போயிக்கலாம்" என்றார்.

வாட்ச்மேனின் அக்கறையும் நல்ல மனதும் வளர்மதிக்கும் மணிமேகலைக்கும் ஆறுதலளிப்பதாயிருந்தது.

ரிச் & ரிச்சும் தமிழ்நாடு தியேட்டரும் பெரிய 'L' வடிவத்தில் அமைந்திருந்தது. இவற்றுக்குப் பின்னால் பெரிய சதுரமாக அமைந்திருந்தது விஸ்வநாதன் காம்பௌண்ட். காம்பவுண்டுக்குள் மூன்று வகையான வீடுகள் இருந்தன. சற்று உயரமாக கல்சுவர் வைத்து கட்டப்பட்டு ஓடுபோட்ட வீடுகளெல்லாம் ஆயிரம் ரூபாய் வாடகையாயிருந்தது. ஒரே ஒரு அறை மட்டும்தான் என்றாலும் சமைக்கும் மேடையும் பொருட்கள் வைத்துக்கொள்ள அலமாரியும் கட்டப்பட்டிருந்தது. வீட்டுக்காரன் முதன்முதலில் ஓட்டு வீட்டைத் தான் அழைத்துக்கொண்டுபோய் காட்டினான். "இவ்வளவு வாடகயிலயெல்லாம் வேண்டாந் தங்கச்சி" என்று கூறிவிட்டாள் மணிமேகலை.

கூரைக்குக் கீற்று வேயப்பட்டு, சுவரில்லாமல், சுற்றிலும் கீற்றால் அடைக்கப்பட்ட சாலை வீடுகளும் ஒன்றிரண்டு காலியாக இருந்தன. மண் தரைதான்.

வாரத்திற்கு இரண்டுமுறை சாணம் போட்டு மெழுக வேண்டும் என்ற நிபந்தனையோடுதான் காலியாயிருந்த அறைகளைத் திறந்து காண்பித்தான். வாடகை இருநூற்றைம்பதுதான். அதைப் பார்த்த வுடன், "பரவால்ல தங்கச்சி" என்றாள் மணிமேகலை.

"இல்லக்கா. இது வேண்டாம். நெரச்சல்லாம் வெலவெல ன்னு இருக்கு. வெளிலருந்து ஓட்டைக்குள்ள கையவுட்டே வூட்டுக்குள்ள இருக்குறத்த எடுக்கலாம் பொலருக்கு. மண்ணு தரையா வேற இருக்கு. வேலக்கிப் போவியா. வாரம் ரெண்டு நாளக்கி வூட்ட மொழிவிக்கிட்டு ஒக்காந்திருப்பியா?"

"உள்ளங்கையி அத்துன எடம். இத மொழுவ எவ்வள நாழி ஆயிடப் போவுது?"

"இது வேண்டாங்க்கா. எனக்குப் புடிக்கல" என்றாள் வளர்மதி.

"இது புடிக்கலன்னா அந்தக் கடைசியில இருக்கு பாருங்க ஓட்டுச்சால, அதுல பத்தாம் நம்பர் ரூமு காலியா இருக்கு. அத வேணுமுன்னாலும் பாருங்க" என்றான் அவன். விஸ்வநாதன் காம்பௌண்டின் வடமேற்கு கோடியில் இருந்தது அவன் சுட்டிக் காட்டிய ஓட்டுச்சாலை வீடு. அதில் வரிசையாய் பத்து அறைகள், அதிலும் கடைசியில் இருந்தது பத்தாம் நம்பர் அறை.

அந்தப்பக்கம் வரக்கூடப் பிடிக்காதவனைப்போல, "போய் பார்த்துவிட்டு வந்து சொல்லுங்கள்" என்று சாவியை வளர்மதியின் கையில் கொடுத்துவிட்டுப் போய்விட்டான் அவன். அருகில் போய் திறந்து பார்த்தார்கள். கருங்கல் வைத்து கட்டப்பட்ட நீண்ட கொட்டகை. மேலே ஓடு வேயப்பட்டிருந்தது. எட்டடிக்கு எட்டடி இருக்குமாவென்று தெரியவில்லை. சுற்றிலும் பெரிய சிமிண்ட் கற்களால் இரண்டடி உயரத்திற்கு சுவர் வைக்கப்பட்டிருந்தது. அதன்மீது கீற்று வைத்து அடைத்திருந்தார்கள். தரையில் சிமிண்ட் சொரசொரப்பாய் போடப்பட்டிருந்தது. வளர்மதிக்கு இந்த அறை கொஞ்சம் பரவாயில்லை போல் தோன்றியது.

"இதுலயே இருந்துக்கலாங்க்கா" என்றாள் வளர்மதி.

"வாடவ எவ்வளவுன்னு கேட்டியா தங்கச்சி?"

"நாம் போயி கேட்டுட்டு வாறன்" என்று திரும்பினாள் வளர்மதி.

"நீ இஞ்சயேரு கலா. சித்திகொட நானும் பெயிட்டு வாறன்" என்று பின்னாலேயே வந்தாள் மணிமேகலை. வீட்டுக்கார பையனைக் காணவில்லை. தேடிக்கொண்டு போனார்கள். காம்பௌண்டின் வாயிலில் உள்ள கடையில் இருந்தான். காம்பௌண்டில் குடியிருப்ப வர்களால் கடை நன்றாக ஓடிக்கொண்டிருப்பது தெரிந்தது.

"நாங்க அந்த பத்தாம் நம்பர் ரூமுலயே இருந்துக்குர்றம். வாடக எவ்வளவு?" என்றாள் வளர்மதி.

"இருங்க அம்மாவக் கூப்புடுறன்" என்றவன் கடையை விட்டு வெளியே வந்தான்.

காம்பௌண்டின் அருகிலேயே சற்று ஒதுங்கி கிழக்கு பார்த்த வீடு ஒன்று மிக பிரமாண்டமாயிருந்தது. பளபளப்பான கற்களால் இழைக்கப்பட்டு முகப்பெங்கும் ஆங்காங்கே கண்ணாடி பதிக்கப் பட்டிருந்தது.

“எவ்வள பெரிய வீடு பாத்தியா தங்கச்சி?”

“எழச்சி வச்சிருக்குறாவொ? பெரிய பணக்கார ஆளுவொ பொலருக்கு”.

வீட்டுக்காரப் பையன் இவர்களை நிற்க வைத்துவிட்டு வீட்டுக்குள் ஓடிப்போய் தன் அம்மாவை கூப்பிட்டுக்கொண்டு வந்தான். அந்த வீட்டிற்கென்று தனியாக ஒரு மதிலும் கேட்டும் இருந்தது. சற்று கனத்த பெண் உள்ளேயிருந்து வந்தாள். மாறாத சிடுசிடுப்பு நிரந்தரமாய் உறைந்துவிட்டது போன்ற முகம் அவளுக்கு. கேட்டைப் பிடித்தபடி உள்பக்கமாய் நின்று கொண்டாள்.

“ஓட்டுச்சால பத்தாம் நம்பர் ரூமா?” என்றாள் கேட்டுக்கு வெளியே நின்ற வளர்மதியைப் பார்த்து.

“ஆமாங்க” என்றாள் வளர்மதி.

“வாடக ஐநூத்தி அம்பது ரூபா. கரண்டு பில்லு இருபத் தஞ்சி ரூபா. ரெண்டு மாச வாடகய அட்வான்சா குடுத்துறணும். குண்டு பல்பு ஒண்ணு மட்டுந்தான் எரியும். லைட்ட ரொம்ப நேரம் போட்டு வைக்கக்கூடாது. உப்புத் தண்ணி ஒரு நாளக்கு ஆறுகொடம் எடுத்துக்கலாம். குடிக்கிறத்துக்கு நல்ல தண்ணி லாரித் தண்ணிதான். அது ஒருகொடம் ரெண்டு ரூபா. உப்பு தண்ணி ஆறுகொடத்துக்கு மேல தேவப்பட்டா ஒரு கொடம் ஒரு ரூபா குடுத்து எடுத்துக்கலாம்” என்று சொல்லிக்கொண்டே திரும்பியவள், “டேய் தினேஷ் ஓட்டுச்சால பத்தாம் நம்பர் ரூமுல ஒரு குண்டு பல்பு மாட்டி விட்டுட்டு வா. அப்புடியே அட்வான்ச வாங்கிக்கிட்டு வா”. சொல்லிவிட்டு வீட்டிற்குள் நுழைந்தவள் மறுபடியும் திரும்பி இவர்களிடம் வந்தாள்.

“இன்னக்கித் தேதி இருவத்தொண்ணு. மாசா மாசம் இருவத் தொண்ணாந் தேதி வாடகயச் சரியாக் குடுத்துடணும்” என்றாள்.

“அதெல்லாம் வந்துருங்க” என்றாள் வளர்மதி.

அதற்குள் கடையிலிருந்து ஒரு குண்டு பல்பை எடுத்துக் கொண்டு வந்தான் அந்தப் பையன். கடையை விட்டுவிட்டு வருகிறானே என்று

கடையை பார்த்தாள் வளர்மதி. கடையில் சற்று தாட்டியான ஆளொருவர் இருந்தது அப்போதுதான் தெரிந்தது.

"அங்க பாருக்கா, கடயில இருக்குற ஆள. அவருதான் வுட்டுக்கார்ரா இருப்பாரு போலருக்கு".

"ஆமா. ஆனா ஒண்ணும் படிச்சிட்டு வேலக்கி போற ஆளுமேரி தெரியலயே" என்றாள் மணிமேகலை.

"அந்தாளப் பாத்தாலும் படிச்சமேரி தெரியல. இந்தப் பயல பாத்தாலும் படிக்கிறவம்மேரி தெரியல".

"வேலக்கிப் போவாம எப்புடி தங்கச்சி இவ்வள பெரிய வூட்ட கட்டி வச்சிருக்குறாவொ?"

"நீதான் பாக்குறியில்ல. எத்துன ரூமு இருக்கு இந்த காம்பௌண்டுக்குள்ள. எண்ணிப் பாத்தா நூத்துக்குக் கொறயாது பொலருக்கு. ஒவ்வொரு ரூமுக்கும் வாடக வருதுல்ல".

"ஆமாங்".

"அற நூறு ரூவான்னு வச்சிப் பாத்தாலும் நூறு ரூமுக்கும் அறுவதாயிரம் வாடக வருமுல்ல?"

"ஆமாங்".

"அந்தப் பணத்தயெல்லாம் பெறவு எங்க கொண்டு கொட்டப் போறாவொ? பத்தாதத்துக்கு கட வேற, தண்ணி யாவாரம் வேற. புள்ள படிச்சி வேலக்கிப் போவணுமுன்னு என்ன அவசியம் சொல்லு".

"மல்லாக்க படுத்துக்கிட்டே எல்லாத்தயும் அனுவிக்கலாம்".

இவர்களுக்கு முன்னே சென்றவன் பல்பை மாட்டிவிட்டு அட்வான்சுக்காக வாசலில் நின்றான். வளர்மதி அவனிடம் ஆயிரத்து நூறு ரூபாய் எண்ணிக் கொடுத்தாள்.

"எப்புடியோ அதிகமா அலஞ்சி திரியாம வீடு புடிச்சிட்டம் வேலயும் கெடச்ச மாதிரிதான்" என்று பெருமூச்சுவிட்டாள் வளர்மதி.

அறைக்குள் போய் கையில் கொண்டு வந்திருந்த பைகளை மேலே மாட்டிவிட்டாள் கலா. தரை சகிக்க முடியாத அளவிற்கு அழுக்காய் இருந்தது. இதில் குடியிருந்தவர்கள் சமீபத்தில்தான் காலி செய்துவிட்டு போயிருக்க வேண்டும். குழம்பு ஊற்றி முருங்கைக்காய்

கத்திரிக்காயோடு தரையில் காய்ந்துபோய்க் கிடந்தது. மூலையில் வாழைப்பழத் தோலும் பூவும் காய்ந்துபோய்க் கிடந்தது. இரண்டு மூன்று இடங்களில் பந்து பந்தாய் முடி பறந்துகொண்டு கிடந்தது. எல்லாவற்றையும் வெளியே கூட்டித் தள்ளலாமென்று பார்த்தால் விளக்குமாறு இல்லை. பக்கத்து அறைகளும் பூட்டப்பட்டுக் கிடந்தன. ஆறாம் நம்பர் அறை மட்டும் திறந்திருந்தது. இரண்டு சிறுமிகள் கால்சட்டையோடு உள்ளேயும் வெளியேயுமாய் ஓடிப்பிடித்து விளையாடிக்கொண்டிருந்தார்கள். இவர்களைப் பார்த்ததும் சற்று விலகி நின்று வேடிக்கைப் பார்த்தார்கள். கலா அந்தப் பிள்ளைகளைக் கூப்பிட்டாள். அவையிரண்டும் மிகுந்த தயக்கத்தோடு வெட்கப்பட்டுக் கொண்டே வந்தன.

"ஓம் பேரென்ன?" என்றாள் இருவரையும் பார்த்தபடி.

பெரிய பிள்ளைதான் பெயரைச் சொன்னது. சிறிய பிள்ளைக்கு அவ்வளவாக பேச்சு வரவில்லை. அது நிதானித்து மழலையில் பேசியது கலாவிற்கு புரியவில்லை.

"ஒங்கம்மா எங்க?"

"ஊருக்கு" என்று வந்தவாக்கில் கையை நீட்டிக் காட்டியது.

"அப்பா".

"அப்பா.... ம்.... அப்பா.... கம்பேனிக்கி".

"ஒங்க வூட்டுல கூட்டுறத்துக்கு வெளக்குமாறு இருக்கா?"

"ம்" தலையாட்டின இரண்டும்.

"கொஞ்சந் தாறியா? ஊட்டக் கூட்டிக்கிட்டு தாறம்".

"அப்பா அடிக்கும்" மறுப்பதுபோல தலையாட்டியது பெரிய பிள்ளை.

"கலா வுடு. சின்னப் புள்ளக்கிட்ட எதுவும் கேக்கக் கூடாது. நம்ப கடக்கிப் போயி வாங்கியாந்துருவம்" என்றாள் வளர்மதி.

மணி ஆறுக்குமேல் ஆகிவிட்டது. மழைக்காலம் என்றால் இந்நேரம் இருட்டியே போயிருக்கும். கோடைகாலமென்பதால் இன்னும் பொழுது இருப்பதுபோல தெரிந்தது.

“அக்கா, நீங்க ரெண்டியரும் பொழங்கிக்க என்னன்ன சாமாஞ் சட்டு வாங்கணும் சொல்லு”.

“அட்வான்சு வேற குடுத்துட்ட எல்லாம் வாங்குறத்துக்கு பணம் இருக்காத் தங்கச்சி?”

“இருக்குக்கா”.

“நீ திரும்பிப் போவணும்”.

“பத்தாட்டி காப்பவுனு காசு ஒண்ணுருக்கு. அத நாளக்கி வித்துக்கிடுவம். நீ பயப்புடாத”.

“அய்யய்யோ... நீ என்ன இப்புடி கொல்லுகொலைக்கு அஞ்சாத ஆளுமேரி பேசுற? இனிமே ஒந்தாலிக் கயத்துல கை வைக்கக்கொடாது சொல்லிப்புட்டன்”.

“பணம் இல்லன்னா என்ன செய்ய முடியுமுன்னு நெனக்கிற? இந்த பவுனா முக்கியம் இப்ப? நான் விக்கிறத்த நீ பெறவு வாங்கிக் குடுத்துருன்னுதான சொல்லுறன்”.

மணிமேகலைக்கு என்ன சொல்வதென்றே தெரியவில்லை.

“எனக்காவ பாவம் நீ எவ்வள கஷ்டப்படுற?” என்றாள் முனகலாய்.

“இப்ப நான் என்ன கஷ்டப்பட்டுட்டங்குற? ஒண்ணும் கஷ்டமில்ல. வா போவம். இருட்டிப் போவுது பாரு. கட சாத்துறத்துக்குள்ள வேணுங்குற சாமானுவொள வாங்கியாந்துருவம்”.

அறையைப் பூட்டிக்கொண்டு மூவரும் கிளம்பினார்கள்.

தமிழ்நாடு தியேட்டர் இருந்த அதே ரோட்டில் நிறைய கடைகள் இருந்தன. தேவையான எல்லாப் பொருட்களுமே அங்கு கிடைத்தது.

விலைக்கு பயந்து, பார்த்துப் பார்த்து ஒவ்வொரு பொருளாக வாங்கினாள் மணிமேகலை.

“இனிமே போயி சோறாக்கி சாப்புட முடியாக்கா. இஞ்சயே ஆளுக்கு நாலு இட்லியா வாங்கிக்கிட்டுப் போயி சாப்புடுவம்” என்றாள் வளர்மதி. அரைமனதோடு ஒத்துக்கொண்டாள் மணி மேகலை. ரோட்டோரம் தள்ளுவண்டிக் கடையில் மூவருக்கும் தனித்தனி பொட்டலமாகக் கட்டிக்கொண்டாள். பொருட்களுடன் காம்பௌண்டுக்குள் போய் பார்த்தபோது எல்லா வீடுகளிலும்

விளக்கு எரிந்துகொண்டிருந்தது. வேலைக்குப் போனவர்கள் திரும்பிவந்து, அவசர அவசரமாக சமையல் வேலைகளைச் செய்து கொண்டிருந்தார்கள். ஓட்டுச் சாலை வீட்டிற்கு முன்புறமாக நிறைய காலியிடம் கிரவுண்ட் போல இருந்தது. மழை பெய்தால் தண்ணீர் தேங்கி நிற்கும். பன்றிகள் அதில் உழலும் என்றார்கள். கோடைகாலம் என்பதால் அதுபோன்ற பிரச்சினை எதுவும் இல்லாமலிருந்தது. அவரவர் அறைக்கு எதிரே முன்புறம் மண்ணடுப்பு போட்டு சிலர் சமைத்துக்கொண்டிருந்தார்கள்.

"மண்ணெண்ணெ லிட்டுரு இருவத்தொம்பது ரூவா. பேசாம இது மேரி வெறவு அடுப்பு எரிக்கலாம்" என்றாள் மணிமேகலை. பக்கத்து பக்கத்து அறைகளில் விசாரித்தபோது அப்பகுதியில் நிறைய கருவைக்காடுகள் இருப்பதும் அக்காடுகளில் எவ்வளவு வேண்டு மானாலும் விறகு வெட்டிக் கொள்ளலாமென்றும் தெரியவந்தது. அது மிகவும் ஆறுதலாயிருந்தது மணிமேகலைக்கு.

ஒன்பதாம் அறையிலிருந்த கர்ப்பிணிப் பெண் தெய்வானை இவர்களிடம் மிகவும் அனுசரணையாகப் பேசினாள். நாடாக் கட்டிலை வாசலில் எடுத்துவந்து போட்டு அதில் இவர்களை உட்கார்ந்துகொள்ளச் சொன்னாள். இவர்களுக்குத் தேவைப்பட்ட சின்னச்சின்ன உதவிகளையெல்லாம் தானே வலிய வந்து செய்து கொடுத்தாள்.

வாங்கிவந்த குடங்களில் கலாவும் மணிமேகலையும் போய் தண்ணீர் பிடித்துக்கொண்டு வந்தார்கள். வீட்டைக் கழுவிவிட்டு பொருட்களையெல்லாம் உள்ளே கொண்டுபோய் வைத்தாள் மணிமேகலை. கலாவும் மணிமேகலைக்கு ஒத்தாசையாக அதை இதை எடுத்து வைத்துக்கொண்டும் செய்துகொண்டும் இருந்தாள். வளர்மதியை எந்த வேலையும் செய்ய விடவில்லை. அவள் பக்கத்து அறைப் பெண் போட்ட நாடாக் கட்டிலில் உட்கார்ந்து, வந்து விசாரிப்பவர்களுடன் பேசிக்கொண்டிருந்தாள். ஒவ்வொரு அறையிலிருந்தும் யாராவது ஒருவர் வேலைகளுக்கு இடையிடையே ஓடிவந்து இவர்களிடம் விசாரித்துவிட்டுப் போனார்கள். சிலர் நைட் ஷிப்டு வேலைக்குப் போவதாய் சொல்லிவிட்டு மறுபடியும் வீட்டைப் பூட்டிக் கொண்டு ஓடினார்கள்.

எல்லோரும் கால்களில் சக்கரத்தைக் கட்டிக்கொண்டு நடமாடுவதுபோல தெரிந்தது வளர்மதிக்கு. வாங்கி வந்த இட்லியை

ஆளுக்கொரு பொட்டலமாகப் பிரித்துச் சாப்பிட்டார்கள். பயணக் களைப்பு தீர படுக்கலாமென்று நினைத்த நேரம் ஏழாம் அறையில் தங்கியிருந்த வயதான பாயம்மா வெற்றிலை பாக்கு பொட்டலத்தை பிரித்தபடியே வந்து வாசலில் நின்றாள்.

"வாங்க" என்றாள் மணிமேகலை.

"சாப்பாடு முடிஞ்சிச்சா?"

"ம். இப்பதான் சாப்புட்டம்".

"இப்புடி வெளில வாங்க. செத்த காத்தாட ஒக்காந்துருப்பம்" என்றாள் பாயம்மா.

அவள் வார்த்தைக்கு மறுப்பு சொல்ல முடியாதவர்களைப்போல மூவரும் எழுந்து வெளியே வந்தார்கள்.

"பாயிருந்தா எடுத்தாங்களேன். விரிச்சி போட்டு ஒக்காந்துக் கிருவம்".

"புதுப்பாயாத்தான் இருக்கு. மண்ணுல போடலாமா" யோசித்துப் பேசினாள் வளர்மதி.

இது காதில் விழுந்து ஒன்பதாம் அறைப் பெண். "பழம் பாயி இருக்கு நான் எடுத்தாறன். புதுப்பாய மண்ணுல போடாதீங்க" என்றாள் உள்ளே இருந்தபடி. சொன்னதோடு மட்டுமல்லாமல் கைவேலையைப் போட்டுவிட்டு பாயை எடுத்துக்கொண்டு வந்து கொடுத்துவிட்டுப் போனாள். அதை விரித்துப்போட்டு வசதியாய் உட்கார்ந்து கொண்டார்கள். ஒம்பதாம் அறை கர்ப்பிணிப் பெண் தெய்வானைக்கு அறைக்குள் வேலை ஓடவில்லை. அவசர அவசரமாய் எல்லாவற்றையும் மூடி வைத்துவிட்டு அவளும் வெளியே வந்துவிட்டாள்.

"என்ன பாயம்மா வந்தன்னக்கே அவங்க வாயக் கௌற வசதியா வந்து ஒக்காந்துட்டிங்களா?" என்று கேட்டுக்கொண்டே பாயில் வந்து உட்கார்ந்துகொண்டாள் தெய்வானை. அவள் பேசுவதைக் கேட்க வேடிக்கையாக இருந்தது. ஒரு வார்த்தை கூட ஒழுங்காகப் பேசத் தெரியவில்லை அவளுக்கு. பேசும் போதெல்லாம் வார்த்தைகளை கடித்துக் குதறி துப்புவது போலிருந்தது.

"பாயம்மா- இஞ்ச ஒண்ணும் பயமில்லயே?" என்று தயக்கமாய்க் கேட்டாள் வளர்மதி.

"பயமா? நல்ல கதயா சொல்லுறீங்க போங்க. என்ன பயம் இங்க?"

"இல்ல. வயசுக்கு வந்த பொண்ண வச்சிக்கிட்டு ஆம்புள தொண யில்லாம எப்புடி இருக்கப் போவுதுன்னு நெனச்சித்தான் கேக்குறன்".

"பொழுது விடிஞ்சி ஒரு நாளு மட்டும் இருந்து பாருங்க. எத்துன பொண்ணுக கம்பெனிக்கு போகுதுகன்னு. வயசிக்கி வந்த பொண்ணுக எப்புடித் தனியா இங்க இருக்குதுகன்னு பாத்துட்டு அப்பறமாச் சொல்லுங்க. இங்கயெல்லாம் பொண்ணுக கெடணுமுன்னா அதுகளா ஆசப்பட்டுக் கெட்டாத்தான். இந்த விஸ்வநாதன் காம்பவுண்டுக் குள்ளயே நூத்துக்கும் மேல பொண்ணுக இருக்குதுக தெரியுமா?"

தமிழ்நாடு தியேட்டரின் பின்பக்கம் போட்டிருந்த மின்விளக்கு, ஓட்டுச்சாலை வீடுகளின் வாசல்வரை நன்றாக வெளிச்சத்தை கொடுத்துக்கொண்டிருந்தது. அந்த வெளிச்சம் ஒருவர் முகத்தை ஒருவர் பார்த்து பேசுமளவுக்கு போதுமானதாக இருந்தது. மணிமேகலை பாயம்மாவின் முகத்தையே பார்த்துக்கொண்டிருந்தாள்.

இழுத்து இழுத்து பாயம்மா பேசியதைக் கேட்க கலாவுக்கு வேடிக்கையாக இருந்தது. இதுவரை பார்த்திராத புது இடம், கண்டிராத புதுமனிதர்கள், கேள்விப்பட்டறியாத அவர்களைப் பற்றிய செய்திகள் என்று வளர்மதிக்கும் பாயம்மாவின் பேச்சு ஆர்வத்தை ஏற்படுத்தியது. பாயம்மா வெற்றிலை பாக்கை குதப்பியவாறே சொல்ல ஆரம்பித்தாள்.

தெய்வானையின் கணவன் அவனுடைய கூட்டாளியுடன் அப்போதுதான் வேலையை முடித்துவிட்டு வீடு வந்து சேர்ந்தான்.

"ந்தோ ஓம் மாமன் வந்தாச்சி. நீ போயி சோத்தப் போட்டுக் குடுத்து தூங்க வையி. போ" என்று கேலியாய் பேசி தெய்வானையை கிளப்பிவிட்டாள் பாயம்மா.

"பாயம்மாவ பேச விட்டீங்கன்னா இன்னக்கி ஒங்கத் தூக்கம் கெட்டுப்போகும். இந்த ஓட்டுச்சால பத்து வூட்டு வரலாறயும் சொல்லி முடிச்சாத்தான் பாயம்மா தொறந்த வாய மூடும்" என்ற தெய்வானை, "பாயம்மா நேரா நேரத்துல நீங்கப் போயி படுங்க. அவங்களயும் தூங்க விடுங்க" என்று சொல்லி விட்டுப் போனாள்.

"அடிப்போடி போக்கத்தவளே" என்று தெய்வானையை விரட்டிவிட்ட பாயம்மா வாகாய் கால்களை நீட்டிப் போட்டுக் கொண்டாள். அவளுடைய கதையை சொல்லத் தொடங்கினாள்.

பாயம்மாவுக்கு சொந்த ஊர் மதுரைப் பக்கம். நல்ல நிறத்தோடும் அழகோடும் இருந்த பாயம்மாவின் அப்பா வீடு அவ்வளவாய் வசதியில்லாத குடும்பம். வெளிநாட்டிலிருந்து வந்திருந்த மாப்பிள்ளைக்கு கட்டி வைத்திருக்கிறார்கள். மாப்பிள்ளையின் வீட்டில் சுமாரான வசதிதான். வெளிநாட்டில் சம்பாதித்த பணத்தை வைத்துக்கொண்டு மதுரையில் ஏதாவது ஒரு கடை வைத்து நடத்தலாமென்று பாயம்மா யோசனை கூறியிருக்கிறாள். ஆனால் அவளுடைய கணவனும் உறவினர்களும் அதற்கு ஒத்துக்கொள்ளவில்லை. இன்னும் ஒருமுறை வெளிநாடு போய்வந்து இன்னும் கொஞ்சம் சம்பாதித்து வைத்துக் கொண்டு பிறகு ஏதாவது வியாபாரம் செய்துகொள்ளலாம் என்பது அவர்களின் எண்ணமாக இருந்தது.

கல்யாணம் செய்த ஆறு மாதங்களில் பாயம்மாவை விட்டுவிட்டு வெளிநாடு போய்விட்டான் அவன். மூன்று வருடத்தில் திரும்பி வருவதாய் சொல்லிவிட்டுப் போனவன் மேலும் ஒரு வருடம் இருந்துவிட்டு வருவதாய் கடிதம் எழுதினான். எப்போது அவன் வருவானென்று காத்திருந்த பாயம்மாவுக்கு அதிர்ச்சி செய்திதான் வந்து கிடைத்தது. வெளிநாட்டிலேயே அவன் இறந்துவிட்டான் என்று. பாயம்மாவால் அதைத் தாங்கிக்கொள்ள முடியவில்லை. தன் தாய்வீடு திரும்பி விட்டாள்.

ஒருசில மாதங்களில் மறுபடியும் அவளுக்கு மாப்பிள்ளை பார்த்தார்கள். இரண்டாம் கல்யாணத்தை ஏற்றுக்கொண்டாலும் பாயம்மாவால் வெளிநாடு போய் சம்பாதிக்க நினைக்கும் மாப்பிள்ளைகளை ஏற்றுக்கொள்ள முடியவில்லை. தன் உறவினர்கள் யாருக்கும் தெரியாமல் எதிர்சாரியில் டீக்கடை வைத்திருந்த காமராசுடன் பழக்கத்தை ஏற்படுத்திக்கொண்டாள். உறவினர்கள் அசந்திருந்த சந்தர்ப்பத்தில் காமராசுடன் ஊரை விட்டு கிளம்பி விட்டாள். முதலில் பெங்களூர் போயிருக்கிறார்கள். இரண்டு மூன்று வருடங்கள் அங்கிருந்துவிட்டு பிறகு சேலத்தில் இருந்திருக்கிறார்கள். இப்படி ஊர் ஊராய்ச் சுற்றிவிட்டு கடைசியில் திருப்பூருக்கு வந்து சேர்ந்திருக்கிறார்கள். திருப்பூர் வந்து இருபத்தெட்டு வருடங்களுக்கு மேலாகிவிட்டதாம். காமராசு நல்ல கருப்பு நிறம். கடின உழைப்பாளி. தலைவலி, உடம்புவலி என்று ஒருநாளும் தலை சாய்க்காதவன் அவனைப் போலவே கருப்பாய் பிள்ளை பிறந்ததில் காமராசுவுக்கு சற்று ஏமாற்றமாகத்தான் இருந்தது. ஆனால் பாயம்மாவுக்கு பிள்ளை காமராசுபோல பிறந்ததில் நிம்மதியே ஏற்பட்டது.

பாயம்மாவைக் கேட்டால் 'ஆம்பளைக்கு அழகு நெறத்துலயோ புத்திசாலித்தனத்துலயோ இல்ல, அவனோட உடல் வலிமையில தான் இருக்கு' என்பாள். உடலில் வலுவுள்ள ஒரு ஆணை நம்பி எந்தப் பெண்ணும் கட்டிய துணியோடு வீட்டைவிட்டு ஓடிவரலாம் என்பாள். உடல் வலிமையுள்ளவன் உழைக்கவோ கஷ்டப்படவோ பயப்பட மாட்டான். அவனுக்குத்தான் அதிகமாய் தன்னம்பிக்கை இருக்கும். மறுநாளைப் பற்றிய பயம் இருக்காது. நம்பி வந்தவளை காலமெல்லாம் வைத்து காப்பாற்ற வேண்டுமென்ற நல்ல குணமும் உடல் வலிமையுள்ள வனுக்குத்தான் இருக்கும். புத்திசாலிகளுக்கு மூளை பலமாக இருப்பது போல குள்ள நரித்தனமும் குறுக்குபுத்தியும்கூட அதிகமாய் இருக்கு மென்பதும் பாயம்மாவின் நம்பிக்கையாக இருந்தது.

வாழ்க்கையில் சொத்து சுகம், காசுபணம், மதிப்பு, மரியாதை எல்லாவற்றையும்விட நல்ல துணைதான் முக்கியம் என்பதை புரிந்துகொண்டவள் பாயம்மா.

தன்னுடைய மகனுக்கும் கல்யாணத்தை செய்து தனியாய் விட்டுவிட்டு, இந்த அறையில் தன் கணவன் காமராசோடு இருக்கிறாள். காமராசு இன்றைக்கும் ஒரு கடையில் காலைநேர டீ மாஸ்டராகவும் மதியத்திற்கு மேல் பரோட்டா மாஸ்டராகவும் வேலை செய்து வருகிறான். இரவு பதினோரு மணிவரை பரோட்டா போடும் வேலை இருந்துகொண்டே இருக்கும். அதன் பிறகுதான் வீட்டிற்கு வருவான். வரும்போது அவனுடைய கையில் பரோட்டாவும் குருமாவும் இருக்கும். அறுவது வயதை கடந்துவிட்ட பாயம்மாவுக்கு இன்றைக்கும் காமராசு கையால் சாப்பிட்டால்தான் தூக்கம் வருகிறது.

பாயம்மா சொன்ன கதைகளையெல்லாம் கேட்டுக் கொண்டிருந்ததில் நேரம் போனதே தெரியவில்லை வளர்மதிக்கும் மணிமேகலைக்கும். கலா அதைக் கேட்டுக்கொண்டே சுருண்டு படுத்தவள் எப்போதோ தூங்கிப் போயிருந்தாள். கையில் பையுடன் காமராசு தூரத்தில் வரும்போதே கவனித்துவிட்ட பாயம்மா எழுந்து கொண்டாள்.

"மிச்சம் மீதிக் கதய நாளக்கிச் சொல்லுறன்" என்றவள் காமராசு வரும் திக்கில் அடியெடுத்து வைத்தாள். பாயம்மா போன பிறகு மணிமேகலை அறைக்குள் பாய்போட்டு கலாவை கைதாங்கலாய் அழைத்துக்கொண்டு வந்து பாயில் போட்டாள். அவளுக்கு இரண்டு

பக்கமும் மணிமேகலையும் வளர்மதியும் படுத்துக்கொண்டார்கள். மணிமேகலை அலைந்து திரிந்த அசதியாலோ என்னவோ சிறிது நேரத்தில் தூங்க ஆரம்பித்துவிட்டாள். ஆனால் வளர்மதிக்கு ஏனோ தூக்கம் வரவேயில்லை. பாயம்மா சொல்லிவிட்டுப் போன 1, 2, 3, 4ஆம் நம்பர் அறைகளில் உள்ளவர்களைப் பற்றிய கதைகளே மறுபடி மறுபடியும் நினைவுக்கு வந்தன. ஒவ்வொரு அறையின் வாசலிலும் போய் நின்றுகொண்டு உள்ளே அவர்களெல்லாம் தூங்குகிறார்களா அல்லது தூக்கம் வராமல் புரண்டு கொண்டிருக்கிறார்களா? எழுந்து உட்கார்ந்தபடி எதைப் பற்றியாவது யோசித்துக்கொண்டிருக் கின்றார்களா? எனப் பார்க்கவேண்டுமென பரபரத்தது மனது.

# 27

நள்ளிரவு நேரம். எங்கும் ஒரே இருட்டு. விஸ்வநாதன் காம்பௌண்டின் தென்மேற்கு மூலையிலுள்ள அந்த ஓட்டுச் சாலை வீட்டின் 1ஆம் எண் அறையில், தரையில் பாய்போட்டு படுத்துக்கிடந்த சிவகாமி எதையோ நினைத்துக்கொண்டவளைப் போல சடக்கென்று எழுந்து உட்கார்ந்தாள். அறைக்குள்ளும் இருட்டாயிருந்தது. பழகிய நிதானத்தைக்கொண்டே கையால் துழாவி தலைமாட்டிற்கு நேராய் போடப் பட்டிருந்த ஓரடி உயர முக்காலியைக் கண்டுபிடித்தாள். அதன்மீது வைத்திருந்த முருகன் சிலையை இரண்டு கைகளாலும் கவனமாக தூக்கியெடுத்தாள். சிலை, களிமண்ணால் செய்யப்பட்டு மேலே வர்ணம் பூசப் பட்டிருந்தது. வாங்கி மூன்று வருடங்களுக்கும் மேலாகி விட்டது. கம்பெனிக்கு போய்விட்டு வரும்வழியில் தள்ளு வண்டியில் வைத்து விற்றுக்கொண்டு போனவனிடம் பேரம் பேசி, நூற்று எழுபது ரூபாய்க்கு வாங்கி வந்தாள். இடுப்பில் தூக்கி வைத்துக் கொள்ளுமளவுக்கு சிலை பெரிதாயிருந்தது. உள்ளுக்குள் வெற்றிடமாய் இருந்த அச்சிலைதான் சிவகாமிக்கு ஆத்மார்த்த துணை.

ஒரு குழந்தையைப்போல மடியில் கிடத்தி அதன் தலையிலிருந்து முதுகுவரை மெதுவாய் தடவினாள். தன் இடுப்பிற்குள் செறுகியிருந்த பணத்தை கவனமாய் பிரித்து எடுத்தாள். சுருட்டி முடியப்பட்டிருந்த அந்த ஐநூறு ரூபாய்த் தாளை விரல்களால் நீவிவிட்டு ஓரளவு சுருக்கத்தைச் சரிசெய்தாள். பின்பு நீளவாக்கில் நான்காய் மடித்துக் கொண்டாள். முருகனின் கழுத்துப் பகுதியில் இருந்த சிறிய கோடு கிழித்தது போன்ற துளையின் வழியே பணத்தை உள்ளே திணித்தாள். பணம் உள்ளுக்குள் விழுந்ததும் மறுபடியும் நிதானத்துடன் முருகனைத் தூக்கி இருந்த இடத்திலேயே வைத்துவிட்டு படுத்துக் கொண்டாள். விளக்கைப் போட்டு எல்லாம் சரியாக இருக்கிறதா என்று ஒருமுறை பார்க்கலாமா என்று யோசித்தாள். 'பகல்ல பக்கம் பாத்து செய்யணும். ராவுல அதுவும் செய்யக் கூடாது' என்று பேசாமல் இருந்துவிட்டாள். 'நம்மளே காட்டிக் குடுத்து எடுத்துக்கிடச் சொல்லறமேரி ஆயிடப் போவுது' என்று பயந்தாள்.

சிவகாமி திருப்பூருக்கு வந்து நான்கைந்து வருடங்களுக்கு மேல் ஆகிவிட்டது. இதுவரை ஊருக்குப் போகவில்லை. ஊரில் அவளுக்கு யார்தான் இருக்கிறார்கள்? கம்பெனியில் கூட வேலை பார்ப்பவர்களும் பழக்கப்பட்டவர்களும் விசாரித்தால் ஊரில் தனக்கொரு அண்ணன் இருப்பதாகவும் அண்ணன் மகன்களில் மூத்தவனுக்குத்தான் பிற்காலத்தில் தன் கையில் இருப்பவற்றையெல்லாம் கொடுக்கப் போவதாகவும் சொல்லுவாள்.

சிவகாமிக்கு நல்ல உறுதியான உடற்கட்டு. இரவுபகல் பார்க்காது வேலை செய்யக்கூடியவள். தன்னால் எவ்வளவு முடியுமோ அவ்வளவு வேகமாக கம்பெனி வேலைகளை வஞ்சம் வைக்காமல் செய்வாள். பகல் ஷிப்டு போகவும் இரவு ஷிப்டு வேலையிருந்தாலும் செய்வாள். சராசரியாய் வாரத்திற்கு அறுநூறு ரூபாய் சம்பளம் வாங்குவாள். வீட்டு வாடகை மற்றும் அவளுடைய செலவுகள் என்று பார்த்தால், மாதத்திற்கு ஆயிரத்தைத் தாண்டாது. ஒண்டிக்கட்டைக்கு என்னதான் பெரிதாய் செலவாகிவிடப் போகிறது. தன் செலவு போக மீதிப் பணத்தையெல்லாம் இந்த முருகன் சிலைக்குள்தான் போட்டு வைக்கிறாள். பணத்தை பாதுகாக்க அவளுக்கு வேறு வழி எதுவும் புலப்படவில்லை. பழக்கப்பட்டவர்கள் யாரும் அவசரம் ஆத்திரம் என்று பணம் கேட்டால் பத்து இருபது மட்டும் கைமாத்தாய் கொடுப்பாளே தவிர பெரும் தொகையாய் எதுவும் கொடுக்க மாட்டாள். ஊரிலுள்ள தன்னுடைய அண்ணன் மகனின் படிப்புச் செலவுக்கென்று மாதாமாதம் அனுப்பி விடுவதாய்ச் சொல்லிவிடுவாள்.

சிவகாமிக்கு பிறந்த ஊர் திட்டக்குடி பக்கம். வீட்டிற்கு ஒரே பெண். சுமாரான குடும்பம்தான். என்றாலும் ஒரே பெண்ணா யிருந்ததால் அவளுக்கு காலாகாலத்தில் கல்யாணத்தை செய்து பார்க்கவேண்டுமென்று நினைத்தார்கள் அவளைப் பெற்றவர்கள். வேப்பூர் பக்கத்திலிருந்து வந்தது சம்பந்தம். மாப்பிள்ளை பாண்டு ரங்கன் பார்ப்பதற்கு அழகாய், உயரமாய், சிவப்பு நிறத்தில் இருந்தான். பெண் பார்க்கவென்று தன் தம்பிகள், தாய், தந்தையோடு அவனும் வந்தான். பெண்ணை ஏறெடுத்தும் பார்க்கவில்லை. மற்றவர்களின் வற்புறுத்தலுக்காக வந்தவன் போலவே உட்கார்ந்திருந்தான். பெண் வீட்டுக்காரர்கள் பாண்டுரங்கனின் அப்பாவை தனியே அழைத்து மாப்பிள்ளை சோர்வாய் இருப்பதற்கான காரணத்தை விசாரித்தார்கள்.

“மாப்புள்ளக்கி பொண்ணுப் பாக்க வந்ததே பிடிக்கலையோ? மொகத்துல தெளிவே இல்லையே?”

“அதெல்லாம் ஒண்ணுமில்லை. அவன் கூச்சப்பட்டுக்கிட்டு அப்புடி ஒக்காந்துருக்குறான். நீங்க எதுவும் தப்பா நெனச்சிடாதீங்க” என்றார் அவனுடைய அப்பா.

“பொண்ண ஒருதடவக்கூட தலநிமிந்து பாக்கலயே” ஆற்றாமையோடு கேட்டாள் சிவகாமியின் அம்மா.

“எங்களுக்குப் பொண்ண புடிச்சிருக்கு. நாங்க சொன்னா சரிதான். வரும்போதே சொல்லிக்கிட்டுத்தான் வந்தான். புடிச்சாலும் புடிக்கலைன்னாலும் நீங்க சொல்லுறதுதான்னு”.

பதில் சொல்லாமல் மௌனமாயிருந்தனர், சிவகாமியின் பெற்றோர். மாப்பிள்ளை வீட்டிற்குத் தெரியாமல் ஆள்விட்டு பாண்டுரங்கனைப்பற்றி விசாரித்துப் பார்த்தார்கள். விசாரித்ததில் பாண்டுரங்கன் சரியான சீட்டாட்டக்காரன் என்பது தெரிய வந்தது. ‘சீட்டாட்டந்தானே. கல்யாணம் பண்ணினால் திருந்திவிடுவான்’ என்று நம்பினர் பெண்வீட்டார்.

ரேஷன்கடை வேலைதான் என்றாலும் அரசாங்க சம்பளம் வாங்குபவன் என்பதாலும் போதுமான நிலமுள்ள குடும்பம் என்பதனாலும் சிவகாமியை பாண்டுரங்கனுக்கு கட்டிவைக்க ஒத்துக்கொண்டார்கள்.

கல்யாணமும் மூன்றுவழி விருந்தும் நன்றாகத்தான் இருந்தது சிவகாமிக்கும் பாண்டுரங்கனுக்கும். பிறகு நல்ல நாள் பார்த்து

சிவகாமியை நாள் சோறாக்கச் சொன்னார்கள். இதுவரைக்கும் பாண்டுரங்கனுடன் சாடைமாடையாகத்தான் பேசிக்கொண்டிருந்தாள் சிவகாமி. அன்று நாள் சோறாக்கும் சடங்கு என்பதால் அவளுடைய மனது அன்றைய இரவை எதிர்பார்த்து கற்பனை செய்து கொண்டிருந்தது. தனிமையில் பாண்டுரங்கனை எதிர்கொள்ளப் போகும் தருணத்திற்காக பதற்றத்தோடும் ஒருவித ஆர்வத்தோடும் காத்திருந்தாள். முதலில் அவள் கையால் பால் காய்ச்ச சொல்லி பங்காளிகள் குடும்பத்தினர் எல்லோருக்கும் கொடுக்கச் சொன்னார்கள். பிறகு மத்தியான சாப்பாடு. வடை பாயாசத்தோடு எல்லோருக்கும் இவளே பரிமாறினாள். பொழுது சாய்ந்தபோது கோயிலுக்கு அழைத்துக்கொண்டு போனார்கள். இரவு இவர்கள் இருவரையும் வீட்டிற்குள் விட்டுவிட்டு மற்றவர்களெல்லாம் வெவ்வேறு இடங்களுக்குப் படுக்கப் போய்விட்டார்கள்.

பாண்டுரங்கன் முதலில் பேச்சை ஆரம்பித்தான்.

"நீ பாக்குறத்துக்கு நல்ல பொண்ணா தெரியிற. ஆனா ஒன்னோட வாழ்க்கய நெனச்சாத்தான் பாவமாருக்கு". திடுக்கிட்டு அவனை நிமிர்ந்து பார்த்தாள் சிவகாமி.

"பயந்துட்டியா? சும்மா நீ என்ன செய்யிறன்னு ஏமாத்திப் பாத்தன்" சொல்ல வந்ததை மறைத்து சாமர்த்தியமாக பேச்சை மாற்றி விட்டான். அதை விளையாட்டு என்று நினைத்து ரசித்தாள் சிவகாமி.

அவளுக்கு அவனைப்பற்றிய எந்த சந்தேகமும் வந்து விடாதபடி நடந்துகொண்டான். அவளும் புதுக்கணவனுக்கு பிடிக்கும்விதமாக பண்பாக நடந்துகொண்டாள்.

இரண்டு மூன்று மாதம் கழித்து சந்தோஷமாயிருந்த நேரத்தில் "ஒனக்கு துரோகம் செஞ்சிட்டன் சிவகாமி" என்றான்.

"என்ன துரோகம்?"

"துரோகம் பண்ணிட்டன். ஆனா சொல்லமாட்டன்".

"நம்ம கல்யாணத்துக்குப் பெறகா?"

"இல்ல. அதுக்கு முன்னாடியே".

"அதுனால ஒண்ணுமில்ல. நான் ஒண்ணும் ஒங்கள தப்பா நெனக்க மாட்டன். நீங்க வருத்தப்படாதீங்க" என்றாள் பெரிய மனதுடன்.

தன் கணவன் கல்யாணத்திற்கு முன்பு வேறு ஏதோ ஒரு பெண்ணுடன் தொடர்பு வைத்திருக்கிறான். அதுதான் காரணம் என்று நினைத்துக்கொண்டாள். அதற்குமேல் அவனிடம் எதுவும் அதுபற்றி கேட்கவில்லை.

திருமணமாகி ஓராண்டுக்கு மேலாகியும் கர்ப்பம் தரிக்காததால் சிவகாமியின் பெற்றோர் அவளை திருச்சியில் இருக்கிற ஒரு கெட்டிக்கார பெண் மருத்துவரிடம் அழைத்துக் கொண்டுபோய் காட்டினார்கள்.

பரிசோதித்துப் பார்த்த மருத்துவர் உடம்பில் குறையொன்றும் இல்லை. கொஞ்சம் பொறுத்திருந்து பாருங்கள் என்று கூறியதோடு நிற்காமல் ஏதேதோ மருந்து மாத்திரைகளையும் எழுதிக் கொடுத்தனுப்பினாள்.

அடுத்த சில மாதங்களில் வீட்டுக்குத் தூரம் வருவது நின்று போனது. சிவகாமிக்கும் அவளை பெற்றவர்களுக்கும் மகிழ்ச்சிக்கு அளவேயில்லாமல் போனது. ஆனால் பாண்டுரங்கனுக்கும் அவனுடைய உறவினர்களுக்கும் இது அதிர்ச்சியளிப்பதாய் இருந்தது. ஆனாலும் எதையும் வெளியே காட்டிக்கொள்ளாமல் இருந்தார்கள். மூன்றாம் மாதம் பலகாரம் செய்து கொண்டு வந்து போட்டு, குங்குமப்பூக் கொடுத்து வீட்டிற்கு அழைத்துக் கொண்டு போனாள் பெற்றவள்.

அவள் தாய்வீட்டிலிருந்த சமயத்தில் பாண்டுரங்கனின் அம்மாவும் அக்காவும் அவனை கேள்விகளால் துளைத்தெடுத்தனர்.

"எப்புடிடா ஓம் பொண்டாட்டி முழுவாம இருக்குறா? கொழுந்தன் கூட்டாளிகூட ஒரே வூட்டுல இருக்குறவளாச்சே, தப்புதண்டா எதுவும் நடந்துருக்குமாடா? இல்ல கொல்லக் காட்டுக்கு சோறு தண்ணி கொண்டுக்கிட்டுப் போவக்குள்ள கூலியாளுவொகூட பழக்கம் புடுச்சிக்கிட்டு, கெட்டுப் போயிருப்பாளா?" என்று பாண்டு ரங்கனின் அம்மா பலவாறாகப் புலம்பிக்கொண்டிருந்தாள். திருடனுக்கு தேள் கொட்டியது போலிருந்தது அவர்களின் நிலை.

பாண்டுரங்கனின் அம்மா அவன் மனதில் பல சந்தேகங்களை தூண்டிவிட்டுக் கொண்டிருந்தாள். அவனால் எதுவும் செய்ய முடியவில்லை. பெண்டாட்டியைக்கூட தட்டிக் கேட்க முடியாத நிலையில் அடிபட்ட பாம்புபோல கறுவினான். கோபத்தில் அவளை அழைக்கப் போகாமல் இருந்தான்.

நான்காவது மாதக் கடைசியில் சிவகாமிக்கு தீட்டு வந்தது. நான்கு மாதங்கள் தங்கி வந்ததால் கட்டிக்கட்டியாய் பெரும்பாடு கண்டது போல சாய்த்தது. மறுபடியும் அவளை மருத்துவமனைக்கு அழைத்துக் கொண்டு போய் காட்டினாள் அவளுடைய அம்மா.

"சாதாரணமாக கண்ட கண்ட மாத்திரை மருந்துகளை சாப்பிட்டதால் ஏற்பட்ட பிரச்சினைதான். இது பிள்ளை ஒதுக்குக் கிடையாது" என்று கூறினார் அவளை பரிசோதித்த மருத்துவர். மேலும் தொடர்ந்து சீராய் தீட்டுவர வைத்தியம் செய்து அனுப்பி வைத்தார். சிவகாமிக்கு கர்ப்பம் இல்லை என்று தெரிந்தபிறகுதான் பாண்டு ரங்கனுக்கும் அவனுடைய அம்மா அக்காவுக்கும் நிம்மதியாயிருந்தது.

சிவகாமியின் வயிற்றில் கரு தங்கவேண்டும் என்பதற்காக ஆறு மாதங்களுக்கொரு முறை மருத்துவரிடம் அழைத்துக் கொண்டு போய்க்கொண்டிருந்தாள் அவளுடைய அம்மா. இரண்டு மூன்று முறை கர்ப்பப்பையை சுத்தம் செய்து கொண்டாள். பிள்ளைக்காக இவ்வளவு தூரம் கிடந்து அலைகிறாளே நம் பெண்டாட்டி என்று பாண்டுரங்கனுக்கு கொஞ்சமும் சிவகாமி மீது இரக்கம் பிறக்கவில்லை. எல்லா வற்றிற்கும் மேலாக அவனே ஒருமுறை தன் கைவிரலில் கிடந்த மோதிரத்தை அடகு வைத்துவிட்டு அவளை சிதம்பரம் மருத்துவ மனைக்கு அழைத்துச் சென்று எல்லா பரிசோதனைகளையும் செய்யச் சொன்னான்.

❦ ❦

நான்கு வருடங்களாகியும் குழந்தைக் குட்டி எதுவுமில்லை சிவகாமிக்கு. தனக்குப் பிறகு இரண்டு வருடம் கழித்து கல்யாணம் செய்துகொண்ட பாண்டுரங்கனின் தம்பிகளுக்கும் குழந்தை பிறந்துவிட்டது. சிவகாமியால் இதைத் தாங்கிக்கொள்ளவே முடியவில்லை.

மறுபடியும் சிவகாமியின் அம்மாவே அவளை சிதம்பரம் பெரிய மருத்துவமனைக்கு அழைத்துக்கொண்டு போனாள். அங்கிருந்த மருத்துவர் கணவன் மனைவி இருவரையும் சோதிக்க வேண்டும் என்று கூறினார். முதலில் சிவகாமியைத்தான் பரிசோதித்தார் மருத்துவர். தன்னை அடுத்ததாகக் கூப்பிடப் போகிறார்கள் என்று தெரிந்து கொண்ட பாண்டுரங்கன் யாருக்கும் தெரியாமல் ஊருக்கு வந்து விட்டான். மருத்துவமனைக்கு வெளியே அவனை நாலாபக்கமும் தேடி சோர்ந்து போய் சிவகாமியும் அவளுடைய அம்மா அப்பாவும்

இரவு வெகுநேரத்திற்குப் பிறகுதான் ஊர்வந்து சேர்ந்தார்கள். வீட்டில் பாண்டுரங்கன் படுத்துத் தூங்கிக்கொண்டிருந்தான். இப்படி அவன் சொல்லாமல் கொள்ளாமல் வந்துவிட்டானே என்ற கோபத்தில் மறுநாள் பொழுது விடிந்ததுமே கிளம்பிப் போய்விட்டார்கள் சிவகாமியின் அம்மாவும் அப்பாவும்.

"வயசான எங்கம்மா அப்பாவ இப்புடி அலக்கழிச் சிட்டீங்களே" என்று வருத்தப்பட்டாள் சிவகாமி. அதற்கும் ஏதேதோ காரணங்களைச் சொல்லி சமாளித்தான் பாண்டுரங்கன்.

பாண்டுரங்கனையும் பரிசோதனைக்கு வந்து, மருந்து மாத்திரைகள் சாப்பிட வேண்டுமென்று சதா நச்சரித்துக் கொண்டிருந்தாள் சிவகாமி. அவளுடைய இந்த நச்சரிப்பை சகித்துக் கொள்ள முடியாத அவன் சிவகாமியை எப்படியாவது சமாதானப் படுத்த வேண்டும் என எண்ணினான். அன்று இரவு இருவரும் சந்தோஷமாக இருந்த நேரம் பார்த்து அவளின் கைகளைப் பிடித்துக் கொண்டு, "சிவகாமி ஒனக்கு நான் கொழந்த, எனக்கு நீ. நம்மளுக்கு இன்னோரு கொழந்த இல்லாட்டித்தான் என்ன?" என்று சொன்னான்.

"அதுமாதிரியெல்லாம் சொல்லாதீங்க. நமக்கு நிச்சயமா கொழந்த பொறக்கும். நீங்க மட்டும் கொஞ்சம் ஒத்து வந்தீங்கன்னா போதும்".

"இல்ல சிவகாமி நமக்கு கொழந்த பொறக்கவே பொறக்காது".

"ஏன்?"

"நீ யாருகிட்டயும் சொல்லமாட்டன்னு சத்தியம் பண்ணிக் குடு".

"என்னன்னு சொல்லுங்க".

"நீ யாருகிட்டயும் சொன்னேன்னு தெரிஞ்சா அப்பறம் நான் உயிரோட இருக்க மாட்டன்".

சிவகாமிக்கு அவன் என்ன சொல்லப் போகிறானோ என்று நடுக்கமாக இருந்தது. மனதைத் திடப்படுத்திக்கொண்டு கேட்டாள்.

"சரி சொல்லுங்க".

"நான் குடும்பக்கட்டுப்பாடு ஆபரேசன் பண்ணிக்கிட்டன்".

சிவகாமிக்கு சம்மட்டியால் ஓங்கி தலையில் அடித்தது போல இருந்தது.

"அடப்பாவி. யாவ் வயத்துல நெருப்பள்ளிக் கொட்டிட்டி யேடா பாவி. நீ நல்லாருப்பியா? எதுக்காவ செஞ்ச சொல்லு?" ஆத்திரத்தில் அவன் தலைமுடியைப் பிடித்து உலுக்கினாள்.

"சீட்டாட்ட வெறியில தெரியாம பண்ணிட்டன் சிவகாமி. பந்தயத்துல தோத்துட்டன். கட்டுறத்துக்கு பணமில்ல. அதுனாலதான்" தயங்கித் தயங்கிச் சொன்னான்.

"எப்பச் செஞ்சுக்கிட்ட?" சொல்லு இத எப்ப செஞ்ச?"

"கல்யாணத்துக்கு முன்னாடியே".

"அய்யய்யோ.... தெய்வமே.... கல்யாணத்துக்கு முன்னாடியே செஞ்சிக்கிட்டவன் யாண்டா என்னய பக்கத்துல ஒக்கார வச்சி தாலியக் கட்டுன?"

ஆவேசம் வந்தவளைப்போல கத்தினாள்.

"நான் கல்யாணமே வேண்டான்னு எவ்வளதோ சொல்லிப் பாத்தன் சிவகாமி. எங்கம்மாதான் பாடாப்படுத்தி சம்மதிக்க வச்சாங்க".

அவன் சொல்லுவது எதுவும் அவள் காதில் விழவில்லை. "ஒனக்குப் பொங்கிப்போட ஒரு பொட்டச்சி தானடா வேணும். அதுக்கு ஒன் ஆத்தா போறாதாடா. எங்கயோ இருந்த என் வாழ்க்கய எதுக்குடா பாழாக்குன. ஒனக்கு என்ன பாவம்டா நான் பண்ணுனன். சொல்லுடா. ஒனக்கு என்ன பாவம் பண்ணுனன்".

தன் கனவுகளில் தவழ்ந்து விளையாடிய குழந்தைகள் கருக்கொள்வதற்கு முன்பாகவே சூனியத்தில் புதைக்கப்பட்டு விட்டதை அறிந்து அவள் மனதும் உடலும் துடித்தது. வயிறு பற்றி எரிந்தது.

"இனிமே ஒன்னோட எனக்கென்ன வாழ்க்க?" என்று கோபமாய் தன் துணிமணிகளை பைக்குள் எடுத்துத் திணித்துக் கொண்டு வீட்டை விட்டு வெளியே வந்துவிட்டாள். விடியும்வரை மாட்டுக் கொட்டகையில் உட்கார்ந்திருந்துவிட்டு விடிந்ததும் வந்த முதல் வண்டியில் ஏறி தன் அம்மா வீட்டிற்குப் போய் விட்டாள்.

போன வேகத்தில் தன் அம்மா அப்பாவிடம் எல்லாவற்றையும் கொட்டி குமுறி அழுதாள். இதை அவர்களாலும் தாங்கிக்கொள்ள முடியவில்லை.

நன்றாக விசாரித்துப் பார்க்காமல் ஒரே பொண்ணை பாழுங் கிணற்றில் தள்ளிவிட்டோமே என்ற குற்ற உணர்வில் அவர்கள் மனதும் துடிதுடித்துப் போனது. அதுவே அவளின் அம்மாவை படுக்கையில் தள்ளுமளவிற்கு பெரிய நோயாகி விட்டது.

தவறு செய்துவிட்டோமே என்ற குற்ற உணர்வில் சிவகாமியின் அப்பாவும் வலுவிழந்து வந்தார்.

இரண்டு மாதங்களுக்குப் பிறகு சற்று மனம் ஆறிய சிவகாமி, 'சரி பிள்ளைதான் இனி இல்லையென்றாகிவிட்டது. புருசனுடனாவது சேர்ந்து வாழ்வோம்' என்று நினைத்தாள். தனது ஏமாற்றத்தை யெல்லாம் மறைத்துக்கொண்டு தன்னைத் தானே தேற்றிக்கொண்டாள். புருசன் வீட்டிற்குக் கிளம்பினாள். கிளம்பும்போது தன் அம்மா அப்பாவைக் கூப்பிட்டு, "இந்த பிரச்சினை பற்றியெல்லாம் நீங்க எங்கயும் எப்பவும் பேசக் கூடாது. ஒங்களுக்கு இந்த விசயம் எதுவும் தெரியாதது மாதிரியே நடந்துக்கணும்" என்று கண்டிப்போடு சொல்லிவிட்டு வந்தாள்.

பாண்டுரங்கனிடம் எதுவும் கோபத்தைக் காட்டாமல், பல்லைக் கடித்துக்கொண்டு அவனிடம் சகஜமாக நடந்து கொண்டாள் சிவகாமி. ஆனால் பாண்டுரங்கன் நிறைய மாறிப் போயிருந்தான். இனிமேல் நம் பெண்டாட்டி நம்மை மதிக்க மாட்டாள், அலட்சியப் படுத்துவாள் என்று தனக்குத்தானே நினைத்துக்கொண்டு குடிக்கவும் குடித்துவிட்டு வந்து அவளை அடிக்கவும் ஆரம்பித்தான்.

சிவகாமியைப் பற்றிய கவலையிலேயே நான்கைந்து வருடங்களில் அவளுடைய அம்மாவும் அப்பாவும் ஒருவர் பின் ஒருவராக இறந்து போனார்கள். இதுவரை இருந்துவந்த தாய் தகப்பன் ஆதரவும் தனக்கு இல்லையென்றானபோது சிவகாமி பாண்டுரங்கனின் எல்லா சித்திரவதைகளையும் தாங்கிக்கொள்ள வேண்டியதாகிவிட்டது.

அன்று இரவு குடித்துவிட்டு வந்து காரணமில்லாமலே சிவகாமியை வம்புக்கிழுந்தான் பாண்டுரங்கன். வழக்கத்தை விடவும் சற்று வேகமாய்க் கத்தி கூச்சல் போட்டு தரக்குறைவான வார்த்தை களால் அவளைத் திட்டினான். பொறுத்துப் பார்த்த சிவகாமி ஒரு

கட்டடத்திற்குப் பிறகு தானும் பதிலுக்கு சத்தம் போட்டு பேச ஆரம்பித்தாள். அவன் பேச பதிலுக்கு பதில் அவளும் பேச, கோபமடைந்த பாண்டுரங்கன் சிவகாமியை மோசமாக அடித்துப் போட்டுவிட்டு அந்த நேரத்திலேயே வீட்டைவிட்டு வெளியேறி விட்டான். மறுநாள் வீட்டிற்கு வராமலே ரேஷன் கடைக்குப் போய் விட்டான். ரேஷன் கடையில் அன்றைக்கு வசூலான பணத்தை கொண்டு போய் கட்டாமல் எல்லாவற்றையும் சுருட்டிக்கொண்டு எங்கோ போய் விட்டான். பணம் கட்டாததாலும் ரேஷன் கடையை திறக்காததாலும் பாண்டுரங்கனைத் தேடிக்கொண்டு அதிகாரிகள் வீட்டிற்கு வந்து விட்டார்கள். இன்னும் ஒருநாள் மட்டும்தான் பார்ப்போம் நாளை இரவுக்குள் பணத்தைக் கொண்டுவந்து கட்டிவிட்டு ஆளையும் ஒப்படைக்க வேண்டும் அப்படி செய்யவில்லை என்றால் நாளை மறுநாள் வீட்டிற்கு போலீஸ் வரும் என்று மிரட்டி விட்டுப் போனார்கள். சிவகாமிக்கு என்ன செய்வதென்று ஒன்றும் புரியவில்லை.

என்னதான் அவன் மோசமானவனாக இருந்தாலும் தன்னுடைய புருசனாயிற்றே என்று வருத்தப்பட்டாள். ஒன்பது வருடம் அவனோடு வாழ்ந்த வாழ்க்கை எல்லாவற்றையும் நினைத்துப்பார்த்தவள் தன்னிடமிருந்த நகையை விற்று கட்டவேண்டிய பணத்தைக் கட்டினாள். பாண்டுரங்கன் எங்கிருக்கிறான் என்று ஆள்விட்டுத் தேடிவரச் சொன்னாள். பாண்டிச்சேரியில் அவனைப் பார்த்ததாய் யாரோ வந்துசொல்ல, பாண்டுரங்கனின் தம்பிகளை அங்கு அனுப்பி வைத்து தேடிவரச் சொன்னாள்.

வீட்டில் பசித்தூக்கமில்லாமல் பாண்டுரங்கனுக்காக காத்துக் கொண்டிருந்தாள் சிவகாமி. தேடிப்போன ஆட்களெல்லாம் பூத்துப் போன கண்களோடு திரும்பி வந்தார்கள். ஐந்து நாட்கள் வரை எங்கு தேடியும் ஆளை கண்டுபிடிக்க முடியவில்லை. எங்கேயாவது சுற்றித் திரிந்துவிட்டு எப்போது வேண்டுமானாலும் வந்து சேரட்டுமென்று நினைத்து மனதைத் தேற்றிக்கொண்டாள்.

ஆறாம் நாள் விடியற்காலை ஐந்து ஐந்தரைமணி இருக்கும். வேப்பூர் ஏரிக்கரையில் பாண்டுரங்கன் மருந்து குடித்துவிட்டுக் கிடப்பதாய் சேதி வந்தது. ஓடிப்போய் பார்த்து உடம்பைத்தான் வீட்டிற்கு கொண்டுவந்து சேர்த்தார்கள். சிவகாமிக்கு வாழ்க்கையில் இனிமேல் எதுவுமே இல்லை என்பதுபோல் ஆகிவிட்டது.

ஊரில் தாய் தகப்பன் இல்லை. இங்கு பிள்ளைக்குட்டி புருஷன் இல்லாவிட்டாலும் கொழுந்தன் கூட்டாளி நாத்தனார் அவர்களின்

பிள்ளைகள் என்று உறவுகள் இருந்ததால் அவர்களை அண்டி இங்கியே காலத்தை ஓட்டிவிடலாமென்று நினைத்தாள். ஆனால் அவளுடைய இந்த எண்ணத்திலும் மண் விழுந்தது. இங்கேயே அவளிருந்தால் சொத்தில் அவளுக்குமொரு பங்கு கேட்டாலும் கேட்பாளென்று நினைத்தார்கள். பதினைந்தாம் நாள் கருமாதி முடிந்து முப்பதாம் நாள் படையலும் முடிந்தது. மறுநாளே பஞ்சாயத்துக்காரர்களைக் கூப்பிட்டுப் பேசி ஏதோ செலவுக்கென்று சிறுதொகையைக் கையில் கொடுத்து அவளுடைய உடைமைகளை எடுத்துக்கொண்டு பிறந்த ஊருக்கே போய்விடும்படி சொல்லிவிட்டார்கள்.

சிவகாமி, 'பிறந்த இடத்தில் தனக்கு யாருமில்லை. நான் இங்கேயே இருந்து கொள்கிறேன்' என்று எவ்வளவோ கேட்டுப் பார்த்து விட்டாள். அதற்கு, "எங்க குடும்பம் மானம் மரியாதையா வுள்ள குடும்பம். நீ சின்னஞ்செறு பொண்ணாருக்குற. ஒன்னய இங்க வச்சிக்கிட்டு நாங்க நாய் ஓட்டிக்கிட்டு ஒக்காந்திருக்க முடியுமா. ஓம் ஊரப்பாக்க நீ போனின்னா ஓம் விருப்பம்போல நடந்துக்கலாம்" என்றனர் பாண்டுரங்கனின் உறவினர்கள்.

சொந்தமென்று சொல்லிக்கொள்ள யாருமில்லாமல் தனிமரமாகி விட்டாள் சிவகாமி. அவளுக்கு வாழ்வதற்கான ஆதாரம் என்று எதுவுமில்லாமல் போய்விட்டது. பல நாட்கள்வரை பிரமை பிடித்தவளைப்போல உட்கார்ந்திருந்தாள்.

'ரெண்டு மாடுகண்ண வாங்கிக்கிட்டு புள்ளக்குட்டி மாதிரி அதுங்கள வளக்கலாம். பொழுதும் போவும். கைச்செலவுக்கும் காசு கெடக்கும்' என்று அக்கம்பக்கத்தினர் ஆலோசனை சொன்னார்கள். ஆனால் அதிலெல்லாம் சிவகாமிக்கு மனம் செல்லவில்லை. அங்கிருக்கவே பிடிக்கவில்லை. யாரையும் பார்க்கவும் அவர்களுடன் பேசவும் அவளுக்குச் சுத்தமாய்ப் பிடிக்கவில்லை. தெரிந்த முகங்கள் யாருமில்லாத இடத்திற்குப் போய்விட்டால் தேவலாம் போலிருந்தது.

செலவுக்கென்று அவளுக்கு குடும்பத்தில் கொடுத்த பணம், கை வைத்து எடுக்காமல் அப்படியே இருந்தது. அதை எடுத்துக் கொண்டாள். 'சாகத்துணிந்தவளுக்கு சமுத்திரம் முழங்கால் மட்டம்' என்ன ஆனாலும் ஆவட்டும் என்று வீட்டைவிட்டு கிளம்பிவிட்டாள். மனம்போன போக்கில் எங்கெல்லாமோ அலைந்துதிரிந்து கடைசியில் திருப்பூருக்கு வந்து சேர்ந்தாள்.

இங்கு வந்தபிறகு அவளுக்கு எந்த தேவையில்லாத சிந்தனைகளும் தோன்றுவது கிடையாது. வேலைக்குப் போவாள், வருவாள்,

சோறாக்குவாள், சாப்பிடுவாள். பொழுது சிரமமில்லாமல் போய்க் கொண்டிருந்தது.

ஆரம்பத்தில் இவளை ஒத்த இன்னொரு பெண்ணுடன் ஒரு சாலை வீட்டில் நூற்று ஐம்பது ரூபாய் வாடகை அறையில் தங்கியிருந்தாள். பணத்தை சேர்த்து வைக்க வேண்டுமென்றோ இன்னும் கொஞ்சம் வசதியான அறையில் தங்கியிருக்கவேண்டு மென்றோ தோன்றவில்லை.

ஆனால் கடந்த இரண்டு மூன்று வருடங்களாக இந்த விஸ்வநாதன் காம்பௌண்டில் ஓட்டுச்சாலை வீட்டில் ஐநூற்று ஐம்பது ரூபாய் வாடகை கொடுத்து தனியாய் தங்கியிருக்கிறாள். பணத்தை சேர்த்து வைக்கவும் சேர்த்து வைக்கும் பணத்தை பாதுகாக்கவும்கூட அக்கறைப்படுகிறாள். எல்லாம் இந்த முருகன் வந்த பிறகு அவனால் ஏற்பட்ட மாற்றங்கள்தான் என்று நினைத்து அவ்வப்போது முறுவலித்துக்கொள்வாள்.

இந்த பணத்தையெல்லாம் வைத்துக்கொண்டு என்ன செய்யப் போகிறோம் என்று அவள் ஒருபோதும் நினைத்துப் பார்த்ததில்லை. அப்படி நினைத்துப் பார்த்தாலும் இப்போது அவளுக்கு எதுவும் தோன்றவுமில்லை. எந்தத் திட்டமிடலும் இல்லாமலே பாதுகாக்கிறாள். பணத்தை சேர்ப்பதும் பாதுகாப்பதும் ஒரு வேலை என்பதுபோல செய்து வருகிறாள். முருகன் அதற்கும் ஏதாவது ஒரு கணக்கு வைத்திருக்கலாம் என்று சிலநேரம் அவளுக்குத் தோன்றும்.

தூக்கம் வராமல் மறுபடியும் எழுந்து உட்கார்ந்தாள் சிவகாமி. கையால் தடவி முருகன் சிலையை எடுத்து மடியில் வைத்துக் கொண்டாள். புடவை ஒன்றை எடுத்து தன் பக்கத்தில் மெத்தென்று மடித்துப்போட்டு அதன்மீது மெதுவாக முருகனை படுக்க வைத்தாள். அதனோரமாய் படுத்து ஒரு குழந்தையை அணைப்பதைப்போல அணைத்துக்கொண்டாள். அப்படி படுத்திருப்பது இதமாகவும் பாதுகாப்பாகவும் இருப்பதுபோல தோன்றியது. மனதுக்கு நிம்மதியாயிருந்தது.

# 28

ஓட்டுச்சாலை வீட்டின் அந்த இரண்டாம் எண் அறையில் நன்றாகத் தூங்கிக்கொண்டிருந்த சுமதி திடுக்கிட்டு எழுந்தாள்.

'சும்மா படுத்திருப்போமுன்னு படுத்து இப்படி தூங்கிட்டமே' நினைத்தவாறே எழுந்து படுக்கையில் உட்கார்ந்தாள். பக்கத்தில் அவளுடைய மகள்கள் ஐஸ்வர்யாவும் மோகனாவும் கால்மாடு தலைமாடாய் படுத்திருந்தார்கள். பிள்ளைகளை அடுத்து ஓரமாய்ப் படுத்திருந்த அவளுடைய கணவன் மாரிமுத்துவும் அயர்ந்து தூங்கிக்கொண்டிருந்தான். அவன் மம்முட்டி யாளாய் வேலை பார்ப்பவன். இரண்டு மூன்று கொத்தனார்களுக்குத் தேவையான கலவையை இவன் ஒருவன் மட்டுமே போட்டுத்தர வேண்டும். சிமிண்ட் மூட்டையும் மணல் கூடைகளுமாய் தூக்கி வந்து கொட்டி கலந்து, தண்ணீர் ஊற்றி குழைத்து, கலவையாக அள்ளிக் கொடுப்பதற்குள் சித்தாள்கள் அவனை சூழ்ந்து

கொண்டு படுத்தும்பாடு தாங்காது. அவர்கள் செய்யும் கிண்டலுக்கும் கேலிக்கும் அவனால் பதில் சொல்ல முடியாது.

'வேல செய்யிற அந்துச பாறேன். கெழப்பய கணக்கா' என்று ஆரம்பிப்பாள் ஒருத்தி. "நீயெல்லாம் எதுக்கு மம்முட்டி ஆளுன்னு பேருக்கு வாற? பேசாம அம்பட்டங்கிட்ட வேலக்கி சேந்தா ஆடிக்கு ஒரு கூட அம்மாசக்கி ஒரு கூடன்னு சேருற மசுர ஆற அமர அள்ளிக் கொட்டிக்கிட்டு இருக்கலாமுல்ல?" என்பாள் இன்னொருத்தி.

"சும்மா இருங்கடி" என்பாள் அவர்களுக்குள் சற்று நல்லவள் போல் இருப்பவள்.

"ரெண்டு மூட்ட சிமிண்டுக்கு எவ்வளநேரம் புடிக்கிறது. நல்ல மம்முட்டியாளாருந்தா அஞ்சி நிமிசத்துல போட்டுற மாட்டான்? வேளா வேளக்கி வயத்துக்கு சோறு தண்ணி குடிக்கிறியா இல்லயா மம்முட்டி?"

மாரிமுத்து நிமிர்ந்து ஒருமுறை பார்த்துவிட்டு தன் வேலையிலேயே கண்ணாயிருந்தான்.

"க்கூம். எங்க திங்கிற? பொண்டாட்டி போட்டா தான?"

"யாம் மம்முட்டி ஓம் பொண்டாட்டி ஒழுங்கா சோறு போடாது? ம்.. பொண்டாட்டிக்கும் புடிச்சாத்தான போடுவா. இந்த மாதிரி மசமச வேலைக்காரனுவொள எந்தப் பொம்புளைக்குத்தான் புடிக்கும்?" உதட்டைச் சுழித்து முகத்தைக் கோணி பழிப்பு காட்டினாள்.

"வேணுமுன்னா நீ யாங்கொட வந்தர்றியா மம்முட்டி? நாந் தனியாத்தான் இருக்குறன். மூணு வேளயும் யாவ்வயத்த காய வச்சாலும் ஒனக்கு ஒழுங்கா ஆக்கிப் போட்ருவன். என்னயப் பாறேன். ஒண்ணும் அதிகமா வயசாயிடல. மிஞ்சிமிஞ்சிப் போனா நாப்பது நாப்பத்தி ரெண்டு இருக்கும். அதுசரி ஒனக்கென்ன வயசாவுது மம்முட்டி? சொல்லு".

"வேலயச் செய்யவுடுங்க.... சும்மா பேசிக்கிட்டுருந்தா மேஸ்திரிக் கிட்ட சொல்லிடுவன். ஆமா".

"ரொம்பத்தான் கிராக்கி காட்டாத. சும்மா சொல்லு. வயசத்தான கேக்குறன். சொல்லேன். இப்பவே பொருத்தம் பாக்க போறேன்னா சொல்லுறேன். இப்புடி மறுவுற?"

"முப்பத்தெட்டு".

"மூணு வயசிதான மூப்பு. சமாளிச்சிக்கிடலாம். என்ன சொல்லுற மம்முட்டி? இன்னக்கே வாறியா? வாயத் தொறந்து சொல்லேன்".

"யாம் பொண்டாட்டிக்கிட்ட கேட்டுட்டு வந்து சொல்லுறன்" என்றான் பல்லைக் கடித்துக்கொண்டு.

"சரி சரி. பொண்டாட்டிக்கிட்ட கேட்டுக்கிட்டே வா. எப்ப வந்தாலும் வரலாம். யாவ்வீட்டு வாசல் கதவு ஒனக்காவ தொறந்தேதான் இருக்கும்" என்றாள் நொடிப்புடன்.

"மம்முட்டி நீ ஏமாத்திப்புடாத. போவக்குள்ள சித்தாளு, புதுப்பாயி வாங்கிக்கிட்டுப் போவணுமுன்னு திட்டம் போட்டுக்கிட்டு இருக்குது" என்றாள் சற்று தூரத்தில் கல் தூக்கியவாறே இவர்கள் பேசிக்கொண்டதை கேட்டுக்கொண்டிருந்த இன்னொருத்தி.

மாரிமுத்துவுக்கு கோபம் கோபமாக வந்தது. சாந்துச் சட்டியில் இரண்டு கொட்டு அதிகமாய் கலவையை அள்ளி வைத்து தூக்கி விட்டான்.

"கழுதைவொளுக்கு நாலுதட்டு தூக்குறத்துக்குள்ள கழுத்து ஒடியணும். அப்பயாவுது இதுவொ வாய்க்கொழுப்பு அடங்கு தான்னு பாப்பம்" மனதிற்குள்ளேயே கறுவினான்.

கடைசியாக அவன் முன்னால் கலவைச் சட்டியைக் கொண்டு வந்து போட்ட கமலம், குனிந்து கலவையை கிளறிக்கொண்டிருந்த மாரிமுத்துவையே வைத்த கண் வாங்காமல் பார்த்தாள். ஆரம்பத்தி லிருந்தே மாரிமுத்துவை கிண்டல், கேலி செய்யாமல் இருந்தவள் கமலம் தான். அவள்மீது மட்டும் மாரிமுத்துவுக்கு கோபம் எதுவும் வரவில்லை. அவளுடைய தட்டில் அதிகமாய் வெட்டி வைக்கக்கூடாதென்று நினைத்தவன் கொஞ்சமாய் வெட்டி வைத்து தூக்கிவிட்டான்.

"யாம் மம்முட்டி நீ பாக்கவும் லெச்சனமாத்தான் இருக்குற. வேலயும் சுறுசுறுப்பாத்தான் செய்யிற. எதுக்காவ ஒன்ன இவளுக இப்புடி கேலி பண்ணுறாளுக?" என்றாள் அவன்மீது அக்கறை காட்டுபவளைப்போல.

"காட்டெருமக் கூட்டத்துக்குள்ள மாட்டுன மான் கணக்கா நான் தனியா மாட்டிக்கிட்டேன்ல அதான்" என்றான்.

"என்ன காட்டெருமக் கூட்டங்குற? அதுல நானும் சேத்தி தான?" என்றாள் சற்று வருத்தப்படுபவளைப்போல. "இல்ல. நீ காட்டெரும கெடையாது. புள்ளிமான்" என்றான் அவன்.

மாரிமுத்து அப்புடிச் சொன்னதும் குஷியாகிவிட்டாள் கமலம்.

"அவ கூப்புடுறான்னுல்ல பொயிடாத" என்றவாறே அவனுடைய மூக்கைப் பிடித்து செல்லமாய் திருகிவிட்டுப் போனாள். மாரிமுத்து வுக்கு கமலம் அவ்வாறு செய்தது பிடித்திருந்தது. அவள் போகும் போதும் வரும்போதும் அவளையே பார்த்துக்கொண்டிருந்தான். தான் அவளை பார்ப்பது மற்ற சித்தாள்களுக்குத் தெரிந்தால் என்னாகு மென்று நினைத்து மிகவும் பிரயாசைப்பட்டு தன் பார்வையை கட்டுப் படுத்தினான். ஒவ்வொரு முறையும் அவளுக்கு கலவைத் தட்டை தூக்கிவிடும்போது அவள் மறக்காமல் அவன் கன்னத்தில் தட்டுவதும் காதைத் திருகுவதுமாக அவனிடம் விளையாடிய உற்சாகத்தில் சோர்வில்லாமல் சுறுசுறுப்பாய் வேலை செய்தான்.

பகலில் வேலை பளு அதிகமாயிருந்ததால், அந்த அசதியில் ஆழ்ந்த உறக்கத்தில் கிடந்தான் மாரிமுத்து. அவனுடைய கனவில் கமலம் வந்திருக்கலாம். கனவு கலைந்துவிடக் கூடாதென்றோ என்னவோ சிறிய அசைவுகூட இல்லாமல் தூங்கிக் கிடந்தான். விடியற்காலம்வரை அவன் தானாக எழும்பவே மாட்டான் என்று தோன்றியது சுமதிக்கு.

பக்கத்தில் படுத்திருந்த மகள்களைப் பார்த்தாள். சிறியவள் மோகனா என்ன கனவு கண்டாளோ தெரியவில்லை. ஒரு கையை நீட்டி "மிஸ்ஸூ மிஸ்ஸூ" என்றாள். ஐஸ்வர்யா, மோகனா இருவருமே அங்குள்ள வித்தியாலயத்தில்தான் படிக்கிறார்கள். பெரியவள் ஆறாவதும் சிறியவள் நான்காவதும் படிக்கிறார்கள். மாரிமுத்து தன் குடும்பத்தை திருப்பூருக்கு அழைத்துக்கொண்டு வந்து ஏழு வருடங்களுக்கு மேல் ஆகி விட்டது. கைக்குழந்தைகளாயிருந்த பிள்ளைகளைத் தூக்கிக் கொண்டு சொந்தக்காரர்களிடம் கோபித்துக் கொண்டு வீட்டை விட்டு கிளம்பி வந்தவன் இங்கேயே தங்கிவிட்டான். ஆரம்பத்தில் துணிக்கு சாயம் நனைக்கும் ஒரு சாயக் கம்பெனியில்தான் வேலைக்குச் சேர்ந்தான். சாயம் காய்ச்சுவது நனைப்பது எதுவும் அவன் உடலுக்கு ஒத்துக்கொள்ளவில்லை. பக்கத்து ரூமில் தங்கியிருந்த கொத்தனார் ஒருவர் மாரிமுத்துவைப் பார்த்து விட்டு மம்மட்டி ஆளாய் அழைத்துக்கொண்டு போனார். அதிலிருந்து மம்மட்டி ஆளாய்தான் வேலைக்குப் போகிறான். ஆரம்பத்தில் நூற்றைம்பது ரூபாய்க்கு ஒரு சாலை வீட்டில் வாடகைக்கு இருந்தான். ஆனால்

கடந்த ஐந்தாறு மாதங்களாகத்தான் இந்த வீட்டில் இவ்வளவு வாடகை கொடுத்து தங்கியிருக்கிறார்கள். அதுவும் சுமதியின் வற்புறுத்தலால் தான் மாரிமுத்து வரச் சம்மதித்தான். பிழைக்க வந்த இடத்தில் வசதி வாய்ப்புகளை எல்லாம் பார்த்து வாழ முடியுமா? என்பான். சுமதி ஒரு வருடமாக அவனை நச்சரித்து கூடுதலான வாடகைப் பணத்திற்கு தானே நைட்ஷிப்ட் பார்த்துக்கொண்டு வந்து தர்றேன் என்று அடம்பிடித்து இந்த வீட்டிற்கு மாறி வந்தார்கள்.

சுமதி ஓசைப்படாமல் எழுந்தாள். அடி நோகாமல் நடந்து கதவைத் திறந்துகொண்டு வெளியே வந்தாள். வெளிப்பக்கமாய் இழுத்துச் சாத்தினாள். இருளில் மறைந்து மறைந்து ஓட்டு வீட்டின் பின்பக்க வரிசையில் ஐந்தாம் நம்பர் அறையின்முன் போய் நின்றாள். யாராவது கவனிக்கிறார்களாவென்று சுற்றும் முற்றும் பார்த்துவிட்டு கதவை மெதுவாகத் தள்ளினாள். தாழ் போடாமலிருந்த கதவு உள் பக்கமாக திறந்துகொண்டது. சட்டென்று உள்ளே நுழைந்து கொண்டாள்.

கட்டிலில் படுத்திருந்த விஜயராகவன் கோபமாய் படுத்திருப் பவனைப்போல எதுவும் பேசாமல் திரும்பிப் படுத்துக் கொண்டான்.

"இருட்டுக்குள்ள ஒண்ணும் தெரியல. ஏன் பேசமாட்டேங் குறீங்க? என்ன கோபம் யாம் மேல?"

"......"

"சரி நான் போறன்" திரும்பியவளின் கையை சடக்கென்று பிடித்திழுத்தான் அவன்.

"ஒனக்காக எவ்வளவு நேரமா காத்துக்கிட்டு இருக்குறது. தூங்க வேண்டாம் நான். பகல் முழுசும் வண்டியிலேயே அலையிறவன் ராத்திரில படுத்துத் தூங்கினாத்தான நல்லாருக்கும்".

"ஒங்கள யாரு தூங்க வேண்டான்னது?"

"தெரியாத மாதிரி பேசாத. நீ இல்லாம எனக்கெப்படி தூக்கம் வரும்?"

"வெளயாடாதீங்க".

"சத்தியமாச் சொல்லுறன் சுமதி. நீ எனக்கு தெனமும் வேணும்".

"அதுக்கு நீங்க கல்யாணம்தான் பண்ணிக்கணும்".

"யார?"

"ஏதாவது ஒரு பொண்ணப் பாத்து கட்டிக்கிங்க".

"வேற பொண்ணு பாத்து கட்டிக்கச் சொல்லுறியா நீ".

"ஆமா".

"நாப்பது வயசாவுது எனக்கு. இன்னமும் கல்யாணத்தப் பத்தி யோசிக்காம இருக்குறன்னா என்ன காரணம்?"

"என்ன காரணம்?"

"நீதான் காரணம். ஒன்ன விட்டுட்டு வேற பொண்ண கட்டிக்கச் சொல்லுற நீ".

"அப்புடின்னா என்னயே கல்யாணம் பண்ணிக்குங்க".

"நெசமாத்தான் சொல்லுறியா சுமதி?"

"ஆமாம். எத்துன நாளக்கி யாம் புருசனுக்கு துரோகம் பண்ணிக் கிட்டு இருக்குறது?"

"ஓம் புருசன் புள்ளைங்கள வுட்டுட்டு என்னோட வந்தர்றியா?"

"புருசன விட்டுட்டு வரணும். ஒத்துக்கிர்றன். ஆனா புள்ளைங்கள எதுக்காவ வுட்டுட்டு வரச்சொல்றீங்க?"

"அதுங்களயும் கொண்டாந்து வச்சிக்கிட்டு நம்ம எப்புடி சந்தோஷமா இருக்க முடியும்?"

"இருக்க முடியாதா?"

"பாக்கிறவங்க யாம் புள்ளைங்கதான்னு நெனச்சிக்க மாட்டாங்களா?"

"நெனச்சான்ன? அதுல என்ன தப்பு?"

"என்ன சொல்ற நீ. அந்த மாரிமுத்துவுக்குப் பொறந்த புள்ளைங் களுக்கு நான் அப்பாவா இருக்கணுமா?"

"மாரிமுத்து பொண்டாட்டிக்கி நீங்க புருசனாருக்க மட்டும் ஆசப்படுறீங்கல்ல. அப்ப புள்ளைங்களுக்கும் அப்பாவா இருக்க வேண்டியதுதான்".

"அது எப்புடி முடியும்? நான் சம்மதிக்க மாட்டன்".

"நானும் இனிமே இங்க வரமாட்டன்".

"ஒனக்கு ஓம் புருசன் புள்ளைங்க மேலதான் அன்பு பாசமெல்லாம்".

"ஆமா. எனக்கு யாம் புருசன் மேலயும் புள்ளைங்க மேலயுந்தான் பாசம்".

"அப்ப இவ்வளவு நாளும் எதுக்காவ என்கிட்ட வந்த?"

"நானா வரல. நீங்க தொல்ல பண்ணுனதாலதான் வந்தன்".

"நான் கூப்புட்டா நீ வந்தர்றதா?"

"வரக்கூடாதுதான். ஏதோ புத்திகெட்டுப்போயி வந்துட்டன். இனிமே வரமாட்டன்" சடக்கென்று திரும்பினாள் சுமதி.

"நில்லு சுமதி. இன்னக்கி மட்டுமாவது என்கூட இருந்துட்டுப் போ".

"இவ்வளவு நாளும் எலயிலபோட்டது நரவதான்னு தெரியாமலே தின்னுக்கிட்டு இருந்துட்டன். இப்ப தெரிஞ்சிப் போன பெறகும் பச்சப்பீய தின்னுன்னா நான் திம்பனா?"

விருட்டென்று வெளியேறி வேகமாய்ப் போய்விட்டாள். விஜயராகவனின் அறையிலிருந்து குறுக்கு தூரத்தைக் கடந்து தன்னுடைய அறைக்குச் செல்வது பெரிய சிரமமாக இருந்தது சுமதிக்கு. என்றுமில்லாத அளவிற்கு இன்று பயமும் குற்ற உணர்வும் மனதைக் கவ்விக்கொண்டன. யாராவது பார்த்துவிட்டால் என்ன செய்வது. நம்முடைய வாழ்க்கையும் பாழாகி நம் பிள்ளைகளின் எதிர்காலமும் வீணாகிவிடுமே என்று அச்சமாக இருந்தது. இந்த வீட்டிற்கு வந்த பிறகு எத்தனையோ இரவுகள் இதுபோல விஜயராகவனின் அறைக்குப் போய்விட்டு வந்திருக்கிறாள். அப்போதெல்லாம் போகும்போது ஒருமாதிரியான எதிர்பார்ப்போடும் ஆசையோடும் போவது போலிருக்கும். திரும்பி வரும்போது ஏதோ ஒரு கோட்டையைப் பிடித்து விட்டது போன்ற மகிழ்ச்சி மனமெங்கும் நிறைந்திருக்க எந்த பயமும் இல்லாமல் வருவாள். சமாளித்துக் கொள்ளலாமென்ற துணிச்சல் இருக்கும். ஆனால் இன்று அப்படியில்லை. வெளியாட்கள்

யாரும் பார்த்துவிடுவார்களோ என்ற பயத்தை விடவும் மாரி முத்துவுக்குத் தெரிந்துவிடுமோ என்று நினைக்க நினைக்க சுமதிக்கு பயத்தால் இரத்தம் உறைவதுபோல் இருந்தது. தான் போகும் நேரத்தில் அவன் விழித்துக்கொண்டிருந்து 'எங்க போய் வாறே?' என்று கேட்டால் என்ன பதில் சொல்வது, எப்படி சமாளிப்பது. மனது படபட வென்று அடித்துக்கொண்டது.

'கடவுளே. இந்த ஒரு தடவ மட்டும் என்ன காப்பாத்திடு. சத்தியமா இனிமே இதுமாதிரி தப்பயெல்லாம் மனசாலயும் நெனச்சிப் பாக்க மாட்டன். என்னோட பிள்ளைங்களுக்காக என்னக் காப்பாத்திடு'.

மெதுவாக கதவைத் திறந்துகொண்டு உள்ளே வந்தாள். மூன்று பேரும் அப்படியே தூங்கிக்கொண்டிருந்தார்கள். 'அப்பாடா'வென்று நிம்மதியாயிருந்தது அவளுக்கு. உள் பக்கமாய்க் கதவை தாழிட்டு விட்டு ஓசைப்படாமல் தான் படுத்திருந்த இடத்தில் போய் படுத்துக் கொண்டாள். மனம் அமைதியில்லாமல் குறுகுறுப்பால் தவித்தது. படுத்திருக்க முடியவில்லை எழுந்து உட்கார்ந்தாள். தன் கணவன் மாரிமுத்துவைப் பார்த்தாள். அவன்மீது காலைத் தூக்கிப் போட்டபடி மூத்தமகள் ஐஸ்வர்யா தூங்கிக்கொண்டிருந்தாள். அவளை மெதுவாய் தூக்கி தான் படுத்திருந்த இடத்தில் போட்டாள். அவள் படுத்திருந்த இடத்தில் சுமதி படுத்துக்கொண்டாள். மாரிமுத்துவின் மீது வாஞ்சையாக இருந்தது சுமதிக்கு. அவன் மீது கைபோட்டு அணைத்தாள்.

"வயத்துக்கு ஒத்துக்கலயா? இந்த நேரத்துல எதுக்கு காட்டுக் கெல்லாம் தனியா பெயிட்டு வார?" கண்களைத் திறக்காமலேயே தூக்கத்தில் பேசுபவனைப்போல கேட்டான். சுமதிக்கு 'பக்'கென்றது. எழுந்து போனதையும் திரும்பி வந்து படுத்ததையும் கவனித்துக் கொண்டுதான் இருந்திருக்கிறான் என்பதை அறிந்தவுடன் 'நாடி நரம்புகளெல்லாம் நடுங்குவது போலிருந்தது'. 'ஆனா நம்ம காட்டுக்கு போய் வாறமுன்னுல்ல நம்பிக்கிட்டுருக்குறாங்க. அடப் பாவத்தே. என்ன காரியத்துக்காவ எழும்பிப் போனம். இப்புடி பண்ணிட்டமே. கடவுளே என்ன மன்னிச்சிடு. இனிமே இதுமாதிரி புத்திய இன்னொரு தடவ நெனக்கமாட்டன்' குற்றவுணர்வில் வாயடைத்துப் போய் எதுவும் பதில் சொல்ல முடியாமல் அப்படியே கிடந்தாள்.

"வயத்தால போவுதா?" என்றான் மறுபடியும் அவனே.

"இல்ல".

"தொணக்கி வருவமுன்னுதான் நெனச்சன். ஆனா நீ வெளிப்பக்கமா தாப்பா போட்டுட்டு பெயிட்டே போலருக்கு. கதவ தொறக்க முடியல".

'கடவுளே என்ன எவ்வள பெரிய ஆபத்துலேருந்து காப்பாத்திருக்குற'.

அவனை அணைத்திருந்த கை இறுக, அவன் நெஞ்சில் முகம் புதைத்துக்கொண்டாள். மனம் குலுங்கி பின் மெதுவாய் ஓய்ந்தது.

❦ ❦ ❦

# 29

**ஊ**ரிலிருந்து வந்த களைப்பும் இரவு சாப்பிடாமலே படுத்து விட்டதால் ஏற்பட்ட அசதியும் உடலை அழுத்த, அதுவரை தூங்காமலே படுத்திருந்த செனசிலா எழுந்து உட்கார்ந்தாள். லைட்டைப் போட்டால் அக்கம்பக்கம் தெரிந்துவிடும் என்பதால் எழுந்துபோய் அலமாரியைத் தடவி வேளாங்கண்ணி மாதா படத்திற்கு முன்பாக இருந்த மெழுகுவர்த்தியை ஏற்றினாள். மெழுகுவர்த்தியின் சுடரால் இதுவரை இருண்டு கிடந்த அந்த ஓட்டுச் சாலை வீட்டின் மூன்றாம் எண் அறை சற்று ஒளி பெற்றது. மூலை முடுக்குகளில் இருந்த பொருட்கள் மங்கலாய்த் தெரிந்தன. அறைக்குள் அங்குமிங்குமாய் தலையைத் திருப்பி சுற்றிலுமிருந்த பொருட்களை யெல்லாம் ஒருமுறை பார்த்தாள். 'எவ்வளது சாமான் சட்டு, பொருள்கள் வாங்கிச் சேத்துருக்குறம். எவ்வளவு ஆச ஆசயா வாங்குனம். இதயெல்லாம் வச்சிக்கிட்டு வாழக் குடுத்து வைக்காமப் போவுதே'. மனம் வெம்பியது செனசிலாவுக்கு. மின்விசிறியின் சுழற்சியில் மெழுகுவர்த்தி படபடத்தது. காலண்டர் அட்டையை எடுத்து மெழுகு

வர்த்தி அணைந்துவிடாமலிருக்க காற்றை மறைத்து தடுப்பாய் வைத்தாள். படுத்திருந்த பாயில் வந்து உட்கார்ந்தாள். தலைமாட்டில் கார்த்தி இரவு உணவுக்காக வாங்கிவந்த பூரிபொட்டலம் அப்படியே கிடந்தது. கார்த்தியை நிமிர்ந்து பார்த்தாள். அவன் நாடாக் கட்டிலில் எந்தவித சலனமு மில்லாமல் நிம்மதியாய் தூங்கிக்கொண்டிருந்தான்.

'தூங்குறதப் பாரு. இப்புடி தூங்க எப்புடி மனசு வருது இவனுக்கு' என்று நினைத்தவளுக்கு லேசாக நெஞ்சை வலிப்பது போலிருந்தது. பசி வேறு வயிற்றைக் கிள்ளியது.

"நீ வாங்கியாந்து கொடுத்து நான் சாப்பிட மாட்டன்" என்று வீராப்பாய் பேசியவள்தான். இப்போது அதை எடுத்துப் பிரித்தாள். அப்போதிருந்த கோபம் இப்போது இல்லை.

'கோவப்பட்டு என்ன செய்ய முடியும்?' உருளைக்கிழங்கு குருமாவில் ஊறிய பூரி நமநமத்துப் போயிருந்தது. இருந்தாலும் கெட்டுப் போகவில்லை. விரித்த பொட்டலத்தை கையில் ஏந்தியபடி சாப்பிட்டாள்.

கார்த்தி மட்டும் நம் வழிக்கு வந்துவிட்டால் எவ்வளவு நன்றாக இருக்குமென்று நினைத்தாள். அவனுக்காக அவள் மனம் ஏங்கியது.

'மாதாவே எங்கள ஒண்ணு சேத்து வையி' மனமுருக வேண்டினாள். ஒரு டம்ளர் தண்ணீரைக் குடித்துவிட்டு மறுபடியும் படுத்துக்கொண்டாள். படுக்கை முள்ளாகக் குத்தியது. அவளுக்கு மனம் கிடந்து தவித்தது. எட்டித்தொடும் தூரத்தில் கார்த்தி படுத்திருந்தும் அவனிடம் நெருங்க முடியாமல் இருக்கிறோமே என்று நினைத்தாள். இதே அறையில் எத்தனை நாட்கள் அவனோடு ஆசையாய் அன்னியோன்யமாய் படுத்திருக்கிறாள்.

முதலில் இந்த அறையில் சென்சிலாவின் பெரியம்மா மகள்கள் லிடியாவும் மரியாவும் விஜி என்ற திண்டுக்கல் பெண்ணுடன் தங்கியிருந்தார்கள். இரண்டு வருடங்களுக்கு முன்தான் சென்சிலா திருப்பூருக்கு வந்தாள். லிடியா, மரியாவின் அம்மா, சென்சிலாவை அழைத்துவந்து தன் மகள்களுடன் விட்டுவிட்டுப் போனாள். சென்சிலா வேலைக்கு போக ஆரம்பித்த பிறகு வாடகையை நான்கு பங்காகப் பிரித்துக்கொண்டார்கள்.

திண்டுக்கல் பெண் விஜிக்கும் அவளுடன் ஒரே கம்பெனியில் வேலை செய்யும் செந்திலுக்கும் நெருங்கிய பழக்கம். தனக்கு நண்பனென்று சொல்லி கார்த்தியை விஜியிடம் கொண்டுவந்து விட்டான்

செந்தில். கார்த்தியை விஜியின் அறையிலேயே தங்க வைத்துக்கொள்ள வேண்டும் என்றும் சாப்பாடு கொடுக்க வேண்டுமென்றும் கேட்டுக் கொண்டான். ஏற்கெனவே லிடியா, மரியா, விஜி, சென்சிலா நான்கு பேரும் ஒன்றாகத்தான் சமைத்து சாப்பிட்டுக் கொண்டிருந்தார்கள். கார்த்தியையும் தங்களுடன் சேர்த்துக் கொண்டாள் விஜி.

கார்த்திக்கு சொந்த ஊர் நாகப்பட்டிணம் பக்கத்தில் சிக்கல் கடம்பவிளாகம். சிறுவயதிலிருந்தே தன்னுடைய பரம்பரைத் தொழிலான மரம் ஏறும் தொழிலே செய்யமாட்டேன் என்று சொல்லிக் கொண்டிருந்த கார்த்தி, சிக்கலில் இருந்த ஒரு தையல் கடையில் பொத்தான் கட்டும் வேலைக்குச் சேர்ந்தான். படிப்படியாய் தையல் கற்றுக்கொண்டான். துணிகளை வெட்டுவதில் நல்ல தேர்ச்சி பெற்றிருந்தான். பனியன் கம்பெனிகளில் கட்டிங் ஆட்களுக்கு நல்ல வரவேற்பிருந்தது. ஒரு ஷிப்டுக்கு இருநூறு ரூபாய்வரை சம்பளம் கிடைத்தது. கார்த்தி ஒரு நாளைக்கு ஒன்றரை ஷிப்டுக்கு மேல் வேலை செய்தான். அறை வாடகையில் பங்கு கொடுத்து, சாப்பாட்டு செலவுக்கென்றும் வாரத்திற்கு இருநூறு ரூபாய் விஜியிடம் கொடுத்துவிடுவான். சென்சிலா, லிடியா மற்றும் மரியாவெல்லாம் வாரத்திற்கு நூற்றைம்பது ரூபாய்தான் சாப்பாட்டு பணமாய் கொடுத்தார்கள். சமைக்கும் பாத்திர பண்டங்கள் அடுப்பு எல்லாம் ஆரம்பத்தில் விஜி வாங்கிப் போட்டவை என்பதால் சாப்பாட்டுக்கு மற்றவர்களிடம் அவள் பணமாக வாங்கிக்கொண்டாள். செலவு குறைவாயிருந்து பணம் மீதப்பட்டாலும் லாபம் அவளையே தான் சேரும். மீறும் பணத்தை வைத்துக்கொண்டு அவ்வப்போது தேவையான பாத்திர பண்டங்களையும் வாங்கிப் போட்டாள். செந்திலுடன் அவளுக்கு கல்யாணம் என்றால் கல்யாணத்திற்குப் பிறகும் திருப்பூரில்தான் இருந்தாக வேண்டும். எனவே அதற்குத் தேவையான பொருட்களையெல்லாம் கொஞ்சம் கொஞ்சமாக வாங்கி சேர்த்துக்கொண்டிருந்தாள்.

கார்த்தி எல்லோரைவிடவும் அதிகமாய் சம்பாதிப்பதைப் பார்க்கும் விஜிக்கு மனது பரபரக்கும். அவனுடைய பணத்திற்கு என்ன செலவு வைக்கலாமென்று யோசிப்பாள். அது இல்லை இது இல்லையென்று சொல்லி தேவைப்படும் பொருட்களை எல்லாம் வாங்கி வந்து தரச் சொல்லுவாள். விஜி இதுபோல் கார்த்தியிடம் சுரண்டுவது சென்சிலா வுக்கு சுத்தமாய்ப் பிடிக்காது. மரியாவும் லிடியாவும் இதையெல்லாம் கண்டு கொள்ள மாட்டார்கள்.

ஆனால் சென்சிலாவால் ஏனோ அதுபோல் இருக்க முடிய வில்லை. அவளால் நேரடியாக விஜியிடம் எதுவும் சொல்லவும் முடியாது.

எதையாவது சொல்லப் போனால் தன்னை அறையை விட்டு வெளியேற்றிவிடுவாளோ என்றும் பயந்தாள். இந்த அறையைவிட்டால் எத்தனையோ அறை இருக்கத்தான் செய்கிறது. இருந்தாலும் இந்த அறையில் துணைக்கென்று தன் பெரியம்மா மகள்கள் இருக்கிறார்கள். அறை வாடகையும் ஐந்தில் ஒரு பங்குதான். அதற்குமேல் அதிகமாய்க் கொடுத்து தங்கவும் கட்டுப்படியாகாது.

சென்சிலாவுக்கு சொந்த ஊர் ஜெயங்கொண்டம். அப்பா கிடையாது. அம்மாவும் ஒரு தம்பியும் மட்டும்தான். தம்பியைப் படிக்க வைக்கவும் மூவருடைய வயிற்றுப்பாட்டுக்குமென்று திருப்பூருக்கு வந்திருக்கிறாள். அதனால் எந்த கஷ்டமென்றாலும் சகித்துக்கொண்டு தான் இருக்க வேண்டும்.

விஜி, மரியா, லிடியா, சென்சிலா, கார்த்தி ஐந்து பேரும் ஆறேழு மாதங்கள் இந்த ஒரே அறையில் தங்கியிருந்தார்கள். கார்த்தியின் காசை விஜி பிடுங்கித் தின்பதைப் பார்க்க ஆத்திரமாக வரும் சென்சிலாவுக்கு. கார்த்தியின் மீது பரிதாபப்படுவாள். சிறிய அறை என்பதால் ஐந்து பேரும் தனித்தனியாக வசதியாக படுக்க முடியாது. பெண்கள் நான்கு பேரும் கொஞ்சம் நெருக்கியடித்துப் படுத்துக்கொள்வார்கள். கார்த்தி சற்று இடைவெளி விட்டு சுவற்றோரமாய் ஒண்டிக்கொண்டு படுத்திருப்பான். மற்ற பெண்கள் மூவரும் கார்த்தி படுத்திருப்பதை ஒரு பொருட்டாகக்கூட நினைக்கமாட்டார்கள். ஆனால் சென்சிலாவுக்கு அவனோடு ஒரே அறைக்குள் படுத்திருப்பதே பெரிய விஷயமாக சந்தோஷமானதாகத் தோன்றும். எப்போதும் அவனைப் பற்றியே நினைத்துக்கொண்டிருப்பாள். அவனுக்கு சாப்பாடு போடும்போதும் அவனுக்குத் தேவையானதை செய்து கொடுக்கும்போதும் மற்றவர்களைக் காட்டிலும் மிகுந்த அக்கறை காட்டுவாள். இது கார்த்திக்கும் ஓரளவு புரிந்தேதான் இருந்தது.

சில நாட்களில் விஜியும் செந்திலும் கல்யாணம் செய்து கொண்டார்கள். விஜி இவர்களை விட்டுவிட்டு செந்திலுடன் வேறு அறை எடுத்துக்கொண்டு போய்விட்டாள். அதன் பிறகு இரண்டொரு மாதங்களில் லிடியாவுக்கும் திருமண ஏற்பாடு செய்யப் போவதாகச் சொல்லி அவளை லிடியாவின் அம்மா ஊருக்கு அழைத்துக்கொண்டு போனாள். லிடியா போன கையோடு அக்கா இல்லாமல் திருப்பூரில்

நான் மட்டும் இருக்க மாட்டேன் என்று மரியாவும் ஊருக்குக் கிளம்பிவிட்டாள். அறையில் எஞ்சியிருந்தது சென்சிலாவும் கார்த்தியும் மட்டும்தான்.

ஒரே அறையில் தனியாய் தங்கியிருந்த கார்த்திக்கும் சென்சிலாவுக்கும் பழக்கம் ஏற்பட்டது. இருவரும் ஒரே பாயில் படுக்குமளவுக்கு நெருங்கிப்போனார்கள். சென்சிலாவின் மகிழ்ச்சிக்கு அளவே யில்லாமல் போனது. கார்த்தியின் சம்பளம் போதுமானதாக இருந்ததால் அதில் எல்லா செலவுகளையும் பார்த்துக்கொண்டாள்.

அறையில் தங்கிக்கொள்கிறேன் என்று கேட்டுக்கொண்டு வந்தவர்கள் யாரையும் தங்களோடு சேர்த்துக்கொள்ளவில்லை அவள். சம்பாதிக்கும் பணத்தையெல்லாம் அப்படியே சென்சிலாவிடம் கொண்டுவந்து கொடுத்தான் கார்த்தி. வீட்டிற்குத் தேவையான உருப்படியான பொருட்களையெல்லாம் ஒவ்வொன்றாக வாங்கிச் சேர்த்தாள். தன் அம்மாவிற்கு அனுப்புவதுபோலவே அவ்வப்போது கார்த்தியின் வீட்டிற்கும் பணம் அனுப்பி வைத்தாள்.

கார்த்திக்கு ஒரு சைக்கிள் வாங்கிக்கொடுத்தாள். கம்பெனிக்குப் போவது வருவது எல்லாம் சைக்கிளில்தான். இருவரும் சைக்கிளில் தினமும் திருப்பூரைச் சுற்றி வந்தார்கள். சென்சிலாவிற்கு கார்த்தியோடு சைக்கிளில் ஏறி உட்கார்ந்து விட்டால் பறக்கும் விமானத்தில் உட்கார்ந்திருப்பதுபோல் இருக்கும்.

குடும்பம் நடத்துவதற்குத் தேவையான பொருட்களை யெல்லாம் சீக்கிரத்திலேயே ஒவ்வொன்றாக வாங்கிச் சேர்த்தாள் சென்சிலா. சென்சிலாவோடு நெருங்கிவிட்ட பிறகு தினமும் வேலைக்குப் போவது ஏனோ கார்த்திக்கு மலைப்பாய் இருந்தது. வாரத்தில் இரண்டு நாட்கள் வேலைக்குப் போனால் போதும், அந்த சம்பளத்தை வைத்துக் கொண்டு சினிமா, கோயில், ஹோட்டல் என்று நான்கு நாட்கள் ஊரைச் சுற்றிவந்து வாழ்க்கையை சந்தோஷமாகக் கழிக்க வேண்டு மென்று ஆசைப்பட்டான். ஒருசில நாட்கள் அவன் விருப்பத்திற்கும் விட்டு, மற்ற நாட்களில் விடாப்பிடியாய் அவனை கம்பெனிக்கு அழைத்துக்கொண்டு போனாள் சென்சிலா.

இப்படியே இருப்பதில் சென்சிலாவிற்கு விருப்பமில்லை. சீக்கிரத்தில் கல்யாணம் செய்துகொள்ள வேண்டுமென்று ஆசைப் பட்டாள். கார்த்தியின் வீட்டில் இதற்கு ஒத்துக்கொள்ள மாட்டார்கள் என்பது புரிந்தது. ஐந்தாம் நம்பர் அறையில் இருக்கும் திலகாவிடம் தான் இதுபற்றி எப்போதும் சொல்லிக்கொண்டிருந்தாள் சென்சிலா.

"திலகாக்கா எனக்கு பயமாருக்குக்கா" என்றாள் ஒருநாள் ஓய்வாய் இருவரும் உட்கார்ந்து பேசிக்கொண்டிருக்கும்போது.

"ஏன் சென்சிலா இப்படிச் சொல்ற? என்ன பயம் ஒனக்கு?"

"கார்த்தியும் நானும் ஒண்ணாருக்குறம். திடீருன்னு வுட்டுட்டு ஓடிட்டான்னா என்ன செய்யிற?"

"எல்லாத்தையும் எதிர்பார்த்துத்தான் பழகணும். என்ன வேணுன்னாலும் செய்வாங்க. எப்புடி வேணுமுன்னாலும் நடக்கும். எல்லாம் நம்ம கையிலா இருக்கு" பெருமூச்சு விட்டாள் திலகா. ஆனா நீ என்னமாதிரி மட்டும் ஏமாந்துறாத. நாந்தான் அந்த களவாணிப் பயல நம்பி ஏமாந்து, இப்ப நாதியத்து போயி நிக்கறன். நீயும் அப்புடி ஆயிடாத. இப்பவே கூட்டிக்கிட்டுப் போயி கல்யாணத்தப் பண்ணிக்கிட்டு வந்துரு".

திலகாவின் சொல்லைக் கேட்டு கார்த்தியை நச்சரிக்க ஆரம்பித்தாள் சென்சிலா. ஓட்டுச்சாலையில் தங்கியிருப்பவர்கள், கம்பெனியில் இருவருடனும் வேலை பார்ப்பவர்கள் என்று தெரிந்தவர்கள் சிலரை அழைத்துக்கொண்டு சிவன் மலைக்குப் போய் சென்சிலாவின் கழுத்தில் தாலியைக் கட்டி அழைத்துக்கொண்டு வந்தான் கார்த்தி. இந்த விஷயத்தில் திலகா தான் சென்சிலாவிற்கு வழிகாட்டியாய் இருந்து ஆலோசனைகளை சொல்லிக் கொடுத்தாள். அதனால் திலகாவிடம் சென்சிலா, கார்த்தி இருவருமே மரியாதையோடு இருந்தார்கள்.

கல்யாணமாகி ஆறேழு மாதங்கள் நன்றாகத்தான் வாழ்ந்து கொண்டிருந்தார்கள் இருவரும். என்றைக்கு கனியா இந்த விஸ்வநாதன் காம்பௌண்டுக்குள் காலடி எடுத்து வைத்தாளோ அன்றோடு போய் விட்டது சென்சிலாவின் நிம்மதி சந்தோஷமெல்லாம்.

கனியா; பட்டுக்கோட்டையை அடுத்துள்ள மஞ்சவ்யல் மரவக்காட்டுப் பெண். தெருக்கூத்து ஆடுபவள். நல்ல உடலழகும் நிறமுமாய் இருப்பவள். தன்னையும் தன் ஆட்டத்தையும் வைத்துப் பிழைத்த கும்பலுக்குத் தண்ணீர் காட்டிவிட்டு, யாருக்கும் தெரியாமல் திருப்பூருக்கு வந்து சேர்ந்திருக்கிறாள். அவளை திலகாதான் முதலில் விஸ்வநாதன் காம்பௌண்டுக்குள் ஒரு அறை பார்த்துத் தருவதாய் அழைத்துக்கொண்டு வந்தாள். வேறு அறை கிடைக்கும் வரை தன்னுடைய அறையிலேயே தங்கிக்கொள்ளச் சொன்னாள். முதலில்

கனியாவை ஒரு நாள் கூட தன் அறையில் தங்கவைக்க திலகாவுக்கு சம்மதமில்லை. திடீரென்று சூப்பர்வைசர் கண்ணன் மனம்மாறி வந்தால் என்ன செய்வதென்று நினைத்துத்தான் கடந்த நான்கைந்து மாதங் களாகவே தன்னுடைய அறையில் யாரையும் தங்கவிடாமல் இருந்தாள். ஆனால் ஏனோ வரவர அவளுக்கு கண்ணன் வருவான் என்ற நம்பிக்கையே இல்லாமல் போய்விட்டது. தவிரவும் ஏழு மாத கர்ப்பிணியாய் இருக்கும் அவளால் இனிமேல் துணை இல்லாமலும் இருக்கமுடியாதென்றும் தோன்றியது.

திலகாவுக்கு தேனி பக்கம் ஊர். அம்மா கிடையாது. அம்மா இருக்கும்போதே அப்பா வேறொரு பெண்ணுடன் பழகியதைப் பார்த்த திலகாவின் அம்மா மனம் தாங்காமல் வயிற்றுப் பிள்ளையோடு தூக்குப்போட்டு செத்துவிட்டாள். அப்போது திலகாவுக்கு நான்கரை வயதுதான். அம்மாவின் உயிருக்கு எமனாய் இருந்தவளே மறுதாயாய் வந்துவிட திலகாவிற்கு அப்பா ஆதரவும் சுத்தமாய் இல்லாமல் போனது. அம்மாவின் தங்கை வீட்டில் கொண்டுவிடப்பட்டு அங்கேயே வளர்ந்தாள். வளர்ந்து பெண்ணாகி நின்றபோது தன் சின்னம்மாவின் மகள் தரக்குறைவாய் பேசினாளென்று கோவித்துக் கொண்டு திருப்பூருக்கு வந்துவிட்டாள். திலகாவும் பருவத்தில் ஓரளவு அழகாயிருந்தாள். திருப்பூரில் தான் வேலை செய்த கம்பெனியில் ஏற்கெனவே வேலை பார்த்து வந்த சூப்பர்வைசர் கண்ணனுடன் திலகாவுக்கு பழக்கம் ஏற்பட்டது. இருவரும் திருமணம் செய்து கொண்டு தனியாக அறை எடுத்துத் தங்கினார்கள். இரண்டுமாத கர்ப்பமாய் இருந்தாள் திலகா.

திடீரென்று ஒருநாள் அவளுடைய சித்தப்பா இறந்து விட்டதாய் செய்தி வந்தது. தன்னை வளர்த்தவர் ஆயிற்றே என்று புறப்பட்டுப் போனாள் திலகா.

போகும்போது செலவுக்குப் பணமெல்லாம் கொடுத்து வண்டி ஏற்றி அனுப்பி வைத்தான் கண்ணன். பதினாறாம் நாள் காரியங்க ளெல்லாம் முடிந்த பிறகுதான் திலகா திருப்பூருக்கு திரும்பி வந்தாள். வந்து பார்த்தால் அறையில் கண்ணனைக் காணவில்லை. கம்பெனியில் போய் விசாரித்தால் அங்கும் அவனில்லை என்றார்கள்.

அவன் யாரிடமும் சொல்லாமல் ஊருக்குப் போயிருப்பது தெரிய வந்தது. யாரிடமும் சொல்லாமல் எதற்காக போக வேண்டும் என்ற சந்தேகம் எழுந்தது திலகாவுக்கு. கார்த்தி, விஜியின் கணவன்

செந்திலுடன் இன்னும் தெரிந்தவர்கள் இரண்டு பேரை கண்ணனின் சொந்த ஊரான வேலூருக்கு அனுப்பி வைத்தாள்.

போனவர்கள் கண்ணனை கண்டுபிடித்து கையோடு அழைத்துக் கொண்டு வந்துவிட்டார்கள். வந்தவன் இரண்டு நாட்கள் பதவிசாய் இருந்துவிட்டு மூன்றாம் நாள் கம்பெனிக்கு போவான் என எதிர் பார்த்தால் ஊருக்குப் போக வேண்டு மென்றான். வீட்டில் எனக்கு வேறு பெண் பார்த்து கட்டிவைக்க ஏற்பாடு செய்துகொண்டிருக்கிறார்கள் அதனால் நான் உடனே போகவேண்டும் என்று கிளம்பினான். திலகாவால் தனியாய் அவனை தடுக்க முடியாமல் போனது. எங்கே அவனை விட்டு விட்டால் மறுபடியும் பிடித்துக் கொண்டுவந்து சேர்க்க முடியாதே என்று நினைத்தவள் உரக்க சத்தம்போட்டு வேலைக்குப் போகும் அவசரமான நேரத்தில் அக்கம்பக்கத்துக் காரர்களையெல்லாம் கூட்டிவிட்டாள்.

கும்பல் கூடிவிட்டதால் அவமானமாகிவிட்டது கண்ணனுக்கு. 'ஏனிப்படி செய்கிறாய்? உனக்கும் எனக்கும் என்ன சம்பந்தம்? என்னை ஏன் ஊருக்குப் போகவிடாமல் தடுக்கிறாய்?' என்று ஒன்றுமே தெரியாத அப்பாவிபோல நடித்தான்.

அக்கம்பக்கத்துக்காரர்கள் மிரட்டவும் "இவளுக்கும் எனக்கும் கல்யாணமானத யாரு கண்ணால பாத்தீங்க. இவ கர்ப்பமா இருக்குறத்துக்கு நாந்தான் காரணமுன்னு எப்புடி சொல்றீங்க" என்று எதிர்த்து கேள்வி கேட்டான். "புள்ளக்கி நான் அப்பால்ல. கலச்சிட்டு ஓவ்வழிய நீ பாத்துக்க" என்றான் திலகாவிடமே.

"கொழந்த பொறந்து அஞ்சு வயசு வரைக்கிம் உதவி செய்யச் சொல்லுங்க போதும். அதுக்குப் பெறகு நானே பாத்துக்கிர்றேன்" என்று கண்கலங்கி நின்றாள் திலகா.

அதற்கு சரி என்று ஒத்துக்கொண்டு போனவன் இன்று வரை திரும்பி வரவில்லை. அவனுக்காக காத்திருப்பதிலும் பிரயோஜன மில்லை என்று புரிந்தது. இப்போது கனியா நல்ல துணைபோல தெரிந்தாள். அவளை கூடவே தங்க வைத்துக் கொள்ள நினைத்து அவளிடமே அதைச் சொன்னாள் திலகா. கனியாவும் ஒத்துக் கொண்டாள்.

கனியா வந்து இப்போது இரண்டு மாதத்திற்கும் மேலாகி விட்டது. அவள் வந்த நான்கைந்து நாட்களுக்குள்ளேயே விஸ்வநாதன் காம்பௌண்டுக்குள் பலரும் பலவிதமாக அவளைப்பற்றி பேச

ஆரம்பித்தார்கள். சென்சிலாவுக்கு முதலில் கனியா மீது ஒருவிதமான வியப்பும் ஆச்சர்யமும்தான் ஏற்பட்டது. மற்றவர்கள் சொல்வதுபோல அவளைப்பற்றி தவறாக நினைக்கத் தோன்றவில்லை. ஆனால் கார்த்தி அவள் பின்னால் சுத்தத் தொடங்கிய பிறகு அவளைச் சுத்தமாய்ப் பிடிக்காமல் போய்விட்டது. அவளுடன் பேசுவதை நிறுத்திக் கொண்டாள். கார்த்தி இப்படியெல்லாம் செய்கிறானா என்று அவளால் நம்பவே முடியவில்லை. ஆனால் கார்த்தி கனியாவுக்காக கிடந்து தவிப்பதையும் அங்குமிங்கும் அலைவதையும் பார்த்த பின்னால் அதைத் தாங்கிக்கொள்ள முடியவில்லை. தினமும் கார்த்தியுடன் சண்டைபோட ஆரம்பித்தாள். கார்த்தி சரியாய் வேலைக்குப் போவதில்லை. போனாலும் சம்பளத்தைக் கொண்டு வந்து சென்சிலாவிடம் கொடுப்பதில்லை. அவளைப் பற்றி எதுவுமே கண்டு கொள்வதில்லை. தானுண்டு தன் வேலை உண்டு என்பதுபோல நடந்துகொண்டான். தனக்கு அறிமுகமில்லாத வேற்று ஆளுடன் ஒரே அறையில் தங்கியிருப்பதைப் போல இருந்தான். சென்சிலாவால் இதையெல்லாம் தாங்கிக் கொள்ள முடியவில்லை. அக்கம்பக்கத்து அறைக்காரர்களிடமெல்லாம் முறையிட்டு அழுதாள். இவர்களின் கல்யாணத்திற்கு சாட்சியாக சிவன்மலைக்கு வந்தவர்களிடமெல்லாம் சொல்லி அழுதாள். எல்லோரும் வந்து அவரவர்கள் பங்கிற்கு கார்த்தியை திட்டி விட்டும் கண்டித்துவிட்டும் புத்திமதி கூறிவிட்டும் போனார்கள். இந்த விஷயமெல்லாம் ஜெயங்கொண்டத்தில் இருக்கும் சென்சிலாவின் அம்மாவிற்கும் தம்பிக்கும் தெரிந்து போனது. அவர்கள் இருவரும் உடனே புறப்பட்டு திருப்பூருக்கு வந்தார்கள். அம்மாவையும் தம்பியையும் பார்த்தவுடன் துக்கம் தாங்காமல் அவர்கள் காலைப் பிடித்துக்கொண்டு ஓவென்று அழுதாள் சென்சிலா. அக்கம்பக்கத்து அறைக்காரர்களெல்லாம் வந்து சமாதானப்படுத்தியும் சென்சிலாவின் கேவல் நிற்க நீண்ட நேரமானது.

“நாங்கல்லாம் இருக்கும்போது எங்களுக்குத் தெரியாம கல்யாணம் பண்ணி தலையில நீனே மண்ணள்ளிக் கொட்டிக் கிட்டியே” என்று சென்சிலாவின் அம்மாவும் கண்ணீர் வடித்தாள்.

“இனிமே ஒனக்கு திருப்பூரும் வேண்டாம். இந்த நாதியத்த பய சகவாசமும் வேண்டாம். அந்தப் பாவிபய கட்டுன தலிய கயட்டி வீசிப்புட்டு வா, ஊருக்குப் போவம். ஒனக்குன்னு ஒருத்தன் கெடக்காமயாப் பெயிடுவான்” என்றவள் சென்சிலாவை தன்னோடு அழைத்துக்கொண்டு போய்விட்டாள்.

ஊரில் தன் அம்மாவுடன் இரண்டு நாள்கூட முழுதாய் இருக்க முடியவில்லை சென்சிலாவால். கார்த்தியின் நினைவு அவளை அங்கு இருக்க விடவில்லை. அடிக்கடி அடிவயிற்றை தடவிப் பார்த்துக் கொண்டிருந்தாள். சென்சிலாவின் அம்மாவிற்கு புரிந்துபோனது.

"என்னடி வயத்த தடவித் தடவிப் பாக்குற? வூட்டுக்குத் தூரம் வந்து குளிச்சியா இல்லயா?"

"இல்லம்மா. மூணுமாசம் முழுவாமதான் இருக்குறன்".

"அடப்பாவி மவளே. பெத்த வயறு பத்தி எரியிதுடி. யாண்டி இப்புடிச் சந்திசிரிச்சி வந்து நிக்கற? தாலிய கயட்டி வீசுனது மாதிரி வயத்த வழிச்சி போட முடியுமாடி. எவனுக்காவது புடிச்சி கட்டி வச்சிடுவமுன்னு இருந்தனே. இப்புடி வயத்த ரெப்பிக்கிட்டு வந்து நிக்கிறியே" தலையிலடித்துக் கொண்டு அழுதாள்.

எதுவும் பேசாமல் அப்படியே உட்கார்ந்திருந்தாள் சென்சிலா.

"இதயெல்லாம் வயத்துல வச்சி வளத்துக்கிட்டு இருக்க முடியாது, கௌம்பு".

"எங்கம்மா?"

"எங்கயா? ஆஸ்பத்திரிக்கித்தான்".

"எதுக்கு?"

"கலைச்சிட்டு வந்துருவம்".

"வேண்டாம்மா?"

"வேண்டாமா?"

சுதாரித்துக்கொண்டாள் சென்சிலா. முதலில் அம்மாவிடமிருந்து தப்பிக்க வேண்டுமென்று தோன்றியது.

"இன்னக்கி வேண்டாம்மா".

"பெறவு என்னக்கிப் போறது".

"ரூமுல ஏகப்பட்ட சாமாஞ்சட்டு பொருளு எல்லாம் கெடக்கு. ரெண்டு பேரும் சேந்து வாங்குனதுதான் எல்லாம். எல்லாத்தயும் அவன்கிட்டயே உட்டுட்டு வரமுடியாது. நாம் போயி பாதிய

எடுத்துக்கிட்டு வந்தர்றன்" என்று தன் அம்மாவிடம் சொல்லிவிட்டு திருப்பூருக்கு கிளம்பி வந்து விட்டாள். இருட்டுகிற நேரத்தில்தான் அறைக்கு வந்து சேர்ந்தாள்.

கார்த்தியைப் பார்க்க வேண்டுமென்றுதான் அவள் ஓடி வந்தாள். ஆனால், அவளைப் பார்த்து, "போனவ, எதுக்காவ திரும்பி வந்த?" என்று அவன் கேட்டதும் அதிர்ச்சியாய் இருந்தது சென்சிலாவுக்கு.

"என்னோட பங்குப் பொருள பிரிச்சி எடுத்துக்கிட்டு போறத்துக்காவ வந்தன்". அவளால் இப்படித்தான் பதில் சொல்ல முடிந்தது.

"பெரிய பொருளு. எல்லாத்தயுமே எடுத்துக்கிட்டு போ" என்றான் கார்த்தி.

அறைக்குள் சுற்றும்முற்றும் பார்த்தாள். அத்தனை பொருட்களும் அப்படியே கிடந்தன.

"சைக்கிள் எங்க?"

"சைக்கிள மட்டும் நாந்தர மாட்டன்".

"சைக்கிள்தான் எனக்கு வேணும்".

"நாந்தரமாட்டன்".

"யாந் தரமாட்ட?"

"எனக்கு வேணும்".

"எனக்கும் வேணும்".

"ஒனக்கு வேணுமுன்னா வேற வாங்கிக்க. இல்லாட்டி வேற எவனயாவுது புடிச்சிக்க. புதுசா வாங்கிக் குடுப்பான்" வெடுக்கென்று சொல்லிவிட்டான் கார்த்தி.

"ஒன்னமாதிரியே என்னயும் நெனச்சிக்கிட்டியா? ஒனக்கு வேறவ தேவைப்படுதுன்னா நானும் அதுமாதிரி அலைவேன்னு நெனச்சியா? எல்லாம் நீனாப் பேசல. அந்தச் சிறுக்கி ஒன்னப் பேச வைக்கிறா". ஆத்திரத்தில் முகம் சிவந்தது. மூக்கு விடைத்தது. உதடுகள் துடித்தன.

சட்டையை எடுத்துப் போட்டுக்கொண்டு வெளியே போய் விட்டான் கார்த்தி. சென்சிலா கதவை சாத்திக்கொண்டு உள்ளேயே

அழுதுகொண்டிருந்தாள். சென்சிலா வந்திருப்பதும், இருவரும் மறுபடியும் சண்டை போட்டுக்கொண்டதும் ஒருவர் மூலம் ஒருவருக்கென்று வேலைக்குப் போய்விட்டு வந்த எல்லோருக்கும் தெரிய வந்தது. எல்லோரும் வந்து சென்சிலாவுக்கு ஆறுதல் கூறித் தேற்றிவிட்டு அவசர அவசரமாய் சமையல் வேலை செய்யவும் நைட்ஷிப்டு வேலை செய்யவும் ஓடிக்கொண்டிருந்தார்கள்.

சென்சிலா பாயில் அழுதுகொண்டே சுருண்டு படுத்திருந்தாள். கதவைத் தள்ளித் திறந்துகொண்டு திலகாவும் கனியாவும் சென்சிலாவின் அறைக்குள் வந்தார்கள். முதலில் திலகாவை மட்டும் பார்த்து "வாங்கக்கா" என்றவள் அவளின் பின்னால் வந்து நிற்கும் கனியாவைப் பார்த்துவிட்டு முகத்தை திருப்பிக்கொண்டாள்.

திலகா நாடாக் கட்டிலில் போய் உட்கார்ந்தாள். கனியாவையும் தன் பக்கத்தில் உட்காரும்படி சைகையால் சொன்னாள். கனியா உட்கார்ந்தாள். மூவரும் எதுவும் பேசவில்லை. சிறிதுநேர மௌனத்திற்குப் பிறகு திலகாவே பேச்சை ஆரம்பித்தாள்.

"ஊருக்குப் போன நீ எங்க அங்கயே இருந்துடுவியோன்னு நெனச்சன். பரவால்ல வந்துட்ட".

"நான் வரலன்னா ஒங்க கூட்டாளிய கொண்டாந்து இந்த ரூமுலயே குடியிருக்க வச்சிருக்கலாமேன்னு நெனச்சீங்களா?"

"என்ன சென்சிலா நீ. ரெண்டு வருசமா பழகியும் என்னப் போயி இப்புடி நெனக்கிறியே".

"ரெண்டு வருசமா இருந்த திலகாக்கா வேற. இப்ப ரெண்டு மாசமா இருக்குற திலகாக்கா வேற".

"நீதான் அப்புடி நெனச்சிக்கிட்டு இருக்குற? ஓங்கல்யாணத் துக்கு ஒன்னய தூண்டிவிட்டதே நாந்தான. கல்யாணத் திட்டமெல்லாம் போட்டுக்குடுத்து தாலி வாங்குனத்துலேருந்து எல்லாம் கிட்டருந்து செஞ்சவ நான்தான? மறந்துட்டியா எல்லாத்தயும்".

"ஆமாம். கல்யாணத்த பண்ணிவச்ச நீங்கதான் யாங் குடும்பம் கெடவும் குழி பறிச்சீங்க".

"......"

"யாம்மேல அக்கற இருந்தா இதுமாதிரி ஒரு பொம்புளய ஊட்டுல சேர்த்து வச்சிருப்பீங்களா".

"நீ நெனக்கிற மாதிரி இல்ல சென்சிலா. கனியா ரொம்ப நல்ல பொண்ணு".

"நாந்தான் மோசமானவ போலருக்கு".

"ஒன்ன மோசமானவன்னு யாரு சொன்னா? ஓம் புருசன் கனியா இல்லாட்டியும் வேற யாரு பின்னாடியாவுது சுத்தப் போறவன்தான்".

அவன் யாரு பின்னாடியாவது சுத்திட்டுப் போகட்டும். இவங்க எதுக்குக் கூப்புடணும்.

"இவ கூப்புட்டத்த நீ பாத்தியா?"

"கூப்புடாமத்தான் எல்லாரும் வாறானுங்களா?"

"புரியாமல் பேசாத சென்சிலா!"

"என்ன புரியலங்குறீங்க. இப்ப நான் இருக்குறன், நீங்க இருக்குறீங்க. நம்ம பின்னாடியெல்லாம் இத்துன பேரு சுத்திக்கிட்டுத் தான் இருக்குறானுங்களா?"

"கனியாவைப் பத்தி ஒனக்குத் தெரியாது. ஒண்ணுந் தெரியாமயே நீ வாயிக்கு வந்தபடியெல்லாம் பேசாத. ஆம்பளங்க தான் அவ பின்னாடி சுத்தறானுங்களே தவர அவ யாரயும் கால் தூசுக்கு சமமாக்கூட மதிக்கிறதில்ல தெரியுமா? அவ இருக்குற அழகுக்கு அவ ஆசப் பட்டான்னா எப்புடியாப்பட்ட மாப்பிள்ளைய வேணுமுன்னாலும் கட்டிக்கலாம். அவளுக்கு இந்த கார்த்தியெல்லாம் காத்துல பறக்குற வய்க்கத்தூசி மாதிரி தெரியுமா? ஆம்புளைங்க சகவாசமே வேண்டான்னுட்டுத்தான் அவ வூட்டுல யாருகிட்டயுமே சொல்லாம திருப்பூருக்கு ஓடியாந்துருக்குறா".

"ஆம்புளைங்களோட அவ சிரிச்சிப் பேசுறதெல்லாம் பொய்யா?"

"பொய்யில்ல. ஆம்பளைங்ககூட சிரிப்பா பேசுவா பொழங்குவா. ஆனா ஒன்னமாதிரியெல்லாம் எந்த ஆம்பளையையும் நம்ப மாட்டா. எவனுக்காகவும் இவ அழுவ மாட்டா, பட்டினி கெடக்க மாட்டா, கஷ்டப்பட மாட்டா".

சென்சிலாவுக்கு எதுவும் புரியவில்லை. பாயில் எழுந்து உட்கார்ந்தாள். திலகாவின் முகத்தைப் பார்ப்பதுபோல சாடையாய் கனியாவைப் பார்த்தாள். அவள் கட்டிலின் நாடா நரம்புகளை கட்டைவிரல் நகத்தால் கீறிவிட்டுக்கொண்டிருந்தாள்.

“கார்த்திய நீ கல்யாணம் பண்ணிக்கிட்ட அவன் மேல ஆசயா, உயிரா இருக்குற. நீ நெனக்கிற மாதிரி அவன் ஒன்ன நெனக்கிறானா?”

“அவனுக்குத்தான் புத்திக்கெட்டுப் போச்சே”.

“புத்தி கெடல சென்சிலா. ஆம்பளைங்க புத்தியே அதான்”

“ஆம்பளைங்க அப்புடித்தான் இருப்பாங்க. பொம்பளைங்க நம்மதான் பொறுப்பாருந்து குடும்பத்தக் காப்பாத்தணும்”.

“என்னத்துக்கு பொறுப்பாருக்கணுமுங்குற? ஆம்பளைங்களுக்கு இல்லாத பொறுப்பு பொம்பளைங்களுக்கு மட்டும் எதுக்கு இருக்கணும்?”

“அப்புடி நெனச்சா குடும்பம் என்னாவுறது, சந்தில பெயிடாதா?”

“போவட்டுமே எதுக்காவ குடும்பத்த காப்பாத்தணும்? குடும்பம் மட்டும் நம்பளுக்கு என்ன பெரிசா செய்யிது? அழுவாம, கஷ்டப்படாம, சந்தோஷமா எங்க இருக்க முடியுதோ அதான் குடும்பம். அதுமேரி குடும்பம் நம்மளுக்கு எங்க வாய்க்கிது?”

வெளிய போயிருந்த கார்த்தி திரும்பி வந்தான். கார்த்தியைப் பார்த்தவுடன் திலகாவும் கனியாவும் வெளியே போய்விட்டார்கள். கார்த்திக்கு எதுவும் புரியவில்லை. திலகா அறைக்குள் வந்தது பேசிக்கொண்டிருந்ததுகூட அவனுக்குப் பெரிதாய் தோன்றவில்லை. ஆனால் கனியா வந்துவிட்டுப் போனதைத்தான் அவனால் யூகிக்க முடியவில்லை.

இவளாக அவர்களைக் கூப்பிட்டு வம்பு செய்திருப்பாளோ என்று எண்ணினான்.

“எதுக்காவ இங்க வந்துட்டுப் போவுதுவொ ரெண்டும்?”

“தெரியல”.

“ஒனக்குத் தெரியாமயா இங்க வந்துதுவொ. நீனாக் கூப்புட்டியா?”

“நா எதுக்காக கூப்புடுறன்?”

“நீ என்ன சொன்ன?”

“நான் ஒண்ணும் சொல்லல”.

"திலகாக்கா என்ன சொன்னிச்சி?"

"ஏதோ சொன்னிச்சி".

"ஏதோ சொன்னிச்சின்னா?"

"அதுக்கெல்லாம் அகராதி படிக்க என்னால முடியாது".

"அந்த கனியா என்ன சொன்னிச்சி?"

"பக்கத்து ரூமுதான போயி கேட்டுட்டு வாறது".

"ஒன்னக்கிட்ட மனுஷன் பேசுவானா? மிருக சென்மந்தான நீ. இந்தா" என்று எரிச்சலுடன் தூக்கிப் போட்டான் பூரி பொட்டலத்தை.

பரவாயில்லை நமக்கு பசிக்குமென்று நினைத்துக்கூட பூரியெல்லாம் வாங்கி வந்திருக்கிறானே என்று நினைத்தாள். ஆனால் அதைத் தொடக்கூட அவளுக்குப் பிடிக்கவில்லை. 'நீ வாங்கியாந்துக் குடுத்து நான் சாப்பிடுவனா' என்பதுபோல அதைத் திரும்பிக்கூட பார்க்காமல் பாயில் அப்படியே படுத்துவிட்டாள். சட்டையை கழற்றி மாட்டிவிட்டு படுக்கப் போனவன், "இங்க பார், இந்த ரூம்ல இருக்குற பொருளுல என்னென்ன வேணுமோ நீ எடுத்துக்கலாம். ஆனா இன்னக்கி ஒருநாள், இந்த ராத்திரி மட்டுந்தான் நீ இங்கருக்கலாம். விடிஞ்சா கௌம்பிடணும் ஆமா. இன்னோரு தடவ ஒன்னக்கிட்ட இதுக்காவ வம்பு வளக்க முடியாது என்னால" என்றான் கண்டிப்பான குரலில்.

இவள் ஒருத்தி இருப்பதையே உணராதவன்போல நாடாக் கட்டிலை தட்டிவிட்டு படுத்துக்கொண்டான். சிறிது நேரத்தில் தூங்கியும் விட்டான்.

சென்சிலாவுக்கு தூக்கம் வரவில்லை. படுக்கை நெருப்பைப் போல சுட்டது. இந்த அறையை விட்டு நாம் காலையில் வெளியேறி விட வேண்டுமா? என்ன கொடுமை இது? என்ன தீங்கு செய்து விட்டோம் இவனுக்கு. நன்றாக இருந்தவன் எதற்காக நம்மை இப்படி விரட்டியடிக்க வேண்டும் என்று பலவாறாக யோசித்துக் குழம்பினாள்.

இல்லை இவனைவிட்டுப் போகக்கூடாது. எது சொன்னாலும் தாங்கிக்கொண்டு இவனோடுதான் வாழவேண்டுமென்று முடிவு செய்தாள். திலகா சொன்னதெல்லாம் அர்த்தமற்றதுபோல தோன்றியது. ஆணில்லாமல் பெண் மட்டும் தனியாய் வாழ்வது ஒரு வாழ்க்கையா.

ஏமாந்த நரி ச்சிச்சீ இந்தப் பழம் புளிக்கும் என்பதுபோலத்தான் புலம்புகிறாள் திலகா. அவள் பேச்சைக் கேட்டால் உருப்பட முடியாது என்று தோன்றியது.

"மாதாவே என்ன கைவிட்டுறாதே இவனோடு வாழவையி" மனமுருக வேண்டிக்கொண்டாள். எழுந்து மெழுகுவர்த்தியை நிறுத்தினாள். அறையில் மறுபடியும் இருள் சூழ்ந்தது. நாடாக் கட்டிலில் படுத்திருந்த கார்த்தியின் ஓரமாய் போய் ஒண்டிக் கொண்டு படுத்தாள்.

மல்லாந்து படுத்திருந்தவன் இவள் படுப்பதை உணர்ந்து அலுப்பாய் 'இச்' கொட்டிவிட்டு வேறு பக்கமாய் திரும்பிப் படுத்துக் கொண்டான். எட்டித் தள்ளிவிடாதவரை நாமே விலகிப் போகக்கூடா தென்று நினைத்தாள். அவன்மீது கையைப்போட்டு மெதுவாக தன் பக்கமாக இழுத்தாள்.

"என்ன" என்றான் லேசான முறைப்புடன்.

"திரும்பிப் படு கார்த்தி".

திரும்பிப் படுத்தான்.

"நான் விடிஞ்சதும் இந்த ரூமவுட்டு போயிடணுமா?"

"நீதான போவணுமுன்ன"

"இந்த பொருளுவளுக்காவத்தான் ஊருக்குப் போன நான் திரும்பி வந்தேன்னு நெனக்கிறியா?"

"அப்புடித்தான நீ சொன்ன?"

"அது உண்மையாருக்குமுன்னு நம்புறியா?"

"அதெல்லாம் எனக்குத் தெரியாது".

"நான் போயிட்டேன்னா நீ சந்தோஷமா இருப்பியா?"

"இருக்கவேண்டியதுதான்".

"அது எப்புடி முடியும் ஒன்னால? ரெண்டு வருசமா ஒண்ணாச் சேந்து இருந்துட்டு இப்ப கல்யாணமும் பண்ணிக் கிட்ட பெறவு, இப்புடியெல்லாம் பேச ஒனக்கு எப்புடி மனசு வருது?"

"கல்யாணம் பண்ணிக்கிட்டமுங்குறியே, நான் கட்டுன தாலி ஓங்கழுத்துல கெடக்கா இப்ப?"

"அத கட்டுனத்துக்குப் பெறகுதான் நமக்குள்ள பிரச்சினையே ஆரம்பிச்சிது. அது இனிமே வேண்டாம். கயட்டி வச்சிருக்குறன். ஒரு நாளக்கி சிவன்மலைக்குப் போயி உண்டியல்ல அத போட்டுட்டு வந்துருவம். எம்மேல ஏதாவுது கொறன்னா சொல்லு கார்த்தி. நான் திருத்திக்கிர்றன்".

"கொறயெல்லாம் ஒண்ணுமில்ல".

"பெறகு எதுக்காக நீ மாறுன?"

"மனுஷன்னா அப்புடி இப்புடி இருப்பாந்தான். அதயெல்லாம் நீ ஏன் பெருசு படுத்துற?"

"நீ கனியாகூட பழகுறத்த நான் கண்டிக்கக் கூடாதுங்குறியா?"

"ஆமா".

"அவகூட எதுக்காவ பழகணும்? அவள கட்டிக்கிட ஆசப்படுறியா?"

"இல்ல".

"ஓங்கூட உண்மையாவே அவ பழகுறாளா?"

"தெரியல".

"இன்னக்கி மாதிரியே அவகூட என்னக்கிம் பழக்கம் வச்சிக்கிட்டு இருப்பியா?"

"அது எப்புடி முடியும்?

"ஏன் முடியாது?"

"அவ நெலயா இருப்பாளா? அவளுக்கு எத்துனயோ பேரு".

"நீ நெலயா இருப்பியா?"

"இருப்பனே".

"அப்ப நேத்து இருந்த மாதிரிதான் இன்னக்கும் இருக்குறியா?"

"ஆமா".

"அப்பறம் எதுக்காவ என்ன உட்டுட்டு அவகிட்ட போவுது ஓம் மனசு".

"சும்மா ஒரு ஜாலிக்காவத்தான்".

"சும்மா ஒரு பத்துநாளு ஜாலிக்காக ஒம்மேல உண்மையா ஆச வச்சிருக்குற என்ன வேண்டாங்கலாமா? வாழ்நாளு முழுக்க நம்ம சேந்து இருக்கணுமுன்னு, ஊருக்குப் போயி எடம் வாங்கி வீடு கட்டிக்கணும், தையல் கட வச்சிக்கணும், புள்ளைங்கள நல்லா படிக்க வைக்கணு முன்னு எவ்வளது ஆச ஆசயா பேசுன?"

"......"

"பத்துநாளு சந்தோஷத்துக்காக அது எல்லாத்தையும் வேண்டான்னு தூக்கி வீசலாமா?"

எதுவும் பேசாமல் அமைதியாய்ப் படுத்துக் கிடந்தான் கார்த்தி. சென்சிலா பேசியவற்றையெல்லாம் ஆமோதிப்பது போலிருந்தது அவனது மௌனம். இனிமேல் திருந்தி விடுவானென்று நம்பினாள் சென்சிலா. அவளின் பக்கமாய் திரும்பிப் படுத்தவன் அவள்மீது கை போட்டுக்கொண்டான். மனத்தின் பாரம் சற்று குறைந்தது போலிருந்தது சென்சிலாவுக்கு.

விடிந்த பிறகு என்ன சமைக்கலாம், எந்த கம்பெனிக்கு வேலைக்குப் போகலாமென்றெல்லாம் எண்ணியவாறே கண்களை மூடிக்கிடந்தாள் சென்சிலா. சிறிதுநேரத்தில் தூங்கிப்போனாள்.

சென்சிலாவின் கனவில் திலகாவும் கனியாவும் மறுபடியும் வந்தார்கள். அவர்கள் இருவரும் மாற்றி மாற்றி எதையெதையோ சொல்லி விளக்கிக்கொண்டிருந்தார்கள். எல்லாவற்றிற்கும் பெருமாள் கோயில் மாடுபோல தலையாட்டிக்கொண்டிருந்தாள் சென்சிலா.

# 30

அதிகாலை நாலரைக்கெல்லாம் விழிப்பு வந்து விட்டது மணிமேகலைக்கு. கதவைத் திறந்துகொண்டு வெளியே வந்தாள். காம்பௌண்டுக்குள் அங்குமிங்குமாய் ஒருசில அறைகளின் வெளிச்சம் தெரிந்தது. வளர்மதியும் கலாவும் தூங்கிக்கொண்டிருந்தார்கள். கலா மட்டு மென்றால் எழுப்பிவிடுவாள். வளர்மதியும் சேர்ந்து தூங்குவதால் அவளுக்கு எழுப்ப மனம் வரவில்லை. எந்த கஷ்டமென்றாலும் பார்த்துக்கொள்ள வளர்மதி இருக்கிறாள் என்ற நினைவில் அம்மா, மகள் இருவரும் படுத்த சிறிதுநேரத்திலேயே தூங்கிவிட்டார்கள். ஆனால் வியர்வை வழிந்தோட காற்றில்லாததாலோ அல்லது திருப்பூரைப் பற்றியும் மணிமேகலை கலாவை விட்டு விட்டுப் போவது பற்றியுமான சிந்தனைகளாலோ வளர்மதிக்கு நீண்டநேரம்வரை தூக்கம் வரவில்லை. அவள் தூங்காமல் புரண்டுகொண்டு கிடந்ததை இடையிடையே அரைத் தூக்கத்தில் இருக்கும்போது மணிமேகலை கவனித்தாள். அதனால் அவளை எழுப்பி விடக் கூடாதென்று நினைத்தாள்.

தானும் கலாவும் எட்டரை மணிக்கு கம்பெனிக்கு போக வேண்டும் என்ற நினைவு திரும்பத் திரும்ப வந்தது. மெதுவாக கலாவின் காலைப் பிடித்து இழுத்து சுரண்டினாள்.

"என்னம்மா?" துடித்துப்பிடித்து எழுந்தாள் கலா.

"எழும்பு. தெக்காக்க போறன்னா இருட்டோட பெயிட்டு வந்துறலாம்".

"தெக்காக்கன்னு சொல்லாத. அது நம்ம ஊருல. இஞ்சயெல்லாம் காட்டுக்குன்னுதான் சொல்றாவொ".

"எனக்கு தெக்காக்கன்னுதான் வருது வாயில".

"விடிஞ்சிட்டாம்மா".

"விடியப் போவுது". தண்ணீரை வெளியே எடுத்து வைத்து விட்டு இருவரும் காட்டிற்குப் போவதற்காக கதவை லேசாக ஒருக்களித்து வைத்தாள்.

கதவு சத்தம் கேட்டு எழுந்த வளர்மதி, "நில்லுக்கா நானும் வாறன்" என்று எழுந்து வந்தாள். விஸ்வநாதன் காம்பௌண்டை ஒட்டியே இருந்தது அந்த பெரிய காடு. கருவை மரங்களும் ஒருவகை கள்ளிக் குத்தடிகளும் நிறைந்த அந்தக் காடுதான் விஸ்வநாதன் காம்பௌண்டில் குடியிருக்கும் எல்லோருக்கும் பொதுக் கழிப்பிடமாக இருந்தது. காட்டுக்குள் நிறைய பன்றிகள் இருந்தன. மனிதக் கழிவுகளைத் தின்றுவிட்டு அவை ஆங்காங்கே விட்டைகளைப் போட்டு தரையையே கருமையாக்கிக் கொண்டிருந்தன. சிறிதுநேரம் நின்று இருட்டுக்குள் பார்க்க கண்களைப் பழக்கிக்கொண்டார்கள். பன்றி விட்டைகளையோ நரகலையோ மிதித்துவிடாதபடி கவனமாய் அடியெடுத்து வைத்து நடந்தார்கள் மூவரும்.

"செருப்பில்லாம வெறுங்காலோட மட்டும் இந்த பக்கம் வந்துராதிய்ய" என்றாள் வளர்மதி.

பக்கத்தில் கிடந்த பன்றிகள் உறுமியபடி எழுந்து பின்னோக்கி நடந்தன. உள்ளே போகாமல் ஓரமாகவே உட்கார்ந்துகொண்டார்கள்.

"பகல்ல வந்தாக்கொட காட்டுக்குள்ள பெயிட்டுப் போவலாம் போலருக்கு. பரவால்ல" என்றாள் வளர்மதி.

“ஆமாமா. நம்ம ஊருமேரி எந்த நேரத்தலயும் வெளிய் தெருவ போவலாம்”.

“பகல் நேரத்துல நம்ம எங்க ஊட்டுல இருக்கப் போறம். அதான் வேலக்கிப் பெயிடுவமே” என்றாள் கலா.

“வேலக்கிப் போனான்ன போவலன்னான்ன இதுமேரி ஒரு வசதி இருக்குல்ல”.

“தண்ணிக் கஷ்டம் மேரி இதுவும் கஷ்டமாயிருந்தா என்ன செய்ய முடியும்”.

“ஆமாமா. ஆத்திரத்தக்கொட அடக்கிடலாம்....இத அடக்க முடியுமா?” என்று சொல்லிவிட்டு சிரித்த மணிமேகலை எட்டு மணிக்கெல்லாம் கிளம்பிவிட வேண்டுமென்ற முனைப்போடு விறுவிறுவென்று வேலைகளை செய்துகொண்டிருந்தாள்.

இடையிடையே கலாவை அழைத்துக்கொண்டு போய் இரண்டிரண்டு குடமாக தண்ணீர் எடுத்துக்கொண்டு வந்தாள். பால் வாங்கிக் காய்ச்சி டீ போட்டாள், சோறாக்கினாள். பச்சை மிளகாய்ப் போட்டு பூண்டு, மிளகு ரசம் வைத்தாள். பருப்பு வேகப்போட்டு சாம்பார் வைக்கலாமென்றுதான் நினைத்தாள். ஆனால் வளர்மதி அதற்கு ஒத்துக்கொள்ளவில்லை.

“கொழம்பெல்லாம் வச்சிக்கிட்டு கெடக்காதக்கா. கஞ்சில திம்பம், வூட்டு வேலய கொறச்சிக்க. நேரத்துல கம்பெனிக்கு போறதப் பாரு”.

“எங்களுக்குன்னா பரவால்ல தங்கச்சி. ஒனக்கு எப்புடி வெறுஞ் சோத்தக் குடுக்குறது?”

“அப்புடின்னா கொஞ்சமா ரசம் மட்டும் வச்சிக்க. வேற ஒண்ணும் வேண்டாம்”.

“தொட்டுக்கிட?”

“ரசத்துல நாலஞ்சி பச்சமொளவாயக் கீறிப்போட்டு வையி. அதயே தொட்டுக்கிடலாம்”.

“ஒரு முட்ட வாங்கியாறந் தங்கச்சி ஒனக்கு மட்டும்”.

“அதெல்லாம் வேண்டாங்க்கா. நீங்க திங்கறத்தயே நானும் திங்கிறன். யான் ஊட்டுல மட்டும் தெனமும் வறுத்த கறியும்

பிரியாணியாவுமா திங்கிறன். நீங்க ரெண்டியரும் கம்பெனிக்குப் போயி ஒரு நாளைக்காவுது வேல செஞ்சிப் பாத்து, வேல புடிக்கிதுன்னு சொன்னாப் போதும் எனக்கு. நிம்மதியா ஊருக்குப் போவன்".

"எந்தெந்த தேசாந்திரத்துலேருந்தெல்லாமோ இவ்வள பேரு வந்து வேல செய்யிறாவொ. எங்களுக்கு மட்டுமா புடிக்காமப் பெயிறப் போவுது. எவ்வள கஷ்டமுன்னாலும் செய்ய வேண்டியதுதான்".

"அப்புடியெல்லாம் ஒண்ணும் கஷ்டப்படாண்டாம். புடிக்கலன்னா சொல்லிருக்கா".

"புடிக்கலன்னுட்டு போவ எங்களுக்கு வேற எடமாருக்கு? வந்தாச்சி. கஷ்டமோ நஷ்டமோ இங்கயே இருந்துட வேண்டியது தான் கலாவ கட்டிக்குடுக்குற வரைக்கும். அத ஒரு எடத்துல புடிச்சிக் குடுத்துட்டன்னா அக்கடான்னு நான் எங்க கெடந்தாலும் கேள்வியில்ல".

"எல்லாம் நல்லா நடக்கும். ஒண்ணும் கவலப்படாதக்கா".

மணிமேகலை சோர்ந்த முகத்துடன் வேலைக்குப் போனாள். மதியம் அரைமணி நேரம்தான் இடைவேளை. கம்பெனி பக்க மென்பதால் இருவரும் வீட்டில் வந்து சாப்பிட்டுக் கொள்ளலா மென்று சொல்லிவிட்டுப் போனார்கள். மணிமேகலையும் கலாவும் போன பிறகு வளர்மதி மட்டும் அறையில் தனியாக படுத்திருந்தாள். விஸ்வநாதன் காம்பௌண்டே காலியாகி விட்டிருந்தது. எல்லா அறைக் கதவுகளும் மூடப்பட்டு பூட்டு தொங்கிக்கொண்டிருந்தது. சில அறைகளில் மட்டும் சிறு குழந்தைகளும் ஓரிரண்டு வயதானவர்களும் இருந்தார்கள். ஒன்பதாம் அறைப் பெண்ணுக்கு எட்டுமாதக் கர்ப்பம் என்பதால் அவள் வேலைக்குப் போகவில்லை. கம்பெனி வேலைக்குப் போகவில்லையே தவிர வீட்டில் சிறுபொழுதுகூட சும்மா உட்காராமல் எதையெதையோ செய்துகொண்டிருந்தாள். வளர்மதி மட்டும் தனியாய் படுத்திருப்பதை பார்த்துவிட்டு அவ்வப்போது வந்து வந்து ஏதாவது பேச்சுக் கொடுத்துப் பேசிவிட்டுப் போனாள். அவள் தொடர்ந்து இப்படி ஓடிஓடி வேலை செய்வதை கவனித்த வளர்மதி, அவளைக் கூப்பிட்டு சிறிதுநேரம் உட்காரச் சொன்னாள். அதற்கு ஒப்புக்கொண்டு பத்தாம் நம்பர் அறைக்கு நேராய் வெளியே நின்ற பெரிய கருவை மர நிழலில் நாடாக் கட்டிலை கொண்டுவந்து போட்ட தெய்வானை வளர்மதியையும் கூப்பிட்டு அதில் வந்து உட்காரச் சொன்னாள். வளர்மதியோடு தானும் உட்கார்ந்துகொண்டாள்.

கம்பெனி வேலை, சம்பளம், சாப்பாடு பற்றியெல்லாம் பேசிக் கொண்டிருந்தனர்.

ஆறாம் எண் அறை சிறுமிகள் விரித்த தலையோடும் ஜட்டி யோடும் பிளாஸ்டிக் டப்பாக்களில் மண்ணள்ளி வைத்து விளையாடிக் கொண்டிருந்தார்கள். வெயில் சுள்ளென்று அடித்தது.

“வாண்டுகளா, வெயில்ல எதுக்கு வெளயாடுறீங்க? இப்புடி வந்து நெழலுல வெளயாடுங்க” என்று கூப்பிட்டாள் தெய்வானை. மண் டப்பா மற்றும் விளையாட்டுச் சாமான்களை அள்ளிக்கொண்டு மரநிழலுக்கு வந்தன குழந்தைகள். சிறிய பெண் பிள்ளை கைகளில் ஒட்டியிருந்த ஈர மண்ணை கிள்ளி கிள்ளி எடுத்தபடியே கட்டிலில் ஏறி உட்கார்ந்தது. பெரிய பெண் பிள்ளை அதனை விளையாட வரும்படி அழைத்தது. பலமுறை அழைத்தும் வராததால் கிட்டே வந்து பிடித்து இழுத்தாள் பெரியவள். வரமாட்டேன் என்று சொல்வதுபோல கட்டிலில் படுத்து உடம்பால் அழிச்சாட்டியம் செய்தது. “வுடு அதயாம் புடிச்சி இழுக்குற” என்று அதட்டினாள் தெய்வானை. பெரிய பிள்ளை தான் மட்டும் உட்கார்ந்து விளையாட ஆரம்பித்தது. இவ்வளவு நேரமும் வெயிலில் விளையாடிய அசதியோ சோர்வோ தெரியவில்லை. கட்டிலில் படுத்த பிள்ளை அப்படியே தூங்கிப் போனது. அதனுடைய கால்களை இழுத்துப்போட்டு நேராக படுக்க வைத்தாள் வளர்மதி.

“இந்த புள்ளய யான் இப்புடி இருக்குதுவொ. பாத்துக்கிட யாருமில்லயா?” என்றாள் வளர்மதி.

நான் பாக்குறப்பவெல்லாம் இது இப்புடித்தான் இருக்கு துங்க. இது அம்மா இருந்தாலும் பாக்காது. இல்லன்னாலும் இப்புடித்தான். அப்பனா பாத்து என்னைக்காவுது தலை சீவிவுட்டு துணிமணிய போட்டு விட்டாத்தான். இல்லன்னா இதுக இப்புடித்தான் நிக்கிங்க. இப்ப ஒரு வேடிக்கையப் பாருங்களேன்” என்றவள் தனியாய் விளையாடிக்கொண்டிருந்த அந்த பெரிய பிள்ளையைக் கூப்பிட்டாள். “இங்க வாயன்”.

கிட்டே வந்தாள் அந்தச் சிறுமி. அவளிடம் வளர்மதியைக் காட்டி “இந்தக்கா இந்த ரூமுக்கு புதுசா வந்துருக்குறாங்க, தெரியுமா?”

“ம். தெரியும்” தலையாட்டினாள் அவள்.

“இவங்களுக்கு ஓம் பேரச்சொல்லு பாப்பம்”.

“யாம் பேரு... ம்.. ம்.. கார்த்திகா”.

"ஓம் தங்கச்சி பேரச் சொல்லு".

"தங்கச்சி பேரு.. ம்.. ம்.. கிருத்திகா".

"ஓங்கம்மா பேரு?"

"பழனியம்மா".

"அப்பா பேரு?"

ஒருமுறை விஸ்வநாதன் காம்பௌண்டிற்குள் வரும் வழியை நெடுகிலும் பார்த்துவிட்டு, தங்களுடைய அறையையும் நோட்டமிட்டு விட்டு மெதுவாய்க் கேட்டாள்.

"எந்த அப்பா பேரு?"

"ஒனக்கு எத்துன அப்பா?"

"ரெண்டப்பா" பார்வை மட்டும் யாரும் வருகிறார்களா என்று பார்த்தபடி வழிமீதே பதிந்திருந்தது.

"இந்த அப்பா பேரு என்ன?"

"நடராசு".

"ஊருல இருக்குற அப்பா பேரு?"

"ராமச்சந்திரன்". சிரித்துக்கொண்டே ஓடிவிட்டாள் கார்த்திகா.

"இந்த ஒட்டுச்சாலையில இருக்குற எல்லாருக்கும் இந்த புள்ளங்கக்கிட்ட இதாங்க்கா வெளயாட்டு. அது சொல்லுறத்தக் கேட்டு எல்லாரும் சிரிக்கிறாக. இங்கருக்குற அப்பன் நடராசு மட்டும் 'ஒன்னய கொல்லாம விடுறனா பாருன்னு' கத்திய எடுத்துக்கிட்டு வெரட்டுவாரு".

"யாம் அப்புடி? உண்மையாவே அதுக்கு ரெண்டு அப்பாவா?"

"ஆமாம்".

"அது எப்புடி?"

"மொத புருசன் இருக்குறாரே ராமச்சந்திரன், அவருக்கு திருச்சி தான் சொந்த ஊரு. மூப்பனாரு சாதியாம். கருப்பா கெச்சலா இருப்பாரு. காது கேக்காது. ராத்திரியில கண்ணுத் தெரியாதாம். பழனியம்மா நல்ல ஒசரமா செவப்பா இருக்கும். ஆனா அவங்க ஊட்டுல ஒரு வசதியும்

கெடயாதாம். சொத்து சொகம் இருக்கேன்னு ராமச்சந்திரனுக்குக் கட்டிக் கொடுத்துட்டாங்களாம். பழனியம்மாவோட அம்மாவும் அப்பாவும் பொழப்புக்காக திருப்பூரு வந்திருக்குறாங்க. இங்க அவங்க அம்மாவுக்கு சித்தாளு வேலயாம். அப்பாவுக்கு ஏதோ ஒரு கம்பெனியில வாட்ச்மேன் வேலயாம். ராமச்சந்திரனுக்கிட்ட கோச்சிக்கிட்டு அம்மாவூட்டுக்கு திருப்பூருக்கு வந்துருக்கு பழனியம்மா. வந்த எடத்துல சும்மா இருக்காம அம்மாகூடவே சித்தாளு வேலக்கிப் போயிருக்கு. அப்புடி வேலக்கிப்போன எடத்துலதான் பிளம்பர் நடராசன்கூட பழக்கவழக்கம் ஏற்பட்டுப் போச்சாம். அப்பறந்தான் கார்த்திகா கிருத்திகாவெல்லாம் பொறந்துருக்கு. அந்தாளு கோச்சிக்கிட்டுப் போன நம்ப பொண்டாட்டி தானாவே திரும்பி வரட்டும் வரட்டுமுன்னு காத்துக்கிட்டு இருந்துட்டு தனியா கெடந்து கஷ்டப்பட்டு பாத்துட்டு, நாலஞ்சி வருசம் கழிச்சி பொண்டாட்டிய கூட்டிக் கிட்டுப் போவ வந்துருக்குறாரு. புள்ளகுட்டிகளோட பழனியம்மா இருக்குறதப் பாத்துட்டு ஒண்ணும் பேச முடியலயாம். எது இருந்தாலும் இருந்துட்டுப் போவுது. நீ வூட்டுக்கு வான்னு கூப்புட்டு அழுதுருக்காரு. அவரயும் வெரட்டியடிக்க முடியாம இவரயும் வெலக்கிவிட முடியாம இப்ப ரெண்டாட்டுல வூட்டுன குட்டியாத் திண்டாடுது. ஊருல போயி ஒக்காந்துக் கிட்டு நாலு நாளக்கி அந்தப் புருசனுக்கு ஆக்கிப்போடும். அப்பறம் பத்துநாளு இங்க வந்து இருக்கும். இப்புடியே திருப்பூருக்கும் திருச்சிக்குமா ரோடு போட்டுக்கிட்டிருக்குது".

"ம்".

"இந்த புள்ளைங்க புருசனையெல்லாம் அங்க அழச்சிக் கிட்டு போவ முடியாதாம். அவர வேணுமுன்னா இங்க கொண்டாந்து வச்சிக்கிடலாமுன்னு நெனச்சி ஒரு தடவ கூட்டிக்கிட்டு வந்திச்சி. வந்து பத்து பதினஞ்சி நாளு இருந்து பாத்துட்டு பெயிட்டாரு".

"யானாம்?"

"இங்க இருக்கப் புடிக்கலயாம்".

"அப்பறம்?"

"அப்பறம் என்ன செய்ய முடியும்? பழனியம்மாதான் அங்கயும் இங்கயுமா முன்ன மாதிரியே அலயிது. இப்பகூட அங்கதான் போயிருக்கு. போயி மூணு நாளாயிட்டு. நாளக்கி, நாள மறுநாளு வரும்".

"பரவால்லயே".

"என்னக்கா பரவால்லங்குறீங்க" என்றாள் தெய்வானை சிரித்துக்கொண்டே.

"திருப்பூரு பரவால்ல. ஒலகம் எங்கயுந்தான் பொம்பளங்க வேலவெட்டி செஞ்சி சம்பாரிக்கிறாங்க. ஆனா இந்த ஊருல இருக்குற மேரி பொம்பளங்க வேற எந்த ஊருலயும் இருந்து நான் பாத்ததில்ல".

"ஆமாம். இங்க பணம் சம்பாதிக்க முடியுமே தவிர நல்ல பேரோட வாழ முடியாது. ஊரு முழுக்க தேடிப்பாத்தாலும் பொம்ளைங்கல்ல ஒருத்த ரெண்டுபேரக்கொட கண்டுபுடிக்கிறது கஷ்டமாருக்கும். எப்புடியாப்பட்ட பொண்ணாருந்தாலும் திருப்பூருக்கு வந்தா கெட்டுப் பெயிரும்".

"அது எப்புடி?"

"ஒண்ணு ஆம்புளைவொகூட சேந்துக்கிட்டு கூத்தடிக்குங்க. அப்புடி தப்பு தண்டா எதுவும் செய்யாத பொண்ணுவொள பாத்தா, ரொம்ப துமுறு புடிச்சதுவொளா இருக்கும் யாரயும் மதிக்கிறதில்ல. பணிஞ்சி பேசுறதில்ல. அவுத்து வுட்ட கோயில் காளை மாதிரி திரியுங்க".

"அப்புடியெல்லாம் சொல்லக்கூடாது. தலவலியும் வயத்து வலியும் தனக்கு வந்தாத்தான் தெரியும்பாவொ. எந்த பொம்புளையும் கெட்டுப் போவணுமுன்னு ஆசப்படுறதில்ல."

"இல்லக்கா. ஒங்களுக்குத் தெரியாது. இங்க ரெண்டு நாளைக்கி இருந்து பாத்திங்கன்னாத்தான் தெரியும். இந்த பொம்பளைங்க பண்ணுற அநியாயத்த".

"பொண்ணா பொறந்த நம்மளே அநியாயம் அது இதுன்னெல்லாம் சொல்லக்கூடாது. அடிபட்ட பாம்பு துள்ளி துடிச்சித்தான் ஓடும். அதப்போயி தப்புங்க முடியுமா? கோடு குழிஞ்சிருந்தாத்தான் தண்ணி தானா ஓடும். மேடும் பள்ளமுமா இருந்தா சீராப் போவுமா? பொண்ணு கொணமும் தண்ணி கொணமும் ஒண்ணும்பாவொ எங்கருல".

"......"

"பொண்ணா பொறந்த யாராலயும் தப்பான காரியத்த எதயும் நெனக்கக்கூட முடியாது. அதுனால எந்தப் பொண்ணப் பத்தியும் தப்பா பேசக்கூடாது".

"என்னமோக்கா நீங்கதான் சொல்றீங்க. என்னால ஒத்துக்க முடியல" என்றாள் தெய்வானை.

காம்பௌண்டிற்குள் நுழையும்போதே சைக்கிள் மணியை அடித்துக்கொண்டு வந்தான் சிவசங்கரன். காலை ஷிப்டு முடிந்து மத்தியானச் சாப்பாட்டிற்கு வீட்டிற்கு வந்தான். அவனைப் பார்த்த வுடன் 'மாமன் வந்திச்சி' என்று எழுந்து பானை வயிற்றைத் தள்ளிக் கொண்டே நடந்துபோனாள் தெய்வானை. அவன் மறுபடியும் வெளியே போகும்வரை அவள் அவனை விட்டு நகரமாட்டாள் என்பதை முன்பே பாயம்மா சொல்லி தெரிந்து வைத்திருந்தாள் வளர்மதி. எனவே அவளுக்காக காத்திருக்காமல் நாடாக் கட்டிலில் கிடந்த கிருத்திகாவை ஒரு ஓரமாய் நகர்த்திப்போட்டு அவள் பக்கத்திலேயே வளர்மதியும் படுத்துக்கொண்டாள். இரவு சரியான தூக்கம் இல்லாததால் கண்களை இழுத்துக்கொண்டு போனது. புது இடம், திறந்தவெளி என்பதையெல்லாம் மறந்துவிட்டு தூக்கத்தில் ஆழ்ந்தாள் வளர்மதி.

## 31

மணிமேகலை சாலையை இரண்டு பக்கமும் திரும்பித் திரும்பிப் பார்த்து விழி பிதுங்கிப்போய் நின்று கொண்டிருந்தாள். வாகனங்கள் இரு திசைகளிலிருந்தும் இடைவிடாமல் வந்துகொண்டிருந்தன. சாலையை எப்படித்தான் கடந்துபோகப் போகிறோமோவென்று திகைப்பாயிருந்தது. இரண்டடி முன்னே எடுத்து வைப்பதும் சீறிக் கொண்டுவரும் வாகனங்களின் வேகத்திற்குப் பயந்து பின்நகர்வதுமாய் இருந்தாள். அவளுக்கு அது வேடிக்கையாகவும் கூச்சமாகவும் இருந்தது. கம்பெனிக்கு வேறு நேரமாகிவிட்டது. இந்த பல்லடம் சாலையை குறுக்காக கடப்பதென்பது தினமும் பெரும் பிரச்சினையாக இருந்தது மணிமேகலைக்கு. எப்போதும் கம்பெனிக்கு போகும் பெண்கள் கும்பலாக ஒருவர் கையை ஒருவர் பிடித்துக்கொண்டு சாலையைக் கடப்பார்கள். இன்று எல்லோரையும் விட்டுவிட்டாள். கலாகூட சிவகாமியோடு பத்து நிமிடங்களுக்கு முன்பே போய்விட்டாள்.

ரிச் & ரிச் கம்பெனியென்றால் இந்த பிரச்சினை இருக்காது. விஸ்வநாதன் காம்பௌண்டின் பின் வழியாலேயே போய் விடலாம். சாலைப் பக்கம் வரவேண்டிய அவசியம்கூட இருக்காது. சிவகாமி கூப்பிட்டுத்தான் ரிச் & ரிச் கம்பெனியை விட்டுவிட்டு சக்தி முருகன் கம்பெனிக்கு வேலைக்கு வந்தாள் மணிமேகலை. கலா மட்டும் அதே கம்பெனியில் செய்துகொண்டிருந்தாள். மணிமேகலைக்கு ரிச் & ரிச் கம்பெனியில் வேலை செய்ய ஆரம்பத்திலிருந்தே சங்கடமாக இருந்தது. அக்கம்பெனியில் மணிமேகலையைப்போல சற்று வயதான பெண்கள் ஒருவர்கூட இல்லை. எல்லோரும் கலாவைப் போன்ற இளம்பெண்களாக இருந்தார்கள். பெரும்பாலும் வயதானவர்கள் அக்கம்பெனி வேலைக்கு சேர்த்துக்கொள்வதில்லை.

கேரள பெண்கள் அநேகமானோர் ரிச் & ரிச் கம்பெனியில் தான் வேலை செய்துகொண்டிருந்தார்கள். பருவச் செழிப்போடும் இளமை யின் துள்ளலோடும் பட்டாம் பூச்சிகளைப்போல படபடக்கும் பேச்சும் சிரிப்புமாய் இருக்கும் அவர்களுக்கு மத்தியில் தான் நின்று வேலை செய்வது மணிமேகலைக்கே பொருத்தமற்றதாய் தோன்றியது.

ஓட்டுச்சாலை வீட்டின் முதல் அறையில் இருந்த சிவகாமியுடன் ஒரு வாரத்திற்குள்ளேயே நல்ல பழக்கம் ஏற்பட்டது மணிமேகலைக்கு. இருவரும் கிட்டத்தட்ட ஒத்த வயதுக்காரர்கள் என்பதால் சீக்கிரத்தில் நெருங்கிப் பழக முடிந்தது. ரிச் & ரிச்சில் தனக்கு ஏற்பட்டுள்ள சங்கடத்தை சிவகாமியிடம் சொன்னாள் மணிமேகலை.

'அப்புடின்னா என்கூட சக்திமுருகன் கம்பெனிக்கு வா' என்று சொல்லி அங்கு அழைத்துக்கொண்டு போனாள் சிவகாமி. முதல்வார சம்பளத்தை வாங்கியபோதே தன்னை வேலையில் சேர்த்துக் கொண்ட மேனேஜரிடம் போய் மணிமேகலை தான் வேறு கம்பெனிக்கு வேலைக்குப்போக விருப்பப்படுவதைக் கூறிவிட்டாள். மேனேஜரும் 'சரி, நீங்க போங்க. ஆனா கலாவ மட்டும் இங்கேயே அனுப்புங்க' என்றான்.

மணிமேகலை மறுநாளிலிருந்து சிவகாமியோடு சக்தி முருகன் கம்பெனிக்கு போக ஆரம்பித்தாள். கலா வழக்கம் போல அதே கம்பெனிக்குப் போய்க்கொண்டிருந்தாள்.

ரிச் & ரிச் பெரிய எக்ஸ்போர்ட் கம்பெனி என்பதால் எப்போதும் அதில் வேலை இருந்துகொண்டே இருக்கும். இருவரும் வெவ்வேறு கம்பெனிகளில் இருந்தால்தான் ஒருவருக்கு வேலை இல்லை யென்றாலும் இன்னொருவர் வேலை செய்யலாம். இருவருக்கும் ஒரே

சமயத்தில் வேலையில்லாமல் போய்விட்டால் செலவுகளுக்கு எங்கே போவதென்று யோசித்தாள் மணிமேகலை. கலாவை ரிச் & ரிச் கம்பெனிக்கே போகும்படி கூறிவிட்டாள். ஆனால் மணிமேகலை இல்லாமல் இரண்டு வாரம்கூட முழுதாய் அந்த கம்பெனிக்குப் போகவில்லை கலா.

"நானும் ஒன்னக்கூடயே வாறம்மா" என்றவள், கம்பெனியில் கணக்கு பார்த்து, செய்த வேலைக்கு பாக்கியில்லாமல் முழுதாய் சம்பளத்தை வாங்கிக்கொண்டு வந்துவிட்டாள்.

மறுநாளிலிருந்து கலாவையும் தன்னுடன் சக்திமுருகன் கம்பெனிக்கு அழைத்துக்கொண்டு போனாள் மணிமேகலை.

சக்திமுருகன் கம்பெனியும் சுமாரான கம்பெனிதான். அண்ணன் தம்பி இரண்டுபேர் முதலாளிகள். கம்பெனிதான் முக்கியமென்று முழுநேரமும் கம்பெனியிலேயே இருப்பவர்கள். தொழிலாளர்களோடு நின்று சரிக்குச் சரியாய் வேலை பார்ப்பவர்கள் என்பதால் ஆர்டர்களை நிறைய வாங்கிப் போட்டு ஓய்வில்லாமல் கம்பெனியை நடத்திக் கொண்டிருந்தார்கள். அதனால் பெரும்பாலும் வேலை இருந்து கொண்டே தானிருந்தது.

ஆரம்பத்தில் இருவருமே 'செக்கிங்' வேலைதான் செய்து கொண்டிருந்தார்கள். ஆனால் கொஞ்ச நாள் போனதும் கலா 'கைமடி' வேலைக்கு மாறிவிட்டாள். பெரிய தையல் இயந்திரத்தில் உட்கார்ந்து தைத்துக்கொண்டிருக்கும் 'டெய்லரு'க்கு தொய்வில்லாமல் வெட்டி வைத்திருக்கும் துணியிலிருந்து தைக்க வேண்டிய துணிகளின் பகுதிகளை எடுத்து வாகாய் மடித்துக் கொடுத்துக்கொண்டே இருக்க வேண்டும்.

கைமடி வேலைக்குப் போனால் படிப்படியாக தைக்கவும் கற்றுக்கொள்ளலாம் என்ற ஆசையில் இந்த வேலைக்கு மாறி விட்டாள் கலா. தவிரவும் தைத்த உருப்படிகளை பிரித்து உதறிப் பிசிறு இருக்கிறதாவெனப் பார்த்து, பிசிறு வெட்டி, ஆயில் பட்டிருக்கிறதா, அடாஸ் இருக்கிறதா என்றெல்லாம் பார்த்து ஒன்றுமில்லை என்றால் 'ஓகே' ஒட்டிவிட வேண்டும், மடித்து வைக்கும் செக்கிங் வேலையை விடவும் கைமடி வேலை அதிகமாய் தொல்லையில்லாத வேலை யென்பதாலும் கைமடிக்கு மாறிவிட்டாள்.

ஆரம்பத்தில் முழுநேரமும் நின்றுகொண்டே வேலை செய்வது கலாவிற்கு கடினமாக இருந்தது. கால்கள் வலித்து கனத்துப் போகும்,

வீக்கமெடுத்துவிடும். இரவு முழுவதும் கால்வலியால் தூக்கம் வராது. ஏதாவது ஒரு தைலத்தை கால்களில் ஊற்றி தேய்த்துவிட்டுக்கொண்டே இருப்பாள். துணிப்பையில் மணலை அள்ளி கட்டி அந்த மூட்டையை கால்களின் மீது போட்டுக்கொண்டு படுத்திருப்பாள். போகப் போக நின்றுகொண்டு வேலை செய்வது பழகிப் போனாலும் இதுபோன்ற கைமடி வேலையில், இடையிடையே அவ்வப்போது உட்கார்ந்து கொள்ளலாமென்பதும் முக்கிய காரணமாயிருந்தது கலாவிற்கு.

'அடச்சே- என்ன இது ஒரு ரோட்ட தாண்டிப் போவ முடியல நம்மளால. பேசாம திரும்பித்தான் பெயிடுவமா' என்று யோசித்தாள் மணிமேகலை. சாலையோரக் கடைகளில் உட்கார்ந்து வியாபாரம் செய்பவர்களெல்லாம் அவளை பார்த்து சிரிப்பதுபோல் தோன்றியது அவளுக்கு. திரும்பிப் போகவும் அவமானமாய் இருந்தது. நல்ல வேளையாக அந்த நேரம் பார்த்து சைக்கிளின் பின்னால் ஒரு டின்னை வைத்துக் கட்டிக் கொண்டு வந்தான் ஒரு பையன். அவனைப் பார்த்ததும் மணிமேகலைக்கு தெம்பாயிருந்தது. ஓடிச்சென்று அவன் சைக்கிளை ஒரு கையால் பிடித்துக்கொண்டாள். அவன் இவளைப் பார்த்து லேசாய் புன்னகைத்தான். இவனுக்கும் கலா வயதுதான் இருக்குமென்று நினைத்துக்கொண்டாள். எந்த ஊரோ. ரொட்டிக் கடையில வேல செய்யிறான் போலருக்கு. ஒரு நாளக்கி எத்துன தடவ இப்புடி ரோட்டத் தாண்டி பெயிட்டு வரணுமோ தெரியல.

சாலையையே கவனமாய் பார்த்துக்கொண்டிருந்தவன் கிடைத்த சிறிய இடைவெளியில் சைக்கிளை 'விருட்'டென்று தள்ளிக்கொண்டு போனான். சைக்கிளைப் பிடித்தபடியே மணிமேகலையும் சாலையைக் கடந்துவிட்டாள். அந்தப் பக்கம் போனதும் அவனைப் பற்றியோ சாலையைக் கடந்தது பற்றியோ சிந்திக்க நேரமில்லை. கம்பெனியை நோக்கி வேகவேகமாக நடந்தாள். போய்ச் சேர்வதற்குள் கேட்டை மூடிவிடுவார்களோ எல்லோரும் வேலைசெய்ய ஆரம்பித்து விடுவார்களோ என்ற நினைவே வந்தது. மிகவும் சுறுசுறுப்பாய் வேலை செய்யக்கூடியவள் மணிமேகலை. எவ்வளவு தாமதமாக செய்ய ஆரம்பித்தாலும் இடைவிடாமல் செய்து மற்றவர்களைக் காட்டிலும் அதிகமாய் செய்துவிடுவாள். ஆனால் இவள் வேலை செய்யும் பகுதியின் சூப்பர்வைசர் சரவணன் சரியான சிடுமூஞ்சி பேர்வழி.

யார் யாரிடம் எப்படி பேசுவதென்று யோசித்துப் பேசமாட்டான். எல்லோரிடமுமே வாய்க்கு வந்தபடி 'படபட' வென்று பேசிவிடுவான். மற்றவர்களை அவன் விரட்டுவதைப் பார்த்தாலே போதும் அவனுக்குக் கீழ் வேலை செய்யும் யாரும் மறந்தும் தவறெதுவும் செய்ய

மாட்டார்கள். இவன் வாயிக்கு பயந்தே வேலையில் அதிக அக்கறை யுடனும் கவனமாகவும் இருப்பார்கள். ஆயில் பட்ட உருப்படிகளை அடாஸ் பெட்டியிலும் அடாஸ் உருப்படிகளை ஆயில் பெட்டியிலும் மாற்றிப் போட்டுவிடும் சிறு தவறும் இவன் மேற்பார்வை செய்யும் பகுதியில் நடக்காது.

கம்பெனி முதலாளிகள் இரண்டுபேரும் பெரும்பாலும் யாரையும் திட்டுவது விரட்டுவது கிடையாது. மற்ற கம்பெனிகளைவிட தம் கம்பெனி ஆட்கள் நன்றாக வேலை செய்வதாக அவர்கள் இருவரும் நம்பிக்கொண்டிருந்தார்கள். வேலை ஆட்களுக்கான சலுகையை குறைப்பதும் கிடையாது.

கம்பெனி வேலை துவங்கும் நேரம். கேட்டை மூட வந்த வாட்ச் மேன் வேகவேகமாக மணிமேகலை ஓடிவருவதைப் பார்த்துவிட்டு கேட்டை தள்ளிக்கொண்டு வந்து சிறிய வழி வைத்தபடி மூடாமல் பிடித்துக்கொண்டு நின்றான்.

"வாம்மா சீக்கிரம். மொதலாளி பாத்தா சத்தம் போடுவாரு".

"இந்தா வந்துட்டன்".

உள்ளே நுழைந்த பிறகுதான் மணிமேகலைக்கு நிம்மதியாய் இருந்தது. அவளுக்கு தரைக்கும் கீழுள்ள தளத்தில் வேலை. படிக்கட்டு களில் 'சரசர'வென்று கீழிறங்கி ஓடி தன் மேசைக்கு முன்னால் வந்து நின்றாள். அதற்குள் அவள் செக்கிங் செய்யவேண்டிய துணிகளின் கட்டு அவள் இடத்தில் கொண்டு வந்து போடப்பட்டிருந்தது. நமக்காக யார் கொண்டுவந்து போட்டிருப்பார்கள் என்று யோசித்தவாறே நிமிர்ந்து பார்த்தாள். தன் வரிசைக்கு எதிர்வரிசை மேசையில் நான்கைந்து பெண்களுக்கு அடுத்தாற்போல் நின்றுகொண்டிருந்த சிவகாமி இவளைப் பார்த்து புன்னகைத்தாள்.

"நீங்கதான் கொண்டுவந்து போட்டியளா?" என்றாள் சாடை யாக. 'ஆமாம்' என்பதுபோல தலையாட்டியவள் 'ஏன் தாமசம்' என்றாள் சாடையாய்.

"அப்பறஞ் சொல்லுறன்" என்றாள் மணிமேகலை.

இதைக் கவனித்துக்கொண்டிருந்த மணிமேகலையின் பக்கத்தில் நின்ற பெண், "ரொம்ப நேரம் தூங்கியாச்சா?" என்றாள் கிசுகிசுப்பான குரலில்.

"யாம் மவ எழும்ப நேரமாயிட்டு. ஒண்டியா வேல செஞ்சிட்டு கௌம்பி வர நாழியாயிட்டு. ரோட்ட தாண்டி வாறத்துக்குள்ள போதும் போதுமுன்னு பெயிட்டு".

"கலாவுமா நைட்ஷிப்டு பாத்திச்சி?"

"ஆமாம். அதுக்காவத்தான் நான் வரவேண்டியதா பெயிட்டு".

"ஏற்கெனவே கலா வத்த குச்சியாட்டம் இருக்கு. இதுல நைட் ஷிப்டு வேற பாத்தா ஒடம்பு என்னத்துக்காவும்?"

"டெய்லர் அலேசியா வந்தே ஆவணுமுன்னு சொல்லிப் புட்டுதாம். அலேசியாவுக்கு கலாதான் கைமடி. இது வல்லன்னா அது வேலயுமில்ல கெட்டுப்பெயிடும்".

சிறிதுநேரம் பேசாமல் தன் வேலையில் கவனமாயிருந்தவள் மறுபடியும் மணிமேகலை பக்கமாய் நெருங்கி,

"இன்னக்கி சம்பளம் கெடக்கிம் தெரியுமா?" என்றாள்.

"ஆமா. வாங்கிக்கிட்டுப் போயித்தான் அரிசி மண்ணெண்ணெ யெல்லாம் வாங்கணும்".

"போன வாரம் எத்துன ஷிப்டு செஞ்சிங்க?"

"பதினாலு".

"ஒங்க மக?"

"அதுவும் அவ்வளதுதான்".

"அப்பன்னா ஒங்களுக்கு எண்ணூறு ரூபா, ஒங்க மகளுக்கு எண்ணூறு ரூபா சொளயா கெடக்கிம்.

"....."

"நைட்ஷிப்டுக்கு சாப்பாட்டு பணம் வேற கெடச்சிருக்கும்".

"நைட்ஷிப்டு செஞ்சா சாப்பாட்டு பணம் பதினஞ்சி ரூவாக் கெடக்கிந்தான். நீங்க செஞ்சான்ன?"

"என்னாலயெல்லாம் முடியாது".

"....."

"பணத்துக்காக யாரு கண்ணு முழிக்கிறது. நான்லாம் லெட்ச ரூபாய கட்டாத் தாறன்னாலும் நைட்ஷிப்டு பாக்க மாட்டன்".

"நீங்க மொத்தம் எத்துன ஷிப்டுதான் செஞ்சிருக்குறீங்க?"

"ஒரு நாளக்கி ஒண்ணர ஷிப்டு கணக்குத்தான். ஆறு நாளக்கிம் ஒம்பது ஷிப்டு. இதுவே அதிகம்தான் எனக்கு. வாரத்துக்கு ஒரு நாளு கண்டிப்பா லீவு போட்ருவன். கம்பெனிக்கு எப்புடியாப்பட்ட ஆர்டர் வந்துருந்தாலும் நான் கவலப்படமாட்டன்".

"யாங்?"

"எதுக்காவ அப்புடிக் கஷ்டப்படணும்?"

மணிமேகலைக்கு அவளுடன் அதற்குமேல் பேச விருப்ப மில்லை. எப்போது பார்த்தாலும் அவளுக்கு இதே புலம்பல்தான். 'தானும் செய்வதில்லை. செய்பவர்களைப் பார்த்து ஏளனம் பேசுவது, அவர்களின் சம்பளத்தைப் பார்த்து பொறாமைப்படுவது, இதெல்லாம் என்ன புத்தியோ' என்று நினைத்தவள் தன் வேலையில் கவனம் செலுத்துபவளைப்போல அவளிடமிருந்து விலகிக்கொண்டாள். தன் மேசையின்மீது குவிந்து கிடந்த பனியன்களை ஒவ்வொன்றாக எடுத்து பிசிறுகளை வெட்டி குறைபார்த்து 'ஓகே' ஒட்டி மடித்து வைத்தாள்.

இன்று சம்பளம் கிடைத்தால் அதை வைத்துக்கொண்டு என்ன செய்வது என்று யோசனையாக இருந்தது. திருப்பூருக்கு வந்த இந்த நான்கைந்து மாதங்களில் சம்பாதித்தவற்றில் பாதிக்குமேல் செலவாகி விட்டது. வீட்டு வாடகை, தட்டுமுட்டு சாமான்கள், தண்ணீர், மண்ணெண்ணெய் என்று அத்தனைப் பொருட்களையும் காசு கொடுத்து வாங்க வேண்டியிருந்ததால் அதிகமாய் மிச்சப்படுத்த முடியவில்லை. இருந்தும் மூன்றாயிரம் ரூபாயிக்கும் அதிகமாக கையில் பணமாக இருந்தது. இன்று கிடைக்கும் சம்பளத்தையும் சேர்த்தால் நான்காயிரத்தைத் தாண்டி ஐயாயிரம் போல் இருக்கும். இவ்வளவு பணத்தையும் கையில் வைத்துக்கொண்டு திருப்பூரில் பத்திரப்படுத்துவ தென்பது முடியாத காரியமென்று தோன்றியது மணிமேகலைக்கு.

போனவார சம்பளத்தின்போதே கலா சொன்னாள்.

"அம்மா நீ இந்த பணத்தகொண்டு சித்திக்கிட்ட குடுத்து ஒனக்கு ஒரு தோடு, நல்ல மூக்குத்தியா வாங்கித் தரச்சொல்லி போட்டுக்கிட்டு வாறியா" என்றாள்.

“ஆமாம். நாங் கெட்ட கேட்டுக்கு யாம் மேனிபட்ட பாட்டுக்கும் சொறுவு மூக்குத்தியெல்லாம் இப்ப வைரத்துல கேக்குதாக்கும்”.

“எத்துன வருசமா நீனும் இந்தப் பித்தாள தோட்டயே போட்டுக் கிட்டிருக்குற? இப்ப போட்டுப் பாக்காம பெறவு எப்பத்தான் போட்டுப் பாக்கப் போற நீ?”

“வெந்து மடிஞ்ச குந்தாணிக்கி பூண தங்கத்தால போட்டான்ன? தகரத்தால போட்டான்ன, போடாம இருந்தாத்தான் என்ன? இனிமே தான் நெல்லு குத்தி, உமியள்ளி, ஊதி பாக்கப் போறாவொளாக்கும்”.

கலாவால் மணிமேகலையின் பேச்சைப் புரிந்துகொள்ள முடிய வில்லை. இருந்தாலும் ஏதோ வலியோடுதான் பேசுகிறாள் என்பது புரிந்தது. பதிலேதும் சொல்லாமல் பேசாமல் இருந்தாள்.

“சித்தி நம்மளக் கொண்டாந்து இங்க குடிவைக்க பிராங்காச வித்துச்சே நெனப்புருக்கா?” என்றாள் மணிமேகலை.

“ஆமாம்மா. அத நான் மறந்தே பெயிட்டன்”.

“யாம் மறக்கமாட்ட நீ”.

“கலா உதட்டைக் கடித்து சிரித்தாள். தன் தவறுக்காக குறுகுறுப் படைபவளைப்போல.

“அதேமேரி காச சித்திக்கி மொதல்ல வாங்கிக் குடுத்துட்டு மிச்சம் இருக்குற பணத்துல ஒனக்கு ஒரு சொருவும் தொங்கட்டாணுமா எடுத்துக்கிடுவம்”.

“எது மேரிம்மா எடுப்ப?”

“ஒனக்கு புடிச்சத நீனே வந்து பாத்து எடுத்துக்க?”

“நானுமாம்மா கும்பகோணத்துக்கு வரப்போறன்?”

“அப்பறம். ஒன்னயமட்டும் இஞ்ச தனியாவா வுட்டுட்டு போற? நீனும்தான் வரணும். பள்ளிக்கொடத்துல ஒண்ணோட டீசி வாங்காண்டாம்”.

“ஆமாம்மா. பள்ளிக்கொடம் தொறந்து மூணு மாசமாவுது. எல்லாரும் வாங்கிக்கிட்டுப் போயிருப்பாவொ. நான்தான் கடசி

யாருப்பன்". கலாவிற்கு கும்பகோணம் போகப் போகிறோம் என்ற நினைவு மகிழ்ச்சியை கொடுத்தது.

"எப்பம்மா போப்போறம்?"

"இன்னக்கி சம்பளம் வாங்குனா நாளக்கே போவலாம். ஆனா பணம் கொஞ்சம் கொறச்சலாருக்கும். மறுவாரம் போனமுன்னா கொஞ்சம் சிலாவணியா இருக்கும்".

மறுவாரம்தான் ஊருக்குப் போகப்போகிறோம் என்று தெரிந்தும்கூட கலா மறுநாளிலிருந்தே பயணத்திற்கு தயாராகி விட்டாள். கம்பெனியில் மீறும் உபரித்துணியில் ஓய்வு நேரங்களில் உட்கார்ந்து ஓரம் வெட்டி அழகாய் மடித்துத் தைத்து பூ வேலைப் பாடெல்லாம் செய்து நான்கைந்து கைக்குட்டைகளை எடுத்து வந்து வைத்திருந்தாள். அவற்றை எடுத்து பைக்குள் பத்திரமாக வைத்துக் கொண்டாள்.

அதையல்லாமலும் கம்பெனியிலிருந்து தெரியாமல் சிறு பிள்ளைகள் போட்டுக்கொள்ளும் இரண்டு பனியன்களையும் ஒரு கால்சட்டைத் துணியையும் எடுத்துக்கொண்டு வந்து அதையும் மடித்து பைக்குள் வைத்தாள். கம்பெனியிலிருந்து எடுத்து வந்தபோது மணிமேகலை அதைப் பார்க்கவில்லை. பைக்குள் மடித்து வைத்திருந் ததைப் பார்த்துவிட்டு கேட்டாள். "கலா ஏது இது?"

"கம்பெனிலேருந்து எடுத்தாந்தன்".

"இது என்னத்துக்கு?"

"நம்ம சித்தி புள்ளைவொளுக்குத்தான்".

"சித்தி புள்ளைவொளுக்கு திருடிக்கொண்டுதான் குடுக்குறதா?"

"என்னம்மா திருடுனங்குற, எல்லாருந்தான் எடுத்துக்கிட்டுப் போறாவொ".

"மொதலாளிக்கிட்ட கேட்டுக்கிட்டா எடுத்தாந்த?"

"இல்ல".

"இத எப்புடி எடுத்துக்கிட்டு வந்த?"

"சாப்பாட்டு டப்பாக்குள்ள வச்சி எடுத்தாந்தன்".

"......"

"இது திருட்டு இல்லயா?"

"......"

"நம்ம செய்யிற வேலக்கு வஞ்சனயில்லாம சம்பளம் தர்ற எடத்துல தீபாவளி பொங்கலுன்னா போனசு தர்ற எடத்துல, துரும்பக்கொடத் தொடலாமா?"

"......"

"நம்மகிட்ட வேலய வாங்கிக்கிட்டு ஏமாத்துனா, நம்மளும் ஏமாத்தலாம். இதுமேரி தெரியாம எடுத்தா ஒழக்கிறதுமுல்ல நம்மளுக்கு ஒட்டாம பெயிரும்".

"யாரு ஏமாத்துறா. சட்டப்படி பாத்தா ஒரு ஷிப்டுக்கு தொண்ணூறு ரூபா சம்பளம் தரணும் தெரியுமில்ல".

"அறுபது ரூபாய்க்கு ஒத்துக்கிட்டுத்தான் நம்ம போறம். ஊருக்கெல்லாம் ஒசந்தா நம்மளுக்கும் ஒசந்துட்டுப் போவுது. அதுக்கு இப்ப என்ன?"

அலேசியா தெனமும் துணி எடுத்துக்கிட்டுதான் போவுது".

"யாராவுது ஏதாவது செஞ்சிட்டுப் போறாவொ. நம்ம அதச் செய்யாண்டாம். தெரியிதா?"

"ம்".

"இனிமே இந்தமேரி வேலயெல்லாம் வச்சிக்கிடாத".

"நம்ம எப்புடியாப்பட்ட நெலமயில இஞ்ச வந்துருக்குறம். வந்த எடத்துல கைசுத்தம் வாய்சுத்தமா இருக்காண்டமா? தெரிஞ்சி போச்சின்னா மறுநாளு மொதலாளி மொகத்துல எப்புடி முழிக்கிற? ஒழக்கிறது ஒட்டுனாலே போதும் நம்மளுக்கு. இப்புடியெல்லாம் திருடி, களவாண்டு, பொய் சொல்லி வயத்த வளக்க நெனக்கக்கூடாது".

சிறிய விஷயத்துக்காக கலாவை அளவுக்கதிகமாய் அன்று திட்டிவிட்டோமோ என்று தோன்றியது மணிமேகலைக்கு. அன்று அப்படி பேசியதற்கு கலாவின் செய்கை மட்டும் காரணமில்லை என்பதை அவளால் உணர்ந்துகொள்ள முடிந்தது. கலாவின் அப்பா

செல்வராசுவை மனதில் வைத்துக்கொண்டுதான் அவள் அப்படிப் பேசிவிட்டாள். அவனுடைய புத்தி எங்கே தன் மகள் கலாவிற்கும் கொஞ்சம் கொஞ்சமாய் வந்துவிடுமோ என்ற பதற்றத்தினாலும் அவ்வாறு பேசியிருக்கலாமென்று தோன்றியது அவளுக்கு.

மணிமேகலை சுறுசுறுப்பாய் வேலையைச் செய்து கொண்டிருந்தாள். இன்றைக்கு சம்பளம் கிடைத்துவிட்டால் நாளைக்கு விடியற்காலையிலேயே கிளம்பிவிட வேண்டியதுதான் என்று மனதிற்குள் திட்டமிட்டாள்.

டீ இடைவேளையின்போது கலா மணிமேகலையைத் தேடிக் கொண்டு வந்தாள்.

"அம்மா இன்னக்கி சம்பளம் கெடச்சிடும்".

"ம்".

"நாளக்கி ஊருக்குப் போப்போறமா இல்லயா?"

"போவணுந்தான்".

"ஆர்டர் நெறயா வந்துருக்கு. இன்னம் ரெண்டு வாரத்துக்கு யாரும் லீவு போடக்கூடாதுன்னு அரவிந்தன் சாரு சொல்றாரும்மா".

"ரொம்ப நாளக்கி போடப்போறல்ல. நாளக்கி ஞாயித்துக் கெழம லீவு. திங்கக்கெழம ஒருநாளு மட்டும் லீவு கேட்டுக்கிட்டு பெயிட்டு, செவ்வாக்கெழம வேலக்கி வந்துருவம்".

"அரவிந்தன் சாரு வுடமாட்டாரு போலருக்கும்மா".

"டீசி வாங்கப் போறமுன்னு நான் வந்து கேக்குறன்". மணி மேகலை ஒரு வடையும் இரண்டு டீயும் சொன்னாள். வடையில் பாதியை கலாவிற்குக் கொடுத்துவிட்டு பாதியை பிட்டு வாயில் போட்டாள். ஆளுக்கொரு டீ வாங்கிக் கொண்டார்கள்.

"என்னம்மா இன்னக்கி வடயெல்லாம் வாங்கித் தார?" என்று கிண்டலாய்க் கேட்டாள் கலா.

"ஒனக்கு அவ்வள கெப்புரு வச்சிட்டுதா? எனக்காவயா நான் எல்லாம் சேத்து வைக்கிறன்? கொஞ்சமாவது காசு பணத்த சேத்து வச்சாத்தான் நக நட்டப் போட்டாவது ஒன்னய நல்ல எடத்துல புடிச்சிக்குடுக்க முடியும்".

“அதுக்காவ ரெண்டு ரூவா வடக்காச மிச்சம் புடிச்சி வைர ஒட்டியாணமா செஞ்சிடப் போற?”

“ரெண்டு ரூவாங்குற. வாடியக்காட்டுல இருந்துப் பாத்தாத்தான் தெரியும் ஒனக்கு. ரெண்டு ரூவா எவ்வள பெரிய காசிங்குறது”.

“அம்மா நம்ம இப்ப இருக்குறது திருப்பூருல. வாடியக்காட்டு கதய இங்க யாங் கொண்டாந்து இழுக்குற? ஒரு நாளு வுடாம வேல செய்யிற நம்ம ரெண்டு ரூவா செலவு பண்ணுனா என்ன?”

“செலவு பண்ணாமயாருக்கு. எவ்வளதுதான் சம்பாரிச்சான்ன? அதுக்காவ கையில இருக்குற காசுக்கெல்லாம் எதாவுது வாங்கிக் கிட்டே இருக்கணுமா. அதச் சேத்துவக்கக் கொடாதா? ஒண்ணு ஒண்ணா நூறா? ஒருமிக்க நூறா?”

டீ நேரம் முடிந்து கம்பெனி மணி ஒலித்தது. எல்லோரும் அவரவர்கள் வேலை செய்யும் பகுதியை நோக்கிச் சென்றார்கள். மணிமேகலையிடம் மத்தியானமே வந்து, “அரவிந்தன் சாரு கிட்ட சொல்லிடும்மா” என்றபடி தான் வேலை செய்யும் பகுதியை நோக்கி ஓடினாள் கலா.

# 32

“நடக்குற தூரந்தான் நடந்தே பெயிருவமாக்கா?”

“ம்”.

“கலா நீனும் கெளம்பு. நீனே வந்து பாத்து ஒனக்கு புடிச்சமேரி எடுத்துக்க”. மறுபடியும் ஒருமுறை கூப்பிட்டுப் பார்த்தாள் வளர்மதி.

“வேண்டாஞ் சித்தி. நான் ஆத்தாகொட வூட்டுலயே இருக்குறன். நீங்க ரெண்டியரும் பெயிட்டு வாங்க”.

“ஒனக்கு என்னமேரி தோடு வேணும்?”

“ஒங்களுக்கு புடிச்சமேரியே எடுத்தாங்க சித்தி”.

“சேரி நீ வாக்கா” என்றபடி வீட்டைவிட்டு வெளியேறி நடந்தாள் வளர்மதி. அவள் பின்னால் நடந்த மணி மேகலை, சற்று தூரம் போனதும் எட்டி நடை போடும் வளர்மதியோடு சேர்ந்து இணையானாள்.

“நான் நாளைக்கே திருப்பூருக்கு பொயிடலாமுன்னு நெனச்சிக் கிட்டு வந்தன்...” இழுத்தாள் மணிமேகலை.

“இருக்கா வந்ததுதான் வந்த, இன்னம் ரெண்டுநாளு மட்டும் இருந்து நல்லதுகெட்டத தெரிஞ்சிக்கிட்டு பெயிடன்”.

“எதுக்காவ இருக்குமுன்னு தெரியல. எனக்கு வேற மனசு பக்குபக்குன்னு கெடந்து அடிச்சிக்கிடுது”.

“யாங்க்கா பயப்புடுற?”

“எதுக்காவ வாடியக்காட்டு பிரசரண்டண்ணன் இஞ்ச வரணும்?”

“வரட்டுமே, என்னன்னு பாப்பம்”.

“ஒங்களுக்கிட்ட எதுவும் விசயம் பேசவாருக்கும். இல்லன்னா இந்த ஊருல வேற எதுவும் சோலியா வாராவொளோ என்னமோ”.

“இல்லக்கா. ஒங்க கொழுந்தியா மவ விசயமா பேசணும். நாளக்கி மறுநாளு வாரன்னு சொன்னாராம் அந்தண்ணன்”.

“எதுக்காருக்கும்?”

“எதுக்காருக்கப் போவுது? பொண்ணு கேட்டுப் பாக்கவாத்தான் இருக்கும்”.

“இல்ல தங்கச்சி எனக்கென்னமோ பயமாருக்கு”.

“எதுக்காவ பயப்புடுற?”

“கலா எதுவும் கடுதாசியில்ல எழுதிப்போட்டு, அதப்பாத்துட்டு கண்டிச்சி வுட்டுட்டுப் போவயில்ல வாராவொளோ என்னமோ?”

வளர்மதி மணிமேகலையின் முகத்தை நிமிர்ந்து பார்த்துக் கேட்டாள்.

“ஒம்மவ அப்புடி செஞ்சிருக்குமுன்னு நெனக்கிறியா?”

“ஒரு பொங்கல் வாழ்த்து எழுதுனத்துக்காவ அதுவும் நானும் பட்ட அவமானமே ஆயிசுக்கும் மறக்காது. அப்புடி இருக்கக்குள்ள மறுபடியும் எழுதியிருக்காதுன்னு நெனக்கிறேன்”.

"நீ வேற யாங்க்கா. இப்புடியெல்லாம் நெனக்கிற. கலாவ பொண்ணு கேக்குற விசயமாத்தான் அந்தண்ண வாரன்னு சொன்னாவொளாம்" என்றாள் வளர்மதி சிரித்துக் கொண்டே.

"இத யான் என்னக்கிட்ட நீ மின்னாடியே சொல்லல?"

"பொறுமையா சொல்லிக்கிடுவமேன்னு இருந்தன்". சிறிதுநேரம் எதுவும் பேசாமல் நடந்தாள் மணிமேகலை.

"என்னக்கா ஒண்ணும் பேச மாட்டங்குற".

"இல்ல. அந்தண்ணன் வந்து பொண்ணுகேட்டா என்ன செய்யிறன்னுதான் யோசிக்கிறன்".

"யாங்க்கா? இதுல யோசிக்க என்னருக்கு. தாரன்னு சொல்ல வேண்டியான".

"இல்ல.... போயிம் போயிம் வாடியக்காட்டுலயாக் கட்டிக் குடுக்கணுங்குற?"

"யாங்க்கா வாடியக்காட்டுக்கு என்ன கொறச்ச?"

"......"

"தண்ணிக்கி தட்டுகெட்ட ஊரா? இல்ல வெள்ளாம வெளச்ச, வெறவு செத்தக்கி கொறச்சலா? வாடியாடு நல்ல ஊருதான. யாங் வேண்டாங்குற?" இல்ல அந்தண்ண வூடுதான அரகொறப்பட்ட வூடா? ரெண்டும் ஆம்புளப் புள்ள. நாத்துனா நங்கன்னு தொந்தர வில்லாத குடும்பம். தோப்பு தொறவு நெலபுலம் சொத்து சொவத்துக்கும் கொறச்ச இல்ல. எதுக்காவ வேண்டாங்குற?"

"வாடியாட்டுல வாக்கப்பட்டு நான் வாழுற வாழ்க்கையப் பாத்தல்ல?"

"ஒனக்கு சரியில்லன்னா எல்லாருக்குமே அப்புடி ஆயிடுமா?"

"என்ன இருந்தாலும் எனக்குப் புடிக்கல தங்கச்சி".

"சும்மா வறட்டுகச்சி பேசிக்கிட்டு இருக்காதக்கா. அவ்வொளுக்கு வேற எடத்துல பொண்ணு கெடக்காமயா நம்ம வூட்டுக்கு வாராவோ? புள்ள ஆசப்பட்டுட்டு. அந்த பொண்ணயே கட்டி வச்சிடுவமுன்னு

தான வாராவோ? அது மட்டுமில்ல கலாவுக்கும் அந்த புள்ளய புடிச்சிருக்குங்குறத்த மறந்துடாத".

"அது முந்திய கத. இப்பயெல்லாம் நாஞ் சொன்னா அது கேக்கும். வாடியக்காட்டு நெனப்பயெல்லாம் அது எப்பயோ வுட்டுருக்கும்".

"அது எப்புடிக்கா நீனும் ஒரு பொண்ணா இருந்துக்கிட்டு இப்புடியெல்லாம் பேசுற?"

"கலா நல்லா இருக்கணுமுன்னுதான நான் ஆசப்படுறன்".

"வாடியக்காட்டுல கட்டிக்குடுத்தா அது நல்லாருக்காதுன்னு யாரு சொன்னா ஒனக்கு?"

"எனக்கென்னமோ புடிக்கல".

"அக்கா நம்பளுக்கு புடிக்கிதா இல்லயாங்குறது முக்கியமில்ல. கலாவ கேட்டுப் பாப்பும். அது வேண்டான்னா வுட்டுருவம். நீங்க நாளக்கே திருப்பூருக்கு பெயிரலாம். அந்த அண்ணன் வந்தா நாங்க எப்புடியாவது தட்டிக்கழிச்சி ஒதுக்கிவிட்டர்றம். ஆனா கலா மட்டும் ஒத்துக்கிட்டுன்னு வச்சிக்க. நீ அதுக்குமேல ஒண்ணும் சொல்லக் கொடாது".

"நான் படுற கஷ்டத்தயெல்லாம் பாத்துக்கிட்டுத்தான இருக்கு. அது எப்புடி ஒத்துக்கிடும்?"

"பாப்பமே என்னதான் சொல்லுதுன்னு".

"அது ஒத்துக்கிடாது தங்கச்சி".

"நீ அதுமேரியெல்லாம் நம்பிக்கிட்டு இருக்காதக்கா".

"நான் யாம் பொண்ணக்கொட நம்பக்கொடாதுன்னா? அதுக்காவத்தான இவ்வள கஷ்டத்தையும் தாங்கிக்கிட்டு உசுரோட இருக்குறன்".

"நம்பக்கொடாதுன்னு சொல்லலக்கா. நம்பலாம். ஆனா எல்லா விஷயத்துலயும் நம்ம கிழிச்சக்கோட்ட தாண்டாதுன்னு நெனச்சிக் கிட்டு இருக்கக்கொடாது".

மணிமேகலையின் முகம் சோர்ந்து போய்விட்டது. கலா தன் விருப்பத்திற்கு மாறாக நடந்துகொள்வாள் என்பதை நினைத்துப்

பார்க்கவே அவளுக்கு பயமாக இருந்தது. 'கடவுளே யாம் பொண்ணு எனக்கு வேணும். என்னயவுட்டு யாம்மவள பிரிச்சிப்புடாத. அது மனச மாத்திப்புடு'. மனதிற்குள்ளேயே வேண்டிக்கொண்டாள்.

பேசிக்கொண்டே வந்ததில் நகைக்கடை வந்தது தெரியவில்லை. எந்த வழியாக வந்தோம், எவ்வளவு தூரம் நடந்தோம், வழியில் என்ன இருந்தது? எதுவுமே தெரியவில்லை மணி மேகலைக்கு. கலவரமடைந்து குழம்பிய முகத்துடன் வளர்மதி யுடன் நகைக்கடைக்குள் நுழைந்தாள்.

"அக்கா தோடு எத்துன கிராமுல எடுக்கணும்".

"தோடு அப்பறமா பாக்கலாம். மொதல்ல பிராங்காச எடுத்துக் காட்டச் சொல்லு".

"இப்ப எதுக்கு பிராங்காசி?"

"எங்கள திருப்பூருக்கு கொண்டவுடுறத்துக்காவ வித்தியில்ல. அதே மேரி எடு".

"என்னக்கா நீ?"

"ஆமாந் தங்கச்சி. அன்னக்கி இருந்ததாலதான வித்துப்புட்டு, செலவுசெய்ய முடிஞ்சிது".

"அதெல்லாம் எனக்கு வேண்டாம். நீ வாங்கிக் குடுத்தாலும் நான் போட்டுக்கிட போறல்ல. நீ கலாவுக்கு வாங்குறத்தப் பாரு".

"இல்ல தங்கச்சி. ஒனக்குத்தான் மொதல்ல வாங்கிக் குடுக்கணு முன்னு நெனச்சன்".

"நீ நெனச்சத்துல தப்புல்ல, ஆனா எனக்கு இப்ப அது வேண்டாம்".

"யாந்தங்கச்சி வேண்டாங்குற?"

"சொன்னா கேளுக்கா. கல்யாணத்துக்கு நிக்கிற பொண்ணுக்கு எடுன்னா நீ எனக்கு எடுத்து மாட்டி வுடுறத்துலயே இருக்குற".

வேறு நேரமாயிருந்தால் மணிமேகலை எப்படியாவது வற்புறுத்தி வளர்மதிக்கு கொடுக்க வேண்டியதை எடுத்துக் கொடுத்திருப்பாள். இன்று கலாவின் பிரச்சினையால் ஏற்கெனவே சோர்ந்து போயிருந்ததால் அவளால் அதற்குமேல் எதுவும் பேச முடியவில்லை.

"ஒரு பவுனு எடுக்கற காசி இருக்கு. நீ என்னமோ செய்யி" என்று சிறிய பைக்குள் வைத்திருந்த பணத்தை எடுத்து வளர்மதியின் கையில் திணித்தாள்.

"அரப்பவுனு தோடு அரப்பவுனு தொங்கட்டான் எடுப்பமா?"

"ம்".

வளர்மதிதான் பார்த்து எடுத்தாள். மணிமேகலைக்கு அதிலெல்லாம் ஏனோ மனம் பதியவில்லை. ஒப்புக்கு 'உம்' கொட்டினாள். அவளுக்கு எப்போது வீட்டுக்குப் போய் கலாவின் விருப்பத்தை கேட்பது என்றிருந்தது.

எடை போட்டு விலை போடும்வரை உள்ளே நிற்கப் பிடிக்க வில்லை மணிமேகலைக்கு. "நீ வாங்கிக்கிட்டு வா தங்கச்சி. நான் வெளிய நிக்கிறன்" என்றவள் கடைக்கு வெளியே வந்து நின்றுகொண்டாள்.

சாலையில் விரையும் வாகனங்களையும் நடந்து போய்க் கொண்டிருந்தவர்களையும் வேடிக்கை பார்ப்பவளைப்போல அங்குமிங்குமாய் வெறித்துக்கொண்டிருந்தாள். பார்வை வெறித்ததே தவிர எதுவும் பதியவில்லை. நினைவு முழுவதும் கலாவைச் சுற்றியே இருந்தது.

நகையை வாங்கிக்கொண்டு வெளியே வந்த வளர்மதி, "யாங்க்கா இங்க வந்து நிக்கிற?" என்றாள். அவள் கேட்டது எதுவும் காதில் விழாததுபோல "யாந்தங்கச்சி, கலா இந்த சம்பந்தத்துக்கு ஒத்துக் கிட்டுன்னா என்ன செய்யிற?" என்றாள்.

"என்னக்கா நீ இப்புடி இருக்குற?"

"......."

"நான் இப்ப சொல்லுறதக் கேட்டுக்க. கலா இந்த சம்பந்தத்துக்கு நிச்சயமா ஒத்துக்கிடும். இந்தக் கல்யாணம் கண்டிப்பா நடக்கத்தான் போவுது. ஓம் மனச அதுக்கு தகுந்தமேரி மாத்திக்க. நீனா எதையாவுது நெனச்சிக்கிட்டு இருக்காத. பெறவு இப்புடி ஆயிட்டேன்னு கவலப் பட்டுக்கிட்டு இருக்கக்கொடாது".

"வாடியக்காட்டுலயே கட்டிக்குடுக்குறதுன்னு வச்சிக்க. நான் இத எங்க கொண்ட வச்சி பரிசம் போட்டு வுடுற? இருக்க எடம் இருக்கா வூடுவாச இருக்கா எங்களுக்கு?"

"இருக்குற வூட்டுக்கு போவ வேண்டியாங். அங்க இருந்துக்கிட்டு எல்லாஞ் செய்யவேண்டியாங்".

"அந்த வூட்டுக்குள்ள அடியெடுத்து வைக்கமாட்டன்னு கௌம்பி வந்தாச்சு. மறுபடியும் அங்க போவச் சொல்லுறியா?"

"வேற என்னக்கா பண்ண முடியும்?"

"அதுக்காவத்தான் வாடியாட்டு சம்பந்தமே வேண்டாங்குறன்".

"அதப்பத்தி மட்டும் மறுபடி மறுபடி பேசாதக்கா. வூடு வாச இல்லங்குறியா? சேரி வுடு அதுக்கு என்ன செய்யலாமுன்னு பாப்பம்".

"......."

"அப்பா செத்த பெறவு நீ ஓம்பேருல ஒரு தோப்பு வாங்கிப் போட்டியில்ல. அதுல சின்னதா ஒரு வீட்ட கட்டிக்கிடுவமா?"

"அத வித்துட்டுத்தான கல்யாண செலவயெல்லாம் பாக்கணும்".

"அப்புடியா நெனச்சிக்கிட்டிருக்குற?"

"வேற என்னக்கிட்ட ஏது காசி?"

"அதயெல்லாம் விக்காண்டாங்க்கா. நம்ம அம்மாப்பா நெனப்பா அது கெடந்துட்டுப் போவுது".

"தோப்பயும் விக்கக்கூடாது. வூடும் கட்டணும். பொண்ணயும் கட்டிக்குடுக்கணுமுன்னா எப்புடி முடியும்?"

"எங்க வூட்டுல அவ்வொகிட்ட சொல்லி ரொம்ப கொறச்ச செலவுல வூடு கட்டித் தரச் சொல்லுறனே. மொதல்ல அவசாரத்துக்கு ஊனுகாலா ஊணிவுட்டு கழி கம்புபோட்டு மேல கீத்தப்போட்டுக் கிடலாம்".

"......."

"பெறவு அதுல இருந்துக்கிட்டே ஒரு வாரம் பத்து நாளுக்குள்ள மண்ணடிச்சி கொழச்சி செவரு வச்சிக்கிர்றது".

"செய்யலாந்தான். ஆனா கலா ஒத்துக்கிடுதான்னு பாப்பம்". வளர்மதிக்கு மணிமேகலையைப் பார்க்க ஆச்சர்யமாகவும் அதே சமயம் பரிதாபமாகவும் இருந்தது. அவளால் பதிலேதும் சொல்ல முடியவில்லை. பேசாமல் நடந்தாள்.

“தங்கச்சி கலாக்கிட்ட நீ கேக்குறியா இல்ல நானே கேக்கட்டா?”

“நீ ஒண்ணும் கேக்காண்டாம். பொறுமையா நானே கேக்குறன்”.

“நீ கேட்டா அது ஒத்துக்கிடும் தங்கச்சி. யாம் மொவத்தப் பாத்தா அதுக்கு ஒத்துக்கிட மனசு வராது”.

“இது மேரியெல்லாமாக்கா யோசிக்கிறது. என்ன நீ இவ்வள மோசமாயிட்ட?”

“ஒவ்வொரு நாளும் நான் அவிஞ்சி அடங்குறது ஒனக்குத் தெரியாது. யாந்நெலம யாம் பொண்ணுக்கும் வந்துறகொடாது தங்கச்சி”.

“கண்டிப்பா அதுமேரியெல்லாம் ஆவாது. நீ சும்மா கெடந்து பயந்து சாவாதக்கா”.

“யாந்தங்கச்சி நீ என்ன நெனக்கிற? வாடியாட்டுல குடுக்கலாங் குறியா?”

“இல்லாட்டி ஒன்னக்கிட்ட இவ்வள புடிவாதமா பேசிக்கிட்டு இருப்பனா நான்? எனக்கு மட்டுமில்லக்கா எங்க வூட்டுல அவ்வொளுக்கும் கொட வாடியாட்டுலயே கலாவ குடுக்கலாமுங்குற அபிப்பிராயந்தான் இருக்கு”.

“நெசமாவா?”

“ஆமாங்க்கா”.

“ஒன்னக்கிட்ட சொன்னாவொளா?”

“அன்னக்கே நாங்க இதப்பத்தி பேசிக்கிட்டம். உள்ளூருல குடுக்குறதுதான் நல்லதுன்னாவோ”.

வளர்மதிக்கும் அவளுடைய கணவனுக்கும்கூட வாடியக்காட்டு சம்பந்தத்தில் கொடுக்கத்தான் விருப்பம் என்பதை அறிந்த பிறகு மணிமேகலையால் எதுவுமே சொல்ல முடியவில்லை.

‘அது தலயெழுத்து எப்புடி இருக்கோ யாருக்குத் தெரியும். யாம் மொவத்துக்காவ கலா ஒத்திக்கிடாம இருந்தா நல்லாருக்கும். இல்லன்னா எப்புடியாவுதோ ஆண்டவன் வுட்ட வழி’. எதுவும் பேசாமல் அமைதியாய் நடந்தாள் மணிமேகலை.

கலா பாக்கியத்திற்கு தலை பார்த்துக்கொண்டிருந்தாள். நகைக் கடைக்குப் போன மணிமேகலையும் வளர்மதியும் வருவதைப் பார்த்துவிட்டு, "வுடு கலா" என்று அவசர அவசரமாக எழுந்து தலையை அள்ளி முடிந்தாள் பாக்கியம்.

"யாந்தா எழும்பிட்டிய? உச்சாந்தலயில நெறயா பொடுவு கெடக்குது. ஒக்காருங்காத்தா இன்னஞ்செத்த குத்தி வுடுறன்" என்றாள் கலா.

"ஒங்கம்மாவும் சித்தியும் வந்துட்டாவொ. இப்ப வேண்டாம், எழும்பு".

"அவ்வொ வந்தான்ன? நீங்க ஒக்காருங்காத்தா".

மொத மொத ஒனக்கு நக எடுத்துக்கிட்டு வாறாவொ. வர்ற நேரத்துல தலய விரிச்சிப் போட்டுக்கிட்டு எதுக்க நிக்கக் கொடாது" என்ற பாக்கியம் புடவையை உதறிக்கொண்டே பின்பக்கமாக போய் விட்டாள்.

எப்போது கையிலுள்ள பைக்குள்ளிருந்து வாங்கிவந்த நகைகளை பிரித்துக்காட்டுவாள் என்ற ஆவலோடு வளர்மதியின் கையையே பார்த்துக்கொண்டிருந்தாள் கலா.

"இந்தாக்கா கலாக்கிட்ட எடுத்துக்காட்டு" என்று பையை மணிமேகலையிடம் நீட்டினாள் வளர்மதி.

"நீனே காட்டு. நாம் போயி தண்ணி குடிச்சிட்டு வாறன்" என்று உள்ளே போய்விட்டாள் மணிமேகலை.

நகை டப்பாவை எடுத்து திறந்து காட்டி கேட்டாள் வளர்மதி, "பாரு கலா. இது நல்லாருக்கா".

கையில் வாங்கிப் பார்த்தவள், "நல்லாருக்கு சித்தி" என்றாள்.

"புடிக்கலன்னா சொல்லு. தெரிஞ்ச கடதான், மாத்திக்கிடலாம்".

"புடிச்சிருக்கு சித்தி".

"சேரி".

"காசி சித்தி?"

“என்ன காசி?”

“ஓங்களுக்கு பிராங்காசி எடுக்கல?”

“எடுக்கல. அம்மா எடுக்கத்தான் சொன்னிச்சி. நான்தான் வேண்டான்னுட்டன்”.

“யாஞ்சித்தி?”

“காசிக்கி இப்ப என்ன அவசரம்? கட்டிக்குடுக்கப் போற பொண்ணு ஓனக்குத்தான் மொதல்ல எடுக்கணுமுன்னு எடுத்தன்”.

கலாவின் முகத்தைப் பார்த்தாள் வளர்மதி. இவள் சொன்னதைப் பற்றி எதுவும் யோசிக்காதவள்போல தொங்கலை கையில் எடுத்து தொங்கவிட்டு, நன்றாக ஆடுகிறதாவென்று ஆட்டிப் பார்த்துக் கொண்டிருந்தாள்.

“கலா”.

“என்ன சித்தி?”

“வாடியாட்டு பிரசரண்டு சந்துரசேகரண்ண, நாளைக்கி இஞ்ச வாரன்னுருக்குறாவொ”.

“......”

“நீ என்ன சொல்லுற?”

“எதுக்கு சித்தி?”

“மவனுவொளுக்கு கல்யாணம் பண்ணப் போறாவொளாம். நம்பள ஒரு வார்த்த கேட்டுக்கிட்டு வேற எடத்துல பொண்ணு பாக்கலாமுன்னுதான்”.

“அதுக்காவத்தான் அம்மா என்னய அழச்சாந்துதா?”

“இல்ல. இந்த விஷயம் அம்மாவுக்கே இன்னக்கித்தான் தெரிஞ்சிது. நீங்க வந்த நேரம் தற்செயலாத்தான் அவ்வொளும் வாறன்னுருக்குறாவொ”.

கலாவிற்கு ஏமாற்றமாக இருந்தது. இதற்காக அவள் அம்மா அழைத்து வந்திருந்தால் எவ்வளவு நன்றாக இருந்திருக்கும் என நினைத்தாள்.

“நீ என்ன சொல்லுற கலா? சொல்லு ஒனக்கு சம்மதமா இல்லயா?”

“அம்மா ஒத்துக்கிடாது சித்தி”.

“ஒத்துக்காதுன்னு யாரு சொன்னா ஒனக்கு?”

“நீங்க அம்மாக்கிட்ட கேட்டியளா”.

“கேட்டன்”.

“அதான் அம்மா சோந்தமேரி போச்சிதா?”

“இல்லயே. அதுமேரியெல்லாம் ஒண்ணுமில்ல”.

“அம்மா என்ன சொன்னிச்சி?”

“ஒன்னோட அபிப்பிராயமுன்னுட்டுது”.

“......”

“நீ என்ன சொல்லற?”

“......”

“சொல்லு கலா”.

“நான் போன வருசமே ஐயனாரு கோயிலு குதுரமேல கையவச்சி சத்தியம் பண்ணி குடுத்துட்டன் சித்தி”.

“யாருகிட்ட?”

“சாமிக்கிட்டதான்”.

“என்னன்னு?”

“கட்டிக்கிட்டா வாடியக்காட்டு குமாரத்தான் கட்டிக்கிடுவன்னு”.

வளர்மதியிடம் கலா பேசிக்கொண்டிருந்தவற்றையெல்லாம் கதவுக்குப் பின்னால் பூனைபோல நின்று கேட்டுக்கொண்டிருந்தாள் மணிமேகலை. அவளால் கலாவின் வார்த்தைகளை தாங்கிக்கொள்ள முடியவில்லை.

‘இந்த வார்த்தயக் கேக்குறத்துகாவயா இவ்வள நாளும் இவ்வள கஷ்டப்பட்டுக்கிட்டு இருந்தம்’ தளர்ந்த நடையோடு வீட்டின்

பின்புறம் கிடந்த துணிதுவைக்கும் கல்லின்மீது போய் உட்கார்ந்து கொண்டாள். அவளுக்குத் திரும்பத் திரும்ப கலா சொன்ன வார்த்தைகளே காதில் ஒலிப்பது போலிருந்தது.

மறுநாள் சந்திரசேகரன் வந்தபோது அவரை 'வாங்க' என்று அழைக்கவில்லை மணிமேகலை. அவருடன் பேசவுமில்லை. அவர் திரும்பிப் போகும்வரை பின்பக்கத் தாழ்வாரத்தை விட்டு வெளியே வரவில்லை.

அவள் அப்படி நடந்துகொண்டது வளர்மதிக்கும் அவளுடைய கணவனுக்கும் சங்கடமாக இருந்தது. இருந்தாலும் அதை வெளிக் காட்டவில்லை. மணிமேகலை வீட்டில் இருப்பது போலவே காட்டிக் கொள்ளவில்லை. கலாவை மட்டும் கொண்டுவந்து விட்டுவிட்டு உடனே மணிமேகலை திருப்பூருக்குப் போய்விட்டதாய்ச் சொல்லி சமாளித்தாள் வளர்மதி.

"தங்கச்சியும் தங்கச்சி புருசனுந்தான் கலாவ பாதி நாளு வளத்தாவோ. படிக்க வச்சாவொ. அவ்வொ பாத்துசொன்னா சரி தான்னு சொல்லிப்புட்டு பெயிட்டு யாங் நடுமவ. நீங்க என்ன பேசணுமோ இவ்வொகிட்டயே பேசி முடிச்சிக்கிடுங்க" என்றாள் பாக்கியம் தன் பங்கிற்கு.

"யாம் பெரிய மவனுக்கு ஆலங்காட்டுல பொண்ணு பாத்து முகூர்த்தோல எழுதியாச்சி. இந்த பொண்ணயும் பாத்து முடிவு பண்ணிட்டமுன்னா ரெண்டு பேருக்கும் கல்யாணத்த ஒண்ணாவே செஞ்சி வச்சிறலாமுன்னு பாத்தன்".

"கல்யாணத்த எப்ப வச்சிருக்குறிய?"

"ஆவணி இருவத்தொண்ணாந்தேதி".

"இன்னம் ஒரு மாசங்கொட குறுக்க இல்லயே" என்றாள் பாக்கியம்.

"யாங் என்ன செய்யணும்?"

"கல்யாணமுன்னா பணங்காசி தோதுபண்ண வேண்டாமா? நக நட்டு வாங்க வேண்டாமா. எங்கக்கா என்ன நெனச்சிக்கிட்டுருக்குன்னு தெரியலையே" என்றாள் வளர்மதி.

“பொண்ணுக்கு ஒண்ணுஞ் செய்யாண்டாம். நகநட்டெல்லாம் எதுவும் வேண்டாம். அந்தத் தங்கச்சியோட நெலம எனக்குத் தெரியாமயா இருக்கு” என்றார் சந்திரசேகரன்.

“வூடுவாச வேற எதுவுமில்ல. வாடியாட்டுல இருக்குற அந்த வூட்டுல சக்களாத்தியாகூட செத்தாலும் வந்து இருக்கமாட்டன்னு சொல்லிப்புட்டு எங்கக்கா”.

“அப்புடியா....” என்ற சந்திரசேகரன் சற்றுநேரம் யோசனையாய் உட்கார்ந்திருந்தார்.

“இவ்வொ கொட தோப்புல சின்னதா ஒரு வூட்ட கட்டித் தாறன். அதுல இருந்துக்கிட்டு பரிசம் போட்டுவுடுங்கன்னு சொன்னாவோ” என்றாள் வளர்மதி.

“அதான. அதுமேரி செஞ்சிக்கிடலாமே. அப்புடின்னா நீங்க கொட வேண்டியல்ல. நாளைக்கே நாம் போயி அந்த வேலய செய்ய ஆரம்பிச்சர்றன்” என்றார்.

“ஒங்களுக்கு எதுக்கு வீணாச் செலவு?” என்றான் வளர்மதியின் கணவன்.

“எனக்கென்ன செலவு. மரங்கழி நம்மகிட்டயே இருக்கு. கீத்து, பாள எதுவும் காசிக்குடுத்து வாங்கப் போறதில்ல. செலவுன்னு பாத்தா கட்டுக்கயறும் ஆள்கூலியுந்தான். அந்த தங்கச்சிக்காவ நான் இதக் கொட செய்யமாட்டனா? எதப் பத்தியும் நெனக்க வேண்டாமுன்னு சொல்லுங்க. என்னய சொந்த அண்ணன்மேரி நெனச்சிக்கிட்டு என்ன கொறன்னாலும் சொல்லச் சொல்லுங்க” என்றார்.

‘சந்திரசேகரன் அப்படி பேசியது வளர்மதிக்கு ஆறுதலாயிருந்தது. என்ன இருந்தாலும் இதற்குத்தான் ஒரு கூடப் பிறந்தவன் இருக்க வேண்டுமென்பது. நமக்குத்தான் அதற்கெல்லாம் கொடுத்து வைக்காமல் போய்விட்டதே’ என்று நினைத்து பெருமூச்சுவிட்டாள் வளர்மதி.

வீட்டை கூடிய சீக்கிரமாய் கட்டி முடித்துவிட்டு ஆள்விட்டு சொல்லியனுப்புவதாய் சொல்லிவிட்டுப் போனார் சந்திரசேகரன்.

## 33

“தங்கச்சி நான் விடியகாலம் கெளம்புறன்”.

“எங்கக்கா?”

“திருப்பூருக்குத்தான்”.

“என்னக்கா அந்தண்ண ஆவணி இருவத்தொண்ணாந் தேதி கல்யாணமுன்னுட்டு போறாவோ. நீ என்ன டான்னா திருப்பூருக்குப் போறங்குற?”

“போவாம என்ன செய்யச் சொல்லுற?”

“பெயிட்டுத்தான் வரணும். பெயிட்டு அங்க கெடக்குற சாமாஞ் சட்டயெல்லாம் அள்ளிக்கிட்டு ரூம காலி பண்ணிட்டு வந்தர்றியா?”

“நான் வரணுமா?”

“வராம பொண்ண கட்டிக்குடுக்குறது எப்புடி?”

“.....”

"சூரயப் போட்டுக்கிட்டு சொல்லியனுப்புறன்னுட்டுப் போறாவொ அந்சுண்ணன். நீ போயி கிட்ட இருந்துக்கிட்டு செவரு வைக்கலாமுல்ல?"

"வாடியாட்டுக்குப் போச்சொல்லுறியா என்னய?"

"போவாமயே இருந்துட முடியுமா?"

"அவ்வொ மொவத்துல நான் எப்புடி முழிக்கிற?"

"நீ எவனயாவுது இழுத்துக்கிட்டா ஓடுன. வெக்கப்படுறத்துக்கு. அவ்வொதான் ஓம் மொவத்துல முழிக்க வெக்கப்படணும்". மணிமேகலை ஏதோ யோசனையில் ஆழ்ந்தவளைப்போல பேசாமல் உட்கார்ந்திருந்தாள்.

"பெயிட்டு ரெண்டு நாள்ல வந்தர்றியாக்கா?"

"ரெண்டு நாள்ல வரமுடியா தங்கச்சி?"

"யாங்க்கா".

"ரூமு வாடகப் பணம் முடிய இன்னம் பத்துநாளு இருக்கு. செலவுக்கும் கையில பணம் இல்ல. ஒரு வாரம் வேலக்கிப் போயி சம்பளத்த வாங்கிக்கிட்டு வாரன்".

"......."

"தோப்பயும் விக்கக்கொடாதுன்னுட்ட கல்யாண செலவுக்கு என்ன செய்யிறன்னு தெரியல".

"என்ன செலவாயிடப் போவுது? மிஞ்சி மிஞ்சிப் போனா அஞ்சாயிரம் கொட ஆவாது. அதுக்காவ நீ கவலப்பட்டுக்கிட்டு கெடக்காத. எங்க வூட்டுல அவ்வொ அந்த செலவயெல்லாம் நம்மளே செய்வமுன்னு சொல்லிப்புட்டாவொ".

"கல்யாணத்த முடிச்சிட்டு திருப்பூருக்கு பெயிட்டன்னா போரும். மாசத்துக்கு எப்புடியும் ஆயிரத்து ஐநூறு ரூவா மிச்சப்படுத்திப்புடுவன். வாங்குன கடனயெல்லாம் ஆறு மாத்தக்குள்ள அடச்சிறலாம்".

"கடன அடக்கிறத்தப்பத்தி இப்ப எதுக்குக் கவலப்பட்டுக்கிட்டு இருக்குற. மொதல்ல செய்ய வேண்டிய வேலயப் பாருக்கா".

மணிமேகலையும் வளர்மதியும் பேசிக்கொண்டதை கேட்டுக் கொண்டிருந்த கலா தயங்கியபடியே "சித்தி" என்றாள்.

“என்ன கலா?”

“நானும் திருப்பூருக்குப் போறன்”.

“எதுக்கு?”

“அம்மாகொட நானும் ஒருவாரம் கம்பெனிக்கி பெயிட்டு வாறன்”.

“அதெல்லாம் வேண்டாந்தங்கச்சி. நான் மட்டும் போனாப் போதும்” என்று வளர்மதியிடம் கூறினாள் மணிமேகலை.

இரண்டு நாட்களாக மணிமேகலை கலாவிடம் முகம் கொடுத்துப் பேசவில்லை. கலா வலிய வந்து பேசியபோதும் பட்டும் படாமலும் வேறு யாரிடமோ பதில் சொல்வதுபோல சொல்லிவிட்டுப் போனாள். வளர்மதி எவ்வளவோ எடுத்துச்சொல்லியும்கூட மணிமேகலை கேட்கவில்லை.

“பெத்த பொண்ணுக்கிட்ட இப்புடி வேகந்தட்டிக்கிட்டு பேசாம இருக்கலாமாக்கா நீ. அப்புடி என்ன ஒனக்கு அதுமேல தீத்துக்க முடியாத கோவம்?”

“நான் யாருகிட்டயும் வேகந்தட்டவுமில்ல கோவப்படவுமில்ல. எனக்குன்னு இன்னம் ரெண்டு மூணு கடம இருக்கு. அத செஞ்சிட்டன்னா போதும். அதுக்குமேல அக்கடான்னு எங்கயாவுது கண்ணுகாணாம போயிக் கெடந்துருவன்”.

“யாங்க்கா, மொதமொத ஒரு நல்லகாரியம் பண்ணிப் பாக்கப் போறம். இந்த நேரத்துல நீ இதுமேரியெல்லாம் பொலம்பலாமா?”

“இல்ல... இல்ல.. நான் ஒண்ணும் பொலம்பல வுடு”.

கலாவை விட்டுவிட்டு மறுநாளே மணிமேகலை மட்டும் திருப்பூருக்கு கிளம்பிச் சென்றாள்.

வளர்மதியிடம் சொல்லிவிட்டு வந்ததுபோலவே ஒருவாரம் வரைக்கும் கம்பெனிக்குப் போனாள். திருப்பூரில் இருந்த ஒரு வாரமும் அவள் சிவகாமியுடனேதான் பெரும்பகுதி நேரத்தைக் கழித்தாள். அவளிடம் கலா பற்றிய எல்லாவற்றையும் சொல்லி அழுதாள். சிவகாமிதான் மணிமேகலைக்கு ஆறுதல் சொல்லித் தேற்றினாள்.

ஒருவார சம்பளத்தையும் வாங்கிக்கொண்டு வந்து அறையை காலி செய்தாள். முக்கியமான பொருட்களை மட்டும் மூட்டைக்குள் போட்டு கட்டி எடுத்துக்கொண்டாள். மற்றவற்றையெல்லாம் சிவகாமியின் அறையில் மூட்டையாய் கட்டிப் போட்டுவிட்டு கிளம்பினாள்.

அந்த ஓட்டுச்சாலை வீட்டின் அறைகளில் தங்கியிருந்தவர்களில் சிவகாமியைத் தவிர மற்ற யாருக்கும் அறையைக் காலி செய்யப் போவது பற்றியும் ஊருக்குப் போகப் போவது பற்றியும் அதுவரை சொல்லவில்லை மணிமேகலை.

அறையைக் காலி செய்வதைப் பார்த்த மற்ற அறைக்காரர் களெல்லாம் அவளை சூழ்ந்துகொண்டு கேள்விமேல் கேள்வி கேட்டார்கள். இத்தனை நாட்களும் சொல்லாமல் மறைத்துவிட்ட தற்காக கோபித்துக்கொண்டார்கள்.

திலகா தன்னுடைய கைக்குழந்தையுடன் வந்து நின்றுகொண்டு அழுதாள்.

“நீங்கல்லாந்தான் யாம் புள்ளக்கி சொந்தக்காரங்க மாதிரி இருந்தீங்க. இப்ப ஒவ்வொருத்தரா போறீங்க. ஓஞ்சா ஓழிஞ்சா தூக்கி வச்சிக்கிட்டு கொஞ்சக்கொட யாம்புள்ளக்கி யாருமில்லாமப் பொயிடும் போலருக்கு” என்று கண்கலங்கினாள்.

“நான் பெயிட்டு ரொம்ப நாளக்கி அங்க இருக்க மாட்டன். கல்யாணம் முடிஞ்சவொடனே வந்துடுவன் திலகா. இஞ்ச பாரு எல்லா சாமானயும் நான் சிவகாமியக்கா ரூமுலதான் போட்டுட்டுப் போறன். நாங்க எல்லாருமே பெயிட்டாகொட ஒனக்கு கனியாவோட தொண இருக்கு. கவலப்படாத. கனியா இருக்குற வரைக்கிம் எல்லா சொந்தக் காரவவொளும் இருக்குற மேரி நீ நெனச்சிக்கிடலாம். புள்ளயப் பத்தரமா பாத்துக்க” என்றவள் பிள்ளையின் கையில் இருபது ரூபாய் தாள் ஒன்றைத் திணித்தாள்.

“சென்சிலா இனிமே நீ வேலக்கிப் போவாத. புள்ளய பெத்து அவன் நல்லவிதமா வளந்து ஓடி வெளயாடுற வரைக்கும் வேலக்கிப் போறத்தப் பத்தி நெனக்காத”.

“என்னக்கா நீங்க பாட்டுல அவன் அவன்னு சொல்றீங்க. எனக்கு பொம்புளப்புள்ளதான் வேணும்”.

“பொண்ணா பொறந்து நம்ம படுறது போறாதா?”

“நம்பதான் வாழத் தெரியாம வாழ்ந்துக்கிட்டு இருக்குறம். நம்ப புள்ளைவொளயாவுது நம்ப வாழாத வாழ்க்கயயெல்லாம் வாழவச்சிப் பாக்குறல்ல”.

“அப்புடித்தான் நெனச்சி நானும் ஒண்ண வளத்தன். இப்ப என்னால என்ன செஞ்சிற முடிஞ்சிது?” என்றாள் விரக்தியாய்.

“யாங்க்கா... மாப்புள்ள நல்ல பையன்தான?”

“கொட்டுற கொடுக்குல எந்த கொடுக்குத்தான் நல்ல கொடுக்கு, சொல்லு”.

எல்லோரிடமும் சொல்லிக்கொண்டு கிளம்பும்போது ஏனோ மணிமேகலைக்கு தொண்டையை அடைத்தது. கண்களை முட்டிக் கொண்டு கண்ணீர் வந்தது.

வண்டி ஏற்றிவிட மணிமேகலையுடன் சிவகாமி பல்லடம் சாலைக்கு வந்தாள். மணிமேகலையைப் பார்க்கப் பார்க்க சிவகாமிக்கு என்னவோ போலிருந்தது. அவள் கூப்பிட்டால் அவளுடன் தானும் கூட ஊருக்குப் போய் கல்யாணம்வரை இருந்துவிட்டு வரலாமென்று தோன்றியது சிவகாமிக்கு.

ஆனால் மணிமேகலைக்கு அதுமாதிரியெல்லாம் கடுகளவு கூட எண்ணம் வரவில்லை.

“கல்யாணம் முடிஞ்சதும் நான் வந்தர்றங்க்கா” என்பதையே திரும்பத் திரும்பச் சொல்லிக்கொண்டிருந்தாள்.

சிவகாமி என்ன நினைத்தாளோ வண்டியேறும் சமயத்தில் தன் முந்தானையில் முடிந்து தயாராய் எடுத்து வைத்திருந்த பணத்தை அவிழ்த்து மணிமேகலையின் கைக்குள் வைத்து திணித்தாள்.

“இது என்னக்கா பணம்?”

“ஆமாம் பணந்தான்”.

“எதுக்கு?”

“கல்யாணச் செலவுக்கு வச்சிக்க”.

"வேண்டாங்க்கா. இந்தாங்க... புடிங்க" திரும்ப சிவகாமியின் கையில் திணித்தாள் மணிமேகலை.

"வந்து குடுத்துக்கிடலாம். இப்ப எடுத்துக்கிட்டுப் போ".

"நான் வந்தாதான் நெலம. வரமுடியாமப் பெயிட்டுன்னா?"

"கண்டிப்பா வருவ. எனக்குத் தெரியும் புடி..."

"இல்லக்கா வேண்டாம்".

"சொன்னாக் கேளு".

"தரமுடியாமப் பெயிருமோன்னு பயமாருக்குக்கா".

"தராட்டியும் ஒண்ணும் குடிமுழுவிப் பெயிடாது. நீ எடுத்துக் கிட்டுப் போ". சிவகாமியின் வற்புறுத்தலை மணிமேகலையால் அதற்கு மேல் தட்டிக்கழிக்க முடியவில்லை.

"இதுல எவ்வளது்க்கா இருக்கு?"

பல்லடத்திலிருந்து வரும் வண்டி வந்து நின்றது.

"நீ மொதல்ல ஏறு. மூட்டய நான் தூக்கி தாறன்".

"பணம் எவ்வளது?"

"ரெண்டாயிரம். பத்தரமாப் போய்ச் சேரு".

"ம்.. அவ்வளது எதுக்கு?"

"இருக்கட்டும். கல்யாணம் முடிஞ்சதும் வந்துரு".

நீர் முட்டிய கண்கள் பார்வையை மறைக்க தலையை ஆட்டி விடை கூறினாள் மணிமேகலை. பேருந்து நகர்ந்தது.

## 34

வண்டியைவிட்டு இடும்பவனத்தில் இறங்கியதும் தலைசுற்றுவது போலிருந்தது மணிமேகலைக்கு. க்ண்களை எதுவோ கட்டிக்கொண்டு மறைப்பது போலவும் காதுகள் அடைத்துக்கொண்டது போலவும் இருந்தது. கிழக்கு மேற்காய் அமைந்திருந்த பரபரப்பான அந்தத் தெருவை எப்படி கடந்து போகப் போகிறோமென்றிருந்தது. கால்கள் நடுங்கி, அடி தடுமாறியது. கையிலிருந்த பையை கீழே வைத்துவிட்டு பக்கத்தில் வந்த வளர்மதியின் தோளை கெட்டியாக பிடித்துக் கொண்டாள்.

அவளைப் பார்த்த வளர்மதி "என்னக்கா" என்று பதறினாள்.

"மயக்கம் வாறமேரி இருக்கு தங்கச்சி".

கைகளிலிருந்த பைகளை வைத்துவிட்டு அவளை அழைத்துக் கொண்டுபோய் ஓர் ஓரமாய் உட்கார

வைத்தாள். மணிமேகலையை அப்படிப் பார்த்தவுடன் கலாவின் முகம் கலவரமடைந்தது.

'நம்மளாலதான் அம்மா இப்புடி ஆயிட்டு. நம்ம இந்த கல்யாணத் துக்கு ஒத்துக்கிட்டது தப்போ' என்று நினைத்தாள். குத்துக் காலிட்டு உட்கார்ந்து கையால் முழங்கால் கட்டி அதில் தலையைக் கவிழ்த்துக் கொண்டு உட்கார்ந்திருக்கும் தன் அம்மாவைப் பார்க்கப் பார்க்க கலாவிற்கு வேதனையாக இருந்தது.

'எவ்வள நெஞ்சழுத்தம் கொண்ட அம்மா இப்புடி ஒடுங்கிப் போயி ஒக்காந்துருக்கே. இதுக்கெல்லாம் நம்மதான காரணம்' என்று வருத்தப்பட்டாள்.

சோடாவை உடைத்து வாங்கி வந்த வளர்மதி அதிலிருந்து கொஞ்சமாய் தன் கையில் ஊற்றி மணிமேகலையின் தலையை நிமிர்த்தி முகத்தில் அடித்தாள்.

"இதக் குடிக்கா சரியாயிரும்" என்று சோடாவை அவள் கையில் கொடுத்தாள்.

முகத்தைத் துடைத்துக்கொண்டு சோடாவை ஒவ்வொரு வாயாகக் குடித்தாள் மணிமேகலை.

'என்ன நம்ம இப்புடியெல்லாம் பண்ணுறம்? நம்மளப் பத்தி தங்கச்சி என்ன நெனச்சிக்கிடும்? கலாதான் என்ன நெனக்கிம். வேணுமுன்னே பகடி அடிக்கிறமுன்னு நெனச்சிட்டா என்ன பண்ணுற? நம்மளுக்கு யாங் இப்புடியெல்லாம் வருது? புத்தி சரியில்லாம பெயிட்டா'. மணிமேகலை தன்னைத்தானே நினைத்து வெட்கப்பட்டாள்.

'இனிமே எதுன்னாலும் வெளில காட்டிக்கிடக்கூடாது. எதுவுமே நம்ம பாத்து செய்யல. எல்லாம் நம்பள மீறி எப்புடி எப்புடியோ நடக்குது. அலயிழுக்குற பக்கம் வல போறமேரி போயிக்கிட்டே இருப்பம். என்ன நடந்தாலும் நடந்துட்டுப் போவுது'. தன்னைத்தானே தேற்றிக்கொண்டாள். சோடாவைக் குடித்து முடித்து பாட்டிலை வளர்மதியிடம் நீட்டியவள் சடக்கென்று எழுந்துகொண்டாள்.

"யாங்க்கா எழும்பிட்ட? செத்த ஒக்காரு போவம்".

"இல்ல தங்கச்சி. இப்ப ஒண்ணும் பண்ணல. வா போவம்".

“இருக்கா சோடா பாட்டுல குடுத்துட்டு, மீதி காச வாங்கியாந்தர்றன்” என்று காலி சோடாப் பாட்டிலுடன் கடைக்குப் போனாள் வளர்மதி.

‘இஞ்சதான் கட்டிக்குடுக்குறன்னு முடிவாயிட்டு. இனிமே எதயும் மாத்தப் போறல்ல. நம்மதான் நிதானமா நடந்துக்கிடணும். யாரோட வம்பு வழக்கும் நம்பளுக்கு வேண்டாம். முடிவான கல்யாணத்த முடிச்சி வைக்கிற வரைக்கிம் என்ன வருத்தமுன்னாலும் பல்ல கடிச்சிக்கிட்டு பொறுத்துக்கிட வேண்டியதுதான்’ மணிமேகலை தனக்குள் வைராக்கியத்தை ஏற்படுத்திக்கொண்டாள். இடும்பவனத்தை கடந்து தெற்கில் திரும்பி வாடியக்காட்டு தோப்பிற்குள் நுழைந்தார்கள்.

“எங்கக்கா இருக்கு ஒந்தோப்பு?”

“இஞ்சதான். இன்னங் கொஞ்சதூரம் போவணும்”.

“நீ தோப்பு வாங்கிப் போட்டத்துலேருந்து ஒரு நடகொட நான் வந்து பாக்கல. தோப்புக்குள்ள ஊத்து இருக்காக்கா?”

“இல்ல தங்கச்சி’.

“அப்பறந் தண்ணிக்கி என்ன பண்ணுற? தென்னம்புள்ளை யெல்லாம் வேற வச்சன்னு சொன்ன?”

“கெழக்கால தேவுடியா கொளம் கெடக்கு. தோப்புக்குள்ள ஊத்து வெட்ட வேண்டியல்ல. அந்த தண்ணியத் தூக்கியாந்து ஊத்தித் தான் இருவத்தஞ்சி தென்னம்புள்ளய உண்டாக்குனன். இந்நேரம் அதெல்லாம் எப்புடி கெடக்கோ?”

“தண்ணிக்கி சாவாம இருந்தாலும், ஆடுமாடு கடிக்காம இருக்கணுமே”.

“ஆடுமாடு கடிக்க வழியில்ல. அப்பயே தோப்பச் சுத்தி கத்தாழ வச்சிட்டன். இந்நேரம் அது பத்தகட்டி உள்ளபோவ எடவெளி யில்லாம வளந்துருக்கும். கத்தாழயத் தாண்டி மாடு கண்ணு போவ முடியா. தண்ணியில்லாம செத்துருந்தாத்தான்”.

“உசிர கையில புடிச்சிக்கிட்டு ஒண்ணு கொடவா இருக்காம பெயிடப்போவுது?”

“மழகிழ பேஞ்சிருந்தா பொழச்சிருக்கும். இல்லன்னா எல்லாம் போயிருக்கும்”.

“பேர்யித்தான் பாப்பமே” என்றாள் வளர்மதி.

“திருப்பூருல இருக்கும்போது அடிக்கடி இந்த தென்னம் புள்ளைவொ நெனப்புத்தான் வரும். மரம் வச்சவன் தண்ணி ஊத்தாமயா போவான்னு வார்த்தக்கி வார்த்த சொல்லுற நம்பளே இப்புடி வச்ச புள்ளய வாட வுட்டுட்டு வந்துட்டமேன்னு நெனச்சி நெனச்சி ரெண்டு நாளக்கு தூக்கம் வராமக் கெடப்பன்”.

தோப்பை பார்க்க வேண்டும் என்ற ஆசையில் அடியைச் சற்று எட்டிப்போட்டு வேகமாக நடந்தாள் மணிமேகலை. அவளின் வேகத்தைப் பார்த்த வளர்மதிக்கு ஆச்சரியமாக இருந்தது. சற்றுமுன் நடக்கவே முடியாதென்று துவண்டு உட்கார்ந்தவள் இப்போது எப்படி இவ்வளவு வேகமாக நடக்கிறாள் என்று நினைத்தாள். அவளை பலவீனப்படுத்தி உட்காரவைத்த சிந்தனைகளில் துளியும் இப்போது அவளிடம் இருப்பதாகத் தெரியவில்லை. ஒரு துண்டுத் தோப்பும் அதில் நட்டுவைத்த பத்துப்பதினைந்து தென்னம்பிள்ளைகளுந்தான் அவளுக்கு இவ்வளவு சக்தியைக் கொடுத்திருக்கிறது என்பது வளர்மதிக்குப் புரிந்தது.

மணிமேகலையின் வேகத்திற்கு மிகவும் சிரமப்பட்டே ஈடு கொடுத்து நடக்க வேண்டிதாயிருந்தது வளர்மதிக்கு. அவ்வப்போது குண்டு குண்டென்று ஓடவும் செய்தாள்.

திடீரென்று அம்மாவிடம் ஏற்பட்ட மாற்றத்தைப் பார்த்த கலாவால் அது உண்மைதானாவென்று நம்ப முடியவில்லை. அவளும் வளர்மதியின் பின்னால் எதுவும் பேசாமல் வேகவேகமாய் நடந்தாள்.

தென்னை மரங்களுக்கிடையே பெருமணலாய் பரந்து கிடந்தது தோப்பு. கடிகாரமுள் புல்லும் செகன்நாதன் பூண்டும் நண்டுக்கால் கொடிப்புல்லும் படர்ந்திருந்த மணலில் வழிப் பாதை மட்டும் காலடித் தடம் பட்டு புல்பூண்டு எதுவும் முளைக்காமல் தோப்புக்குத் தோப்பு வெறும் மணலாய் வளைந்தும் நெளிந்தும் போய்க்கொண்டிருந்தது.

மணலில் கால் புதைந்தது. வேகமாய் நடக்க முடியவில்லை. செருப்புக்காலோடு நடப்பது இன்னும் சிரமமாக இருந்தது. செருப்பை கழற்றி கையிலெடுத்துக் கொண்டார்கள் மூவரும். மணிமேகலைக்கு நடந்து நடந்து பழகிய பாதை இது. அவள் வேகமாய் நடந்தாள்.

தென்னை மரங்கள் இல்லாமல் வெட்டையாய் இருந்த இடங்களை வெறுங்காலோடு கடந்துபோக முடியவில்லை. மண் வெயிலில் கொதித்துப் போயிருந்தது. வழிநெடுக தென்னை மரங்கள் பந்தல் போட்டதுபோல மட்டை விரித்து நின்றன. தென்னை ஓலைகளின் இடைவெளியில் விழும் சிறிய ஒளிக்கற்றைகள் அப்பெருமணலில் கோலம் போட்டதுபோல் தெரிந்தது.

தென்னை மரங்களின் ஊடாக சற்று தூரத்தில் இருந்த தேவுடியாக் குளத்தை பார்க்க முடியவில்லை. அருகே செல்லச் செல்ல அதன் குளுமை உடலில் வந்து மோதியது. கரையோரமெங்கும் சிறிது வெயில் கூட தரையில் படாதவாறு அடர்ந்திருந்தன தென்னை மரங்கள். கரைக்குப் போன பிறகு தான் குளத்தை பார்க்க முடிந்தது. இரண்டு கண்களும் விரிய அதனைப் பார்த்தாள் வளர்மதி. குளமெங்கும் தாமரையும் அல்லியும் படர்ந்திருந்தன. பூக்களும் மொட்டுகளும் தூக்கிப் பிடித்த விளக்குத் தண்டுபோல உயர்ந்து நின்றன. இலைகள் படர்ந்து தண்ணீரை வெளியே காட்டிவிடாதபடி மூடிக்கொண்டு கிடந்தன. இடநெருக்கடியால் ஒன்றுடன் ஒன்று முட்டிக் கொண்ட இலைகள் தண்ணீரைவிட்டு சற்று மேலெழும்பி வானத்திற்கு குடைபிடித்துக் கொண்டிருந்தன.

"சின்னக்கா இந்தக் கொளம் பெருசா இருக்குல்ல?" என்றாள் வளர்மதி.

"ஆமாம். இதுதான் வாடியக்காட்டுலயே பெரிய கொளம். மொதமொத வெட்டுன கொளமும் இதானாம்".

"......"

"இஞ்ச இருந்த ராணியம்மாங்குற ஒரு தாசிப் பொம்புள தான் இந்தக் கொளத்த வெட்டுச்சாம். ஒரு காசுகொட செலவு பண்ணாம, தாங்கிட்ட படுக்கவந்த ஆம்புளைவொள வச்சே இந்தக் கொளத்த வெட்டிச்சாம். அதுனாலதான் இத தேவுடியாக் கொளங்குறாவொ. இன்னக்கிம் இந்த கொளத்த தேட்டங் தேடிக்கிட்டு வந்து குளிச்சிட்டுப் போற ஆம்புளைவொளும் இருக்குறாவொளாம்".

"யாங்".

"இந்தத் தண்ணிக்கி அப்புடி ஒரு மவுசு".

"அப்புடியாக்கா".

"ஆம்புளப் புள்ளைவொ யாராவுது 'மசமச'ன்னு இருக்குறத்தப் பாத்தா, போயி தேவுடியாக் கொளத்துல உழுந்து முழுவிப்புட்டு வாடான்னு வெரட்டி வுடுவாவொ வாடியாட்டுல".

"நெசமாவாக்கா சொல்லுற?"

"நீ வேணுமுன்னா ஒரு கையி தண்ணியள்ளி மூஞ்சக் கழுவிப் பாறன், ஒனக்கே புரியும்".

மணிமேகலை சொல்வது உண்மையாக இருக்குமென்றே தோன்றியது வளர்மதிக்கு. மணிமேகலையின் கண் குளத்திற்கு மேற்கிலிருந்த தன் தோப்பையே நோட்டம்விட்டது. பெரிய குளம் என்பதால் அதன் வடக்குக்கரையிலிருந்து பார்க்க மணிமேகலையின் தோப்பு சரியாகத் தெரியவில்லை.

குளக்கரையை சுற்றிக்கொண்டு மூவரும் மேற்குக் கரைக்கு வந்தார்கள்.

"தங்கச்சி கொளத்த அப்பறம் பாத்துக்கிடலாம். யாந் தோப்ப வந்து பாரு மொதல்ல" என்று கூப்பிட்டுக்கொண்டே முன்னால் வேகமாய்ப் போனாள்.

தேவுடியாக் குளத்தை ஒட்டினாற்போலிருந்த, தென்னைகள் அடர்ந்த அந்த குறுகலான தோப்பை அடுத்து இருந்தது மணி மேகலை வாங்கிப்போட்டிருந்த தோப்பு. மணிமேகலை சொன்னது போலவே சுற்றிலும் வேலிபோல கற்றாழை நெருக்கமாய் வளர்ந்திருந்தது. தோப்பின் பின்பகுதியில் அதிக இடம் விட்டு தென் பகுதியின் மையத்தில் கொட்டகை போடப்பட்டிருந்தது. புதுக் கீற்றின் நிறமும் மொட மொடப்பும், சுற்றிலும் கொத்துக்கொத்தாய் செருகப் பட்டிருந்த பசுமைநிறம் மாறாத காய்ந்த வேப்பிலையும் கொட்டகை இரண்டு நாட்களுக்கு முன்தான் கட்டப்பட்டது என்பதைக் காட்டின.

"சின்னக்கா வூடு ரெடியாயிட்டு பாத்தியா?"

"ஆமாம் வூடு ரெடியாயிட்டு".

தோப்பின் தென்பக்கமாய் வழியமைக்கப்பட்டிருந்தது. அந்த வழியாக தோப்பிற்குள் நுழைந்தார்கள் மூவரும். கண்களைக் குருடாக்கி விடும் சூரியனின் ஒளிக்கதிர்கள் செங்குத்தாய் விழும் அந்த உச்சி

வேளைப் பொழுதில், வெயிலின் உக்கிரத்தை முழுமையாய் வாங்கிக் கொண்டிருந்தது அவள் தோப்பு. தென்னம்பிள்ளைகள் இரண்டு மூன்று சருகாகி அப்படியே நின்றுகொண்டிருந்தன. ஒன்றிரண்டு, காய்ந்து ஒடிந்துபோய்க் கிடந்தன. மற்றவை இருந்த இடம் தெரியாமல் போயிருந்தது. தென்னம்பிள்ளைகள் வைத்த குழிகள் மட்டும் வரிசை வரிசையாய் இருந்தன.

"பாத்தியா தங்கச்சி ஒரு தென்னம்புள்ள கொட இல்ல. எவ்வள கஷ்டப்பட்டு வச்சி தண்ணி வூத்துனன். இருந்து பாக்க முடியாம எல்லாம் போச்சே" என்றாள்.

"போனா பெயிட்டு போவுதுக்கா வுடு. தென்னம்புள்ளயா கெடக்காம பெயிடப் போவுது. போட்டு உண்டாக்கிட்டுப் போறது" என்றவள் தோப்பை சுற்றியும் ஒருமுறைப் பார்த்தாள். "நல்லா மராமத்து பண்ணி வச்சிருக்குற".

"எத்துன நாளு ஒண்டியா கெடந்து இந்த தோப்பச் சீராக்குனந் தெரியுமா?"

"கயிறு புடிச்சி வரப்பு போட்டமேரி கத்தாழய வரிசையா வச்சிருக்குறக்கா".

"காட்டுல கெடந்தது அது. காசில்லாப் பொருளு. சொறிப் புடிச்ச கைய சும்மா வச்சிக்கிட்டு இருக்காவுதுன்னு அதக் கொண்டாந்து வச்சன். வச்சதுக்கு பழுதில்லாம என்னமா வளந்து ஈட்டி ஈட்டி யாட்டம் முள்ள நீட்டிக்கிட்டு நிக்கி பாரு".

"......."

"புள்ள பயிஞ்சி ரூவான்னு வாங்கியாந்து உப்பகொட்டி ஒரத்தக் கொட்டி ஊணி வச்சன். யாம் பலங்கொறயிதா தேவுடியாக் கொளங் கொறயிதான்னு பந்தயங் கட்டிக்கிட்டு கொடங்கொடமாக் கொண்டாந்து ஊத்துன தண்ணியயெல்லாம் குடிச்சிட்டுருந்தது என்னமா செத்துக்கெடக்கு பாத்தியா? அது செத்து இது பொழச்சிருக்கக் கொடாது?"

"என்னக்கா இப்புடிச் சொல்லுற? இந்த தென்னயா பெரிசி. இது போனாப் பெயிட்டுப் போவுது வுடு. அந்தக் கத்தாழப் போயிருந்தாத் தான் நீ கவலப்படணும்".

வளர்மதி என்ன சொல்கிறாள் என்பது புரியவில்லை. அவள் முகத்தை நிமிர்ந்து பார்த்தாள் மணிமேகலை.

"கத்தாழயும் நீனும் ஒரேமாதிரிதாங்க்கா".

"எவ்வள வெயிலெரிச்சாலும் தாக்குப்புடிச்சி வேருல ஈரத்தக் கட்டி வச்சிக்கிட்டு கெடக்குற கத்தாழயே செத்தாத்தான் கவலப் படணும்".

மணிமேகலை எதுவும் பேசாமல் தோப்பையே பார்த்துக் கொண்டு நின்றாள்.

"யாம் வெயிலுலயே நின்னுக்கிட்டு, வாக்கா உள்ள போவம்" என்று கொட்டகைக்குள் அழைத்துக்கொண்டு போனாள் வளர்மதி.

கொட்டகைக்குள் மண்ணடித்து குழைத்துக் கிடந்தது. சுற்றிலும் இரண்டுபடை சுவர் ஏற்கெனவே வைக்கப்பட்டிருந்தது.

"பாருக்கா எவ்வள வேல நடந்துருக்குன்னு. இப்புடியாப்பட்ட சம்மந்தத்த வேண்டான்னியே".

மணிமேகலை இதற்கு ஒன்றும் சொல்ல முடியாமல் அமைதியாய் இருந்தாள்.

'நம்மள மருமவளா ஆக்கணுமுன்னு என்னென்னவெல்லாம் செய்யிறாவொ இந்த மாமா' என்று நினைத்தாளோ என்னவோ கலாவின் முகத்தில் பெருமிதம் தோன்றியது.

கீற்றை இழுத்துப்போட்டு உட்கார்ந்துகொண்டார்கள் மூவரும். கொட்டகையின் ஒரு மூலையில் புது மண்தோண்டி ஒன்றில் தண்ணீர் இருந்தது. சிறிய மடக்கால் மூடப்பட்டிருந்தது. புதுத்தோண்டி யென்பதால் உள்ளேயிருந்த தண்ணீரின் அளவுக்கு வட்டமிட்டு ஈரளித்துத் தெரிந்தது. மேலே வரிச்சியில் டம்ளர் செருகி வைக்கப் பட்டிருந்தது.

"செவரு வக்கிற ஆளுவொளுக்கு தூக்கிவச்ச தண்ணி போலருக்கு" என்றாள் வளர்மதி.

"காலு ஊணி கூர போட்டுட்டாலே ஊட்டுக்குள்ள தண்ணி கொடம் வச்சிருவாவொ. இந்த ஊரு வழக்கம் இது. தவிச்சி வாறவ்வொ நாக்கு வறண்டு பெயிடக்கொடாதுன்னு".

"நல்ல வழக்கந்தான். வாக்கா சாப்புடுவம்" என்று பைக்குள் வைத்திருந்த கட்டுச்சோத்து மூட்டையை எடுத்தாள் வளர்மதி. விடியற்காலயிலேயே எழுந்து, சோறாக்கி புளிரசம் வைத்து, கட்டுச் சோறாக கிளறி பாக்கியம்தான் இதைக் கொடுத்தனுப்பினாள்.

சுமையோடு சுமையாக சோத்துமூட்டையையும் வைத்து தூக்கிக் கொண்டு வந்திருந்தார்கள் மூவரும்.

கலாவிற்கு நல்ல பசி. வாய் திறந்து சொல்லாமல் உட்கார்ந்திருந்தாள். மணிமேகலை எழுந்து "நாம் போயி தாமர எல பறிச்சாறன்" என்றாள்.

"நானும் வாரங்கா" என்று எழுந்தாள் வளர்மதி.

"நீனும் வாறியா கலா. கைகால மொவத்தயெல்லாம் கழுவிப்புட்டு வரலாம்" என்று கூப்பிட்டாள் வளர்மதி.

"நாயி வந்தா சோத்தத் தின்னுட்டுப் பெயிரும் சித்தி. நான் இஞ்சயே இருக்குறன்" என்றாள் கலா.

"யாங்க்கா பைக்குள்ளதான் தட்டு இருக்கே. இப்ப அதுலயே சாப்புட்டுக்கிடுவம். வெயில் தாழ்ந்து வேணுமுன்னா கொளத்துல போயி குளிச்சிட்டு வரலாம்" என்றாள் வளர்மதி.

"அதுவும் சரிதான்" என்றவள் தோண்டியிலிருந்து சாய்த்து தட்டுகளைக் கழுவினாள். மூவரும் உட்கார்ந்து சாப்பிட்டார்கள். மீதி சோற்றை மடித்து கட்டி வைத்தாள் மணிமேகலை.

சாப்பிட்டதும் அசதியாய் இருந்தது வளர்மதிக்கு. கீற்றை இழுத்துப் போட்டுக்கொண்டு ஒரு ஓரமாய் படுத்தாள். மணி மேகலையும் சற்றுநேரம் முடங்கலாமென்று நினைத்துப் படுத்தாள். கலாவிற்கு மட்டும் படுக்கப் பிடிக்கவில்லை. தேவுடையாக்குளத்தில் போய் தாமரைக்காய் பறித்துத் திங்கலாமென்று தோன்றியது. அம்மா எதுவும் சொல்லுமோ என நினைத்தவள் தானும் ஒரு கீற்றை இழுத்துப் போட்டுக்கொண்டு படுத்துவிட்டாள்.

கலாவிற்கு கண்ணை இழுத்துக்கொண்டு போனது. வளர்மதியும் மணிமேகலையும் நன்றாகத் தூங்கிக்கொண்டிருந்தார்கள். மணி மேகலை கும்பகோணம் வருவதற்கு முதல்நாள் வரை இரவு பகல் தூக்கமில்லாமல் கம்பெனிக்கிப் போய்க்கொண்டிருந்தாள். சிவகாமி கூட உரிமையோடு கடிந்து கொண்டாள். "இத்தன நாளு தூக்கத்த

கெடுத்து வேல செய்யிறியே. கண்ணு செத்துப்போச்சின்னா என்ன செய்வ?" என்று.

"ஊருக்குப் போனா என்னக்கா வேல இருக்கப் போவுது. எல்லாத் தூக்கத்தயும் சேத்து அங்க போயி தூங்கிக்கிட வேண்டியது தான்" என்றாள். அங்கு தூங்காத தூக்கம் அவளை இப்போதே பிடித்துக்கொண்டிருக்க வேண்டும். இல்லையென்றால் அவள் பகல் நேரத்தில் இப்படி தூங்கமாட்டாள்.

சுவர் வைக்கும் ஆளும் அவனுக்கு உதவிக்கு மண்ணை வெட்டிக் கொடுக்கும் ஒரு ஆளுமாக இரண்டுபேர் வந்தார்கள். இவர்கள் மூவரும் படுத்திருப்பதைப் பார்த்துவிட்டு எழுப்பினான் ஒருவன். தெரிந்த ஆட்கள் என்பதால் மணிமேகலையை விசாரித்தார்கள் இருவரும்.

"மண்ணெல்லாம் எப்பக் கொழச்சது? ரெண்டுபட செவரு வேற வச்சிருக்குறிய? மண்ணு ஊறி இறுவியிருக்குமா" என்றாள் வளர்மதி.

"என்ன இப்புடிக் கேட்டுப்புட்டிய? மண்ணு இறுவாமயா செவரு வப்பம்?"

"......"

"பெரசரண்டண்ண அங்க வந்துட்டு வந்த மறுநாளே மண்ணடிச்சி ஊறப்போடச் சொல்லிட்டாவொ. மறுநாளு நாங்க ரெண்டுபேருமா சேந்து மிரிச்சி கொழச்சிப்போட்ட மண்ணு இது. காலயில வச்சதுதான் மேல்பட செவரு. இன்னம் ஈரங்கொட காயல. ஒரு சில்லு அதுலேருந்து பேத்து எடுத்துருங்கப் பாப்பம்" என்றவன், "இன்னம் ரெண்டுபட செவரு வக்கணும். இப்ப ஒருபட, காலயில ஒருபட வச்சா வேல முடிஞ்சிரும். இப்ப வக்கிற ஒருபட செவத்தயும் இன்னக்கே கழிச்சாத்தான் உண்டு. நாளக்கி செவரு கழிச்சிக்கிடலா முன்னு நெனச்சா ஒடச்சி எடுக்க வேண்டியதுதான்".

"யாங் காஞ்சி பெயிடுதா?"

"ஆமாம். எரிக்கிற வெயிலுல செவரு என்னமாக் காயிதுங்குறிய? ஒரே நாளு அஞ்சிபட செவரு வச்சாக்கொட வைக்கலாம் போலருக்கு" என்றான்.

"செவரு பூசுறது எப்ப?"

"காஞ்சதும் பூசிற வேண்டியது. நாளத்தெறிச்சி பூசிப் பாக்குறம். முடியலன்னா மறுநாளு ஒரு நாளுதான். அதோட வேல முடிஞ்சிரும்.

அதுக்குள்ள நீங்க கீழ மண்ண அமுக்கி தண்ணி தெளிச்சி அடிச்சிக் கிட்டு வந்தா செவரு பூசன கையோட ஊட்ட மொழிவிப்புடலாம்".

"மண்ணடிச்சத்துலேருந்து நீங்க எத்துன ஆளு வேல செஞ்சிருக் குறிய?" என்றாள் மணிமேகலை.

"அத எதுக்குக் கேக்குறிய?"

"சும்மா தெரிஞ்சிக்கிடத்தான்".

"பிரசரண்டண்ணனுக்கிட்ட கேக்காம நாங்க சொல்ல மாட்டம்".

"நீ பேசாம இருக்கா. இப்புடியெல்லாம் விசாரிக்கக் கொடாது" என்று மணிமேகலையைக் கண்டித்த வளர்மதி,

"நீங்க அந்தண்ணங்கிட்ட போயி எதுவும் சொல்லிடாதிய்ய" என்று சுவர் வைக்கும் ஆட்களிடம் கூறினாள்.

வெயில் தாழ்ந்த நேரம் இவர்கள் வந்திருப்பதைக் கேள்விப்பட்ட சந்திரசேகரனும் அவரது மனைவி சரோஜாவும் தோப்பிற்கு வந்தார்கள். சரோஜாவைப் பார்த்தவுடன் மணிமேகலையின் கண்கள் கலங்கின. சரோஜா மணிமேகலையின் கைகளைப் பிடித்துக்கொண்டு சமாதானப் படுத்தினாள்.

"யாம் இப்ப அழுவுறிய? நாங்க இருக்குறம். நீங்க எதுக்கும் கவலப்படாதிய்ய. கூடப்பொறந்த அண்ணன்மேரி அவ்வொ இருக்குறாவொ ஒங்களுக்கு" என்று ஏதேதோ சொல்லி தேற்றினாள்.

"வாற புதன்கெழம நல்ல நாளாருக்கு. அதுக்குள்ள இந்த வீட்டு வேலயும் முடிஞ்சிரும். இங்கேயே வச்சி நம்ப ரெண்டு குடும்பமும் முக்கியப்பட்ட பத்துபேரக் கூப்புட்டு முகூர்த்தோல எழுதிடலாமுன்னு நெனச்சன்" என்றார் சந்திரசேகரன்.

"நாளக்கு இதச்சொல்ல கும்பகோணத்துக்கு ரெண்டு பேருமா வாறத்துக்குத்தான் கெளம்பிக்கிட்டிருந்தம்" என்றாள் சரோஜா.

"அப்புடியா வாங்க.... வாங்க.... போவம்" என்ற வளர்மதி. "கலா அப்பாக்கிட்ட பேசினியளாண்ண?" என்றாள்.

"நான் இன்னம் அவனுக்கிட்ட பேசிப்பாக்கல. என்ன சொல்லு வானோ ஏதோன்னு ஒரே யோசனயாருக்கு".

“பொண்ணுக்கு அப்பாங்குற மொறயில ஒரு வார்த்த முன்கூட்டியே சொல்லியர்றதுதான் நல்லதுன்னு நெனக்கிறாவொ எங்க வூட்டுல” என்றாள் வளர்மதி.

“அது சரிதான் தங்கச்சி. நானும்கொட அப்படித்தான் நெனச்சுன்”.

“நானும் அக்காவும் போயி பேசிப் பாக்கட்டாண்ண?”

“நான் யாம் பேசணும்” என்றாள் மணிமேகலை குறுக்கிட்டு.

“அது எப்புடிக்கா பெத்த அப்பன வுட்டுட்டு கல்யாணம் பண்ணிக் குடுக்குற?”

“பெத்த அப்பன் இல்லாம வளக்கலாம். படிக்க வைக்கலாம். நல்லது கெட்டது எல்லாஞ் செய்யலாம். ஆனா கல்யாணம் மட்டும் பண்ணிவைக்கக் கொடாதா?” ஆத்திரத்தில் துடித்தன மணிமேகலையின் உதடுகள்.

“இதுமேரியெல்லாம் பேசக்கூடாதுக்கா”.

“இதுக்காவத்தான் முக்கியமா நான் இப்ப வந்ததே. இல்லன்னா தொணக்கி அம்மாவ அனுப்பி வச்சிட்டு நான் அங்கயே இருந்துருக்க மாட்டனா? பொழுதோட்டு நம்ம ரெண்டியரும் பெயிட்டு வருவம்”.

“அந்த வூட்டு வாசப்படிய மிறிக்கமாட்டன்னு வந்துட்டன். இப்ப பொண்ணகட்டிக் குடுக்குறத்துக்காவ போச்சொல்றியா?”

“இல்லன்னா யாருகிட்ட யாவுது சொல்லியனுப்பி கலா அப்பாவ இஞ்ச வரச்சொல்லுவம்”.

“அதுவும் வேண்டாம்”.

“யாங்?”

“என்னால யாரு காலுலயும் வுழ முடியா. என்ன எதுவும் தொந்தரவு பண்ணாத தங்கச்சி” என்று கண்டிப்பாய் சொன்னாள் மணிமேகலை.

“நாங்க பேசிக்கிர்றம் தங்கச்சி. நீங்க ஒண்ணும் ஆத்திரப் படாண்டாம். பேசாம இருங்க” என்றார் சந்திரசேகரன்.

“செல்வராசுவுக்கு ஆள்விட்டு அனுப்பி இங்கு வரச்சொல்லி பேசிக்கொள்ளலாம்” என்றாள் சரோஜா. அதுதான் சரி என்று

தோன்றியது எல்லோருக்கும். மணிமேகலை மட்டும் தன் விருப்பமாக எதையும் சொல்லாமல் இருந்தாள்.

செல்வராசு வீட்டில்தான் இருக்கிறான் என்பதை தெரிந்து கொண்ட பிறகு விஷயத்தைச் சொல்லி அழைத்து வரும்படி அனுப்பினார் சந்திரசேகரன். போன ஆள் சுவற்றில் எறிந்த பந்துபோல உடனே திரும்பி வந்தான். 'எதுன்னாலும் யாவ் வீட்டுல வந்து பேசச் சொல்லு. நான் எங்கயும் வரமுடியா' என்றானாம் செல்வராசு.

"எவ்வள துமுறு பாத்தியளா" என்று மறுபடியும் பொங்கினாள் மணிமேகலை.

"அவன் சொல்றதும் ஞாயந்தான். செல்வராசு நமக்கு வேணுமுன்னு நெனச்சா நம்மதான் அவனத் தேடிக்கிட்டு போவணும்" என்றவர், "நான் பெயிட்டு பாத்துட்டு வந்தர்றன்" என்று எழுந்தார்.

"நானும் வரட்டா" என்றாள் சரோஜா.

"இல்ல. மொதல்ல நான் மட்டும் போயி பேசிட்டு வந்தர்றன். அப்பறமா ரெண்டியரும் போயிக்கலாம்" என்றார் சந்திரசேகரன்.

"அப்பன்னா நான் ஊட்டுக்கு போவட்டா?"

"இங்கயே இருந்து அந்தத் தங்கச்சிக்கு ஒதவி ஒத்தாசயா எதாவுது செஞ்சிக்கிட்டுரு. நான் வந்தர்றன்" என்று சொல்லி விட்டு கிளம்பினார்.

சந்திரசேகரனை எதிர்பார்த்து காத்திருந்ததுபோலவே இருந்தது செல்வராசுவின் வீட்டுச் சூழல். வாசலிலேயே நின்று "வாங்க" என்றழைத்துக்கொண்டு போனான் செல்வராசு. "வாங்கண்ணன்" என்றவாறே பாயை விரித்துப்போட்டு உட்காரச் சொன்ன இந்திரா, கையில் ஒரு சொம்பைக் கொடுத்து டீ வாங்கிவர அனுப்பிவைத்தாள் மகனை.

"மின்னாடியே நான் வந்துருக்கணும். ஆள்வுட்டு அனுப்புனது தப்புதான்" மன்னிப்பு கோரும் தோரணையில் பேச்சை ஆரம்பித்தார் சந்திரசேகரன்.

"அதுனால ஒண்ணுமில்ல. நம்ம வூட்டு பொண்ணு விஷயம். நம்ம வூட்டுல வச்சி பேசுவமேன்னுதான் அப்புடிச் சொல்லி யனுப்புனன். வருத்தமா எடுத்துக்காதிய்ய".

"அதெல்லாம் ஒண்ணுமில்ல செல்வராசு". அப்பறம் யாம் பெரிய மவனுக்கு முகூர்த்தோல எழுதியாச்சில்ல".

"ஆமாம் அதான் எல்லோரும் பெயிட்டு வந்தமே".

"அவங் கல்யாணத்தோட சேத்து சின்னவனுக்கும் பண்ணி வச்சிட்டா நம்ம சோலி முடிஞ்சிரும் பாரு".

"சரிதான், சரிதான்".

"அந்தப் பயதான் கால்சட்டப் போட்ட காலத்துலேருந்தே கலாவத்தான் கட்டுவன்னு சொல்லிக்கிட்டு திரியிறானே. அதான் கலா மேல எதாவுது படிச்சிக்கிட்டிருக்கா என்ன ஏதுன்னு பாத்துட்டு வந்துருவமேன்னு கும்பகோணத்துக்கு போனவாரம் போயிருந்தன்". ஒங்க கொழுந்தியாளும் சகலனும் அதுக்கு கல்யாணத்த பண்ணி வச்சிடலாமுன்னு ஆசப்பட்ட மேரி தெரிஞ்சிது" வாய்தவறி எதையாவது செல்வராசுவின் மனம் புண்படும்படியாக பேசி விடுவோமா என்று பயந்தார்.

"தங்கச்சி தோப்புல ஒரு வூட்டக்கட்டிக்கிட்டு வந்து இருக்கலாமுன்னு ஆசப்பட்டிச்சி பொலருக்கு".

"தோப்பு யாருது?"

"தோப்பு தங்கச்சி வாங்கிப்போட்டதுதான். கப்புனா கொளத்துல இருந்த எடம் எல்லாத்தயும் வித்துப்புட்டு, சண்முகம் அண்ணனுக்கு வைத்தியம் பாத்த கடனையெல்லாம் குடுத்துருக் குறாவொ. மீதியிருந்த பணத்த மூணு பொண்ணுவொளுக்கும் பங்காப் பிரிச்சிக் கொடுத்தாவொளாம். அந்தப் பணத்த வச்சித்தான் இந்த தோப்ப வாங்கிப் போட்டிருக்கு".

கேட்டுக்கொண்டிருந்த செல்வராசுவின் முகத்திலும் இந்திராவின் முகத்திலும் ஈயாடவில்லை.

"ஒங்க கொழுந்தியா அந்தத் தோப்புல வீடுகட்டிக் குடுக்குறதா பேசிக்கிட்டுருந்தாவொ. இப்ப எதுக்கு அநாவசியமா செலவு பண்ணணும். என்னக்கிட்ட மரங்கழி கீத்து எல்லாமே இருக்கு. நானே கட்டித் தந்தர்றன்னு சொல்லிப்புட்டு வந்தன். நாலஞ்சி நாளா அந்த வேலதான் நடந்துச்சி. இன்னக்கி கலா, தங்கச்சி, கும்பகோணத்து தங்கச்சி எல்லாரும் வந்துருக்குறாவொ. இதுக்குமேல என்ன செய்யலாம்? சொல்லு செல்வராசு".

“நான் என்ன சொல்லப்போறன். நீங்களே சொல்லுங்க”.

“வர்ற புதன்கெழம நாளு நல்லாருக்கு. நம்ம ரெண்டு குடும்பமும் சேந்து, முக்கியப்பட்டவ்வொ நாலஞ்சி பேரக் கூப்புட்டு முகூர்த்தோல எழுதிடலாமுன்னு நெனக்கிறன்”.

“முகூர்த்தோல எங்க வச்சி எழுதுற?” என்றாள் இந்திரா குறுக்கிட்டு.

“இப்பயெல்லாம் பொண்ணூட்டுல எழுதுறதுதான வழக்கமாருக்கு”.

“பொண்ணூட்டுலதான் எழுதணும். அதான் எந்த வூட்டுலன்னு கேக்குறன்”.

இந்திரா ஏதோ விவகாரமாத்தான் கேட்கிறாள் என்பது புரிந்தது சந்திரசேகரருக்கு.

“பொண்ணு எந்த வூட்டுல இருக்குதோ அந்தவூட்டுல வச்சித்தான் எழுத முடியும்”.

“அது பொறந்து வளந்த இந்தப் பெரிய வூடு இங்க இருக்கக்குள்ள மாட்டுக் கொட்டாவமேரி நேத்துக் கட்டுன அந்த எடத்துல வச்சி நல்லகாரியம் பண்ணுறதா” என்றாள் இந்திரா. “அந்தப் பொண்ணுக்கு ஒரு நல்ல காரியம் நடந்தா அது இந்த வூட்டுலதான் நடக்கணும். நீங்கல்லாம் பெரிய மனுசங்க. ஒங்களுக்கே தெரியும். சொல்ல வேண்டியதில்ல” என்றவள், “இந்த ஊட்டுல வச்சி முகூர்த்தோல எழுதுறதாருந்தா, பரிசம் போடுறதாருந்தா நாங்களும் சேந்து சந்தோஷமா செஞ்சிக் குடுக்குறம். இல்லன்னா எங்கமேல தப்புச் சொல்லாதிய்ய. முகூர்த்தோல எழுதுறன்னக்கிம் கல்யாணத்தன்னக்கிம் குடும்பத்தோட நாங்க எங்குட்டாச்சிம் கௌம்பிப் பெயர்றம்” என்றாள்.

இந்திராவின் வார்த்தைகளை ஆமோதிப்பவனைப்போல அமைதியாய் உட்கார்ந்திருந்தான் செல்வராசு.

இந்திராவின் பேச்சை மறுத்து பேச முடியாமலும் மணி மேகலைக்காகப் பரிந்து பேச முடியாமலும் போனது சந்திர சேகரனால். அப்படி ஒரு சங்கடத்தை பேச்சின் ஊடாக ஏற்படுத்தி விட்டதாக உணர்ந்தார் அவர். எதுவும் பேசாமல் உட்கார்ந்திருந்தார்.

“என்னண்ண, நாஞ் சொல்லறத்துல எதாவுது தப்புருக்கா. இருந்தா சொல்லுங்க”.

"தப்பு ஒண்ணுமில்ல" என்று இழுத்தாற்போல் தலையாட்டினார்.

அதற்குமேல் அங்கு உட்கார்ந்திருக்கப் பிடிக்கவில்லை அவருக்கு.

"சேரி நான் பெயிட்டு வாறன்" என்று கிளம்பினார்.

"என்னண்ண நாங்கேட்டத்துக்கு புடிகுடுத்து எதுவும் பதில் சொல்லாம போறிய?"

"என்னோட விருப்பத்துக்கு சொல்லறதாருந்தா சொல்லிடலாம். இதுல சம்மந்தப்பட்டவங்கள கேட்டுத்தான சொல்லணும்".

"நீங்க சொன்னா மாட்டேன்னா சொல்லப் போறாவொ, நீங்க நெனச்சா எதுவும் நடக்கும்" என்றாள்.

சந்திரசேகருக்கு இந்திரா மீது கோபமாக வந்தது. 'என்னப் பத்தி என்னதான் நெனச்சிருக்கு இந்தப் பொண்ணு' என்று மனதிற்குள் புழுங்கினார். சடாரென்று வாசல்படியைத் தாண்டி வெளியே வந்துவிட்டார். அவருடன் எழுந்து செல்வராசுவும் வெளியே வந்தான். நாலடி கடந்த பின் திரும்பி செல்வராசுவைப் பார்த்து சற்று தணிந்த குரலில் கேட்டார்.

"இதயெல்லாம் நீ பேசச் சொல்லித்தான் பேசுதா. இல்லன்னா அதுவே தானா பேசுதா".

"நான் ஒண்ணும் சொல்லல? ஆனா அது பேசுனது ஞாயமாத்தான் இருக்கு".

"நீ நெறயாத்தான் ஞாயத்த கத்து வச்சிருக்குறப் போ" என்று சொல்லிவிட்டு வேகவேகமாய் நடந்து அவ்விடத்தை கடந்தார் அவர்.

சந்திரசேகரன் வந்து சொன்ன விஷயங்களைக் கேட்டதும் வளர்மதிக்கு கோபம் கோபமாக வந்தது. "எங்கக்கா பிரச்சினயில தலயிட அந்த கழுதக்கி என்ன அருகத இருக்கு" என்று கொதித்தாள்.

மணிமேகலை எதுவும் சொல்லாமல் எல்லாவற்றையும் அமைதியாகக் கேட்டுக்கொண்டிருந்தாள். சரோஜாவால் எதுவும் சொல்ல முடியவில்லை. மணிமேகலைக்காகப் பரிதாபப்படுவதைத் தவிர அவளுக்கு வேறொன்றும் பேசத் தோன்றவில்லை.

"எங்களப்பத்தி ஒண்ணும் பிரச்சினையில்ல. பொண்ணோட அப்பன் வந்து பொண்ண புடிச்சிக் குடுத்தாத்தான் மனயில ஒக்கார

வைப்பமுன்னு சொல்லற ஆளு நானோ யாம் மவனோக் கெடயாது. ஓங்களுக்காகத்தான் பாக்குறன்".

"எங்களுக்கு மட்டும் என்ன?"

"ஒண்ணா பொணச்சிக்கிட்டு எங்கக்கா மோத்தடியயும் சேத்தா இழுக்குறாரு அந்தாளு. அவரு பெரிய இவரு. அவரு கல்யாணத்துக்கு வல்லன்னா மோசமாயிடப் போவுதாக்கும்".

"அப்புடியெல்லாம் பேசாத தங்கச்சி. வாயிக்கு வந்தபடியெல்லாம் பேசிப்புட்டு. சித்தம் போன போக்கு சிவன் போக்குன்னு நம்ப பெயிடுவம். இந்த ஊருல பிரசரண்டா இருந்துக்கிட்டு வரவு செலவு பண்ணவேண்டியவ்வொ இந்த அண்ணன். அவ்வொ மேல குத்தஞ் சொல்லி ஒரு கெட்டபேர உண்டாக்கி வுட்டா என்ன செய்யிற?" இந்த ஊருலயேருந்து குப்பகொட்ட போற கலாவுக்கு நாளக்கி அப்பனாலயோ சின்னாயிகாரியாலயோ எதாவுது எடஞ்ச வந்தா என்ன செய்யிற? நம்ம வந்து தலயில தாங்கிக்கிட முடியுமா?" என்றாள் மணிமேகலை.

"அதுக்காவ என்னக்கா செய்யிற?"

"வீணா வெவகாரம் வேண்டாம். பேசாம அவ்வொ சொல்லுற மேரி ஒத்துக்கிட்டு போவ வேண்டியதுதான்".

"அப்புடின்னா அந்த வீட்டுக்கே பெயிடலாங்குறியா?"

"கலாவ கொண்டு வுட்டுரு".

"அப்ப நீ?"

"நான் எப்படி அங்க வருவன்? நான் இங்கயே இருந்துக்கிர்றன்".

"நீ இல்லாம என்ன செய்யிற?"

"நான் பொண்ணு இல்ல. பொண்ண பெத்தவதான். நான் இல்லன்னாக்கொட பொண்ணுக்கு எல்லாம் செய்யலாம்".

"அப்புடியெல்லாம் வேண்டாந் தங்கச்சி. செல்வராசு வராட்டி போனாப் போறான். அவனுக்காவ நீங்க ஓங்க பொண்ணு காரியத்த உட்டுக்குடுக்க வேண்டாம்" என்றார் சந்திரசேகரன்.

"இல்லண்ண. எனக்கு இதுனால ஒண்ணும் கஷ்டமில்ல. நீங்களும் யாந் தங்கச்சியும் கலாவ அங்ககொண்டு வுட்டு செய்ய வேண்டியதச் செய்யச் சொல்லுங்க".

"நெசமாத்தான் சொல்றியளாப்பா?"

"நெசமாத்தாண்ண சொல்லுறன். நம்ம நெனச்ச காரியம் நல்லா நடந்தாப் போதும். அத யாரு முன்ன நின்னு செஞ்சான்ன. சும்மா பிரச்சனப் பண்ணிக்கிட்டு ஒண்ணுமே நடக்கவுடாம பண்ணிப்புட்டா என்ன செய்யிற சொல்லுங்க" என்றாள்.

மணிமேகலையின் வார்த்தைகளுக்கு கட்டுப்பட்ட வளர்மதியும் சந்திரசேகரனும் அவள் சொல்வதுபோல செய்ய ஒத்துக்கொண்டார்கள். சந்திரசேகரன் செல்வராசுவுக்கு விஷயத்தைச் சொல்லியனுப்பினார். இரண்டு நாட்களுக்கு முன்பாக கலாவை அழைத்துக்கொண்டுபோய் செல்வராசுவின் வீட்டில் விட்டுவிட்டு வந்தார்கள் வளர்மதியும் சரோஜாவும். கலா தன்னுடைய சொந்த விருப்பம் எதையும் சொல்ல முடியாமல் இழுத்த இழுப்புக்கு ஓடினாள்.

கலா வீட்டிற்கு வந்து சேர்ந்ததுமே இந்திரா அடுத்த தூண்டிலை போட ஆரம்பித்தாள்.

"திடீருன்னு இப்புடி கொண்டாந்து வுட்டு 'விடிஞ்சா கல்யாணம் புடிடா பாக்கு வெத்துலயின்னா' நாங்க என்ன செய்யிற? செலவுக் கெல்லாம் எங்க போயி கடன் கேட்டுக்கிட்டு நிப்பம்? எங்களால இதுக்கு மேல எங்கயும் போயி பணம் பெரட்ட முடியா. இருக்குற பணத்த கொண்டாந்து குடுக்கச் சொல்லுங்க" என்று சொல்லி யனுப்பினாள்.

"எண்ணெ கொடமும் கொறயக்கொடா புள்ள தலயும் காயக் கொடான்னு சொல்லுறவளா இருப்பாப் போலருக்கே அந்த நொண்டிச்சி" என்று வாய்க்கு வந்தபடி பேசினாள் வளர்மதி.

"இருக்குறத்த கொடுத்தனுப்புவம் தங்கச்சி. நம்ம செய்யிறன் னாலும் இந்தப் பணத்த போட்டுத்தான செய்யப்போறம்" என்று தன்னிடமிருந்த இரண்டாயிரத்து ஐநூறு ரூபாயையும் கொடுத்தனுப்பினாள்.

"இவ்வள பணம் எதுக்குக்கா? மிஞ்சிமிஞ்சிப் போனா இருவத்தஞ்சி பேருக்குக்கொட சாப்பாடு போடப்போறதல்ல.

மாப்புள்ள வூட்டுக்காவுது துணிமணி கண்ணாடி பவுடருன்னு செலவாவும் நம்பளுக்கு என்ன செலவு?"

"கல்யாணம் வரைக்கிம் கலா அங்கருக்கப் போவுது. ஏதோ பெயிட்டுப் போவுது வுடு" என்றாள் மணிமேகலை.

"இப்ப இதக் குடுக்குற. கல்யாண செலவுக்கு என்ன செய்வ?"

"அதுக்கும் குடுக்க வேண்டியதுதான். எனக்கு தாறன்னு சொன்ன அஞ்சாயிரத்தையும் குடு. ஒனக்கு நான் பெறவு தந்தர்றன்".

"பணத்த குடுக்குற நீ கல்யாணத்தயும் முன்ன நின்னு செஞ்சான்ன?"

"அது எப்படி முடியும்?"

"யாங்க்கா முடியாது?"

"முன்ன நின்னு செய்யிற எடத்துலயா நான் இருக்குறன்".

"........"

"புருசன் வூடுவாச எல்லாத்தயும் உரிம கொண்டாடுனவ இப்ப யாம் பொண்ணயும் உரிம கொண்டாடிக்கிட்டா. அவளுக்கிட்ட போயி சமட்டிக்கி சமட்டியா என்னயும் நிக்கச் சொல்லுறியா?"

"இப்ப ஒனக்கு நொண்டிச்சிமேலதான் கோவமா?"

"அவமேல எனக்கென்ன கோவம். அவளக் கோச்சிக்கிர்றத்துல என்ன ஞாயம் இருக்கு?"

"கலாவ நெனச்சா பாவமால்லயாக்கா ஒனக்கு?"

"அது என்ன பாவம். யாஞ் சொல்லக் கேட்டுருந்தா இப்புடியெல்லாம் ஆயிருக்குமா. வாடியாட்டு சம்மந்தம் வேண்டான்னு தலயால அடிச்சிக்கிட்டனே கேட்டிச்சா".

"........"

"இப்ப நான் செய்ய வேண்டியது பணங்காசி பெரட்டிக் குடுக்குறது மட்டுந்தான். அது யாங் கடம. பெத்த கடம. வேற என்ன வேலயிருக்கு எனக்கு? வேணுமுன்னா கல்யாணம் வரைக்கும் பத்தோட பதினொன்னா இருந்து பாத்துட்டுப் போவலாம். அதான்".

"யாங்க்கா இப்புடி சொல்லுற?"

'நான் நம்பி வளத்த யாம்பொண்ணும் எனக்கு துரோகம் பண்ணிப்புட்டு பாத்தியா தங்கச்சி".

"ஜோடிப் பொருத்தம் நல்லாருக்கில்லக்கா".

நினைவுகளிலிருந்து கலைந்த மணிமேகலை "ம்" என்றவாறே மணமேடையை மறுபடியும் அண்ணாந்து பார்த்தாள்.

அவளின் கண்களிலிருந்து கோடிட்டு வழிந்தது கண்ணீர்.

"சின்னக்கா".

"ம்".

"யாம் இப்ப அழுவுற?"

"அழுவல" என்றவாறே கண்களைத் துடைத்துக்கொண்டாள்.

"அக்கா எழும்பு. பொண்ணு மாப்புள்ள அவ காலுல வுழுவுறத்துக்கு மின்னாடி ஒங்காலுல வுழணும். வா அங்க போவம்".

"வேண்டாந்தங்கச்சி".

"யாங்க்கா?"

"நான் என்ன பெரிசா வாழ்ந்துட்டன். யாங் காலுல உழுவுறத்தால என்ன வந்துடப் போவுது சொல்லு".

"அவ காலுல வுழட்டுங்குறியா?"

"அவதாங் நிம்மதியா வாழுறவ. நல்ல குடும்பம் பண்ணுறவ. அவ காலுல வுழுறதுல தப்புல்ல".

"யாங்க்கா இப்புடி இருக்குற?"

'இப்புடித்தான் தங்கச்சி என்னால இருக்க முடியும். என்ன எதுவும் தொந்தரவு பண்ணாத' என்பதுபோல பனித்து நின்றன மணி மேகலையின் கண்கள்.

தாலி கட்டி முடிந்தவுடன் உட்கார்ந்திருந்த கூட்டம் முழுதும் எழுந்துகொண்டது. கோயிலுக்கு வெளியேயும் உள்ளேயுமாய் கும்பல் கும்பலாய் நின்று பேசிக்கொண்டிருந்தார்கள்.

“தங்கச்சி நாம் போயி ஊட்டுல இருக்குறன். நீ இருந்து எல்லாத்தயும் பாத்துட்டு வா” என்று வளர்மதியின் காதோரமாய் கிசுகிசுத்துவிட்டு கோயிலின் பின்பக்கமாய் வந்தாள் மணிமேகலை.

வளர்மதிக்கு அவள் போவதைப் பார்க்க வேதனையாக இருந்தது. ‘பாவம் இதுக்கு மட்டும் யாங் எல்லாம் இப்புடி நடக்குது’ என்று நினைத்து வருந்தினாள்.

சொல்லாமல் கொள்ளாமல் திருப்பூருக்கு போய்விடுவாளோ என்ற எண்ணம் திடீரென்று தோன்றியது வளர்மதிக்கு.

“அக்கா நின்னு”.

நின்று திரும்பிப் பார்த்தாள், மணிமேகலை.

“திருப்பூருக்கு போவமுன்னுல்ல கௌம்பிட்டியா?”

“இல்ல தங்கச்சி. ஒன்னகூட கும்பகோணம் வந்துட்டு நாளக்கித்தான் போவணும்”.

“சரி நீ போயி வீட்டுல இரு. வந்து பேசிக்குவம்”.

உறவினர்கள் யாராவது பார்த்துவிடுவார்களோ என்று பயந்தாள் மணிமேகலை. அவளை இழுத்துக்கொண்டுபோய் செல்வராசோடு நிற்கவைத்து விடுவார்களோ என்ற எண்ணத் தால்தான் அவள் இவ்வளவு சீக்கிரமாய் இந்த இடத்தைவிட்டு போய்விட வேண்டு மென்று நினைத்தாள்.

நல்லவேளை யாரும் அவள் போவதை கவனிக்கவில்லை. மணிமுத்தா நதியின் மதகின்மீது கல்யாணத்திற்கு வந்த வெளியூர் ஆட்கள் ஏழெட்டுபேர் உட்கார்ந்திருந்தார்கள். நதியை ஏறெடுத்தும் பார்க்காமல் தன் போக்கில் போய்க்கொண்டிருந்தாள் மணிமேகலை.

# 35

பதினொரு மணிக்கு சக்திமுருகன் கம்பெனியின் தேநீர் இடைவேளைக்கான மணி ஒலித்தது. உள்ளே வரிசை வரிசையாய் நின்று வேலை செய்துகொண்டிருந்த பெண்கள் எல்லோரும் கைவேலையை அப்படி அப்படியே போட்டுவிட்டு ஆடைகளிலும் தலையிலும் படிந்திருந்த நூல்பஞ்சுகளை உதறிவிட்டபடி வெளியே வந்தார்கள்.

எதிர்வரிசையில் சற்று தள்ளி நின்ற சிவகாமியைப் பார்த்து, "டீ குடிச்சிட்டு வருவம் வாங்கக்கா" என்றாள் மணிமேகலை. இருவரும் கட்டடத்தைவிட்டு வெளியே வந்தார்கள்.

"மணிமேல நான் ஒண்ணுக்கு போயிட்டு வந்தர்றன். நீ போயி ஆளுக்கொரு வடயும் டீயும் வாங்கியா?" என்று சொல்லி சில்லறைக்காக தன் முந்தானையை அவிழ்த்தாள்.

"என்னக்கிட்ட இருக்குக்கா. நான் வாங்கிக்கிட்டு வாறன். நீங்க இந்த கட்டையில வந்து ஒக்காந்திருங்க" என்ற மணிமேகலை கம்பெனி கேட்டை நோக்கி நடந்தாள்.

நான்கைந்து தள்ளுவண்டி வியாபாரிகள் வடை, பஜ்ஜி, மிளகாய் பஜ்ஜி, போண்டா, அதிரசம் போன்றவற்றை சூடாய் போட்டு வைத்துக்கொண்டு கம்பெனி வளாகத்தை ஒட்டிய சாலை ஓரங்களில் நின்று கூவிக்கொண்டிருந்தார்கள். ஒவ்வொரு வண்டியிலும் டீ கேனும் இருந்தது. பெண்கள் ரகத்திற்கு ஒன்றாய் வாங்கிக்கொண்டு வந்து வைத்துத் தின்றுகொண்டிருந்தார்கள். ஒரு கையில் வடை பஜ்ஜியும் இன்னொரு கையில் டீயுமாக உட்கார இடந்தேடிக் கொண்டிருந்தனர் சிலர். கம்பெனிக்கு வரும் அவசரத்தில் காலையில் சாப்பிடாமல் வந்த பெண்கள் ஒன்றுக்கு இரண்டாய் வாங்கித் தின்று பசியாறிக் கொண்டிருந்தார்கள்.

மணிமேகலை கேட்டைத் தாண்டி வெளியே போன நேரம் அவளுக்காகவே காத்திருந்த பிளம்பர் நடராசு, கிட்டே வந்து விஷயத்தைச் சொன்னான்.

"சேரி நீங்களும் போயிகிட்டே இருங்க. நாங்க ஒடனே வந்தர்றம்" என்றவள் வடை டீ எதுவும் வாங்காமல் திரும்பி உள்ளே ஓடினாள்.

கழிப்பறையிலிருந்து திரும்பி வந்துகொண்டிருந்த சிவகாமி மணிமேகலை டீ, வடை எதுவும் வாங்காமல் பதற்றமாய் ஓடி வருவதைப் பார்த்துவிட்டு என்னவாக இருக்குமென்று யோசித்தாள். வேகமாய் நடந்து எதிரே வந்தவளிடம்,

"என்ன மணிமேல?" என்றாள்.

"சென்சிலாவுக்கு இடுப்புவலி எடுத்துட்டுதாங்கா, பிளம்பர் நடராசு வந்து சொல்லிப்புட்டுப் போறாரு".

"தொணக்கி யாரு இருக்குறா?"

"திலகா மட்டுந்தான் இருக்குதான்".

"அது என்ன செய்யிம் கைப்புள்ளய வச்சிக்கிட்டு?"

"நம்ம ஒடனே போவணுங்கா".

"நீ மொதலாளிக்கிட்ட சொல்லு. நாம் போயி நம்ப சூப்பரைசருக் கிட்ட சொல்லிப்புட்டு வந்தர்றன். சொல்லாம போனா நாளக்கி அது வள்ளு வள்ளுங்கும்".

"சேரிக்கா".

அடுத்த ஐந்தாவது நிமிடத்தில் இருவரும் சாலையைக் கடந்து விஸ்வநாதன் காம்பௌண்டை நோக்கி ஓட்டமும் நடையுமாக ஓடிக்கொண்டிருந்தார்கள்.

சென்சிலா வலியால் துடித்துக்கொண்டிருந்தாள். திலகா தான் பக்கத்தில் இருந்து பார்த்துக்கொண்டிருந்தாள். கிட்டே போய் துணிமணி ஏதாவது நனைந்திருக்கிறதாவென்று பார்த்த மணிமேகலை "நல்லவேளக்கா பனிக்கொடம் ஒடயல. ஒடனே ஆஸ்பத்திரிக்கி கொண்டுக்கிட்டு பெயிட்டா நல்லது" என்றாள்.

"அதெல்லாம் ஒண்ணும் ஆவல, ஆனா ரெத்தக்குறி வுடாம பட்டுக்கிட்டிருக்கு" என்றாள் திலகா.

அதற்குள் நடராசு ஆட்டோ ஒன்றை அழைத்துக்கொண்டு வந்து வாசலில் நிறுத்தினான்.

"பயப்புடாத சென்சிலா, நாங்கல்லாம் இருக்குறம்" என்று சமாதானப்படுத்தினாள் சிவகாமி. சிவகாமியின் கைகளை கெட்டியாய் பிடித்துக்கொண்டாள் சென்சிலா.

சென்சிலாவை ஆட்டோவில் ஏற்றி உட்காரவைத்து, பக்கத்தில் உட்கார்ந்துகொண்டாள் சிவகாமி. மருத்துவமனைக்கு எடுத்துக் கொண்டு போக வேண்டிய பொருட்களையெல்லாம் முன்னதாகவே தயாராய் பையில் எடுத்து வைத்திருந்தாள் திலகா.

"அக்கா கிழிஞ்ச வாயிலு சீல ஒண்ணு வச்சிருந்தயளே, எதுக்கும் அதயிம் எடுத்துக்கிட்டு வந்துறவா" எனக் கேட்டாள் மணிமேகலை.

"போயி சீக்கிரம் எடுத்தா" என்றாள் சிவகாமி. சென்சிலா ஆட்டோவில் உட்கார்ந்திருக்க முடியாமல் வயிற்றை நெளித்து வலியை ஆத்திப் பார்த்தாள்.

தன்னிடமிருந்த ஒரு சாவியால் அறையைத் திறந்துகொண்டு உள்ளே போனாள் மணிமேகலை. மணிமேகலையும் சிவகாமியும் இப்போது ஒரே அறையில்தான் தங்கியிருந்தார்கள். இதுவரை தன்னுடன் யாரையும் அனுமதிக்காத சிவகாமி மணிமேகலையை

மட்டும் வேறு அறை எதுவும் பார்க்கவேண்டாமென்று சொல்லி தன்னுடனேயே தங்க வைத்துக்கொண்டது மணிமேகலைக்கே ஆச்சர்யமாக இருந்தது.

அந்த நேரம் சிவகாமி அப்படி சொல்லியிருக்காவிட்டாலும் மணிமேகலை சிரமப்பட்டிருப்பாள்தான். 'தனியாகவும் ரூம் வாடகை கொடுக்க முடியாது. வேறு யாரோடும் சேர்ந்திருக்க வேண்டுமென்றாலும் கஷ்டம்தான்' என்று நினைத்துக்கொண்டு வந்தாள்.

கலாவின் கல்யாணம் முடிந்த அடுத்த நாளே திருப்பூருக்குப் போகிறேனென்று கிளம்பிவிட்டாள் மணிமேகலை. அவளுக்கு இப்போது கலாவைப் பற்றிய கவலை அதிகமாய் இல்லாமல் போய் விட்டது. நல்ல குடும்பம். மாமனார், மாமியார் பார்த்துக்கொள்வார்கள் என்று நினைத்தாள். எல்லோரும் அங்கேயே இருக்கும்படி எவ்வளவோ வற்புறுத்தியும் மணிமேகலை அதைக் கேட்கவில்லை. தன்னுடன் கும்பகோணத்தில் வந்து தங்கியிருக்கும்படி வளர்மதிகூட சொல்லிப் பார்த்தாள். ஆனால் அவள் யார் பேச்சையும் கேட்கவில்லை. "திருப்பூருக்குப் போனா நாலு ரூவா சம்பாதிக்கலாம். வாங்குன கடனக் குடுக்கலாம். எதயும் கண்ணால பாக்காம நிம்மதியா இருக்கலாம்" என்று சொல்லி கிளம்பிவிட்டாள்.

சிவகாமியின் கிழிந்த வாயில் புடவையை எடுத்து தோளில் போட்டுக்கொண்டாள். அப்படியே தன்னுடைய தங்கை வளர்மதியிடம் வாங்கியிருந்த கல்யாணக் கடனை திருப்பிக் கொடுக்கவென்று சேர்த்து வைத்திருந்த பணத்தை எவ்வளவு இருக்கிறதென்று எண்ணிப் பார்க்காமலே எடுத்துக்கொண்டாள். அறையைப் பூட்டிக்கொண்டு ஆட்டோவில் வந்து உட்கார்ந்தாள். திலகாவும் அதற்குள் தன்னுடைய அறையைப் பூட்டிவிட்டு ஆட்டோவிற்கு வந்திருந்தாள்.

"கெவுருமெண்டு ஆஸ்பத்திரிக்கிப் போவட்டா?" என்றான் ஆட்டோக்காரன்.

"இல்ல வேற ஏதாவது பண ஆஸ்பத்திரிக்கே போ. நல்ல டாக்டரா பாத்துக் கொண்டவுடு. எங்களுக்கு இந்த வூருல எந்த டாக்டரப் பத்தியும் தெரியாது" என்றாள் திலகா.

"கெவுருமெண்டு ஆஸ்பத்திரிக்கே போங்க" என்றாள் சென்சிலா.

"நீ பேசாம இரு சென்சிலா. இந்தப் புள்ளய பெத்துக்க நான் அங்க போயி பட்டபாடு எனக்குத்தான் தெரியும். நல்ல பெட்டு

கெடயாது, சுத்தஞ்சொகுசு கெடயாது, சரியான கவனிப்பு கெடயாது, அங்க போயி என்ன செய்யிற? நான் பட்டது போறாதா? நீ வேற படணுமா?" என்றாள்.

"எவ்வளது செலவானாலும் நாங்க பாத்துக்கிர்றம். காசு பணத்தப் பத்தி நீ கவலப்படாத. பொறக்க போற புள்ளய நெனச்சிக் கிட்டு நிம்மதியாரு" என்றாள்.

"காசு பணமா பெரிசி? மனுசதான் பெரிசி. காசி இன்னக்கி வரும் நாளக்கி போவும். ஒடம்பு போனா வருமா" என்றாள் சிவகாமி தன் பங்கிற்கு.

"ஒனக்கு எவ்வளது செலவானாலும் செய்யிறத்துக்கு நாங்க இருக்குறம். நீ ஒண்ணும் நெனக்காத" என்று திலகா சொன்னதையே திருப்பிச் சொன்னாள் மணிமேகலை.

"என்னக்கிட்ட இல்லாத பணமா ஓங்கக்கிட்டயெல்லாம் இருக்கு? ஓங்களயெல்லாம் கஷ்டப்பட வுட்டுட்டு பாத்திக்கிட்டு நான் சும்மாருப்பனா?" என்றாள் சிவகாமி.

சிவகாமி இப்படி பணத்தைப்பற்றி வெளிப்படையாய் பேசுவது திலகாவிற்கு ஆச்சர்யமாயிருந்தது.

சிவகாமி முருகன் சிலைக்குள் பணத்தை மறைத்து வைப்பதைக் கவனித்த மணிமேகலை ஒருநாள் அதுபற்றி சிவகாமியிடமே நேரடியாக கேட்டாள். சிவகாமியும் மணிமேகலையிடம் மறைக்க மனம் வராமல் எல்லா உண்மைகளையும் சொல்லிவிட்டாள்.

சிவகாமிபோல் இல்லை மணிமேகலை. அவள் சிவகாமியை அன்றைக்கே தங்கள் கம்பெனி முதலாளியிடம் அழைத்துக் கொண்டு போனாள். எல்லா உண்மைகளையும் சொல்லி பணத்தை வங்கியில் போட உதவும்படி கேட்டாள். முதலாளியும் இதற்கு ஒத்துக்கொண்டு சிவகாமியின் பெயரில் வங்கிக்கணக்கு ஆரம்பித்துக் கொடுத்து அதில் எல்லா பணத்தையும் போட வைத்தாள்.

இவ்வளவு பணம் சேர்த்துள்ளோமா என்று சிவகாமியாலேயே நம்பமுடியவில்லை. எண்பத்து நான்காயிரம் ரூபாயை மணி மேகலையும் இதுவரை மொத்தமாய் பார்த்தது கிடையாது. 'இவ்வளவு பணத்தையும் வைத்துக்கொண்டு என்ன செய்யப் போகிறது இந்த அக்கா' என்று நினைத்தாள் மணிமேகலை.

சென்சிலா அவ்வளவு வலிகளுக்கிடையிலும் தன்னிடம் ஆஸ்பத்திரி செலவுக்கென்றோ வேறு செலவுக்கென்றோ ஒரு ரூபாய்கூட இல்லை என்பதை சொல்ல எவ்வளவோ பிரயாசைப் பட்டாள். ஆனால் யாரும் அதை பெரிதாய் எடுத்துக்கொள்ளவில்லை. கார்த்தி சென்சிலாவை விட்டுவிட்டு போனதிலிருந்து அவள் கனியா, திலகாவுடன் அவர்களுடைய அறையில் தங்கியிருந்தாள். ஆரம்பத்தில் வயிற்றுப் பிள்ளையோடு கம்பெனிக்கு போய் வந்துகொண்டிருந்தாள். ஒன்பது மாதமானதும் அவளால் நீண்டநேரம் நின்றுகொண்டே வேலை செய்ய முடியவில்லை. கால்களிரண்டும் சுரந்து போயின. "இனிமே வேலைக்குப் போவாத சென்சிலா" என்று கனியா அவளை தடுத்து வீட்டிலேயே இருக்க வைத்துவிட்டாள். ஏற்கெனவே திலகாவுக்கு பிள்ளைப்பேறு பார்த்து, "அவளுக்கும் பிள்ளைக்கும் எல்லாச் செலவுகளையும் செய்து வரும் கனியாவுக்கு, மேலும் பாரமாய் தானும் வந்து சேர்ந்துவிட்டோமே என்று மனது குறுகுறுத்துக் கொண்டே இருந்தது சென்சிலாவுக்கு.

ஆனால் கனியா இதுபற்றியெல்லாம் கவலைப்படவில்லை. இவையெல்லாம் தன்னுடைய கடமைதான் என்பதுபோல செய்து கொண்டிருந்தாள். அவளுடைய கவலை எல்லாம் தன்னைச் சேர்ந்த ஆட்கள் யாரும் தன்னைத் தேடிக் கண்டு பிடித்துக்கொண்டு இங்கு வந்துவிடக்கூடாதே என்பதாகத்தான் இருந்தது. அந்த பயமும் ஆரம்பத்தில்தான் இருந்தது. இப்போதெல்லாம் நிறைய துணிச்சல் ஏற்பட்டிருந்தது அவளிடம். யார் வந்தாலும் பார்த்துக்கொள்ளலாம் என்று சொல்லிக்கொண்டிருக்கிறாள்.

திலகா, சென்சிலா இருவர் பாரமும் தன் தோளில் விழுந்த பிறகு கனியா ஒருநாள்கூட வீட்டில் தங்குவதில்லை. ஆரம்பத்தில் வெவ்வேறு கம்பெனிகளில் செக்கிங், கைமடி என்று மற்றவர்களைப்போல செய்துகொண்டிருந்தவள் இரண்டு மாதங்களுக்குள்ளாகவே கம்பெனியின் நேக்குப் போக்குகளைத் தெரிந்துகொண்டு பழனியாண்டவர் கம்பெனியில் சூப்பர்வைசர் வேலை வாங்கிக் கொண்டு போய்விட்டாள். இரவு பகல் எந்த நேரம் வேலை நடந்தாலும் அவள் அங்கு இருந்தே ஆகவேண்டும்.

திலகாவுக்கும் சென்சிலாவுக்கும் மற்ற அறையில் வசிப்பவர்கள் வாங்கிவரும் பொருள்களில் ஏதாவது கொடுத்தாலும் காசு பணமாய் யாரும் கொடுப்பது கிடையாது. எல்லோருமே எதாவது ஒரு நெருக்கடிக்குப் பின்னால்தான் வேலை செய்துகொண்டிருந்தார்கள்.

அவர்களின் உழைப்பும் ஊதியமும் அவர்களுக்கே போதாதென்கிற நிலையில் யார்தான் கொடுத்து உதவுவார்கள்?

பிளம்பர் நடராசன் ஆட்டோவின் பின்னாலேயே சைக்கிளில் வந்துகொண்டிருந்தான். ஆட்டோ மருத்துவமனையை நெருங்கு வதற்குள் சென்சிலாவிற்கு வலி தன்னை மீறியது. "அம்மா அம்மா" என்று கத்தினாள்.

மருத்துவமனைக்குப் போன சிறிதுநேரத்திற்குள் சென்சிலாவிற்கு அவள் ஆசைப்பட்டபடியே பெண்குழந்தை பிறந்தது. தாயும் பிள்ளையும் தனித்தனியாய் ஆன பிறகுதான் திலகா, மணிமேகலை, சிவகாமி மூன்று பேருக்கும் நிம்மதியாயிருந்தது. பிளம்பர் நடராசுவும் அங்கேயேதான் இருந்தான். அவன் மட்டும் இல்லாவிட்டால் இன்று சென்சிலாவின் நிலமை மோசமாயிருக்கும். காலையிலேயே வேலைக்குப் போனவன் சென்சிலாவிற்காகவே திரும்பி வந்ததுபோல வந்து நின்றானே என்று நினைத்துக்கொண்டாள் திலகா.

இவ்வளவு நேரமும் பிளம்பர் நடராசுதான் திலகாவின் மகனை தூக்கி வைத்துக்கொண்டிருந்தான். திலகா சென்சிலாவோடு பிரசவ அறையில் இருந்தாள். சென்சிலாவின் குழந்தை 'வீல், வீல்' என்று கத்தியது. எல்லோரது முகத்திலும் மகிழ்ச்சி தெரிந்தது. சென்சிலா பெற்ற களைப்பில் படுத்துக்கிடந்தாள். மணிமேகலை குழந்தையை சுத்தம் செய்து கைகளில் வாங்கிக் கொண்டாள். திலகா தன் குழந்தையை வாங்கிக்கொள்வதற்காக வெளியே வந்தாள்.

நடராசுவிடமிருந்து குழந்தையை வாங்கிக்கொண்டவள் "நீங்க எப்புடிண்ண அந்த நேரத்துல வந்தீங்க? இன்னக்கி வேல இல்லயா?" என்றாள்.

"வேல நடந்துக்கிட்டுதான் இருக்கு. 'மங்கிஸ்பேனர' மறந்துட்டு வீட்டுலயே வச்சிட்டுப் பெயிட்டன். அத எடுக்குறத்துக்காவத்தான் வந்தன். வந்தநேரம் நல்ல நேரமாப் போச்சி" என்றான்.

## 36

பல்லடம் ரோட்டிற்கும் மேற்கே 'ஸ்டார் டைம்' கம்பெனியையும் தாண்டி தூரத்தில் தெரிந்தது அந்த வீடு. சுற்றிலும் கருவைக்காடு. மூன்று சென்ட் நிலத்தில் மட்டும் காடு அழிக்கப்பட்டு நடுநாயகமாய் அந்த வீடு கட்டப்பட்டிருந்தது. சுற்றிலும் சிமிண்ட் கல்சுவர் வைத்து மேலே ஓடு வேயப்பட்டிருந்தது. வீட்டைச் சுற்றி மூங்கில் படல் வேலி. வெயில் தாழ்ந்த அந்த அந்திநேரத்தில் திலகாவின் மகனும் சென்சிலாவின் மகளும் வாசலில் விளையாடிக்கொண்டிருந்தார்கள். நாடாக் கட்டிலைப் போட்டு அதில் உட்கார்ந்து கொண்டு இருவரும் விளையாடுவதை வேடிக்கைப் பார்த்துக்கொண்டிருந்தாள் சிவகாமி. வெவ்வேறு கம்பெனிகளுக்கு வேலைக்குப் போயிருந்த திலகா, கனியா, சென்சிலா எல்லோரும் வேலை முடிந்து ஒவ்வொருவராய் திரும்பி வந்துகொண்டிருந்தார்கள். ஒவ்வொருவர்.கையிலும் பிள்ளைகளுக்கு தின்பண்டமும் வீட்டுக்குத் தேவையான பொருட்களுமாக ஏதாவது ஒன்று இருந்தது. மணிமேகலையும் சிவகாமியும் மட்டும்

தொடர்ந்து சக்திமுருகன் கம்பெனியிலேயே வேலை செய்து கொண்டிருந்தார்கள். இன்று பிள்ளைகளை பார்த்துக்கொள்ளும் முறை சிவகாமியுடையது என்பதால் மணிமேகலை கம்பெனிக்குப் போயிருந்தாள். போகும்போதே 'நைட் ஷிப்டு' வேலை கிடைத்தால் இருந்து செய்துவிட்டு நள்ளிரவுக்கு மேல்தான் வருவேனென்று சொல்லிவிட்டுப் போயிருந்தாள். கம்பெனிக்கும் வீட்டுக்குமான தூரம் அதிகமென்பதால் வீட்டிற்கு வந்துவிட்டுப் போக நேரம் இருக்காது. மறுநாள் பிள்ளைகளை மணிமேகலை பார்த்துக் கொள்ளும் முறை என்பதால் மறுநாள் வேலையையும் சேர்த்து இன்றே செய்து விட்டு வந்துவிட வேண்டு என்று நினைத்திருந்தாள்.

கனியாவுக்கு சூப்பர்வைசர் வேலை என்பதால் அவளால் கம்பெனிக்கு போகாமல் இருக்க முடியாது. மற்ற நான்கு பேரும் ஆளுக்கொரு நாளாய் வீட்டில் தங்கி பிள்ளைகளை பார்த்துக் கொண்டார்கள். கனியா தன்னால் முடிந்தபோதெல்லாம் பிள்ளை களைப் பார்த்துக்கொண்டாள். வீட்டிற்கு அரிசி வாங்கி வருவதிலிருந்து கொஞ்சம் கடினமான வேலைகளையெல்லாம் அவளே செய்து கொண்டிருந்தாள்.

இதுபோல் சொந்தமாய் ஒரு வீட்டைக் கட்டிக்கொண்டு எல்லோரும் சேர்ந்து இருக்கலாம் என்ற யோசனையை முதலில் சொன்னவளே கனியாதான்.

சென்சிலாவின் குழந்தை பிறந்த நேரம் என்றுதான் சொல்ல வேண்டும். அவளைப் பார்ப்பதற்காக எல்லோரும் மருத்துவமனையில் கூடியிருந்த நேரத்தில் திடீரென்று அந்த யோசனை தோன்றியது கனியாவிற்கு.

"ஏன் சிவகாமியம்மா ஒங்க பணத்தையெல்லாம் எதுக்காவ சும்மா பேங்குல போட்டு வச்சிக்கிட்டு இருக்குறிங்க".

"ஏன் என்ன செய்யணும்?"

"ஒரு எடத்த வாங்கி, அதுல வீட்டக் கட்டிக்கிட்டு இருக்கலா முல்ல. ஒங்க பேருல பணமா இருக்குறத்தவிட சொத்தா இருந்தா நல்லதுதான?"

மணிமேகலைக்கும் அந்த யோசனை பிடித்திருந்தது. ஆனால் அடுத்தவர் பணத்திற்கு நாம் யோசனை சொல்வது சரியாக இருக்குமா வென்று நினைத்து பேசாமல் இருந்தாள்.

“வீட்டக் கட்டிக்கிட்டு நான் மட்டும் தனியா போயிருக்கணுமா?” என்றாள் அப்பாவியாக.

“நீங்க யாந் தனியா போறீங்க. நாங்களும் ஒங்க கூடவே வந்தர்றம். எல்லாரும் ஒண்ணாவே இருப்பமே”.

“ஒண்ணாவே ஆக்கி, ஒண்ணாவே சாப்புட்டு, ஒண்ணாவே இருந்தா நல்லாத்தான் இருக்கும்” என்று வாய் வூறிச் சொன்னாள் திலகா. சிவகாமி, மணிமேகலை, சென்சிலா எல்லோரை விடவும் மனிதர்கள் மீது அதிக ஆசைகொண்டவளாக இருந்தாள் திலகா. எப்போதும் தன்னைச் சுற்றி நிறைய சொந்தக்காரர்கள் இருக்க வேண்டும் என்று நினைப்பவள் அவள்.

“கனியா சொல்ற மாதிரியே செய்யிங்க சிவகாமியம்மா. யாம் புள்ள அனாதயா வளராம ரெண்டு பாட்டி, பெரியம்மா, சின்னம்மா, அண்ணன் அப்புடின்னு எல்லாரு கூடயும் வளரட்டும்” என்ற சென்சிலா, “எனக்குத்தான் யாருமே இல்லாம பெயிட்டாங்க. யாம் புள்ளக்கிம் என்னய விட்டா வேற நாதியில்லன்னு ஆயிடக்கூடாது” என்று கலங்கினாள்.

“ஒனக்கு நாங்க இருக்குறம். அதுவும் இல்லாம ஒம் புள்ளக்கி ஒருத்தருமே இல்லன்னு ஏஞ் சொல்லுற? ஒங்கம்மா இல்லயா? ஒந்தம்பி இல்லயா? எத்துன நாளக்கி கோவமா இருந்துடுவாங்க. ஒனக்கு கொழந்த பொறந்துருக்குற விஷயம் தெரிஞ்சா எல்லாத்தயும் மறந்துட்டு உடியாந்துருவாங்க பாரு” என்று தேற்றிய திலகா, “கார்த்திய பத்தி ஏதாவது சேதி கெடச்சிதா?” என்று கனியாவைப் பார்த்து கேட்டாள்.

“திருப்பூருல இருக்குறமாதிரி தெரியல. கோயம்புத்தூர் போயிருக்கலாங்குற மாதிரி கேள்விப்பட்டன்” என்று ஆர்வமில்லாமல் சொன்னாள்.

“அவனப் பத்தி எதுக்குப் பேசி நேரத்தை வீணாக்குறீங்க. யாம் புள்ளமேல அவன் நெழல்கூட விழக்கூடாதுன்னு ஆசப்படுறன் நான்” என்றாள் விரக்தியாய் சென்சிலா.

“அம்மா கனியா கேட்டதுக்கு பதில் சொல்லுங்க நீங்க” என்று மறுபடியும் விட்ட விஷயத்தை பிடித்தாள் திலகா.

சிவகாமி மணிமேகலையைப் பார்த்து, “நீ என்ன மணிமேல நெனக்கிற?” என்றாள்.

"செய்யலாங்க்கா. யாருக்கோ வாடகப் பணத்த மாசா மாசம் குடுக்குறத்த ஒங்கக்கிட்ட குடுக்கலாம்" என்றாள்.

"வாடகய வாங்கி மட்டும் நான் என்ன செய்யப்போறன். யாம் புள்ளகுட்டிக்குக் கொடுக்கவாப் போறன்?"

"நாங்கள்ல்லாம்தான் ஒங்க புள்ளங்கன்னு நெனச்சிங்கிங்க. எங்கக்கிட்ட குடுத்துருங்க" என்றாள் சென்சிலா.

"ஒங்கக்கிட்டயே வாங்கி ஒங்கக்கிட்டயே கொடுக்குறதா?" என்று சிரித்தாள் சிவகாமி. பிறந்த ஊர், குடும்பம், உறவினர்கள் யாருமற்று இருந்த அந்த நான்கு பேருக்கும் பிறரின் ஆதரவும், குடும்பமும் தேவையாயிருந்தது. அப்போதே முடிவு செய்துகொண்டார்கள் எல்லோரும். இடம் வாங்கி வீடு கட்டிக் கொண்டு ஒரே குடும்பமாய் வாழ்வதென்று. மணிமேகலைக்கு ஊரில் எல்லோரும் இருந்தாலும் ஏனோ அவளும் திலகா சிவகாமி போன்றே யோசித்தாள்.

கனியாதான் தனக்குத் தெரிந்த நண்பர்களைக்கொண்டு இடம் தேடினாள். காடாய் கிடந்த இடத்தில் ஒரு சென்ட் இடம் இருபதாயிரம் என்பதை பதினேழாயிரமாக குறைத்து சிவகாமியின் பெயரில் வாங்கி எழுதிக் கொடுத்தாள்.

அந்த இடத்தை திருத்தி அடுத்த ஒரு மாதத்திற்குள் வீடும் கட்டிக்கொண்டார்கள். சொந்த வீட்டுக்கு குடிபோகும் பூரிப்பும் பெருமையும் எல்லோருடைய முகத்திலும் அப்பட்டமாய்த் தெரிந்தது. தண்ணீருக்கு மட்டுமே பிரச்சினையாயிருந்தது. லாரித் தண்ணீரை வாங்கித்தான் பயன்படுத்திக்கொண்டார்கள். மண்ணெண்ணெய் வாங்க வேண்டுமென்ற பேச்சுக்கே இடமில்லாமல் போனது இந்த வீட்டில். சுற்றிலும் கருவைக்காடு என்பதால் தேவையான போதெல்லாம் ஓய்வாயிருப்பவர்கள் முள் வெட்டிவந்து போட்டார்கள். பெரும்பாலும் இந்த வேலையை மணிமேகலையே விருப்பமாய் செய்துகொண்டிருந்தாள்.

மணிமேகலையைத் தவிர மற்ற எல்லோரும் சம்பாதிக்கும் பணத்தை கனியாவிடம் கொண்டுவந்து கொடுத்தார்கள். வீட்டுச் செலவு, தண்ணிச் செலவு போக மீதியை சிவகாமியின் பெயரில் வங்கியில் போட்டுக்கொண்டு வந்தாள் கனியா.

மணிமேகலைக்கு கல்யாணக் கடன் இன்னும் அடை படாமல் இருந்தது. தவிரவும் ஊரிலிருக்கும் கலாவை அவ்வப்போது போய்

பார்த்துக்கொண்டிருந்தாள் கலாவிற்கு பிரசவம், பிள்ளைப்பேறென்றால் நாம்தானே பார்க்க வேண்டும் என்ற எண்ணமும் இருந்தது மணிமேகலையிடம். அதனால் ஆரம்பத்திலேயே, "என்னால ஒங்க மேரி சம்பளத்த ஒண்ணா போட முடியா. வாங்குன கடன் குடுக்க வேண்டியது நெறயாருக்கு. கலாவுக்கு செய்யவேண்டிய செலவும் இருக்கு. அதுனால நான் இங்க தங்கி சாப்புடுறத்துக்காவ வாரத்துக்கு இவ்வளதுன்னு குடுத்தர்றன்" என்று சொல்லிவிட்டாள்.

"சாப்பாட்டுக்கு காசி தாரங்குறியா?" என்றாள் சிவகாமி.

"சாப்பாட்டுக்குன்னு வச்சிக்கிட்டாலும் சரி, வேற எதுக்குன்னு வச்சிக்கிட்டாலும் சரி. வேற ரூமுல யாரு கூடயாவுது தங்கி யிருந்தன்னா வாராவாரம் நூறோ நூத்தம்பதோ குடுக்கமாட்டனா? அதுமேரிதான் சொல்லுறன்".

"சரிம்மா நீங்க மாசம் முந்நூறு குடுத்துடுங்க போரும்" என்றாள் கனியா.

"கனியா சொல்லுறது சரிதான். காசி குடுக்கலன்னா அதயே நெனச்சிப் பொலம்பிக்கிட்டு இருப்பீங்க" என்றாள் திலகா.

படிப்படியாய் முறைவைத்து பிள்ளை பார்த்துக் கொள்வதி லிருந்து மற்ற எல்லா வேலைகளையும் எல்லோரும் பகிர்ந்து கொண்டார்கள். சென்சிலாவின் குழந்தை பிறந்து ஓராண்டு முடியப் போகிறது. இன்னமும் அவளுடைய அம்மாவோ தம்பியோ வந்து பார்க்கவில்லை. கார்த்தியைப்பற்றி கிட்டதட்ட அவள் மறந்தே போயிருந்தாள். திலகாவின் மகன் அம்மா, ஆத்தா, பாப்பா என்று ஒவ்வொரு வார்த்தையாக பேச ஆரம்பித்திருந்தான்.

மணிமேகலை இரண்டு மூன்றுமுறை ஊருக்குப் போய் கலாவைப் பார்த்துவிட்டு வந்தாள். வளர்மதியிடம் வாங்கியிருந்த கடனை யெல்லாம் அடைத்திருந்தாள். சிவகாமி மட்டும் கொடுத்ததை திரும்பி வாங்கிக்கொள்ளவே மாட்டேனென்று கண்டிப்பாய் சொல்லிவிட்டாள்.

வருட பிறப்பின்போது ஊருக்குப்போன மணிமேகலை திரும்பி வந்தபோது அவளுடைய முகம் சோர்ந்து போயிருந்தது. என்ன ஏதென்று விசாரித்தாள் சிவகாமி.

"கலாவுக்கும் மாப்புள்ளைக்கும் அடிக்கடி பிரச்சினையாவுதாம். மதுதவ்வொ எத்துன நாளக்கித்தான் தீர்த்துவச்சிக் கிட்டு இருப்பாவொ" என்றாள் கவலையாய்.

"யாங் என்ன பிரச்சினையாம்?"

"என்னன்னு ஒண்ணுந் தெரியல. கேட்டா ரெண்டு பேருமே வாய் தொறக்குறதில்லயாம். முழுவாம வேற இருக்கு பொலருக்கு".

"அப்புடியா?" என்றாள் முகம் மலர.

"ஒடம்புல ஒண்ணு இல்லக்கா. நரம்பாட்டம் இருக்கு. தடுக்கி வுட்டா பொடுக்குன்னு பெயிரும் போலருக்கு. வயறு மட்டும் குடுக்க தட்டுனமேரி... பாக்கவே சயிக்கல".

"பத்து நாளு இஞ்ச வச்சிருந்து அனுப்பலாமுல்ல. அழச்சாந்தான்ன நீ?"

"கூப்புட்டா வரமாட்டங்குது. இஞ்ச அழச்சாந்து கல்யாணத் துக்கு முந்தி நான் வச்சிருந்ததாலதான் பிரச்சினையா இருக்கும் போலருக்கு".

"என்ன சொல்ற மணிமேல?"

"ஆமாங்க்கா. அந்த புள்ள சந்தேகப்பட்டு பேசுது போலருக்கு. அதுனாலதான் பிரச்சினைன்னு நெனக்கிறன்".

"அடப்பாவி எப்புடியாப்பட்ட பொண்ணு அவ. கட்டிக்கிட்டா அவனத்தான் கட்டிக்கிடுவன்னு ஒன்னயே ஒதறிட்டுப் போனவளப் போயி இப்புடி நெனக்கிறானா அந்தப் புள்ள?"

"கோவதாவத்துல புத்தி பெசகி எதாவுது செஞ்சிக்கிடுமோன்னு பயமாருக்குக்கா" என்று சொல்லிவிட்டு அழுதாள் மணிமேகலை.

"அப்புடியெல்லாம் ஒண்ணும் ஆவாது. நீ பயப்புடாத" என்று தேற்றினாள் சிவகாமி.

"ஏழு மாத்த சீரு செய்யணுங்க்கா" என்று சொல்லிக்கொண்டு 'நைட் ஷிப்டு' வேலையைக்கூட தவறவிடாமல் செய்து கொண்டிருந்தாள் மணிமேகலை.

அன்று கார்த்திகை. திலகா காலையிலேயே வீடெல்லாம் கழுவி விட்டாள். தன் பிள்ளைக்காக மாதாமாதம் கார்த்திகை விரதமிருந்து வருகிறாள் அவள். பெருங்கார்த்திகையின்போது பழனிக்கு தூக்கிக் கொண்டு போய் மொட்டை போட்டு காது குத்திக்கொண்டு வர

வேண்டும் என்று திட்டமிட்டிருந்தாள். எல்லோரையும் அழைத்துக் கொண்டு பழனிக்குப் போய்வர வேண்டும் என்ற ஆசை நாளுக்குநாள் வளர்ந்துகொண்டே இருந்தது அவள் மனதில். அவள் ஆசைப்பட்டது நல்லபடியாய் நிறைவேற வேண்டுமென்றும் வேண்டிக்கொண்டு விரதமிருந்தாள்.

அன்று அவள் கம்பெனிக்குப் போகவில்லை. காலையிலேயே மற்ற எல்லோரிடமும் சொல்லிவிட்டாள். "இன்னக்கி எல்லாருமே ஒரு 'ஷிப்டு' வேல செஞ்சா போதும் நேரத்தோட வீட்டுக்கு வந்துடுங்க. நான் சமச்சி வச்சிருப்பன். நீங்க எல்லாரும் வந்த பெறகுதான் விரதம் பண்ணிட்டு சாப்புடணும்".

மதிய சாப்பாடு யாரும் எடுத்துக்கொண்டு போகவில்லை. நேரத்தோடு வந்துவிடலாமென்று எல்லோரும் கிளம்பிவிட்டார்கள். திலகா சொன்னது போலவே பிள்ளைகளைப் பார்த்துக்கொண்டு சோறாக்கி, சாம்பார், ரசம், இரண்டு மூன்று வகையான பொரியல், வடை, பாயசம், அப்பளம் என்று அமர்க்களமாய் செய்து வைத்திருந்தாள். மாதத்திற்கு ஒருநாள் இப்படிச் சமைத்து எல்லோரும் உட்கார்ந்து சாப்பிடுவது சந்தோஷமாயிருந்தது திலகாவிற்கு.

எல்லோரும் எப்போது வருவார்கள் என்று காத்துக் கொண்டிருந்தாள் திலகா. திலகாவை ஏமாற்றாமல் எல்லோரும் காலா காலத்தில் வந்து சேர்ந்தார்கள். வரும்போதே "பசி உயிருபோவுது" என்று சொல்லிக்கொண்டு வந்தாள் சென்சிலா.

"புள்ள வளந்து தோளத் தொட்டாலும்கூட என்னக்கிம் நீ பசிபொறுக்க முடியாத பச்சப்புள்ளதாம் போ" என்று செல்லமாய் கடிந்தாள் கனியா.

சென்சிலாவிற்கு எப்போதும் எல்லோரைவிடவும் சின்ன பிள்ளையாய், எல்லோருக்கும் செல்லப்பிள்ளையாய் இருக்க வேண்டுமென்ற ஆசையே உள்ளூர இருந்தது. அவள் ஒரு சிறு துள்ளலுடன் ஓடிச்சென்று கை கழுவிவிட்டு வந்து உட்கார்ந்தாள்.

"இன்னம் விருதம் பண்ணலடி சென்சிலா. அதுக்குள்ள எலய எடுத்துப் போட்டுக்கிட்டு ஒக்காந்துட்டியா?" என்று கேட்ட திலகா சிரித்துக்கொண்டே படைக்க வேண்டியவற்றை எடுத்து வைத்துக் கொண்டிருந்தாள்.

சிவகாமியின் முருகன் சிலைதான் இந்த வீட்டில் திலகா நடத்தும் கார்த்திகை விரத பூசைகளையெல்லாம் ஏற்றுக்கொண்டிருந்தது.

சூடம் ஏற்றி கும்பிட்டு எல்லோருக்கும் காட்டினாள். வரிசையாய் இலை போட்டு எல்லோரும் ஒன்றாய் உட்கார்ந்து சாப்பிட ஆரம்பித்தார்கள். திலகாவின் மகனும் சென்சிலாவின் மகளும் இங்குமங்குமாய் ஓடி ஒவ்வொருவரிடமும் ஒவ்வொரு வாய் வாங்கி முகமெல்லாம் பூசிக் கொண்டு நின்றன. வாயில் வாங்கிய சோற்றுடன் சிரித்து வீடு முழுக்க சோத்துப் பருக்கைகளை இறைத்தன குழந்தைகள். திலகா மகனை அதட்டினாள்.

"யாந்திலகா புள்ளய அதட்டுற. பச்ச புள்ளைவொன்னா இதுமேரியெல்லாஞ் செய்யிந்தான்" என்று அவளைக் கடிந்து கொண்டாள் சிவகாமி.

"இதுதான் கொட்டியெறைக்க புள்ள வேணுமுன்னு சொல்றது போலருக்கு" என்றாள் கனியா.

அதைக் கேட்டு விழுந்து விழுந்து சிரித்தாள் சென்சிலா. சென்சிலா சிரிப்பதைப் பார்த்த மற்றவர்களுக்கும் சிரிப்பு வந்து விட்டது. எல்லோரும் சிரித்தார்கள். அந்த நேரம் வாசலில் நிழலாடியது. "யாரு?" என்று கேட்டுக்கொண்டே சாப்பிட்ட கையோடு எழுந்து போனாள் கனியா.

வாசலில் நின்றுகொண்டு "கனியாக்கா" என்றவளை சட்டென்று அடையாளம் கண்டுகொள்ள முடியவில்லை கனியாவால்.

குரலை கண்டுபிடித்துவிட்ட மணிமேகலை "கலா" என்று எழுந்து ஓடினாள். பின்னாலேயே எழுந்து எல்லோரும் வாசலுக்கு வந்துவிட்டார்கள்.

அடையாளம் தெரியாத அளவுக்கு இளைத்து மெலிந்து போயிருந்தாள் கலா. கண்கள் பஞ்சடைந்து மண்டைக்குள் செருகிக் கொண்டது போலிருந்தது. அவளால் பேச முடியவில்லை. அவளுடைய கையை சடக்கென்று பிடித்து உள்ளே இழுத்துக் கொண்டு போனாள் திலகா.

"மொதல்ல ஒக்காந்து சாப்புடு. அப்பறம் பேசுவம்" என்றவள் முருகனுக்கு முன் படையல் போட்டு வைத்திருந்த இலையை இழுத்து கலாவின் முன் வைத்தாள். எல்லோரும் அவரவர்கள் இலையில் உட்கார்ந்து சாப்பிடத் தொடங்கினார்கள். யாரும் எதுவும் பேச வில்லை. அந்த அமைதி சிறு பிள்ளைகள் இருவருக்கும் விநோதமாய்த் தெரிந்திருக்க வேண்டும். அவையிரண்டும் தண்ணீர் டம்ளருக்குள் கையைவிட்டு அதை அள்ளி சாப்பிட்டுக்கொண்டிருந்தன.

சாப்பிட்டுக்கொண்டே ஒவ்வொருவர் முகத்தையும் மாறிமாறி பார்த்துக்கொண்டிருந்தாள் கலா. சிவகாமியைப் பார்த்ததும், "நானும் அம்மாகொடயே இருந்துடலாமுன்னு வந்துட்டன்" என்றாள்.

சிவகாமியும் மணிமேகலையும் ஒருவரையொருவர் பார்த்துக் கொண்டார்கள்.

திலகாவும் சென்சிலாவும், 'கடசீல நீனும் எங்கள மாதிரிதானா?' என்பதுபோல பார்த்தார்கள்.

"நாங்கள்ல்லாம் இருக்குறம் கவலப்படாத. இது ஒண்ணும் பெரிய விஷயமில்ல" என்பதுபோல் ஆதரவாய் கலாவின் தோளைத் தொட்டாள் பக்கத்தில் உட்கார்ந்திருந்த கனியா.

"நம்மளுக்கு ஒரு புது சித்தி வந்துருக்கு. கூடிய சீக்கிரமே நம்ம கூட வெளயாட ஒரு தம்பிப் பாப்பாவோ தங்கச்சிப் பாப்பாவோ வரப் போவுது" என்று சொல்லிச் சிரிப்பதுபோல சிரித்தன குழந்தைகள் இரண்டும்.

அவ்விடத்தில் நிலவிய அழுத்தமான, வலிமிகுந்த அமைதியை விரட்டியடிப்பதாய் இருந்தது அப்பிள்ளைகளின் பொக்கை வாய்ச்சிரிப்பு.

● ● ●